ವಿಶ್ವಕಥಾಕೋಶ

ಸಂಪುಟ - ೨೫

ಪ್ರಧಾನ ಸಂಪಾದಕ

ನಿರಂಜನ

ಸಾವಿಲ್ಲದವರು

ಪ್ರಾಚೀನ ಪಂಚ ಮಹಾಕಾವ್ಯಗಳಿಂದ ಆಯ್ದ ಕಥೆಗಳು

ನಿರೂಪಣೆ

ಸಿ. ಕೆ. ನಾಗರಾಜರಾವ್

ನವಕರ್ನಾಟಕ ಪ್ರಕಾಶನ

SAAVILLADAVARU (Kannada)
An anthology of short stories culled out from the five epics of the ancient world, being the twentyfifth volume of Vishwa Kathaa Kosha, a treasury of world's great short stories in 25 volumes in Kannada. Narrated by C. K. Nagaraja Rao. Editor-in Chief : Niranjana. Editors : S. R. Bhat, C. R. Krishna Rao, C. Sitaram. Secretary : R. S. Rajaram

Fourth Print : 2018 Pages : 168 Price : ₹ 125
Paper : 70 gsm Maplitho 18.6 Kgs (1/8 Demy Size)

ಮೊದಲನೇ ಮುದ್ರಣ : 1982
ಮರುಮುದ್ರಣಗಳು : 2011, 2012
ನಾಲ್ಕನೇ ಮುದ್ರಣ : 2018

ಪ್ರತಿಗಳ ಸಂಖ್ಯೆ : 500

ಪ್ರಧಾನ ಸಂಪಾದಕ : ನಿರಂಜನ
ಸಂಪಾದಕರು : ಎಸ್. ಆರ್. ಭಟ್, ಸಿ. ಆರ್. ಕೃಷ್ಣರಾವ್, ಸಿ. ಸೀತಾರಾಮ್
ಕಾರ್ಯದರ್ಶಿ : ಆರ್. ಎಸ್. ರಾಜಾರಾಮ್
ಕಲಾ ಸಲಹೆಗಾರರು : ಎಸ್. ರಮೇಶ್, ಕಮಲೇಶ್, ಅಮಿತ್

ಕೃತಿಸ್ವಾಮ್ಯ : ಕಾಯ್ದಿರಿಸಲಾಗಿದೆ

ಬೆಲೆ : ₹ 125

ಮುಖಚಿತ್ರ : ಎಂ. ಟಿ. ವಿ. ಆಚಾರ್ಯ

ಪ್ರಕಾಶಕರು
ನವಕರ್ನಾಟಕ ಪಬ್ಲಿಕೇಷನ್ಸ್ ಪ್ರೈವೆಟ್ ಲಿಮಿಟೆಡ್
ಎಂಬೆಸಿ ಸೆಂಟರ್, ಕ್ರೆಸೆಂಟ್ ರಸ್ತೆ, ಬೆಂಗಳೂರು – 560 001
ದೂರವಾಣಿ : 080–22161900 / 22161901 / 22161902

ಶಾಖೆಗಳು/ ಮಳಿಗೆಗಳು
ನವಕರ್ನಾಟಕ, ಕ್ರೆಸೆಂಟ್ ರಸ್ತೆ, ಬೆಂಗಳೂರು – 1, ✆ 080–22161913/14, Email : nkpsales@gmail.com
ನವಕರ್ನಾಟಕ, ಕೆಂಪೇಗೌಡ ರಸ್ತೆ, ಬೆಂಗಳೂರು – 9, ✆ 080–22203106, Email : nkpkgr@gmail.com
ನವಕರ್ನಾಟಕ, ಗಾಂಧಿನಗರ, ಬೆಂಗಳೂರು – 9, ✆ 080–22251382, Email : nkpgnr@gmail.com
ನವಕರ್ನಾಟಕ, ಕೆ.ಎಸ್. ರಾವ್ ರಸ್ತೆ, ಮಂಗಳೂರು – 1, ✆ 0824–2441016, Email : nkpmng@gmail.com
ನವಕರ್ನಾಟಕ, ಬಲ್ಮಠ, ಮಂಗಳೂರು – 1, ✆ 0824–2425161, Email : nkpbalmatta@gmail.com
ನವಕರ್ನಾಟಕ, ರಾಮಸ್ವಾಮಿ ವೃತ್ತ, ಮೈಸೂರು–24, ✆ 0821–2424094, Email : nkpmysuru@gmail.com
ನವಕರ್ನಾಟಕ, ಸ್ಟೇಷನ್ ರಸ್ತೆ, ಕಲಬುರಗಿ – 2, ✆ 08472–224302, Email : nkpglb@gmail.com

ಮುದ್ರಕರು : ಶೋಭಾ ಪ್ರಿಂಟರ್ಸ್, ಬೆಂಗಳೂರು – 560 021

0404185104 **ISBN 978-81-8467-224-4**

Published by Navakarnataka Publications Private Limited, Embassy Centre Crescent Road, Bengaluru - 560 001 (India). Email : navakarnataka@gmail.com

ವಿಶ್ವಕಥಾಕೋಶ

೨೫ ಸಂಪುಟಗಳು

ಪ್ರಧಾನ ಸಂಪಾದಕರು : ನಿರಂಜನ

೧) ಧರಣಿಮಂಡಲ ಮಧ್ಯದೊಳಗೆ
22 ಕನ್ನಡ ಕಥೆಗಳು

೨) ಆಫ್ರಿಕದ ಹಾಡು
ಆಫ್ರಿಕ ಖಂಡದ ಕಥೆಗಳು
ಅನು : ಸಿ. ಸೀತಾರಾಮ್

೩) ಕಾಡಿನಲ್ಲಿ ಬೆಳದಿಂಗಳು
ವಿಯೆಟ್ನಾಮ್ ಕಥೆಗಳು
ಅನು : ಸಿ. ಪಿ. ರವಿಕುಮಾರ್

೪) ಚೆಲುವು
ಮಂಗೋಲಿಯ, ಚೀನ, ಜಪಾನ್, ಕೊರಿಯ ಕಥೆಗಳು
ಅನು : ಜಿ. ಎಸ್. ಸದಾಶಿವ

೫) ಸುಭಾಷಿಣಿ
ಭಾರತ, ನೆರೆಹೊರೆ ಕಥೆಗಳು
ಅನು : 23 ಅನುವಾದಕರು

೬) ವಿಚಿತ್ರ ಕಕ್ಷಿದಾರ
ಇಂಗ್ಲೆಂಡ್ ಕಥೆಗಳು
ಅನು : ಎನ್. ಎಸ್. ರಾಮಚಂದ್ರಯ್ಯ, ಎಸ್. ಆರ್. ಭಟ್

೭) ಮಂಜುಹೂವಿನ ಮದುವಣಿಗ
ಹಂಗೆರಿ, ರುಮಾನಿಯ ಕಥೆಗಳು
ಅನು : ಕೆ. ಎಸ್. ನಾರಾಯಣಸ್ವಾಮಿ

೮) ಬೂದುಬಣ್ಣದ ಕಾಂಗರೂ
ಆಸ್ಟ್ರೇಲಿಯ, ನ್ಯೂಝಿಲೆಂಡ್ ಕಥೆಗಳು
ಅನು : ಪಾ. ಸಂಜೀವ ಬೋಳಾರ

೯) ಹೆಜ್ಜೆ ಗುರುತು
ರಷ್ಯ, ನೆರೆಹೊರೆ ಕಥೆಗಳು
ಅನು : ಕೆ. ಎಸ್. ನಿಸಾರ್ ಅಹಮದ್

೧೦) ಅರಬಿ
ಐರ್‌ಲೆಂಡ್, ವೇಲ್ಸ್, ಸ್ಕಾಟ್‌ಲೆಂಡ್ ಕಥೆಗಳು
ಅನು : ಶಾ. ಬಾಲು ರಾವ್

೧೧) ನೆತ್ತರು ದೆವ್ವ
ಚೆಕೊಸ್ಲೊವಾಕಿಯ, ಪೋಲೆಂಡ್ ಕಥೆಗಳು
ಅನು : ಎಚ್. ಕೆ. ರಾಮಚಂದ್ರಮೂರ್ತಿ

೧೨) ಬಾವಿಕಟ್ಟೆಯ ಬಳಿ

ಯುಗೊಸ್ಲಾವಿಯ, ಆಲ್ಬೇನಿಯ, ಬಲ್ಗೇರಿಯ ಕಥೆಗಳು

ಅನು : ಟಿ. ಶ್ರೀನಿವಾಸರಾಜು

೧೩) ಅದೃಷ್ಟ

ಅಮೆರಿಕ, ಕೆನಡ, ಮೆಕ್ಸಿಕೊ ಕಥೆಗಳು

ಅನು : ವೀಣಾ ಶಾಂತೇಶ್ವರ

೧೪) ಸಜ್ಜನನ ಸಾವು

ಐಸ್‌ಲೆಂಡ್, ಡೆನ್‌ಮಾರ್ಕ್, ನಾರ್ವೆ, ಸ್ವೀಡನ್, ಫಿನ್‌ಲೆಂಡ್ ಕಥೆಗಳು

ಅನು : ಕ. ನಂ. ನಾಗರಾಜು

೧೫) ಡೇಗೆ ಹಕ್ಕಿ

ಇಟಲಿ, ಆಸ್ಟ್ರಿಯ ಕಥೆಗಳು

ಅನು : ಎಸ್. ಅನಂತನಾರಾಯಣ

೧೬) ಅವಸಾನ

ಗ್ರೀಸ್, ಸೈಪ್ರಸ್, ತುರ್ಕಿ ಕಥೆಗಳು

ಅನು : ಎ. ಈಶ್ವರಯ್ಯ

೧೭) ತಾತನ ಹುಟ್ಟುಹಬ್ಬ

ಹಾಲೆಂಡ್, ಬೆಲ್ಜಿಯಮ್, ಸ್ವಿಟ್ಜರ್‌ಲೆಂಡ್ ಕಥೆಗಳು

ಅನು : ಸಿ. ಎಚ್. ಪ್ರಹ್ಲಾದ್‌ರಾವ್

೧೮) ಬಾಲ ಮೇಧಾವಿ

ಜರ್ಮನಿ ಕಥೆಗಳು

ಅನು : ಎಚ್.ಎಸ್. ರಾಘವೇಂದ್ರರಾವ್

೧೯) ಇಬ್ಬರು ಗೆಳೆಯರು

ಸ್ಪೇನ್, ಪೋರ್ಚುಗಲ್ ಕಥೆಗಳು

ಅನು : ಕೆ. ವಿ. ನಾರಾಯಣ

೨೦) ಅಬಿಂದಾ - ಸಯೀದ್

ಇಂಡೊನೇಷ್ಯ, ಫಿಲಿಪ್ಪೀನ್ಸ್, ಮಲಯ, ಸಿಂಗಾಪುರ, ಥಾಯ್‌ಲೆಂಡ್ ಕಥೆಗಳು

ಅನು : ಎಸ್ಸಾರ್ಕೆ

೨೧) ನಿಗೂಢ ಸೌಧ

ಫ್ರಾನ್ಸ್ ಕಥೆಗಳು

ಅನು : ಬಸವರಾಜ ನಾಯ್ಕರ

೨೨) ಬೆಳಗಾಗುವ ಮುನ್ನ

ಕ್ಯೂಬಾ, ಜಮೇಯಿಕ ಕಥೆಗಳು

ಅನು : ಶ್ರೀಕಾಂತ

೨೩) ಮರಳುಗಾಡಿನ ಮದುವೆ

ಪಶ್ಚಿಮ ಏಷ್ಯ ಕಥೆಗಳು

ಅನು : ವಾಸುದೇವ

೨೪) ಕಿವುಡು ವನದೇವತೆ

ದಕ್ಷಿಣ ಅಮೆರಿಕ ಕಥೆಗಳು

ಅನು : ಈಶ್ವರಚಂದ್ರ

೨೫) ಸಾವಿಲ್ಲದವರು

ಪಂಚ ಮಹಾಕಾವ್ಯಗಳಿಂದ ಆಯ್ದ ಕಥೆಗಳು

ನಿರೂಪಣೆ : ಸಿ. ಕೆ. ನಾಗರಾಜ ರಾವ್

ಅರ್ಪಣೆ

ನಿರಂಜನ
(1924–1991)

ಇವರ ನೆನಪಿಗೆ

3

ಪರಿವಿಡಿ

ಪ್ರಕಾಶಕರ ನುಡಿ

ಕನ್ನಡ ನಾಡು ನುಡಿಗಳಿಗೆ ನಮ್ಮ ಹೆಮ್ಮೆಯ ಕೊಡುಗೆ ವಿಶ್ವ ಕಥಾಕೋಶ. ಶ್ರೀ ನಿರಂಜನರ ಪ್ರಧಾನ ಸಂಪಾದಕತ್ವದಲ್ಲಿ ಹೊರ ಬರುತ್ತಿರುವ ಈ ಬೃಹತ್ ಸಂಕಲನ ಜಗತ್ತಿನ ಸಾರಸ್ವತ ಭಂಡಾರದ ಒಂದು ಭಾಗವನ್ನು ಕನ್ನಡ ಓದುಗರ ಮುಂದೆ ತಂದಿಡುತ್ತದೆ. ಇದು ಕನ್ನಡದ ಇತ್ತೀಚಿನ ಮಹತ್ವದ ಪ್ರಕಟನೆಗಳಲ್ಲೊಂದೆಂದು ಸಹೃದಯರಾದ ಕನ್ನಡ ಓದುಗರೂ ವಿಮರ್ಶಕರೂ ಈಗಾಗಲೇ ಹೇಳಿರುವುದು ನಮಗೊಂದು ಸಂತಸದ ವಿಷಯ.

ವಿಶ್ವಕಥಾಕೋಶದ 25 ಸಂಪುಟಗಳನ್ನು 1980ರ ಯುಗಾದಿಯಿಂದ ಮೊದಲ್ಗೊಂಡು ಒಟ್ಟು ಆರು ಕಂತುಗಳಲ್ಲಿ ಪ್ರಕಟಿಸಲಾಗುವುದೆಂದು ನಾವು ಹಿಂದೆ ಹೇಳಿದ್ದೆವು. ಅದರಂತೆ ಈಗಾಗಲೇ 20 ಸಂಪುಟ ಗಳನ್ನು ನಾವು ಬಿಡುಗಡೆ ಮಾಡಿದ್ದೇವೆ.

ಈಗ ಕಥಾಕೋಶದ ಕೊನೆಯ ಐದು ಸಂಪುಟಗಳನ್ನು ಓದುಗರ ಕೈಗಿಡಲು ನಮಗೆ ಹರ್ಷವೆನಿಸುತ್ತದೆ. ಇವು ಈ ವರ್ಷದ – 1982ರ – ದೀಪಾವಳಿಯ ಕಾಣಿಕೆ.

ಈ ಐದರಲ್ಲೊಂದು 'ಸಾವಿಲ್ಲದವರು.' ಇದು ಕಥಾಕೋಶದ ಇಪ್ಪತ್ತೈದನೆಯ ಸಂಪುಟ. ಇದರಲ್ಲಿ ಪ್ರಾಚೀನ ಜಗತ್ತಿನ ಪಂಚ ಮಹಾಕಾವ್ಯಗಳಾದ 'ಗಿಲ್ಗಮೇಶನ ವೀರಗಾಥೆ', 'ಇಲಿಯಡ್', 'ಒಡಿಸ್ಸಿ', 'ರಾಮಾಯಣ' ಮತ್ತು 'ಮಹಾಭಾರತ' – ಇವುಗಳಿಂದ ಆಯ್ದ ಹತ್ತು ಕಥಾ ಪ್ರಸಂಗಗಳಿವೆ. ಮೂಲ ಕಾವ್ಯಗಳನ್ನಷ್ಟೇ ಅಲ್ಲದೆ ಅವುಗಳಿಗೆ ಸಂಬಂಧಿಸಿದ ಇತರ ಅನೇಕ ಆಕರ ಗ್ರಂಥಗಳನ್ನೂ ಪರಿಶೋಧಿಸಿ, ಈ ಕಥೆಗಳನ್ನು ಮನೋಜ್ಞವಾಗಿ ನಿರೂಪಿಸಿರುವವರು, ಬೃಹತ್ ಐತಿಹಾಸಿಕ ಕಾದಂಬರಿ 'ಪಟ್ಟ ಮಹಾದೇವಿ ಶಾಂತಲ ದೇವಿ'ಯ ಕರ್ತೃಗಳೂ ಹಿರಿಯ ಸಾಹಿತಿ–ಸಂಶೋಧಕರೂ ಆದ ಶ್ರೀ ಸಿ. ಕೆ. ನಾಗರಾಜರಾಯರು. ಈ ಕಾರ್ಯವನ್ನು ಅತ್ಯಲ್ಪ ಕಾಲದೊಳಗೆ ನೆರವೇರಿಸಿಕೊಟ್ಟ ಅವರಿಗೆ ನಾವು ಋಣಿಗಳು.

ಈ ಸಂಪುಟಕ್ಕೆ ಸೊಗಸಾದ ಮುಖಚಿತ್ರವನ್ನು ಬರೆದು ಕೊಟ್ಟವರು ಕಲಾವಿದ ಶ್ರೀ ಎಂ. ಟಿ. ವಿ. ಆಚಾರ್ಯ. ಹಿಮ್ಮೈವಿನ್ಯಾಸ ಶ್ರೀ ಕಮಲೇಶ್ ಅವರದು. ಇದನ್ನು ಉತ್ತಮವಾಗಿ ಮುದ್ರಿಸಿದ ಶ್ರೇಯಸ್ಸು ಜನಶಕ್ತಿ

ಮುದ್ರಣಾಲಯದ ನಮ್ಮ ಬಂಧುಗಳಿಗೆ ಸಲ್ಲಬೇಕು. ಇದರ ರಕ್ಷಾ ಕವಚದ ಮುದ್ರಣ ಕಾರ್ಯವನ್ನು ನಿರ್ವಹಿಸಿದವರು ಶಿವಕಾಶಿಯ ಜೇಯೆಮ್ ಆಫ್‌ಸೆಟ್ ಪ್ರಿಂಟರ್ಸ್ ಅವರು. ಇವರಿಗೆಲ್ಲ ಈ ಸಂದರ್ಭದಲ್ಲಿ ನಮ್ಮ ಹೃತ್ಪೂರ್ವಕ ಕೃತಜ್ಞತೆಗಳು ಸಲ್ಲುತ್ತವೆ.

ಕಥಾ ಕೋಶವನ್ನು ಹೊರತರಲು ಇತರ ರೀತಿಗಳಲ್ಲಿ ನಮಗೆ ನೆರವು ನೀಡಿದ ಇನ್ನೂ ಕೆಲವು ಮಿತ್ರರಿಗೆ ಸಂಪುಟದ ಕೊನೆಯಲ್ಲಿ ನಮ್ಮ ವಿಶೇಷ ಕೃತಜ್ಞತೆಗಳನ್ನು ಸಮರ್ಪಿಸಲಾಗಿದೆ.

ಈ ಸಲದ ಬಿಡುಗಡೆಯೊಂದಿಗೆ ವಿಶ್ವಕಥಾಕೋಶದ ಎಲ್ಲ ಸಂಪುಟಗಳನ್ನೂ ನಾವು ಹೊರತಂದಂತಾಯಿತು. ಕೋಶದ ಹಿಂದಿನ ಸಂಪುಟಗಳಿಗೆ ಓದುಗರು ನೀಡಿದ ಆದರದ ಸ್ವಾಗತ ಈ ಸಂಪುಟಗಳಿಗೂ ದೊರೆಯುವುದೆಂದು ನಾವು ನಂಬಿದ್ದೇವೆ.

ಬೆಲೆ ಏರಿಕೆಯ ಇಂದಿನ ದಿನಗಳಲ್ಲಿ ವಿಶ್ವಕಥಾಕೋಶದಂಥ ಬೃಹತ್ ಯೋಜನೆಯ ಪ್ರಕಟನೆ ಬಹಳ ಕಷ್ಟಸಾಧ್ಯವಾದ ಕಾರ್ಯ. ಆದರೂ ಓದುಗರ ಹಿತದೃಷ್ಟಿಯಿಂದ ಕಥಾಕೋಶದ ಬೆಲೆಯನ್ನು ನಾವು ಹೆಚ್ಚಿಸಿಲ್ಲ. ಬಿಡಿ ಸಂಪುಟಗಳ ಬೆಲೆ ಹಿಂದಿನಂತೆಯೇ ರೂ. 10–00. 25 ಸಂಪುಟಗಳಿಗೆ ರೂ. 250. ಅದೇ ರೀತಿಯಲ್ಲಿ ಇಡೀ ಕೋಶವನ್ನು ಕೊಳ್ಳಬಯಸುವವರಿಗೆ ಡಿಸೆಂಬರ್ 31, 1982ರವರೆಗೆ ರೂ. 50/– ರ ರಿಯಾಯಿತಿಯೂ ಇದೆ. 'ನವಕರ್ನಾಟಕ ಪಬ್ಲಿಕೇಷನ್ಸ್ (ಪ್ರೈ) ಲಿಮಿಟೆಡ್' – ಈ ಹೆಸರಿಗೆ 200/– ರೂ. ಗಳನ್ನು ಡ್ರಾಫ್ಟ್ ಮೂಲಕ ಇಂದೇ ಕಳುಹಿಸಿಕೊಡಿ. ಎಲ್ಲ ಸಂಪುಟಗಳನ್ನೂ ನಮ್ಮ ವೆಚ್ಚದಲ್ಲಿ ನಿಮ್ಮ ಮನೆ ಬಾಗಿಲಿಗೆ ತಕ್ಷಣ ತಲಪಿಸಲಾಗುವುದು. ನೆನಪಿಡಿ, ಈ ರಿಯಾಯಿತಿ ಈ ವರ್ಷದ ಅಂತ್ಯದ ಬಳಿಕ ಇರುವುದಿಲ್ಲ.

ಕೊನೆಯದಾಗಿ, ಕಥಾಕೋಶದ ಪ್ರಕಟಣೆ ಆರಂಭವಾದಂದಿನಿಂದ ಇಂದಿನ ತನಕ ಈ ಯೋಜನೆಗೆ ಪ್ರೋತ್ಸಾಹ ನೀಡಿದ ಎಲ್ಲ ಓದುಗರಿಗೆ, ವಿಮರ್ಶಕರಿಗೆ, ಪತ್ರಕರ್ತರಿಗೆ ಹಾಗೂ ಇದನ್ನು ಯಶಸ್ವಿಯಾಗಿ ಸಂಪೂರ್ಣಗೊಳಿಸಲು ನಾಲ್ಕು ವರ್ಷ ಕಾಲ ಎಡೆಬಿಡದೆ ಶ್ರಮಿಸಿದ ಪ್ರಧಾನ ಸಂಪಾದಕರಿಗೆ, ಅವರೊಡನೆ ಸಹಕರಿಸಿದ ಸಂಪಾದಕ ಮಂಡಳಿಗೆ, ಅನುವಾದಕರಿಗೆ, ಕಲಾವಿದರಿಗೆ ಮತ್ತು ಈ ಕಾರ್ಯದಲ್ಲಿ ನಮಗೆ ನೆರವಾದ ಇತರ ಎಲ್ಲ ಮಿತ್ರರಿಗೆ ಈ ಸಂದರ್ಭದಲ್ಲಿ ಮತ್ತೊಮ್ಮೆ ನಮ್ಮ ಹಾರ್ದಿಕ ಕೃತಜ್ಞತೆಗಳನ್ನು ಸಲ್ಲಿಸುತ್ತೇವೆ.

ದೀಪಾವಳಿ, 1982 **ಆರ್. ಎಸ್. ರಾಜಾರಾಮ್**
ಬೆಂಗಳೂರು ವ್ಯವಸ್ಥಾಪಕ ನಿರ್ದೇಶಕ
ನವಕರ್ನಾಟಕ ಪಬ್ಲಿಕೇಷನ್ಸ್ (ಪ್ರೈ) ಲಿಮಿಟೆಡ್

ಪ್ರಕಾಶಕರ ನುಡಿ

(ಎರಡನೇ ಮುದ್ರಣ)

ನವಕರ್ನಾಟಕ ಪ್ರಕಾಶನದ 50ರ ಸಂಭ್ರಮದಲ್ಲಿ, 'ವಿಶ್ವಕಥಾಕೋಶ'ದ ಇಪ್ಪತ್ತೈದು ಸಂಪುಟಗಳನ್ನು ಪುನರ್ಮುದ್ರಿಸಿ ಓದುಗರ ಕೈಗಿಡುತ್ತಿದ್ದೇವೆ. ಮೂವತ್ತು ವರ್ಷಗಳ ಕಾಲ ಅಲಭ್ಯವಾಗಿದ್ದ ಜಗತ್ತಿನ ಸಾಹಿತ್ಯ ಕಥಾ ಕಣಜ ಬೆಳಕು ಕಾಣುವ ಈ ಸಮಯದಲ್ಲಿ ಈ ಯೋಜನೆಯ ಹೊಣೆ ಹೊತ್ತ ಶ್ರೇಷ್ಠ ಕಥೆಗಾರ, ಸಾಹಿತಿ ನಿರಂಜನರು ನಮ್ಮೊಂದಿಗೆ ಇದ್ದಿದ್ದರೆ, ನವಕರ್ನಾಟಕದ ಚಿನ್ನದ ಹಬ್ಬ ಹೆಚ್ಚು ಅರ್ಥಪೂರ್ಣವಾಗುತ್ತಿತ್ತು. ಈ ಸಂಪುಟಗಳನ್ನು ಅವರಿಗೆ ಅರ್ಪಿಸಿ, ಅವರನ್ನು ನೆನೆಯುತ್ತೇವೆ.

ಸಂಪುಟಗಳನ್ನು ಅನುವಾದಿಸಿ ನೆರವಾದ ಅನೇಕ ಲೇಖಕ ಮಿತ್ರರು ಈ ಮೂರು ದಶಕಗಳಲ್ಲಿ ನಮ್ಮನ್ನು ಅಗಲಿದ್ದಾರೆ. 'ವಿಶ್ವಕಥಾಕೋಶ'ದ ಎಲ್ಲಾ ಅನುವಾದಗಳನ್ನು ಓದಿ, ಪರಿಷ್ಕರಿಸಿ, ಮುದ್ರಣಕ್ಕೆ ಸಿದ್ಧಗೊಳಿಸಿದ ಸಂಪಾದಕರಲ್ಲಿ ಒಬ್ಬರಾದ ಶ್ರೀ ಎಸ್. ಆರ್. ಭಟ್ಟರ ಅಗಲಿಕೆಯ ನೆನಪು ಈ ಸಂದರ್ಭದಲ್ಲಿ ನಮ್ಮನ್ನು ಕಾಡುತ್ತಿದೆ.

ಮೂವತ್ತು ವರ್ಷಗಳ ಹಿಂದೆ 25 ಸಂಪುಟಗಳನ್ನು ರೂ. 250ಕ್ಕೆ ನೀಡಿದ್ದೆವು. ಬೆಲೆಯೇರಿಕೆಯ ಇಂದಿನ ದಿನಗಳಲ್ಲಿ ಮರುಮುದ್ರಿಸಿದಲ್ಲಿ, ಅದರ ಬೆಲೆಯನ್ನು ಎಂಟು-ಹತ್ತು ಪಟ್ಟು ಏರಿಸಬೇಕಾಗಬಹುದು ಎನ್ನುವ ಭೀತಿಯೂ ವಿಳಂಬಕ್ಕೆ ಕಾರಣವಾಯಿತು. ಈ ಸಂದರ್ಭದಲ್ಲಿ ಈ ಸಂಪುಟಗಳನ್ನು ಸುಲಭ ಬೆಲೆಗೆ ನೀಡಲು ನೆರವಾದವರು ಇನ್ಫೋಸಿಸ್ ಫೌಂಡೇಷನ್‌ನ ಅಧ್ಯಕ್ಷೆ ಶ್ರೀಮತಿ ಸುಧಾ ಮೂರ್ತಿಯವರು. ಅವರಿಗೆ ನಾವು ಕೃತಜ್ಞರಾಗಿದ್ದೇವೆ.

ಈ ಯೋಜನೆಯ ಲೇಖಕರು ಈ ಅವಧಿಯಲ್ಲಿ ಸಾಕಷ್ಟು ಹೊಸ ಬರೆಹಗಳನ್ನು ಮಾಡಿದ್ದಾರೆ, ಗೌರವ ಪುರಸ್ಕಾರಗಳಿಗೆ ಪಾತ್ರರಾಗಿದ್ದಾರೆ. ಕೆಲವರು ನಮ್ಮೊಂದಿಗಿಲ್ಲ. ಈ ಎಲ್ಲ ಲೇಖಕರ ಪರಿಚಯಗಳಿಗೆ ಹೊಸ ಸೇರ್ಪಡೆಗಳನ್ನು ಮಾಡಿಕೊಟ್ಟ ಡಾ।। ಆರ್. ಪೂರ್ಣಿಮಾ ಮತ್ತು ಶ್ರೀಮತಿ ರೋಸಿ ಡಿ'ಸೋಜಾ ಅವರ ನೆರವನ್ನು ಸ್ಮರಿಸುತ್ತೇವೆ.

ಮರುಮುದ್ರಣದ ಈ ಕಾರ್ಯದಲ್ಲಿ ನೆರವಾದ ಎಲ್ಲರನ್ನೂ ನೆನೆಯುತ್ತೇವೆ.

ಯುಗಾದಿ, 2011 | **ಆರ್. ಎಸ್. ರಾಜಾರಾಮ್**
ಬೆಂಗಳೂರು | ವ್ಯವಸ್ಥಾಪಕ ನಿರ್ದೇಶಕ, ನವಕರ್ನಾಟಕ ಪ್ರಕಾಶನ

ಪ್ರಸ್ತಾವನೆ

ನಾಡಿಗೆ ನವಕರ್ನಾಟಕ ಪ್ರಕಾಶನದ ಹೆಮ್ಮೆಯ ಕೊಡುಗೆಯಾದ ವಿಶ್ವಕಥಾಕೋಶದ ಇಪ್ಪತ್ತೈದನೆಯ ಹಾಗೂ ಕೊನೆಯ ಸಂಪುಟ 'ಸಾವಿಲ್ಲದವರು.' ಇತರ ಸಂಪುಟಗಳಿಗಿಂತ ಇದು ಭಿನ್ನವಾಗಿದೆ. ನೀವು ಕೈಗೆತ್ತಿಕೊಂಡಿರುವುದು ಬಿಡಿ ಕಥೆಗಳ ಸಂಗ್ರಹವಲ್ಲ, ಜಗತ್ತಿನ ಪಂಚ ಮಹಾಕಾವ್ಯಗಳಿಂದ ಆಯ್ದ ಹತ್ತು ಕಥಾ ಪ್ರಸಂಗಗಳ ಸಂಕಲನ.

'ಸಾವಿಲ್ಲದವರು' ವಿಶ್ವಕಥಾಕೋಶ ಯೋಜನೆಯಲ್ಲಿ ಅಡಕವಾದದ್ದು ಈ ರೀತಿ. ಕೋಶ ಪ್ರತಿಬಿಂಬಿಸಬೇಕಾದ ನೂರಾರು ದೇಶ-ಪ್ರದೇಶ-ಭಾಷೆಗಳನ್ನು ಗುರುತಿಸಿದ ಮೇಲೆ ಸಂಪಾದಕ ಸಹೋದ್ಯೋಗಿಗಳ ಜತೆ ಆ ಕರಡನ್ನು ಚರ್ಚಿಸಿದೆ. ಮೂರು ವರ್ಷಗಳ ಪ್ರಕಟಣಾ ಯೋಜನೆಯಾದ್ದರಿಂದ ವರ್ಷಕ್ಕೆ ಎಂಟು ಪುಸ್ತಕಗಳಂತೆ ಮೂರು ವರ್ಷಗಳಲ್ಲಿ 24 ಸಂಪುಟಗಳ ಬಿಡುಗಡೆ...

ಆದರೆ ಒಂದು ವಿಚಾರ ನನ್ನೊಳಗೇ ಕೊರೆಯುತ್ತಿತ್ತು. 19-20ನೆಯ ಶತಮಾನಗಳ ಕಥಾ ಸೃಷ್ಟಿಯನ್ನು 'ಆಧುನಿಕ' ಎನ್ನಬಹುದು; ಆದರೆ, ಅಂಚನ್ನು ಇನ್ನೂ ಹಿಂದಕ್ಕೆ ಸರಿಸುವುದು ಸಾಧ್ಯ - ಕ್ರಿಸ್ತ ಶಕ 800ರವರೆಗೆ. ಅಷ್ಟು ಸಾಕೆ ? ಕಥನ ಕಲೆ ಇನ್ನೂ ಪ್ರಾಚೀನವಾದದ್ದಲ್ಲವೆ? ಬಾಗ್ದಾದ್‌ನ 'ಕಥಾ ಮೇಳ'ಕ್ಕೂ 1500 ವರ್ಷ ಹಿಂದೆ ಗ್ರೀಸಿನಲ್ಲಿ 'ಇಲಿಯಡ್' 'ಒಡಿಸ್ಸಿ' ಭಾರತದಲ್ಲಿ 'ರಾಮಾಯಣ' 'ಮಹಾಭಾರತ' ಜನಪ್ರಿಯವಾಗಿದ್ದುವು. ಅಷ್ಟೇ ಅಲ್ಲ: 'ನಾಗರಿಕತೆ'ಯ ಉಗಮದ ವೇಳೆಯಲ್ಲೇ ಶುಮೆರ್‌ನಲ್ಲಿ ಕಥನದ ಉಗಮವನ್ನೂ ಕಂಡಂತಾಗಿತ್ತು. ಏಳೆಂಟು ವರ್ಷ ಹಿಂದೆ ಈಜಿಪ್ಟಿನ ಪ್ರಾಚೀನ ಪೇಯವನ್ನು ಸವಿದು ತೂರಾಡತೊಡಗಿದ್ದ ನಾನು ಯೂಫ್ರಟೀಸ್ - ಟೈಗ್ರೀಸ್ ನದಿಗಳ ನಡುವಣ ದೇಶವನ್ನು - ಇಂದಿನ ಇರಾಕನ್ನು, ಅಂದಿನ ಶುಮೆರ್ ಭೂಮಿಯನ್ನು, ಅನಂತರದ ಮೆಸೊಪೊಟಾಮಿಯವನ್ನು - ತಲಪಿದ್ದೆ. ಅಲ್ಲಿ ಗಿಲ್ಗಮೇಶನ ಪರಿಚಯವಾಯಿತು. ಇಂದಿಗೆ ಸುಮಾರು 5000 ವರ್ಷ ಹಿಂದೆ ರಚಿತವಾದ ಗಿಲ್ಗಮೇಶ್ ಮಹಾಕಾವ್ಯದ ನಾಯಕ ಆತ. ಜಗತ್ತಿನ ಪ್ರಥಮ ಮಹಾಕಾವ್ಯ ಅದು. ತೂರಾಡುತ್ತಿದ್ದ ನನ್ನ ತಲೆ ನಮ್ರತೆಯಿಂದ ಬಾಗಿತು. ವಿಶ್ವಕಥಾಕೋಶದ ಯೋಜನೆಯ ಕರಡನ್ನು ಪರೀಕ್ಷಿಸುತ್ತಿದ್ದ ಮಿತ್ರರಿಗೆಂದೆ: "'ಗಿಲ್ಗಮೇಶನ ಮಹಾಕಾವ್ಯ'ದಿಂದ

ಎರಡು ಕತೆಗಳು : 'ಇಲಿಯಡ್' 'ಒಡಿಸ್ಸಿ'ಗಳಿಂದ ಎರಡೆರಡು, ಹಾಗೆಯೇ 'ರಾಮಾಯಣ' 'ಮಹಾಭಾರತ'ಗಳಿಂದ – ಹೀಗೆ ಒಟ್ಟು ಹತ್ತು ಕಥೆಗಳು. 'ಸಾವಿಲ್ಲದವರು' ಅಂತ ಸಂಪುಟದ ಹೆಸರು. ಇದು ಕೋಶದ ಇಪ್ಪತ್ತೈದನೆಯ ಸಂಪುಟವಾಗಲಿ. 5000 ವರ್ಷ ಹಿಂದಿನಿಂದ ಈತನಕ ವಿಶ್ವ ಕಥಾ ವಾಹಿನಿ ಹರಿದಂತಾಗ್ತದೆ" ಅವರು ಒಪ್ಪಿದರು.

* * *

'ಗಿಲ್ಗಮೇಶನ ಮಹಾಕಾವ್ಯ' ರಚಿತವಾದದ್ದು ಪ್ರಾಚೀನ ಶುಮೆರ್‌ನಲ್ಲಿ. ಯೂಫ್ರಟೀಸ್–ಟೈಗ್ರೀಸ್ ನದಿಗಳ ನಡುವಣ ಪ್ರದೇಶದಲ್ಲಿ, ಕ್ರಿಸ್ತನಿಗೆ 3000 ವರ್ಷ ಹಿಂದೆ.* ಕೃಷಿ ಆಧಾರಿತ ಹೊಸ ಸಂಸ್ಕೃತಿ ಅರಳುತ್ತಿದ್ದ ಕಾಲ. 'ಮಹಾ' ಎನ್ನುವ ಸಾಹಿತ್ಯವೋ ಕಲೆಯೋ ಸೃಷ್ಟಿಯಾಗುವುದು ಅಂಥ ಸ್ಥಿತ್ಯಂತರದ ವೇಳೆಯಲ್ಲೇ. 'ಗಿಲ್ಗಮೇಶನ ಮಹಾಕಾವ್ಯ'ದ ಹಿರಿಮೆ ಎಂದರೆ, ಅದು ಆ ಬಗೆಯ ಪ್ರಥಮ ರಚನೆ. ಆ ಕಾರಣದಿಂದ ಅದು ಲೋಕದ ಮೊದಲ ಮಹಾಕಾವ್ಯ.

ಹಳ್ಳಿಗಳ ಗುಂಪು ಪುಟ್ಟ ಪಟ್ಟಣಗಳಿಗೆ ಜನ್ಮವೀಯುತ್ತದೆ. ಜನ ನಾಯಕನನ್ನು – ಅರಸನನ್ನು – ಆರಿಸುತ್ತಾರೆ. ದೇವರ ಕಲ್ಪನೆ, ಧಾರ್ಮಿಕ ಭಾವನೆ ಮೂರ್ತರೂಪ ಪಡೆಯುತ್ತವೆ. ಹುಲ್ಲುಕಡ್ಡಿ ಸೂರು, ತಟಿಕೆ ಗೋಡೆ. ಬಳಿಕ ಕಾಡಿನಿಂದ ದಾರುಮರಗಳನ್ನು ಕಡಿದು ತಂದು, ಮರಬಳಸಿ, ಮನೆಗಳ ನಿರ್ಮಾಣ. ಬದುಕಿನ ಪಾತಿಯಲ್ಲಿ ಸಂಸ್ಕೃತಿಯ ಬೀಜಗಳನ್ನು ನೆಟ್ಟವರು ಸಸಿಗಳ ಬೆಳವಣಿಗೆ ಕಂಡು ಸಂತಸ ಪಡುತ್ತಾರೆ. ಅನಾವೃಷ್ಟಿ, ಅತಿವೃಷ್ಟಿ (ಬತ್ತಿದ ತೊರೆ, ಮಹಾಪೂರ) ಯಾವಾಗಲೂ ಭಯಕಾರಕ. ದಿನಗಟ್ಟಲೆ ಮಳೆ ಸುರಿದರೆ ನೆಲ ಜಲಾವೃತವಾಗಿ, ಸೂರ್ಯ ದರ್ಶನ ಇನ್ನು ಯಾವಾಗಲೋ ಎನ್ನುವ ತವಕ ಜನರಿಗೆ. ಅಂಥದೊಂದು ಭಾರೀ ಮಳೆ ಶುಮೆರರನ್ನು ತೊಂದರೆಗೀಡುಮಾಡಿರಬೇಕು. ಮುಂದೆ ಕಾಡಿದ್ದು ಆ ಜಲಪ್ರಳಯದ ನೆನಪು.

ಆದರೆ ಎಲ್ಲ ಮಹಾಪೂರಗಳೂ ಇಳಿಯುತ್ತವೆ. ಹಿಂದಿನ ಜಲ ಪ್ರಳಯಕ್ಕೆ (ಅಥವಾ ಜಲಪ್ರಳಯಗಳಿಗೆ) ಆದದ್ದೂ ಅಷ್ಟೆ. ಮತ್ತೊಮ್ಮೆ ಬದುಕು ಚಿಗುರುತ್ತದೆ, ಬಲಿಯುತ್ತದೆ.

ಶುಮೆರ್‌ನಲ್ಲಿ ರಚಿತವಾದ ಪ್ರಪಂಚದ ಮೊದಲ ಮಹಾ ಕಾವ್ಯದ ನಾಯಕ ಗಿಲ್ಗಮೇಶ. ಈ 'ನಾಗರಿಕ'ನಿಗೆ ಒಡನಾಡಿಯಾಗುವವನು ಕಾಡಾಡಿ ಎಂಕಿಡು. ಅವನನ್ನು ನಗರಕ್ಕೆ ಪುಸಲಾಯಿಸಿ ಕರೆತರುವವಳು

---

* ನೋಡಿ : ಪ್ರಸ್ತಾವನೆ, 23ನೇ ಸಂಪುಟ 'ಮರಳುಗಾಡಿನ ಮದುವೆ'

‘ಪವಿತ್ರ’ ಹೆಣ್ಣು. ಮುಂದೆ ಎಂಕಿಡು ಇದ್ದಕ್ಕಿದ್ದಂತೆ ಸತ್ತಾಗ, “ಈ ಸಾವು ಅನಿವಾರ್ಯವೆ?” ಎಂದು ಗಿಲ್ಗಮೇಶ ಗೋಳಾಡುತ್ತಾನೆ. ತನಗಿಂತ ಐದು ತಲೆಮಾರು ಹಿಂದೆ ತನ್ನ ನಗರ ಊರೂಕನ್ನು ಆಳಿದ ಜಿಯಶೂದ್ರನ ಕಾಲದಲ್ಲಿ ಜಲಪ್ರಳಯವಾಯಿತು; ಆದರೆ ಅವನು ಸಾಯಲಿಲ್ಲ; ದೇವತೆಗಳು ಪೂರ್ವದಿಕ್ಕಿನ ಒಂದು ದ್ವೀಪದಲ್ಲಿ ಅವನನ್ನು ಒಯ್ದು ಇರಿಸಿದರು – ಎಂದು ತಿಳಿದು ಗಿಲ್ಗಮೇಶ ಅಲ್ಲಿಗೆ ಹೋಗುತ್ತಾನೆ. ಜಲಪ್ರಳಯದ ಕಥೆ ಅವನಿಗೆ ಗೊತ್ತಾಗುವುದು ಜಿಯಶೂದ್ರನಿಂದ.

ಕಾವ್ಯದ ದುರಂತನಾಯಕ ಗಿಲ್ಗಮೇಶ ಇತಿಹಾಸದ ಹೊಸ್ತಿಲಲ್ಲಿ ನಿಂತ ನೈಜ ವ್ಯಕ್ತಿ. ಹಾಡಿಹೊಗಳುವ ಕವಿಯ (ಕವಿಗಳ) ಕೈಯಲ್ಲಿ ‘ಅಮರತ್ವ’ ಪಡೆದವನು. ಪುರಾತತ್ವಜ್ಞರ ಪ್ರಕಾರ (ಬ್ರಿಟನಿನ ಜಾರ್ಜ್ ಸ್ಮಿತ್, ಗೋರ್ಡನ್ ಚೈಲ್ಡ್‌ನ ಶಿಷ್ಯೆ ಸ್ಯಾಂಡರ್ಸ್, ಅಮೆರಿಕದ ಕ್ರೇಮರ್, ಫ್ರಾನ್ಸ್ – ಜರ್ಮನಿ – ತುರ್ಕಿಗಳ ಜ್ಞಾನದಾಹಿಗಳು) ‘ಗಿಲ್ಗಮೇಶನ ಮಹಾಕಾವ್ಯ’ ಕ್ರಿ.ಪೂ. 3000ದಲ್ಲಿ ರಚಿತವಾಯಿತು. 500 ವರ್ಷ ಗಾಯಕರ ಕಂಠಗಳಲ್ಲಿ ಉಳಿಯಿತು. ಕ್ರಿ.ಪೂ. 2500ರಲ್ಲಿ ಆವೆಮಣ್ಣಿನ ಚಪ್ಪಟೆಗಳಲ್ಲಿ ಬರಹ ರೂಪಕ್ಕೆ ಇಳಿಯಿತು. (ದೇವರು ಎನ್‌ಕಿ ತಮ್ಮವರಿಗೆ ಬರಹ ಕಲಿಸಿದ – ಎಂದು ನಂಬಿದ್ದರು ಶುಮೆರ್ ಜನ.) ಕ್ರಿ.ಪೂ. 2400 ಬಳಿಕ ಅಕ್ಕಡ್ ಜನಾಂಗ ಪ್ರಾಬಲ್ಯಕ್ಕೆ ಬಂದಾಗ ‘ಗಿಲ್ಗಮೇಶನ ಮಹಾಕಾವ್ಯ’ದ ಅಕ್ಕಡ್ ಭಾಷಾಂತರ ಸಿದ್ಧವಾಯಿತು. ಇಲ್ಲಿ ಜಲಪ್ರಲಯದ ಜಿಯಶೂದ್ರ ಉತುನಪಿಷ್ತಿಮ್ (‘ದೇವರಿಗೆ ಪ್ರಿಯನಾದವನು’) ಆದ. ಅಸ್ಸೀರಿ ಅಥವಾ ಬಾಬಿಲನಿ ಭಾಷೆಗೂ ‘ಗಿಲ್ಗಮೇಶನ ಮಹಾಕಾವ್ಯ’ ಅನುವಾದಿತವಾಯಿತು. ಸಮ್ರಾಟ ಅಶುರಿಬನಿಪಾಲ್ ನಿನೆವೆಹ್‌ನಲ್ಲಿ ಭಾರೀ ಗ್ರಂಥ ಭಂಡಾರ ನಿರ್ಮಿಸಿದ. ಕಳೆದ ಶತಮಾನದಲ್ಲಿ ಪುರಾತತ್ವಜ್ಞರು ಪಿಕಾಸಿ ಧಾರಿಗಳಾಗಿ ಅಲ್ಲಿಗೆ ಹೋದಾಗ ಆರಡಿ ಬೂದಿಯಿಂದ ನಿವೇಶನ ಅವೃತವಾಗಿತ್ತು. ಕ್ರಿ.ಪೂ. 613ರಲ್ಲಿ ಮೀಡರು, ಪಾರಸೀಕರು ಮತ್ತಿತರರು ದಾಳಿ ಮಾಡಿದಾಗ ಅಗ್ನಿಗೆ ಆಹುತಿಯಾಗಿತ್ತೆ ನಗರ? ಲಕ್ಷಾಂತರ ಆವೆಮಣ್ಣಿನ ಚಪ್ಪಟೆಗಳು ಸುಟ್ಟು ಭದ್ರವಾಗಿದ್ದವು. ಗಿಲ್ಗಮೇಶನನ್ನು ಕುರಿತು ಕಾವ್ಯದ 5000 ಚಿಲ್ಲರೆ ಚಪ್ಪಟೆಗಳು ಇಂದಿನವರ ಕೈಗೆ ಬಿದ್ದವು.

ಬ್ಯಾಬಿಲನಿನಲ್ಲಿ ಕ್ರಿ.ಪೂ. 7ನೆಯ ಶತಮಾನದಲ್ಲಿ ‘ನಗರ ಬಂಧನ’ ದಲ್ಲಿದ್ದ 50,000 ಯೆಹೂದಿಯರಿಗೆ ಆಕ್ರಮಣಕಾರರು “ಹೋಗಿ ನಿಮ್ಮ ನಾಡಿಗೆ” ಎಂದರು. ಬಂಧನದಲ್ಲಿದ್ದ ಐವತ್ತು ವರ್ಷ ‘ನಾಳೆಯ ಕನಸು’ ಕಾಣುತ್ತ ಯೆಹೂದಿಯರು ತಮ್ಮ ಐಕ್ಯ ಉಳಿಸಿಕೊಂಡಿದ್ದರು.

ಗಿಲ್ಗಮೇಶನ ಮಹಾಕಾವ್ಯವೂ ಅದರ ಜಲಪ್ರಳಯ ಭಾಗವೂ ಅವರಿಗೆ ತಿಳಿದಿತ್ತು. ಮುಂದೆ ತಮ್ಮ ಕುಲ ನಡೆದು ಬಂದ ದಾರಿಯನ್ನು ಬಣ್ಣಿಸುವಾಗ, ಜಲಪ್ರಳಯ ಅದರ ಅಂಶವಾಯಿತು. ನಾಯಕನಿಗೆ ಅವರು ನೋವಾ ಎಂದು ಹೆಸರಿಟ್ಟರು. ಹಳೆಯ ಒಡಂಬಡಿಕೆಯಲ್ಲಿ ಜಲಪ್ರಳಯ ಸ್ಥಾನಪಡೆಯಿತು.

ಇದಕ್ಕೂ ಹಿಂದೆ, ಸುಮಾರು ಕ್ರಿ. ಪೂ. 1600ರಲ್ಲಿ, ಆರ್ಯ ಮೂಲದವರು ಆ ನೆಲಕ್ಕೆ ಬಂದಿದ್ದರು – ರಥಾರೂಢರಾಗಿ, ನಾವೆ ಗಳಿಲ್ಲದೆ. ಆದರೆ ಜಲಪ್ರಳಯ*ದ ಕಥೆಯನ್ನು ಅವರ ಒಂದು ಕವಲು ಇರಾನಿಗೂ ಇನ್ನೊಂದು ಕವಲು ಭಾರತಕ್ಕೂ ಒಯ್ದುವು.

ಭಾರತೀಯ ಸಾಹಿತ್ಯದಲ್ಲಿ ಜಲಪ್ರಳಯ ಕಥೆಯ ಮೊದಲ ಪ್ರಸ್ತಾಪ ಬರುವುದು ವಾಜಸನೇಯಿ ಸಂಹಿತೆಗೆ (ಶುಕ್ಲ ಯಜುರ್ವೇದ) ಸೇರಿದ ಶತಪಥ ಬ್ರಾಹ್ಮಣದಲ್ಲಿ. ಇದರ ರಚನೆಯ ಕಾಲ ಸುಮಾರು ಕ್ರಿ. ಪೂ. 1000. ಕಥಾನಾಯಕ ವೈವಸ್ವತ ಮನು. ಈತನೇ ಪ್ರಳಯದಿಂದ ಪಾರಾದವನು.

'ಮಹಾಭಾರತ'ದ ಪ್ರಕಾರ ಮನುವಿನೊಂದಿಗೆ ಸಪ್ತರ್ಷಿಗಳು ಇದ್ದರು.

ಭಾರತಕ್ಕೆ ಜಲಪ್ರಳಯದ ಕಥೆ ರಥಾರೂಢವಾಗಿ ಮಾತ್ರವಲ್ಲ ನಾವೆಯನ್ನೇರಿಯೂ ಬಂದಿದೆ. ಇದು ವಾಣಿಜ್ಯ ಬಾಂಧವ್ಯದ ವಿಶೇಷ ಫಲಶ್ರುತಿ. ಸಿಂಧೂ ಕಣಿವೆಯಲ್ಲಿ ಈ ಕಥೆ ಪ್ರಚಲಿತವಿತ್ತು. ಪಶ್ಚಿಮ ತೀರದಲ್ಲಿ ಕೆಳಗೆ ಕೇರಳದಲ್ಲಿ ಈ ಕಥೆಯ ಬೇರೆಯೇ ಒಂದು ರೂಪವಿದೆ. ಆ ಜಲಪ್ರಳಯದಲ್ಲಿ ರಕ್ಷಿಸಲ್ಪಡುವವನು ಸತ್ಯವ್ರತ. ಅವನು ದ್ರಾವಿಡ ಅರಸು!

ಗಿಲ್ಗಮೇಶ್ ಮಹಾಕಾವ್ಯವನ್ನು ಅಭ್ಯಸಿಸಿರುವ ಕ್ರೇಮರ್ ಹೇಳುತ್ತಾರೆ :

---

* ಗೆಳೆಯ ಎಸ್.ಆರ್. ಭಟ್ ಎನ್ನುತ್ತಾರೆ: 'ಪ್ರಳಯ' ಶಬ್ದದ ಮೂಲಾರ್ಥ ಹಿಮಪಾತ ಎಂದು. ಅದು 'ಪ್ರಾಲೇಯ' ಎಂಬ ಪದದಿಂದ ಬಂದಿದೆ. 'ಪ್ರಾಲೇಯ' ಎಂದರೆ 'ಹಿಮ, ಮಂಜು' ಎಂದರ್ಥ.

ಆ ವಿವರಣೆಯನ್ನು ಸ್ವೀಕರಿಸಿ, ಇಷ್ಟನ್ನು ಸೇರಿಸಬಹುದು : ಪ್ರಾಚೀನ ಸ್ಮೃತಿ ವಾಹಿನಿಯಲ್ಲಿ ಹಿಮಪಾತದ ಭಯವೇ ಹೆಚ್ಚು. ಹಿಮಾವೃತ ಪರ್ವತಗಳಿಂದ ಹುಟ್ಟಿ ಹರಿಯುವ ನದಿಗಳಲ್ಲಿ, ಕರಗಿದ ಹಿಮವೇ ಜಲವಾಗಿ ಮಹಾಪೂರ ಬರುತ್ತದೆ – ಮಳೆ ಬೀಳದೇ ಇದ್ದರೂ. 'ಕೊನೆಯ' ಹಿಮಯುಗ ಕಳೆದ ಮೇಲೆ ಮನುಷ್ಯ ಈ ಅಂಶವನ್ನು ಗಮನಿಸಿದ್ದಾನೆ.

ಇರಾನಿಯರ 'ವೆಂಡಿಡಾಡ್'ನಲ್ಲೂ ಪ್ರಳಯದ ಕಥೆ ಇದೆ. ಇಲ್ಲಿ ಬದುಕಿ ಉಳಿಯುವವನು ಯಿಮ, ಅದು 'ಹಿಮ' ಪ್ರಳಯ.

"(ಜಿಯಶೂದ್ರನ ಆವಾಸಸ್ಥಾನ) ಸ್ವರ್ಗಸಮಾನ ದಿಲ್ಮನ್ (ತಿಲವನ) ಸಿಂಧೂಕಣಿವೆಯಲ್ಲಿದೆ. ಹರಪ್ಪ ಮೊಹೆಂಜೊದಾರೊ ಶುಮೆರರಿಗೆ ಪರಿಚಿತವಾಗಿದ್ದವು."*

ಆ ಕಾವ್ಯದ ಇನ್ನೊಬ್ಬ ಅಭ್ಯಾಸಿ ಸ್ಯಾಂಡರ್ಸ್ ಎನ್ನುತ್ತಾರೆ :

"ಮೆಸೊಪೊಟಾಮಿಯದಿಂದ ಗಿಲ್ಗಮೇಶನ ಮಹಾಕಾವ್ಯ ಪಶ್ಚಿಮಕ್ಕೂ ಪಯಣ ಬೆಳೆಸಿತು; ಪೂರ್ವಕ್ಕೂ ಪಯಣ ಬೆಳೆಸಿತು."

* * *

ಪಶ್ಚಿಮಕ್ಕೆ? ಎಲ್ಲಿಗೆ? ಗ್ರೀಸಿಗೆ. ಅಂದರೆ ಗ್ರೀಕರು** ವಾಸವಾಗಿದ್ದ ದ್ವೀಪಗಳಿಗೆ, ನಗರಗಳಿಗೆ.

ಮೂಲದಲ್ಲಿ ಗ್ರೀಕರು ಆರ್ಯರು. ಅವರ ವಿವಿಧ ಬುಡಕಟ್ಟುಗಳು ಅತ್ತ ಬರುತ್ತ ಬಹಳಷ್ಟು ಕೇಳಿದರು: ಬಹಳಷ್ಟು ಅರಿತರು. ದ್ವೀಪವಾಸಿಗಳಾದ ಮೇಲೆ 'ದೋಣಿ ಸಂಸ್ಕೃತಿ' ಬೇಗನೆ ಅವರಿಗೆ ಕರಗತವಾಯಿತು. ವಾಣಿಜ್ಯಕ್ಕಾಗಿ ಭೂಮಧ್ಯ ಸಮುದ್ರ ಉದ್ದಗಲಕ್ಕೆ ಅವರು ತೇಲಾಡಿದರು. ನಡೆಯುತ್ತ ಬಂದ ಶತಮಾನಗಳಲ್ಲೋ ತೇಲುತ್ತಲಿದ್ದ ಅವಧಿಯಲ್ಲೋ ಗಿಲ್ಗಮೇಶನನ್ನು ಅವರು 'ಸಂಧಿಸಿರ ಬೇಕು.' ಅವರ ಹಾಡುಗಾರರ ಮೇಲೆ ಶುಮೆರರ ಮಹಾ ಕಾವ್ಯ ಪ್ರಭಾವ ಬೀರಿತೆಂಬುದು ಸ್ಪಷ್ಟ.

'ಇಲಿಯಡ್' 'ಒಡಿಸ್ಸಿ' ಗ್ರೀಕ್ ನಾಗರಿಕತೆಯ ವಿಕಾಸದ ಸಂಧಿಕಾಲದಲ್ಲಿ ಕ್ರಿ.ಪೂ. ಸುಮಾರು 1000ದಲ್ಲಿ ರಚಿತವಾದುವು, ತಮ್ಮ ಮೂಲರೂಪದಲ್ಲಿ. ಅದಕ್ಕೆ ನೂರು ವರ್ಷ ಮುನ್ನ ಮೈಸೀನಿಯರು ಡೋರಿಯರ ವಿರುದ್ಧ ನಡೆಸಿದ ಸಮರವೇ ಗ್ರೀಸಿನ ಮಹಾಕಾವ್ಯಗಳ ವಸ್ತು. ಭೂಲೋಕದಂತೆಯೇ ದೇವಲೋಕ. ಇಲ್ಲಿನವರಂತೆಯೇ ಅಲ್ಲಿನವರೂ ಕಚ್ಚಾಡುತ್ತಾರೆ. ಮನುಷ್ಯರ ವಿಷಯಗಳಲ್ಲಿ ಅವರು ಹಸ್ತಕ್ಷೇಪ ಮಾಡುತ್ತಾರೆ. 'ಗಿಲ್ಗಮೇಶನ ಮಹಾಕಾವ್ಯ'ದಲ್ಲಿ ಇಂಥ ಚಿತ್ರಣವಿದೆ; 'ಇಲಿಯಡ್' 'ಒಡಿಸ್ಸಿ'ಗಳಲ್ಲೂ ಇದೆ. ಗ್ರೀಕ್ ಪಾತ್ರಗಳ ರಚನೆಯಲ್ಲೂ ಆ ಕಾಲಕ್ಕೆ ಒಂದೆರಡು ಸಾವಿರ ವರ್ಷ ಹಿಂದಿನದಾದ 'ಗಿಲ್ಗಮೇಶ್ ಕಾವ್ಯ' ಪ್ರಭಾವ ಬೀರಿದೆ.

ಹಾಡೇ ಗ್ರೀಕರ ಊಟದ ಉಪ್ಪಿನಕಾಯಿ ಅಥವಾ ದ್ರಾಕ್ಷಸುರೆ. ಉಣ್ಣುವಾಗಲೂ ಆಲಾಪನೆ ಬೇಕು; ಹೊಟ್ಟೆ ತುಂಬಿದ ಮೇಲೂ ಬೇಕು. ತಮ್ಮ ಹಾಗೂ ತಮಗೆ ಮುಂಚಿನವರ ಸಾಹಸ ಕಾರ್ಯಗಳ

---

* ನೋಡಿ : ಪ್ರಸ್ತಾವನೆ, 5ನೇ ಸಂಪುಟ 'ಸುಭಾಷಿಣಿ'

** ನೋಡಿ : ಪ್ರಸ್ತಾವನೆ, 16ನೇ ಸಂಪುಟ 'ಅವಸಾನ'

ಬಣ್ಣನೆ. ಈ ಹಾಡುಗಳೆಲ್ಲ ಮುಂದೆ 'ಇಲಿಯಡ್' 'ಒಡಿಸ್ಸಿ' ಚೌಕಟ್ಟುಗಳೊಳಕ್ಕೆ ಸೇರಿರಬಹುದು. ಹೀಗೆ ಎರಡು ಮಹಾಕಾವ್ಯಗಳು ರಚಿತವಾದರೂ ಕುರುಡ ಹೋಮರ್‌ನ ಕಂಠದಿಂದ ಚಿಮ್ಮಿ ಅವು ಬರಹ ರೂಪಕ್ಕಿಳಿದದ್ದು ಕ್ರಿ.ಪೂ. 700ರಲ್ಲಿ, ಗ್ರೀಕ್ ಲಿಪಿ ಸಿದ್ಧವಾದಾಗ. ಇದು ಇಡಿಯ ಲೋಕಕ್ಕೆ ಬಡಿಸಲು ತಯಾರಿಸಿದ ಉಣಿಸು.

ಬರಹ, ಲಿಪಿ ಸುರುಳಿ ಪ್ರಾಚೀನ ಈಜಿಪ್ಟಿನಲ್ಲಿದ್ದುವು. ಶುಮೆರ್‌ನ ಆವೆಮಣ್ಣಿನ ಚಪ್ಪಟೆಯಲ್ಲ; ಮೊನಚು ಬೆಣೆಕಡ್ಡಿಯಿಂದ ಕೊರೆದುದಲ್ಲ. ಪೆಪೈರಸ್ ದಂಟಿನ ತೆಳುಸೀಳುಗಳನ್ನು ಹೆಣೆದು ಮಾಡಿದ ಪೇಪರ್. ಅದ್ದಲು ಮಸಿ, ಬರೆಯಲು ಮೊನೆಯಾದ ಕಡ್ಡಿ. ಗ್ರೀಸಿನಲ್ಲಿ ಅದು ಯಾವುದೂ ಇರಲಿಲ್ಲ. ಶುಮೆರ್‌ನಲ್ಲಿ ಗಿಲ್ಗಮೇಶ್ ಮಹಾಕಾವ್ಯ ರಚಿತವಾದಾಗ ಹೇಗೆ ಶ್ರೋತೃಗಳೇ ಓದುಗರಾಗಿದ್ದರೋ ಹಾಗೆಯೇ 2000 ವರ್ಷಗಳ ಅನಂತರ ಗ್ರೀಕ್ ಮಹಾಕಾವ್ಯಗಳು ಸೃಷ್ಟಿ ಯಾದಾಗಲೂ ಶ್ರೋತೃಗಳೇ ಓದುಗರು. ಓದುಬರಹ ಬಲ್ಲವರಂತೂ ಅಲ್ಪಸಂಖ್ಯಾತರು. ಈ ಕಾರಣದಿಂದ ಕಾವ್ಯಗಳು ಲಿಪಿ ರೂಪಕ್ಕಿಳಿದ ಮೇಲೂ ಹಾಡುಗಾರರು ನಿರುದ್ಯೋಗಿಗಳಾಗಲಿಲ್ಲ. ಗ್ರೀಕ್ ದ್ವೀಪ ಗಳಲ್ಲಿ ಮಾತ್ರವಲ್ಲ, ಗ್ರೀಕ್ ಭಾಷೆ ಬಲ್ಲ ಇತರ ದೇಶಗಳಲ್ಲೂ ಈ ಹಾಡುಗಾರರು ಅಲೆದಾಡಿದರು – ಹೊಟ್ಟೆ ಹೊರೆಯುತ್ತ, ದೊರೆತ ಇನಾಮುಗಳಿಗಾಗಿ ಸಲಾಮು ಹಾಕುತ್ತ.

ಲೋಕದ ಅನೇಕ ಭಾಷೆಗಳಿಗೆ ಪರಿವರ್ತಿತವಾಗಿರುವ 'ಇಲಿಯಡ್' 'ಒಡಿಸ್ಸಿ'ಗಳ ಪ್ರಧಾನ ಗುಣ ಯಾವುದು ? ಇಂಗ್ಲಿಷಿನಲ್ಲಿ ಆ ಕಾವ್ಯಗಳ ಶ್ರೇಷ್ಠ ಅನುವಾದ ನೀಡಿರುವ ಡಬ್ಲ್ಯು. ಎಚ್. ಡಿ. ರೌಸ್ ಪ್ರಕಾರ 'ಅವುಗಳ ಸರಳತೆ'. ನಾದಮಾಧುರ್ಯ ಮೋಡಿ ಬೀಸುತ್ತದೆ. ಹರಿವು ಬಹಳ ಸ್ವಾಭಾವಿಕವಾದದ್ದು. ದೇವಗಣ ಮತ್ತು ಸಾಮಾನ್ಯ ಪಾತ್ರಗಳ ಮಾತಿನಲ್ಲಿ ಸೂಕ್ಷ್ಮ ವ್ಯತ್ಯಾಸ ಕಾಣಬಹುದು. ಅದಿದ್ದರೂ ಆಡು ಭಾಷೆಗೇ ಅಲ್ಲಿ ಪ್ರಾಧಾನ್ಯ. ಎಲ್ಲ ಶ್ರೋತೃಗಳಿಗೂ ಅರ್ಥ ವಾಗುವಂಥದು. (ಒಂದು ಕಾವ್ಯ ಮಹಾಕಾವ್ಯವೆನ್ನಿಸಿಕೊಳ್ಳುವುದು ಈ ರೀತಿಯ ಸಂವಹನ ಸಾಧ್ಯವಾದಾಗಲೇ.)

ಇಂಗ್ಲಿಷಿನಲ್ಲಿ ಇನ್ನೊಂದು ಶ್ರೇಷ್ಠ ಅನುವಾದವನ್ನು ಸಿದ್ಧಪಡಿಸಿದ ಟಿ. ಇ. ಲಾರೆನ್ಸ್ ಮತ್ತು ರೌಸ್ ಇಬ್ಬರೂ "ಹೋಮರ್ ಆಧುನಿಕ ಕಾದಂಬರಿಯ ತಂದೆ" ಎಂದು ಹೊಗಳಿದ್ದಾರೆ.

* * *

ಪ್ರಾಚೀನ ಪಂಚಮಹಾಕಾವ್ಯಗಳಲ್ಲಿ ಉಳಿದ ಇನ್ನೆರಡು 'ರಾಮಾಯಣ' ಮತ್ತು 'ಮಹಾಭಾರತ'.

ನಿಶಾರಾಕ್ಷಸ ಸಂಜೆಯ ವೇಳೆ 'ಉಷೆ'ಯನ್ನು ಕದಿಯುತ್ತಿದ್ದನಂತೆ;

ರಾತ್ರಿ ಸುಖದ ಬಳಿಕ ಪ್ರಾತಃಕಾಲದಲ್ಲಿ ಸೂರ್ಯನಿಗೆ ಅವಳನ್ನು ಒಪ್ಪಿಸುತ್ತಿದ್ದನಂತೆ. ಈ ಅರ್ಥ ನೀಡುವ ಒಂದು ಶ್ಲೋಕವನ್ನು ಪುರಾತನ ಕಾಲದಲ್ಲಿ ಅಲೆಮಾರಿ ಆರ್ಯರು ಹಾಡುತ್ತಿದ್ದರಂತೆ. ದಿನ ರಾತ್ರಿ ಅವಸ್ಥೆಗೆ ಅವರು ನೀಡಿದ ವಿವರಣೆ ಅದು*. ಕಥೆ ಕಟ್ಟುವ ಗಾಯಕರಿಗೆ ಇಷ್ಟವಾದ ವಿವರಣೆ. ಭೂಮಧ್ಯ ಸಮುದ್ರದ ಪಶ್ಚಿಮ ಮೂಲೆಗೆ ಹೋದ ಆರ್ಯರು, ಹಿಮಾಲಯ ದಾಟಿ ಜಂಬೂದ್ವೀಪಕ್ಕೆ ಇಳಿದ ಆರ್ಯರು – ಎಲ್ಲರಿಗೂ ತಿಳಿದಿದ್ದ ಶ್ಲೋಕ ಅದು.

ಪ್ಯಾರಿಸ್ ಹಾರಿಸಿಕೊಂಡು ಹೋದ ಹೆಲೆನ್, ರಾವಣ ಕದ್ದೊಯ್ದ ಸೀತೆ – ಆಯಾ ಕಾಲದಲ್ಲಿ ಆಯಾ ನಾಗರಿಕತೆಯಲ್ಲಿ ನಡೆದ ಪುಟ್ಟ ಘಟನೆಗಳಿರಬೇಕು. ಅವು ಬಾಲ ಬಿಚ್ಚಿ, ತಮ್ಮ ಪರಿಸರದ ಆಯಾಮಗಳಿಗೆ ತಮ್ಮನ್ನು ಒಡ್ಡಿದಾಗ, ಮಹಾಕಾವ್ಯ ವ್ಯಾಪ್ತಿ ಸಾಧ್ಯವಾಗಿರಬೇಕು.

ಪ್ರಾಚಾರ್ಯ ಸುನೀತಿಕುಮಾರ ಚಟರ್ಜಿ ಒಂದು ಮಾತು ಹೇಳಿದ್ದರು – 'ರಾಮಾಯಣ'ಕ್ಕೆ 'ಇಲಿಯಡ್' ಮಹಾಕಾವ್ಯವೇ ಪ್ರೇರಣೆ ಎಂದು. ಹೇಗೆ ? ಕ್ರಿ.ಪೂ. 800ರಲ್ಲಿ (ಅದಕ್ಕೆ ಮೊದಲು ಕೂಡ) ಸಿಂಧೂ ಕಣಿವೆ ಮತ್ತು ಬ್ಯಾಬಿಲನ್ ನಡುವೆ ವಾಣಿಜ್ಯ ಸಂಬಂಧವಿತ್ತು. ಆ ವೇಳೆಯಲ್ಲಿ ಬ್ಯಾಬಿಲನಿನ ಬೀದಿಗಳಲ್ಲಿ ಗಾಯಕರು 'ಇಲಿಯಡ್' 'ಒಡಿಸ್ಸಿ'ಗಳನ್ನು ಹಾಡಿ ಮನೋರಂಜನೆ ಒದಗಿಸುತ್ತಿದ್ದರು. ಹರಪ್ಪಾ ಮೊಹೆಂಜೊದಾರೊಗಳ ದುರ್ಗತಿಯ ಕಾಲವಾದರೇನಂತೆ? ಕಾವ್ಯಗಳ ಕಥೆ ಕುಣಿಯಲು ಅದು ಅಡ್ಡಿಯೆ? ಚಟರ್ಜಿಯವರೇ ಅಂದಿದ್ದರು – ರಾಮ ಲಕ್ಷ್ಮಣ ಸೀತೆ ವಿಂಧ್ಯೆಯಿಂದ ದಕ್ಷಿಣಕ್ಕೆ ಸಾಗಿರುವುದು ಅಸಂಭವ ಎಂದು. ಹಿರಿಯ ಪ್ರಾಕ್ತನ ತಜ್ಞ ಸಂಕಾಲಿಯಾರ ಅಭಿಮತವೂ ಅದೇ. ಅವರ ಅಪೂರ್ಣ ಸಂಶೋಧನೆ ಇಷ್ಟು ಹೇಳುತ್ತದೆ : 'ಲಂಕಾ' ಎಂಬುದು ಮಧ್ಯಪ್ರದೇಶದ ಒಂದು ಸರೋವರದ ಹೆಸರು. ಅದರ ನಡುಗಡ್ಡೆಯಲ್ಲಿ ವಾಸವಾಗಿದ್ದವನೊಬ್ಬ ಗುಡ್ಡಗಾಡು ಬುಡಕಟ್ಟುಗಳ ವೀರ. ಆತ ಹತ್ತಿರದ ಆರ್ಯ ರಮಣಿಯೊಬ್ಬಳನ್ನು ಸೆಳೆದೊಯ್ದು ಮುಂದೆ ನಡೆದ ಕಾಳಗದಲ್ಲಿ ಅವನು ಸೋತಿರಬೇಕು. (ಹತ್ತು ತಲೆಗಳೂ ಇಲ್ಲ, ಕಪಿಸೇನೆಯೂ ಇಲ್ಲ !) ದೇಶದ ವ್ಯಾಪ್ತಿಯಲ್ಲಿ ಇದನ್ನು ಆಧರಿಸಿ ಕಾವ್ಯ ರಚಿಸುವಂತೆ, ವಾಲ್ಮೀಕಿಗೆ ವ್ಯಾಸ ಹೇಳಿರಬೇಕು. ವಾಲ್ಮೀಕಿ ಹದಿನೇಳು ವರ್ಷ ಹುತ್ತದಲ್ಲಿರಲಿಲ್ಲ. ಬದಲು 'ರಾಮಾಯಣ' ರಚಿಸುತ್ತ ಅಷ್ಟು ವರ್ಷ ಭಾರತದಾದ್ಯಂತ ಸುತ್ತಿದ.

---

* ಲೋಕಮಾನ್ಯ ತಿಲಕರು ಈ ಬಗೆಗೆ ಬರೆದಿದ್ದಾರೆ.

ಪರಿಣಾಮ 24,000 ಶ್ಲೋಕಗಳ ಕರುಣ ರಸಭರಿತ 'ರಾಮಾಯಣ' ಮಹಾಕಾವ್ಯದ ಸೃಷ್ಟಿ.

ವಾಲ್ಮೀಕಿ ರಾಮಾಯಣ ಜನಪ್ರಿಯವಾಯಿತು. ಆದರೆ ವ್ಯಾಸ ಟೀಕಿಸಿದನಂತೆ: "ಆರ್ಯ – ಅನಾರ್ಯ ಸಂಘರ್ಷ ಇದರಲ್ಲಿ ಸ್ಪಷ್ಟವಾಗಿ ಚಿತ್ರಿತವಾಗಿಲ್ಲ."

...'ಯಾಸಂಗೊಬ್ಬ ಇನಾಯ್ಕ ಸಿಕ್ದಂಗೆ.' ನಿಜವಲ್ಲ. ವಿನಾಯಕ ಬರೆದುಕೊಳ್ಳಲು ಸಂಸ್ಕೃತ ಭಾಷೆಗೆ ಲಿಪಿಯೇ ಇರಲಿಲ್ಲ ಆಗ. ವ್ಯಾಸ ಹಲವು ಕವಿಗಳನ್ನು ದುಡಿಸಿದವನು, ಹಲವು ಗಾಯಕರಿಂದ ಹಾಡಿಸಿದವನು. ಆರ್ಯ ಸಂಸ್ಕೃತಿಯ ಉಚ್ಛ್ರಾಯ ಸ್ಥಿತಿಯಲ್ಲಿ ಬಳಕೆಯ ಭಾಷೆಯಾಗಿ ಸಂಸ್ಕೃತ ಸಮೃದ್ಧಿ ಹೊಂದಿತು. ಅದು ಆಗ ಬ್ರಹ್ಮಾವರ್ತ ಆರ್ಯಾವರ್ತಗಳಲ್ಲೂ ವಿಂಧ್ಯದ ಕೆಳಗೆ ಆರಂಭವಾಗಿದ್ದ ವಲಸೆ ಪ್ರದೇಶಗಳಲ್ಲೂ ಆಡು ಭಾಷೆ. (ಕ್ರಿ.ಪೂ. 400ರಲ್ಲಿ ಪಾಣಿನಿ ವ್ಯಾಕರಣ ರಚಿಸಿದ ಮೇಲೆ ಸಂಸ್ಕೃತ ಶಿಷ್ಟ ಭಾಷೆಯಾಯಿತು.) ವೇದ ಉಪನಿಷತ್ತುಗಳು ಜನಸಾಮಾನ್ಯರಿಗೆ ನಿಲುಕುವುದಿಲ್ಲ; ಆದ್ದರಿಂದ ಅವುಗಳ ಸಾರವನ್ನು ಕಥೆಯ ಮೂಲಕ ಸಮುದಾಯಕ್ಕೆ ಎರೆಯ ಬೇಕು – ಎನಿಸಿತು ವ್ಯಾಸನಿಗೆ. (ಆತ ಋಷಿ ಎನಿಸಿಕೊಂಡಿದ್ದ ವಯೋ ವೃದ್ಧ, ಜ್ಞಾನವೃದ್ಧ.) ಆ ಕಥೆ 'ಪಂಚಮವೇದ' ಎಂದು ಹೆಸರುಗಳಿಸಿತು.

ವಾಸ್ತವವಾಗಿ 'ಮಹಾಭಾರತ' 'ರಾಮಾಯಣ'ಕ್ಕಿಂತಲೂ ಹೆಚ್ಚು ಐತಿಹಾಸಿಕ. ಪಾಂಡವ ಕೌರವರು ವ್ಯಾಸನದೇ ಸಂತತಿ. ಅವರ ಅಂತಃಕಲಹದ ಮುಕ್ತಾಯದಲ್ಲಿ ಒಂದು ಯುಗದ ಅಂತ್ಯವನ್ನೇ ವ್ಯಾಸ ಕಂಡ. ತನ್ನ ನೇತೃತ್ವದಲ್ಲಿ ಕವಿಗಳು ರಚಿಸಿದ್ದನ್ನೆಲ್ಲ ಕ್ರೋಡೀಕರಿಸಿದ. 8000 ಶ್ಲೋಕಗಳ ಮಹಾಕಾವ್ಯಕ್ಕೆ 'ಜಯ' ಎಂದು ಹೆಸರಿಟ್ಟ, ಇದು 24,000ಕ್ಕೆ ಮುಂದೆ ವ್ಯಾಪಿಸಿ 'ಭಾರತ'ವಾಯಿತು. ಶ್ಲೋಕಗಳ ಸಂಖ್ಯೆ 1 ಲಕ್ಷವಾದಾಗ ಮಹಾಭಾರತ* ಎನಿಸಿಕೊಂಡಿತು.

'ಮಹಾಭಾರತ'ವನ್ನು ಜೀವಂತವಾಗಿ ಉಳಿಸಿದವರು ಅಲೆಮಾರಿ ಗಾಯಕರಾದ ಸೂತರು. ಆದರೆ ಭಾರ್ಗವ ಬ್ರಾಹ್ಮಣ ಬಣ ಮಹಾ ಕಾವ್ಯದ ಒಡೆತನ ತನ್ನದು ಎಂದಿತು. ಸೂತರ ಬಾಯಿ ಮುಚ್ಚಿಸಿ, ಬ್ರಾಹ್ಮಣರಿಗೆ ಪ್ರಾಧಾನ್ಯವಿರುವಂತೆ 'ಮಹಾಭಾರತ'ವನ್ನು ಪುನಃ ರಚಿಸಿತು. ಹೀಗೆ, ಕಳೆಯುವ ಕೂಡಿಸುವ ಕೆಲಸ ಅನಂತರವೂ ನಡೆಯಿತು ಎನ್ನುತ್ತಾರೆ ತಜ್ಞರು.** (ಉದಾ : ಭಗವದ್ಗೀತೆ ಮೂಲದಲ್ಲಿ

---

* 'ಇಲಿಯಡ್' 'ಒಡಿಸಿ'ಗಳನ್ನು ಒಟ್ಟು ಸೇರಿಸಿದರೆ ಅದರ ಎಂಟರಷ್ಟಾಗುತ್ತದೆ 'ಮಹಾಭಾರತ'ದ ಗಾತ್ರ.

** 'ರಾಮಾಯಣ'ವೂ ಇತರ ಕವಿಗಳ 'ಕಟಾಕ್ಷ'ಕ್ಕೆ ಗುರಿಯಾಗಿದೆ, ಎನ್ನುತ್ತಾರೆ ಸಂಶೋಧಕರು.

ಇರಲಿಲ್ಲ. ಕ್ರಿಸ್ತಶಕೆ ಆರಂಭವಾದ ಮೇಲೆ ಅದರ ಸೇರ್ಪಡೆಯಾಯಿತು.)

'ರಾಮಾಯಣ' 'ಮಹಾಭಾರತ'ಗಳು ಸೃಷ್ಟಿಯಾದದ್ದು ಸುಮಾರು ಕ್ರಿಸ್ತಪೂರ್ವ ಎಂಟನೆಯ ಶತಮಾನದಲ್ಲಿ. ಹೆಚ್ಚು ಕಡಮೆ ಏಕಕಾಲದಲ್ಲೇ ಈ ಕಾರ್ಯ ನಡೆದಿರಲೂಬಹುದು. ಇವು ಬರಹ ರೂಪಕ್ಕಿಳಿದುದು ಮಾತ್ರ (ಬರೆಯಲು ತಾಳೆಗರಿ, ಭೂರ್ಜಪತ್ರ), ಕ್ರಿಸ್ತನಿಗೆ ಎರಡು ಶತಮಾನ ಹಿಂದುಮುಂದಣ ಅವಧಿಯಲ್ಲಿ.

* * *

ಇಷ್ಟು ಮಾತು, ಪ್ರಾಸ್ತಾವಿಕವಾಗಿ.

'ಎಂಕಿಡುವಿನ ಆಗಮನ' ಮತ್ತು 'ಜಲಪ್ರಳಯ' 'ಗಿಲ್ಗಮೇಶನ ಮಹಾಕಾವ್ಯ'ದಿಂದ ಆರಿಸಿದ್ದು. 'ಮೆನೆಲಾಊಸ್ - ಅಲೆಕ್ಸಾಂಡ್ರೋಸ್ ದ್ವಂದ್ವ ಯುದ್ಧ' ಹಾಗೂ 'ಹೆಕ್ತಾರನ ಮರಣ' ಇವೆರಡು 'ಇಲಿಯಡ್'ನಿಂದ; 'ಒಡಿಸ್ಸಿ'ಯಿಂದ 'ಇಥಾಕಾದ ಕೂಡುಹ' ಮತ್ತು 'ಸಭಾಭವನದಲ್ಲಿ ಸಮರ'; 'ದಶರಥನ ಧರ್ಮಸಂಕಟ-'ವಾಲಿಯ ವಧೆ' 'ರಾಮಾಯಣ'ದಿಂದ; 'ಮಹಾಭಾರತ'ದಿಂದ 'ದ್ರೌಪದಿಯ ಶಪಥ' ಮತ್ತು 'ವೀರ ಅಭಿಮನ್ಯು'. ಒಟ್ಟು ಹತ್ತು ಕಥೆಗಳು. ಕಥಾ ಭಾಗಗಳನ್ನು ಆಯ್ದು ಕಥೆಗಳಾಗಿ ನಿರೂಪಿತವಾದಂಥವು. ಈ ಪಾತ್ರಗಳಷ್ಟೇ ಸಾವಿಲ್ಲದವರು ಎಂದರ್ಥವಲ್ಲ. ಇಂಥವರನ್ನು ಎಷ್ಟು ಬೇಕಾದರೂ ಆರಿಸಬಹುದು. ಐದು ಪ್ರಾಚೀನ ಮಹಾಕಾವ್ಯಗಳ ಪಾತ್ರಗಳಷ್ಟೇ ಅಲ್ಲ, ಆ ಕಾವ್ಯಗಳ ಸೃಷ್ಟಿಗೆ ಪ್ರೇರಕವಾದ ಆಗಿನ ಜನಪದಗಳೂ ಸಾವಿಲ್ಲದವೇ.

ಗಿಲ್ಗಮೇಶನನ್ನು ಪೂರ್ವಜ ಜಿಯಶೂದ್ರ ಕೇಳಿದ್ದ: "ಯಾವುದು ತಾನೇ ಶಾಶ್ವತ, ಮಗೂ ?"

ಯಾವುದೂ ಅಲ್ಲ. ಆದರೆ ಕಾಲವನ್ನು ನಮ್ಮ ಮೊಣಕೈಯಿಂದ ಅಳೆಯುವಾಗ ಕಳೆದ ಐದು ಸಾವಿರ ವರ್ಷ ಅವಧಿಯಲ್ಲಿ ಓದುಗರನ್ನು ಭ್ರಮಾಧೀನರನ್ನಾಗಿ ಮಾಡುವಷ್ಟು ಪ್ರಖರವಾಗಿ ಪಂಚ ಮಹಾಕಾವ್ಯಗಳು ಬೆಳಗಿವೆ.

ಆದರೆ ನೆನಪಿಡೋಣ. 'ಗಿಲ್ಗಮೇಶನ ಮಹಾಕಾವ್ಯ'ವನ್ನು ಬರೆದ ಮಹಾನ್ ಕವಿಯ ಹೆಸರು ಈವರೆಗೂ ತಿಳಿದುಬಂದಿಲ್ಲ.

ಸಹನೆಗಾಗಿ ವಂದನೆ. ವಾಚನಕ್ಕೆ ಇನ್ನು ಆಹ್ವಾನ.

ದೀಪಾವಳಿ, 1982 — ನಿರಂಜನ

ಬೆಂಗಳೂರು — ಪ್ರಧಾನ ಸಂಪಾದಕ

O 'ಗಿಲ್ಗಮೇಶನ ಮಹಾಕಾವ್ಯ'

ಎಂಕಿಡುವಿನ ಆಗಮನ

ದಬ...ದಬ...ದಬ...

ಬಾಗಿಲ ಬಡಿತ ನಿಲ್ಲಲೇ ಇಲ್ಲ.

ಅತಿ ಮಂಪರದಲ್ಲಿ ಇದ್ದ ಮನೆಯ ಹಿರಿಯ - ಪುರ ಪ್ರಮುಖ ಹಿರಿಯರಲ್ಲಿ ಒಬ್ಬ - ಗಡಿಬಿಡಿಯಿಂದ ಎದ್ದು ಮೆಲ್ಲಗೆ ಬಾಗಿಲ ಬಳಿ ಸಾರಿ ಬಾಗಿಲನ್ನು ತೆಗೆದ.

ಇದಿರಿಗೆ ಭಯಭ್ರಾಂತನಾದ ಅವನ ಮಗ. ಅವನು ಕ್ಷಣಾರ್ಧದಲ್ಲಿ ಪುಣಕ್ಕೆಂದು ಒಳಗೆ ಹಾರಿ ಬಾಗಿಲು ಮುಚ್ಚಿ ಗೋಡೆಗೆ ಒರಗಿ ಏದುತ್ತ ಕುಳಿತ.

ಮಗನ ರೀತಿ ನೋಡಿ ಹಿರಿಯ ಚಕಿತನಾದ.

ಮಗನ ಬಳಿ ಬಂದು ಕುಳಿತು, "ಏನಾಯಿತು ಮಗೂ? ಏಕೆ ಏದುಸಿರು?" ಎಂದು ಕೇಳಿದ.

ಯುವಕ ಮೆಲ್ಲಗೆ ತನ್ನ ದೃಷ್ಟಿಯನ್ನು ತಂದೆಯ ಕಡೆ ಹೊರಳಿಸಿದ.

ತಂದೆ ಮಕ್ಕಳ ನೋಟ ನೇರವಾಗಿ ಸಂಧಿಸಿದವು.

"ಮಗು, ನಿನ್ನ ನೋಟ ಹೆದರಿಕೆಯನ್ನು ಸೂಚಿಸುತ್ತಿದೆ. ನೀನು ನಾಡಿನ ಶ್ರೇಷ್ಠ ಬಲೆಗಾರನ ಮಗ. ನಿನಗೆ ಹೆದರಿಕೆ ಆಯಿತೆಂದರೆ ಆಶ್ಚರ್ಯವೇ. ಏನಾಯಿತು?"

ಮಗ ಅತ್ತ ಇತ್ತ ನೋಡಿ ಏನನ್ನೋ ಹೇಳಬೇಕೆಂದು ಪ್ರಯತ್ನಿಸಿದ. ಆಗಲಿಲ್ಲ. ಅವನ ವೇಗದ ಉಸಿರಾಟ ಇನ್ನೂ ನಡೆದೇ ಇತ್ತು.

ಮಗನ ಬೆನ್ನನ್ನು ನೇವರಿಸುತ್ತಾ "ನಾನಿದ್ದೇನೆ. ಹೆದರಬೇಡ ಮಗು. ಏನಾಯಿತು ಹೇಳು" ಎಂದು ಹಿರಿಯ ಮತ್ತೆ ಕೇಳಿದ. ಧೈರ್ಯ ತುಂಬುವಂತಿತ್ತು ಅವನ ಧ್ವನಿ ವಿನ್ಯಾಸ.

"ಒಬ್ಬ ದೈತ್ಯಮಾನವ..."

"ದೈತ್ಯಮಾನವ? ಅವನನ್ನು ಎಲ್ಲಿ ನೋಡಿದೆ?"

ಯುವಕ ಹೆದರಿಕೆಯಿಂದ ದೂರವಾಗತೊಡಗಿದ.

"ಅಲ್ಲೇ...ಪ್ರಾಣಿಗಳನ್ನು ಹಿಡಿಯಲು ನಾನು ಬಲೆ ಹಾಸುವುದಿಲ್ಲವೆ? ಆ ನೀರಿನ ಒರತೆ ಇದೆಯಲ್ಲ...ಅಲ್ಲಿ!"

"ನಿನಗೆ ಅವನಿಗೆ ಏನಾದರೂ ಮಾತುಕತೆ ಜರಗಿತೆ? ಜಗಳವಾಡಿದಿರಾ?"

"ಕಂಡರೇ ಸಾಕು. ಜಂಘಾಬಲ ಕುಸಿದು ಹೋಗುತ್ತೆ! ಇನ್ನು ಮಾತಿಗೆಲ್ಲಿ ಅವಕಾಶ ?"

"ಹೇಗಿದ್ದ ? ಎಲ್ಲಿಯವನು ?"

"ಎಲ್ಲಿಯವನೋ ಅದು ಆ ಅನು*ದೇವನಿಗೇ ಗೊತ್ತು. ಆದರೆ ನೋಡಲು ಮಾತ್ರ ವಿಚಿತ್ರ ಪ್ರಾಣಿ."

"ವಿಚಿತ್ರ ಪ್ರಾಣಿ...ಹಾಗೆಂದರೇನು ?"

"ಹಾಗೆಂದರೆ ?... ಹೀಗೆ... ಅವನದು ದೈತ್ಯಾಕಾರ. ಅವನಿಗೆ ಹೆಂಗಸಿನ ಹಾಗೇ ಉದ್ದ ಕೂದಲು. ನಿಸಾಬಾ** ದೇವತೆಯ ಕೇಶದ ಹಾಗೇ ಸುರುಳಿ ಸುರುಳಿಯಾಗಿ ಗಾಳಿಯಲ್ಲಿ ಹಾರಾಡುತ್ತಿರುತ್ತದೆ. ಮತ್ತೆ...ಮತ್ತೆ ಅವನ ಮೈತುಂಬ ಕವಚದಂತೆ ರೋಮ-ಸಮುಕ್ವಾನ್*** ದೇವರ ಮೈಗೂದಲಿನಂತೆ."

"ವೇಷ ಭೂಷಣ ?"

"ಅದರ ಗಂಧವೇ ಇಲ್ಲ. ಅವನಿಗೆ ಮಾನವ ಸಂಪರ್ಕವೇ ಇದ್ದಂತಿಲ್ಲ."

"ಹೇಗೆ ಹೇಳುತ್ತೀ ?"

"ಅವನು ಜಿಂಕೆಗಳ ಜೊತೆಗೂಡಿ ಬರೀ ಹುಲ್ಲು ಮೇಯುತ್ತಾನೆ. ಮತ್ತೆ...ಮತ್ತೆ ಕಾಡು ಪ್ರಾಣಿಗಳ ಗುಂಪಿನಲ್ಲಿ ಒಡನಾಡಿಯಾಗಿ ಅವುಗಳ ಮೈಗೆ ಮೈ ತಿಕ್ಕಿಕೊಂಡು ಅಲೆಯುತ್ತಾನೆ-ಅವುಗಳ ಮೊಲೆಹಾಲನ್ನು ಹೀರುತ್ತಾನೆ."

"ಇಂದು ಸಂತಸದ ಸುದ್ದಿ!"

"ಅಂದರೆ?"

"ಸೋದರ ಹಿರಿಯರೊಡನೆ ನಾನು ಮಾತನಾಡಬೇಕು. ನಾವು ಸಭೆಯಲ್ಲಿ ದೊರೆಯೆಂದು ಆರಿಸಿದ ಗಿಲ್ಗಮೇಶನ ವಿಷಯಲಂಪಟತನಕ್ಕೆ ಇನ್ನು ಆಣೆಕಟ್ಟುತ್ತೇವೆ. ಆ ದೈತ್ಯಮಾನವನನ್ನು ಊರಿಗೆ ತರಬೇಕು !"

"ಊರಿಗೆ ? ನೀನು ಏನು ಹೇಳುತ್ತಿದ್ದೀಯಾ ಅಪ್ಪ ?"

ಆತ ಗಿಲ್ಗಮೇಶನಿಗೆ ಜತೆಗಾರನಾದಾಗಲೇ ನಮ್ಮ ಜನ ನೆಮ್ಮದಿಯಿಂದ ಉಸಿರು ಬಿಡುವುದು ಸಾಧ್ಯ."

"ಆದರೆ ನಮ್ಮ ಬೇಟೆಬಲೆಗೆ ಬೀಳುತ್ತಾನೆಯ ಆ ದೈತ್ಯ ?"

"ಮಗೂ ನೀನಿನ್ನೂ ಎಳಸು. ಅಂಥ ಬಲೆ ನಮ್ಮ ದೇವದಾಸಿಯರಲ್ಲಿದೆ ! ಅದು ಎಳೆಯ ಕಣ್ಣಿಗೆ ಕಾಣಿಸದ ಭಾರೀ ಬಲೆ. ರೂಪವತಿಯೊಬ್ಬಳನ್ನು ಊರಿನ ಹಿರಿಯರು ಬಲೆ ಬೀಸುವ ಆ ಕೆಲಸಕ್ಕೆ ಒಪ್ಪಿಸಬೇಕು."

"ಹಾಗಾದರೆ ಹಿರಿಯರು ದೇವಾಲಯಕ್ಕೆ ಹೋಗುತ್ತೀರಾ ?"

"ಹೌದು ಮಗ, ಇಗೋ ಎದ್ದೆ."

"ಆ ದೇವದಾಸಿ ಜತೆ ನಾನೂ ಕಾಡಿಗೆ ಹೋಗಬಹುದೆ ?"

"ನೀನು ? ಹಹ್ಹ! ಯಾಕಾಗಬಾರದು ? ನೀನು ಕಲಿತುಕೊಳ್ಳಬೇಕಾದ ವಿಷಯಗಳು ಇನ್ನೂ ಎಷ್ಟೋ ಇವೆ !"

* * *

---

* 'ಅನು' ಶುಮೆರ್ ಜನಾಂಗದ ದೇವರ ದೇವ.

** ನಿಸಾಬಾ ಅವರ ಧಾನ್ಯಲಕ್ಷ್ಮಿ.

*** ಸಮುಕ್ವಾನ್ ಜಾನುವಾರುಗಳ ದೇವರು.

ಹಿರಿಯರ ವಿನಂತಿಯನ್ನು ಮನ್ನಿಸಿ, ದೈತ್ಯಮಾನವನನ್ನು ಕರೆತರಲೆಂದು ಬಿನ್ನಾಣಗಿತ್ತಿ ಕಾನನಕ್ಕೆ ಹೊರಟಳು. ಯುವಕ ಅವಳನ್ನು ಹಿಂಬಾಲಿಸಿದ.

ಇಬ್ಬರೂ ಆ ದೈತ್ಯಮಾನವ ಪ್ರಾಣಿಯನ್ನು ಸಂಧಿಸಲು ಕಾದರು.

ಒಂದು ದಿನ.

ಎರಡು ದಿನ.

ಅವನ ಸುಳಿವೇ ಇಲ್ಲ.

ಈ ಕಾಯುವಿಕೆಯ ನಡುವಿನಲ್ಲಿ ಆ ಬಲೆಗಾರನಿಗೆ ತಡೆಯಲಾರದ ಕುತೂಹಲ – ಗಂಡಸಾದ ನನ್ನ ಎದೆಯನ್ನೇ ನಡುಗಿಸಿದ ಆ ದೈತ್ಯಮಾನವನನ್ನು ಈ ಹೆಣ್ಣು ಹೇಗೆ ಇದಿರಿಸಬಲ್ಲಳು? – ಎಂದು. ಕೇಳಿಬಿಡೋಣವೆ ಎನ್ನಿಸಿತು. ಹೇಳುತ್ತಾಳೋ ಇಲ್ಲವೋ. ನನಗೇಕೆ ಆ ಉಸಾಬರಿ? ನನ್ನ ಬಲೆ ಹರಡಿ ಬೇಟೆ ಸಿಕ್ಕು ನನ್ನ ಕಾಪುರ ಜರಗುವಂತಾದರೆ ಸಾಕು. ಅಂತೂ ಕೇಳಲೇ ಬೇಡವೇ ಎಂದೇ ಕುತೂಹಲಜನಿತವಾದ ಅವನ ಮನಸ್ಸು ತೂಗುಯ್ಯಾಲೆಯಂತೆ ಅತ್ತ ಇತ್ತ ಚಲಿಸುತ್ತಿತ್ತು. ಕೇಳು ಎಂದು ಒಮ್ಮೆ; ಬೇಡ ಎಂದು ಮತ್ತೊಮ್ಮೆ. ಈ ತುಯ್ದಾಟದಲ್ಲಿಯೇ ಎರಡು ದಿನ ಕಳೆದು ಹೋಗಿತ್ತು.

ತಿಳಿಯಲೇಬೇಕೆಂಬ ಕುತೂಹಲದ ಒತ್ತಡ ಮೇಲೇರಿ ಏರಿ ಮೂರನೆಯ ದಿವಸ ಅವನು ಆ ಹೆಣ್ಣನ್ನು ಕೇಳಿಯೇಬಿಟ್ಟ. "ಅಲ್ಲ, ಬಲೆಗಾರ ಗಂಡಸು ನಾನು. ನನಗೇ ಅಸಾಧ್ಯವೆನಿಸುವ ಕೆಲಸವನ್ನು ಹೆಣ್ಣು ಹೆಂಗಸು ನೀನು ಹೇಗೆ ಸಾಧಿಸುತ್ತೀ?" ಎಂದು.

"ಗಂಡು ಬಾಯಿಬಡಾಯಿಗಾರ. ಹೆಣ್ಣು ಕಾರ್ಯಸಾಧಕಳು."

"ಅಂದರೆ !"

"ಮೊದಲು ಅವನ ಸಂದರ್ಶನ ಮಾಡಿಸು. ಅನಂತರ ನೀನೇ ನೋಡುವೆಯಂತೆ."

ಇದ್ದಕ್ಕಿದ್ದ ಹಾಗೆ ಕಾಡು ಪ್ರಾಣಿಗಳ ಘರ್ಜನೆ ಕೇಳಿಬಂತು.

"ಸದ್ಯಃ, ಮೂರು ದಿವಸ ಕಾದುದು ಸಾರ್ಥಕವಾಯಿತು. ಆ ದೈತ್ಯ ಮಾನವ ಬರುತ್ತಿದ್ದಾನೆ," ಎಂದು ಆ ಹೆಣ್ಣಿನ ಕಿವಿಯಲ್ಲಿ ಬಲೆಗಾರ ಪಿಸುಗುಟ್ಟಿದ.

ಅವಳು ಎದ್ದು ನಿಂತು ಸುತ್ತಲೂ ನೋಡಿದಳು.

"ಬಾ, ಈ ಮರ ಏರಿ ಕುಳಿತುಕೊಳ್ಳೋಣ" ಎಂದು ಬಲೆಗಾರ ಆ ಹೆಣ್ಣಿನ ಕೈ ಜಗ್ಗಿದ.

"ಏಕೆ?" ಕೈಬಿಡಿಸಿಕೊಂಡು ಅವಳು ಕೆಣಕಿದಳು.

"ಆ ದೈತ್ಯಮಾನವ ಮೇಲೇರಿ ಬಂದರೇನು ಗತಿ?" ಭಯಕಂಪಿತ ಸ್ವರದಲ್ಲಿ ಬಲೆಗಾರ ತೊದಲಿದ.

ಅವನತ್ತ ಕರುಣೆಯಿಂದ ನೋಡಿ ಅವಳು ಮುಗುಳುನಕ್ಕು, "ನೀನು ಮೇಲೇರು. ನಾನಿಲ್ಲೇ ಇರುತ್ತೇನೆ," ಎಂದು ಅಲ್ಲೇ ಕುಳಿತಳು.

"ಆಮೇಲೆ ನಿನ್ನ ಗತಿ?"

"ಎಲ್ಲೋ ಹೆದರುಪುಕ್ಕ ನೀನು."

"ಆಗೋ ನೋಡು ಆ ದೈತ್ಯಮಾನವ ಕಾಡುಪ್ರಾಣಿಗಳ ಸಮೂಹದೊಂದಿಗೆ ಬರುತ್ತಿದ್ದಾನೆ."

"ಹು."

"ನಿನಗೆ ಭಯವಾಗುತ್ತಿಲ್ಲವೆ?"

ಅವಳು ಗಟ್ಟಿಯಾಗಿ ನಕ್ಕಳು. "ನೋಡು, ನಿನಗೆ ಭಯವಾಗಿದೆ. ಮರವೇರು, ಇಲ್ಲ

ಮನೆಗೋಡು" ಎಂದು ಅವನಿಗೆ ಹೇಳಿದಳು. ಅವಳ ದೃಷ್ಟಿ ಮಾತ್ರ ಆ ದೈತ್ಯ ಮಾನವನತ್ತಲೇ ಇತ್ತು.

ಬಲೆಗಾರನಾಗಲೇ ಮರವೇರಿ ಕುಳಿತಿದ್ದ.

ಪ್ರಾಣಿಗಳೆಲ್ಲ ಒರತೆಯಿಂದ ನೀರು ಕುಡಿದವು. ಬಳಿಕ ಪರ್ವತಾಗ್ರದ ತಮ್ಮ ನಿವಾಸಗಳತ್ತ ಹೋದವು. ಜಿಂಕೆಗಳ ಸಮೂಹ ಬಂತು. ಅವುಗಳೊಂದಿಗೆ ಈ ದೈತ್ಯಮಾನವನೂ ಹುಲ್ಲು ಮೇದ. ಕೆಲವು ಜಿಂಕೆಗಳು ಇನ್ನೂ ದೂರದಲ್ಲಿ ಹುಲ್ಲು ಮೇಯುತ್ತಿದ್ದವು. ಕೆಲವು ನೀರು ಕುಡಿಯಲು ಒರತೆಯತ್ತ ಸಾಗಿದವು. ದೈತ್ಯಮಾನವನೂ ನೀರು ಕುಡಿದ. ನೀರು ಕುಡಿದ ಕೆಲವು ಜಿಂಕೆಗಳು ಅರ್ಧಶಯನದಲ್ಲಿ ಕುಳಿತವು. ದೈತ್ಯಮಾನವ ಅವುಗಳ ಬಳಿ ಕುಳಿತು ಪ್ರೀತಿಯಿಂದ ಅವುಗಳ ಮೇಲೆ ಕೈಯಾಡಿಸಿದ. ಆ ಹೆಣ್ಣು ಈ ವಿಚಿತ್ರ ಒಡನಾಟವನ್ನು ನೋಡಿದಳು.

ಮರದ ಮೇಲೆ ಕುಳಿತಿದ್ದ ಬಲೆಗಾರ ಮುಂದೇನು ಎಂಬ ಕುತೂಹಲಾವಿಷ್ಟ ದೃಷ್ಟಿಯಲ್ಲಿ ಎವೆ ಇಕ್ಕದೆ ನೋಡುತ್ತಿದ್ದ.

ಹೆಣ್ಣು ಕುಳಿತಲ್ಲಿಂದ ಎದ್ದಳು. ಬಲೆಗಾರನ ದೃಷ್ಟಿ ಅವಳ ಮೇಲೆ ಕೇಂದ್ರೀಕೃತವಾಯಿತು. ಅವಳೇನು ಮಾಡಬಹುದೆಂದು ಊಹಿಸಲಾಗದ ಅವನು ಪಿಳಿ ಪಿಳಿ ನೋಡುತ್ತಿದ್ದ. ಅವನು ಕಂಡುದೇನು?

ಕಂಡುದೊಂದೊಂದನ್ನೂ ಗುರುತಿಸಿದ ಅವನ ಮನಸ್ಸು ಅಂತರಂಗದಲ್ಲೇ ನುಡಿಯತೊಡಗಿತು.

'ಅಗೋ ಆ ಹೆಣ್ಣು ತನ್ನ ಇಳಿಗೂದಲನ್ನು ಮುಡಿಕಟ್ಟಿದಳು. ಮಾಟವಾದ ತನ್ನ ಬಿಲ್ದುಟಿಗಳನ್ನು ರಸನೆಯಿಂದ ಸವರಿಕೊಂಡಳು.'

ಬಲೆಗಾರ ತಾನೂ ನಾಲಗೆಯಿಂದ ತನ್ನ ತುಟಿ ಸವರಿಕೊಂಡ.

'ಓ, ಇದೇನಿದು ! ಹೆಣ್ಣು ದೈತ್ಯಮಾನವನತ್ತ ಹೆಜ್ಜೆಹಾಕತೊಡಗಿದಳು. ಅವಳ ತುಂಬಿದೆದೆ ಅವಳಿಗೆ ತಾನು ಮಾರ್ಗಸೂಚಿ ಎಂದು ಹೆಮ್ಮೆಯಿಂದ ಬಾಗಿ ನಿಂತಿದೆ. ಎಂತಹ ಗಂಭೀರ ನಡಿಗೆ !' ಎಂದು ಮನಸ್ಸಿನೊಳಗೇ ಅವನು ಮೆಲಕು ಹಾಕಿದ.

'ಆ ದೈತ್ಯಮಾನವನಿಗೆ ಇವಳತ್ತ ಪರಿವೆಯೇ ಇಲ್ಲವಲ್ಲ. ಛೆ, ಛೆ, ಇವಳು ಅವನ ಹತ್ತಿರಕ್ಕೆ ಹೋದಾಗ ಆ ದೈತ್ಯ ಇವಳನ್ನು...' ನುಡಿಯುತ್ತಿದ್ದ ಅವನ ಅಂತರಂಗ ಗಕ್ಕನೆ ನಿಂತಿತು. ಮೈ ಥರಥರಿಸಿತು.

ಒಣತರಗೆಲೆಯ ಮೇಲೆ ಹೆಜ್ಜೆ ಹಾಕುತ್ತಿರುವ ಸಪ್ಪಳ ಜೋರಾಗಿ ಅದು ಸನಿಹಕ್ಕೆ ಬಂದಂತಾಗಲು ಜಿಂಕೆಗಳ ಕಿವಿಗಳು ನಿಮಿರಿದವು. ಅವು ಕಣ್ಣುಗಳನ್ನು ಹೊರಳಿಸಿದವು. ತಮ್ಮತ್ತಲೇ ಬರುತ್ತಿರುವ ಹೆಣ್ಣನ್ನು ಕಂಡು ಪುಣಕ್ಕನೆ ಜಿಗಿದು ಓಡಿ ಮರೆಯಾದವು.

ಬಲೆಗಾರ ಅದನ್ನು ಕಂಡು ಮೂಗಿನ ಮೇಲೆ ಬೆರಳಿಟ್ಟುಕೊಂಡ. ಅವಳಾಗಲೇ ದೈತ್ಯಮಾನವನ ತೀರ ಸಮೀಪಕ್ಕೆ ಹೋಗಿಬಿಟ್ಟಿದ್ದಾಳೆ.

ಇದಿರು ಬದರಿಗೆ ಇಬ್ಬರೇ !

ಆ ದೈತ್ಯಮಾನವ ಅನಾಗರಿಕ ಪ್ರಾಣಿ – ಈ ಸುಂದರ ಹರೆಯದ ಹೆಣ್ಣು.

ಈಗೇನಾಗಬಹುದು? ಕಾಡುಪ್ರಾಣಿಗಳೊಂದಿಗೆ ಬಾಳಿ ಬೆಳೆದ ಆ ದೈತ್ಯಮಾನವ ಈಗೇನು ಮಾಡಬಹುದು? ಹೆಣ್ಣು ಇನ್ನೂ ಹತ್ತಿರಕ್ಕೆ ಹೋದಳು. ಅಬ್ಬ, ಆ ಹೆಣ್ಣಿನದು ವಿಲಕ್ಷಣ ಧೈರ್ಯ.

ಅಯ್ಯೋ ಈಗಿನ್ನೇನು ಗತಿ? ಕುಳಿತಿದ್ದ ದೈತ್ಯಮಾನವ ಎದ್ದು ಬಿಟ್ಟನಲ್ಲ. ಬಲೆಗಾರನಿಗೆ ಕಣ್ಣು ಕತ್ತಲಿಟ್ಟಂತಾಯಿತು. ಕೈಗಳಿಂದ ಕಣ್ಣು ಹೊಸೆದು ನೋಡಿದ.

ಅಬ್ಬ, ಆಶ್ಚರ್ಯವೇ? ನಿಂತಿರುವ ದೈತ್ಯಮಾನವ ನಿಂತಲ್ಲೇ. ಹೆಜ್ಜೆ ಮುಂದಿಡಲೇ ಇಲ್ಲ. ಬಿಟ್ಟ ಕಣ್ಣು ಬಿಟ್ಟಂತೆ ಹೆಣ್ಣನ್ನೇ ನೋಡುತ್ತಾ ನಿಂತಿದ್ದಾನೆ ಆ ದೈತ್ಯಮಾನವ, ನಗ್ನ ಪರ್ವತದಂತೆ.

ಹೆಣ್ಣು ಗಟ್ಟಿಯಾಗಿ ಕಿಲಕಿಲನೆ ನಕ್ಕಳು.

ದೈತ್ಯಮಾನವನ ಮುಖದ ಮೇಲೂ ನಗೆಯರಳಿಸುವ ಪ್ರಯತ್ನ ಸಾಗಿತು. ತುಟಿ ಬಿರಿಯಿತು. ಹೆಣ್ಣಿನತ್ತ ನೆಟ್ಟ ದೃಷ್ಟಿ ಮಾತ್ರ ಚಲಿಸಲಿಲ್ಲ – ಎಂದೂ ಕಾಣದಿದ್ದ ಯಾವುದೋ ವಿಚಿತ್ರವನ್ನು ಕಾಣುತ್ತಿರುವಂತೆ ಅವನು ನೋಡುತ್ತಿದ್ದ.

ಹೆಣ್ಣು ತನ್ನ ಮೇಲುಡಿಗೆಯನ್ನು ಕಳಚಿ ಅರೆನಗ್ನವಾಗಿ ನಿಂತಳು. ಹೊಳಪಿನ ಅವಳ ಮೈ ಮಿಂಚಿತು. ತುಂಬಿದೆದೆ ಸಂತಸದ ಆಹ್ವಾನವಿದೆಂಬಂತೆ ತುಸು ಸ್ಪಂದಿಸಿತು. ಹೆಣ್ಣು ಕೈ ಚಾಚಿದಳು. ದೈತ್ಯಮಾನವನನ್ನು ಹಿಡಿದುಕೊಳ್ಳಬಹುದಾದಷ್ಟು ಸನಿಯಕ್ಕೆ ಮುಂಬರಿದಳು. ಇದೆಂತಹ ನಾಚಿಕೆಗೆಟ್ಟ ಕೆಲಸ ಎನ್ನಿಸಿತು ಬಲೆಗಾರನಿಗೆ. ಒಂದು ವೇಳೆ ಹೀಗೆಯೇ ಮಾಡೆಂದು ಹಿರಿಯರು ಅವಳಿಗೆ ತಿಳಿಸಿದ್ದರೆ ? ಆದರೂ ಭಯವೇ ಇಲ್ಲದೆ ಅವಳು ಬಳಿಸಾಗುತ್ತಿರುವುದನ್ನು ನೋಡಿದರೆ ನಾನೇ ತಲೆತಗ್ಗಿಸುವಂತಾಯಿತಲ್ಲ ಎಂದಂದುಕೊಂಡ ಆ ಬಲೆಗಾರ. ತಲೆ ತಾನಾಗಿಯೇ ತಗ್ಗಿತು ಸಹ.

ಮತ್ತೆ ತಲೆಯೆತ್ತಿ ನೋಡಿದ.

'ಓ, ಆ ಹೆಣ್ಣೀಗ ಪೂರ್ಣನಗ್ನ. ಅವಳೊಂದು ಕೈಯಲ್ಲಿ ಅವನ ದೈತ್ಯ ಬಾಹು. ಅವಳು ಅವನ ಬದಿಗೊರಗಿ ಮೈಗೆ ಮೈ ಅಂಟಿಸಿ ನಿಂತಿದ್ದಾಳೆ. ಇನ್ನೊಂದು ಕೈಯಿಂದ ಮೆದುವಾಗಿ ಎದೆ ಸವರುತ್ತಿದ್ದಾಳೆ. ಎಲಾ ಇದೆಂತಹ ಮೋಡಿಯಂತಹ ಪ್ರತಿಕ್ರಿಯೆ? ಆ ದೈತ್ಯಮಾನವನ ಇನ್ನೊಂದು ಕೈ ಅನಪೇಕ್ಷಿತವೋ ಎಂಬಂತೆ ಅವಳ ಬೆನ್ನತ್ತ ಸಾಗಿತ್ತು. ಅವಳ ಪಕ್ಕೆಯನ್ನು ಹಿಡಿಯಿತು.

ಅವಳು ಮತ್ತೆ ನಕ್ಕಳು.

ದೈತ್ಯಮಾನವನ ಗಂಟಲಿನಿಂದ ಸಹ ಒಂದು ಬಗೆಯ ವಿಚಿತ್ರ ನಗೆ ಹೊಮ್ಮಿ ಬಂತು.

ಅವಳು ಮತ್ತೊಮ್ಮೆ ಗಟ್ಟಿಯಾಗಿ ಕಿಲಕಿಲನೆ ನಕ್ಕಳು.

ಆ ದೈತ್ಯಮಾನವನೂ ನಕ್ಕ – ಅವಳ ನಗುವಿಗೆ ಶ್ರುತಿ ಸೇರಿದ ಪ್ರತಿಶ್ರುತಿಯಂತೆ.

ಹೆಣ್ಣು ನೆಲಕ್ಕೆ ಕುಸಿದಳು. ಆ ದೈತ್ಯಮಾನವನನ್ನು ಜಗ್ಗಿದಳು ಆ ದೈತ್ಯ ಮಾನವ ಕೂಡಲೇ ಪ್ರತಿಕ್ರಿಯೆಯನ್ನು ತೋರಿಸಲಿಲ್ಲ. ಹಾಗೆಯೇ ನಿಂತಿದ್ದ.

ಹೆಣ್ಣು ಮತ್ತೆ ಅವನನ್ನು ಜಗ್ಗಿದಳು. ಕುಸಿಯದಿದ್ದ ಆ ದೈತ್ಯ ಮಾನವ ಹೆಣ್ಣಿನ ಆ ತುಂಬಿದೆದೆಯತ್ತಲೇ ತನ್ನ ನೋಟ ನೆಟ್ಟಿದ್ದ. ಹೆಣ್ಣು ಮತ್ತೆ ಅವನ ಕೈ ಜಗ್ಗಿತು. ಆ ದೈತ್ಯಮಾನವನ ದೃಷ್ಟಿ ಹೆಣ್ಣಿನ ಎದೆಯತ್ತಣಿಂದ ತನ್ನ ಎದೆಯತ್ತ ಹೊರಳಿತು.

ಆ ಹೆಣ್ಣು ದೈತ್ಯ ಪ್ರಾಣಿಯ ಕೈ ಬಿಟ್ಟು ಹಸುರು ಹುಲ್ಲಿನ ಮೇಲೆ ಹೊರಳಿದಳು, ಉರುಳಿದಳು. ಅವಳನ್ನು ನೋಡುತ್ತಿದ್ದ ದೈತ್ಯಮಾನವ ಅವಳನ್ನೇ ಅನುಕರಿಸತೊಡಗಿದ. ಇಬ್ಬರ ಹೊರಳಾಟ ಉರುಳಾಟ ಕಡೆಗೆ ಪರಸ್ಪರ ತೆಕ್ಕೆಯಲ್ಲಿ ಪರಿಣಮಿಸಿತು.

ಷಾಮಾಷ್* ಮುಳುಗಿದ. ಕತ್ತಲಾವರಿಸಿತು. ಬಲೆಗಾರನಿಗೆ ಮರದಿಂದ ಇಳಿದು ಬರಲು ಧೈರ್ಯವಿರಲಿಲ್ಲ. ಆದರೂ ಅವನಲ್ಲಿ ನೆಲೆನಿಂತ ಕೌತುಕ ಅವನನ್ನು ಅಲ್ಲಿಯೇ ಕಟ್ಟಿಹಾಕಿತು.

---

* ಸೂರ್ಯ

ಕಣ್ಣಿಗೆ ಏನೂ ಕಾಣದಿದ್ದರೂ ಏನೇನೋ ಕಲ್ಪಿಸಿಕೊಳ್ಳುತ್ತಾ ಅವನು ಕುಳಿತೇ ಇದ್ದ.

ಅವನಿಗೆ ಮಂಪರ ಯಾವಾಗ ಬಂತೋ – ಕುಳಿತೇ ಹೇಗೆ ನಿದ್ದೆ ಮಾಡಿದನೋ ಒಂದೂ ತಿಳಿಯಲೇ ಇಲ್ಲ. ರಾತ್ರಿ ಕಳೆದು ಮತ್ತೆ ಪರ್ವತಾಗ್ರದಿಂದ ಷಾಮಾಷ್ ಇಣುಕುತ್ತಾ ಬೆಳಕು ಹಬ್ಬಿದಾಗ ಅವನಿಗೆ ಎಚ್ಚರವಾಯಿತು.

ಹಿಂದಿನ ಸಂಜೆ ತಾನು ನೋಡುತ್ತಿದ್ದ ಘಟನೆ ನಡೆದ ತಾಣದತ್ತ ಅವನ ದೃಷ್ಟಿ ಬಿತ್ತು. ಅಲ್ಲಿ ಆ ಹೆಣ್ಣಾಗಲಿ ಆ ದೈತ್ಯಮಾನವನಾಗಲಿ ಇರಲಿಲ್ಲ. ಬೇರೇನು ಮಾಡಲೂ ತೋಚದೆ ಅವನು ಮನೆಗೆ ಹೋಗಿ ತಂದೆಗೆ ನಡೆದುದೆಲ್ಲವನ್ನೂ ವಿವರಿಸಿದ.

"ಹೀಗೆಯೇ ಆಗುತ್ತದೆ ಎಂದು ನನಗೆ ಆಗಲೇ ಗೊತ್ತಿತ್ತು ಮಗು," ಎಂದು ಹಿರಿಯ ಹೇಳಿದ.

* * *

ಅತ್ತ ಆ ದೈತ್ಯಮಾನವನಿಗೆ ಆ ಹೆಣ್ಣಿನ ಪ್ರಚೋದನೆಗಳಿಂದ, ರೋಚಕ ವರ್ತನೆಗಳಿಂದ, ತನ್ನನ್ನು ತಾನೇ ಮರೆಯುವಂತಾಯಿತು.

ಇದು ಹೀಗೇ ಸದಾ ಸಾಗುತ್ತಿರಲಿ, ನಾನಿರುವವರೆಗೆ ಅರಿಯದ ಯಾವುದೋ ದೈಹಿಕಾನಂದದ ಅನುಭವ – ಇದು ಸದಾಕಾಲದ ಅನುಭವವಾಗಿರಲಿ ಎಂದೆನ್ನಿಸಿತು ಆ ದೈತ್ಯಮಾನವನಿಗೆ.

ಅವನಿಗೆ ತನ್ನ ಒಡನಾಡಿಗಳಾದ ಪ್ರಾಣಿಗಳಾಗಲಿ, ಜಿಂಕೆಗಳ ಸಮೂಹವಾಗಲಿ, ತಾನು ವಾಸಿಸುತ್ತಿದ್ದ ಪರ್ವತಾಗ್ರದ ಗುಹೆಯಾಗಲಿ ಸ್ಮರಣೆಗೆ ಬರಲೇ ಇಲ್ಲ. ತಾನು ಯಾವುದೋ ಒಂದು ನೂತನ ಪ್ರಪಂಚಕ್ಕೆ ನುಗ್ಗಿ ಬಿಟ್ಟಿದ್ದೇನೆ, ಈ ಹೆಣ್ಣಿನ ಸಹವಾಸ ತನಗೆ ಅತ್ಯಂತ ಹಿತಕರ, ಅತ್ಯಂತ ಅವಶ್ಯಕ ಎನ್ನಿಸಿತು. ಹೊರಗಿನಿಂದ ಪ್ರಚೋದಿತವಾದ ಅನಿವಾರ್ಯವೆನಿಸಿದ ಆರಂಭದ ಆಸಕ್ತಿ ಕ್ರಮೇಣ ಅವನಲ್ಲಿಯೇ ಸ್ವ-ಇಚ್ಛೆಯಾಗಿ ಅಂಕುರಿಸತೊಡಗಿತು. ಆನಂದಾನುಭವದ ಹಿಂದೆ ಇದ್ದ ಅವನ ಮೌಢ್ಯದ ನಿಷ್ಕ್ರಿಯತೆಯಲ್ಲಿ ನವೋನವೀನವಾದ ಕ್ರಿಯಾಶೀಲತ್ವ ರೂಪುಗೊಂಡಿತು. ಮೇಲಿಂದ ಮೇಲೆ ಒದಗಿಬಂದ ಆನಂದಾನುಭವ ಆ ದೈತ್ಯಮಾನವನನ್ನು ತೃಪ್ತಿಪಡಿಸದೆ, ಈ ಆನಂದಾನುಭವ ಇನ್ನೂ ಬೇಕು, ಇನ್ನೂ ಬೇಕು ಎಂಬ ಬಯಕೆಯನ್ನೇ ಮೂಡಿಸುತ್ತ ಹೋಯಿತು. ಅದರ ಫಲವಾಗಿ ಆರು ಹಗಲು, ಏಳು ರಾತ್ರಿಗಳು ಪೂರ ಅವರಿಬ್ಬರೂ ಎಡಬಿಡದೆ ಒಟ್ಟಿಗೆ ಆನಂದಾನುಭವದ ರುಚಿಯುಂಡರು.

ಆಗೊಮ್ಮೆ ಆ ದೈತ್ಯಮಾನವನಿಗೆ ಒಂದು ಬಗೆಯ ತೃಪ್ತಿಯೆನಿಸಿತು.

ಅದರ ಬೆನ್ನ ಹಿಂದೆಯೇ ಅವನು ತನ್ನ ಒಡನಾಡಿ ಪ್ರಾಣಿಗಳ ಬಳಿ ಸಾರಿದ. ಜಿಂಕೆಗಳು ಇವನನ್ನು ಕಂಡೊಡನೆಯೇ ಓಟಕಿತ್ತವು. ಕಾಡು ಪ್ರಾಣಿಗಳು ಅವನನ್ನು ದೂರದಲ್ಲಿ ಕಂಡೊಡನೆಯೇ ಪಲಾಯನ ಗೈದವು.

ಸ್ವಾಭಾವಿಕವಾಗಿ ಅವನು ಅವುಗಳ ಬೆನ್ನು ಹಿಂದೆ ಓಡುವವನೇ!

ಆ ಪ್ರಯತ್ನವನ್ನೂ ಮಾಡಿದ. ಹಗ್ಗದ ಕುಣಿಕೆಯಿಂದ ಶರೀರವನ್ನು ಬಿಗಿದು ಯಾರೋ ಹಿಂದಿನಿಂದ ಜಗ್ಗುತ್ತಿರುವಂತೆ ಅವನಿಗೆ ಭಾಸವಾಯಿತು. ಮಂಡಿ ಸಿಡಿದಂತೆ ಅನ್ನಿಸಿತು. ಆದರೂ ಪ್ರಯತ್ನಿಸಿದ. ತನ್ನ ಓಟ ತನಗೇ ನಿರ್ವೇಗವೆನಿಸಿತು. ಅವನ ಯಾವ ಒಡನಾಡಿ ಪ್ರಾಣಿಯೂ ಅವನಿಗೆ ಕಾಣದಂತೆ ಆಯಿತು. ಆಗ ಅವನಲ್ಲಿ ಕೆಲವು ಅನಿಸಿಕೆಗಳು ಮೂಡಿದವು.

ತಾನು ತನ್ನ ಮುಂಚಿನ ದೈತ್ಯ ಶಕ್ತಿಯನ್ನು ಕಳೆದುಕೊಂಡಿದ್ದೇನೆ ಎಂಬ ಮಾನವ ಸಹಜ ತಿಳಿವಳಿಕೆ ಅವನಿಗೆ ಉಂಟಾಯಿತು. ಅವನ ಮೃಗ ಹೃದಯದಲ್ಲಿ ಮಾನವೀಯತೆಯ ಬೀಜಾಂಕುರವಾಯಿತು. ಒಡನಾಡಿ ಪ್ರಾಣಿಗಳ ಚಿಂತನೆಯಿಂದ ಅವನ ಮನಸ್ಸು ಆ ಹೆಣ್ಣಿನತ್ತ

ಹಾರಿತು. ಅವನು ಹಿಂತಿರುಗಿ ಅವಳ ಬಳಿ ಸಾರಿದ. ಅವಳ ಪಾದದ ಬಳಿ ಕೂತ – ನಮ್ರ ವಿದ್ಯಾರ್ಥಿಯಂತೆ. ಅವಳತ್ತಲೇ ಎವೆಯಿಕ್ಕದೆ ನೋಡತೊಡಗಿದ.

ಅವನ ನೋಟದಲ್ಲಿದ್ದ ದೈತ್ಯತೆ ಮಾಯವಾಗಿ ಈಗ ಅಲ್ಲಿ ಮಾನವೀಯತೆ ಮೂಡಿ ನಿಂತಿದೆಯೆಂದೆನ್ನಿಸಿತು ಆ ಹೆಣ್ಣಿಗೆ.

ಅವನ ಕೈ ಹಿಡಿದು ಅಂಗೈ ಸವರುತ್ತಾ ಆ ಹೆಣ್ಣು "ಓ, ನಿನಗೆ ಪ್ರಜ್ಞೆ ಮೂಡಿದೆ. ಈಗ ನೀನು ದೇವರಂತೆ ಭಾಸವಾಗತೊಡಗಿರುವೆ. ಇಂತಹ ನೀನು ಕಾಡುಪ್ರಾಣಿಯಂತೆ ಏಕೆ ಈ ಪರ್ವತ ಪ್ರಾಂತದಲ್ಲಿ ಅಲೆದಾಡಬಯಸುತ್ತೀಯೆ? ನನ್ನೊಂದಿಗೆ ಬಾ. ನಿನ್ನನ್ನು ನಾನು ಊರೂಕ್ ಪಟ್ಟಣಕ್ಕೆ ಕರೆದೊಯ್ಯುತ್ತೇನೆ. ಬಲವಾದ ಕೋಟೆಯಿಂದ ಆ ಪಟ್ಟಣ ರಕ್ಷಿತವಾಗಿದೆ. ಪ್ರೇಮ ಹಾಗೂ ಸ್ವರ್ಗಗಳಿಗೆ ಒಡೆಯರಾದ ಇಷ್ತಾರ್* ಮತ್ತು ಅನುದೇವ ಮಂದಿರಗಳು ಅಲ್ಲಿವೆ. ಆ ಪಟ್ಟಣದಲ್ಲಿ ಮಹಾಬಲಿಷ್ಠನಾದ ದೊರೆ ಗಿಲ್ಗಮೇಶ್ ಇದ್ದಾನೆ. ಅವನು ತುಂಬ ಬಿಗಿಯಿಂದ ಆಳುವ ದೊರೆ. ಪ್ರಜಾಸಮುದಾಯ ಅವನನ್ನು ಕಂಡರೆ ಹೆದರಿ ತತ್ತರಿಸುತ್ತದೆ" ಎಂದು ಹೇಳಿದಳು.

"ಯಾಕೆ?"

"ದೊರೆ ಸಮರ್ಥ. ಆದರೆ ಅವನಿಗೆ ಹೆಣ್ಣುಗಳ ಹುಚ್ಚು."

"ನೀನು ಹೆಣ್ಣು."

"ಯಾರನ್ನೂ ಆತ ಬಿಡುವವನಲ್ಲ."

"ಹಾಗೋ !"

ಅವಳು ಹೇಳುತ್ತಿದ್ದುದನ್ನು ಅವನು ಗಮನವಿಟ್ಟು ಕೇಳುತ್ತಿದ್ದ. ಅರ್ಥವಾಗಿರಬೇಕು. ಏನನ್ನೋ ಧ್ಯಾನಿಸುವವನಂತೆ ಕುಳಿತ – ಒಂದು ನವೀನ ಭಂಗಿಯಲ್ಲಿ.

ಅವನ ಆ ಭಂಗಿಯನ್ನೇ ಆ ಹೆಣ್ಣು ಮೌನವಾಗಿ ನೋಡುತ್ತಿದ್ದಳು.

ಅವನು ಹಾಗೆಯೇ ಕುಳಿತಿದ್ದ, ಜಡಸದೃಶನಂತೆ.

ಸ್ವಲ್ಪ ಸಮಯವಾದ ಮೇಲೆ ಅವಳು ಅವನ ಭುಜವನ್ನು ಕುಲುಕಿದಳು.

ಅವನು ನಿದ್ದೆಯಿಂದೆದ್ದವನಂತೆ ಅತ್ತ ಇತ್ತ ನೋಡಿದ.

ಅವನ ಎದೆಯ ಮೇಲೆ ಕೈಯಾಡಿಸುತ್ತಾ ಆ ಹೆಣ್ಣು. "ಹಾಗೇಕೆ ಕುಳಿತಿದ್ದೆ? ನಾನು ಹೇಳಿದ್ದು ತಿಳಿಯಲಿಲ್ಲವೆ?" ಎಂದು ಪ್ರಶ್ನಿಸಿದಳು.

ಅವನು ಒಮ್ಮೆ ಹುಸಿನಕ್ಕ.

"ಈಗೇಕೆ ಇಂತಹ ನಗು?" ಅವಳು ಪ್ರಶ್ನಿಸಿದಳು.

"ನಾನೆಂತಹವನೆಂದು ನನಗೇ ನಗು ಬಂತು" ಎಂದ ಅವನು.

ಒಮ್ಮೆಲೇ ಅವನ ಬಾಯಿಂದ ಮಾತು ಕೇಳಿ ಅವಳು ಬೆರಗಾದಳು. ಪುಳಕಗೊಂಡಳು ಸಹ. ಅವನನ್ನು ತಬ್ಬಿಕೊಂಡಳು.

ಅವನು ಅವಳ ಬೆನ್ನಮೇಲೆ ಕೈಯಾಡಿಸುತ್ತಾ "ನಾನಾರು ಗೊತ್ತಾ?" ಎಂದು ಕೇಳಿದ. ಅವನ ದೃಷ್ಟಿ ಮಾತ್ರ ಬೇರೆತ್ತಲೋ ಊರ್ಧ್ವಲೋಕದತ್ತ ಇದ್ದಂತೆ ಭಾಸವಾಯಿತು.

"ನೀನು ಈವರೆಗೆ ಮಾತೇ ಆಡಿರಲಿಲ್ಲ. ನಾನು ಊದುವ ಶಂಖ ಊದುತ್ತಿದ್ದೆ ಅಷ್ಟೆ!"

"ಹೌದಲ್ಲವೆ? ನೋಡು ನಾನೇ ಎಲ್ಲ ಮರೆತಿದ್ದೆ. ನೀನು ಗಿಲ್ಗಮೇಶ್ ಹೆಸರು ಹೇಳಿದ್ದೇ

---

* ಸ್ವರ್ಗದ ರಾಣಿ. ಇರ್ನಿನಾ ಎಂದೂ ಇನನ್ನಾ ಎಂದೂ ಸಂಬೋಧಿಸುವುದುಂಟು.

ಎಲ್ಲ ನೆನಪಾಯಿತು. ನಾನಾರು? ಇಲ್ಲಿಗೇಕೆ ಬಂದೆ ಎಂಬುದೆಲ್ಲ ಸ್ಮರಣೆಗೆ ಬಂತು."

"ನೀನು ಯಾರು?"

"ನಾನು ಎಂಕಿಡು."

"ಎಂಕಿಡು !" ಅವಳು ಆಶ್ಚರ್ಯದಿಂದ ಉದ್ಗರಿಸಿದಳು.

"ಹೌದು. ನಾನು ಎಂಕಿಡು. ನನ್ನ ಜನನ ಈ ಪರ್ವತಾಗ್ರದ ವನರೌದ್ರತೆಯಲ್ಲಿ, ಸೃಷ್ಟಿದೇವತೆ ಆರೂರೂ ನನ್ನನ್ನು ಸೃಷ್ಟಿಸಿದಳು. ನಾನು ಇಡೀ ವಿಶ್ವದಲ್ಲೇ ಅತ್ಯಂತ ಬಲಿಷ್ಠ. ವಿಶ್ವದ ರೀತಿಯನ್ನು ಬದಲಾಯಿಸಲು ಜನ್ಮ ಧರಿಸಿದವನು ನಾನು. ನನಗದರ ನೆನಪೇ ಉಳಿದಿರಲಿಲ್ಲ. ಎಲೆ ಹೆಣ್ಣೆ, ನಿನ್ನ ಮಾತನ್ನು ಕೇಳುತ್ತ ಕೇಳುತ್ತ ನನಗೆಲ್ಲ ಸ್ಮರಣೆಗೆ ಬಂತು. ನಡಿ ಈಗಲೇ ಊರೂಕ್ ಪಟ್ಟಣಕ್ಕೆ ಹೋಗೋಣ. ಅಲ್ಲಿಗೆ ಹೋದೊಡನೆಯೇ ದಶದಿಕ್ಕುಗಳಿಗೂ ಕೇಳಿಸುವಂತೆ ಎಲ್ಲರಿಗಿಂತ ಬಲಿಷ್ಠನಾದ ನಾನು – ಎಂಕಿಡು ಆಗಮಿಸಿದ್ದೇನೆ ಎಂದು ಉದ್ಘೋಷಿಸುತ್ತೇನೆ. ನಾನು ಗಿಲ್ಗಮೇಶ್‌ನನ್ನು ನೋಡಬೇಕು."

"ನಿನ್ನಿಷ್ಟದಂತೆಯೇ ಆಗಲಿ. ಆದರೆ ಎಂಕಿಡು ಒಂದು ವಿಷಯ ಮಾತ್ರ ನೀನು ತಿಳಿದುಕೋ."

"ಏನದು ?"

"ನೀನು ಈ ಕಾಡುಮೇಡುಗಳನ್ನು ಬಿಟ್ಟು ಊರೂಕ್‌ನತ್ತ ಪ್ರಯಾಣ ಬೆಳೆಸುವ ಯೋಚನೆ ಮಾಡುತ್ತಿರುವುದು ಆಗಲೇ ಅವನ ಅಂತಃಚಕ್ಷುವಿಗೆ ಅರಿವಾಗಿರುತ್ತದೆ."

"ಅದರ ಚಿಂತೆ ಬೇಡ."

ಅವನ ತಲೆಗೂದಲಿನಲ್ಲಿ ಬೆರಳಾಡಿಸುತ್ತಾ ಅವಳು, "ಎಂಕಿಡು, ನೀನು ನನ್ನ ಕಣ್ಣಿಗೆ ಹೇಗೆ ಕಾಣಿಸುತ್ತೀ ಗೊತ್ತಾ? ನಿಜವಾಗಿ ದೇವತೆಯಂತೆ ಕಂಡುಬರುತ್ತೀ. ನಿನಗೇಕೆ ಚಿಂತೆ ? ನನ್ನ ಮಾತು ಕೇಳು. ಈ ಮೃಗ ಬಾಳನ್ನು ಬಿಟ್ಟು ಮಾನವನಾಗಿ ಬಾಳುವುದನ್ನು ಕಲಿತು ಊರೂಕ್ ಪಟ್ಟಣಕ್ಕೆ ಹೋಗೋಣ. ಏಳು. ಹು ಏಳು," ಎಂದು ಅವನನ್ನು ಹುರಿದುಂಬಿಸಿದಳು.

ಅವನು ಸಿಟಮ್ಮನೆ ಎದ್ದು, "ನಡೆ, ಹೋಗೋಣ" ಎಂದು ಹೆಜ್ಜೆ ಹಾಕತೊಡಗಿದ.

"ಸ್ವಲ್ಪ ತಡಿ" ಎಂದ ಅವಳು ತನ್ನ ಉಡಿಗೆಯ ಅರ್ಧ ಹರಿದು ಅವನಿಗೆ ಅದನ್ನು ಹೊದಿಸಿ ಅವನ ಅಖಂಡ ನಗ್ನತೆಯನ್ನು ಅರೆ ನಿವಾರಿಸಿ ಅವನನ್ನು ಕುರಿಗಾಹಿ ಪಾಳ್ಯವೊಂದಕ್ಕೆ ಕರೆದೊಯ್ದಳು.

ಅಲ್ಲಿ ಅವನಿಗೆ ಕ್ರಮವಾಗಿ ನಾಗರಿಕ ಊಟ-ಉಪಚಾರ, ಉಡಿಗೆ-ತೊಡಿಗೆ, ಎಲ್ಲದರ ಅರಿವಾಯಿತು. ಅವನು ನಿಜ ಮಾನವನಾದ. ಆ ಪಾಳ್ಯದ ಸುತ್ತಲಿನ ತೋಳ, ಸಿಂಹಗಳು ಅವನ ತೋಳ ಬಲಕ್ಕೆ ಆಹುತಿಯಾದುವು, ಕುರಿಗಾಹಿಗಳಿಗೆ ಭಯ ನಿವಾರಣೆ ಆಯಿತು. ಪಾಳ್ಯದ ಸಂತಸಕ್ಕೆ ಪಾರವೇ ಇಲ್ಲವಾಯಿತು.

ಪಾಳ್ಯದಲ್ಲಿ ಒಬ್ಬನಾಗಿ ಎಂಕಿಡು ಅಲ್ಲಿ ಸಂತಸದಿಂದಲೇ ಕೆಲಕಾಲ ಕಳೆದ.

ಹೀಗಿರುವಾಗ ಒಂದು ದಿನ ಪಾಳ್ಯದತ್ತಲೇ ಹೆಜ್ಜೆಹಾಕಿ ಬರುತ್ತಿದ್ದ ಒಬ್ಬ ಅಪರಿಚಿತ ವ್ಯಕ್ತಿಯನ್ನು ಎಂಕಿಡು ನೋಡಿದ. ಅವನು ಯಾರೆಂಬುದನ್ನು ತಿಳಿಯಬೇಕೆನಿಸಿತು ಅವನಿಗೆ. ತನ್ನ ಜೊತೆಗಾತಿಯನ್ನು ಕರೆದು, "ಅವನನ್ನು ಇಲ್ಲಿಗೆ ಕರೆದು ತಾ." ಎಂದ.

ಅವಳು ಅವನನ್ನು ಎಂಕಿಡು ಬಳಿಗೆ ಕರೆತಂದಳು.

ಸೋತು ಸೋರೆಕಾಯಿಯಾದ ಅವನ ಮುಖ ನೋಡಿದ ಎಂಕಿಡು. "ನೀನು ತುಂಬಾ ಆಯಾಸಗೊಂಡಂತಿದೆ. ಎಲ್ಲಿಂದ ಬರುತ್ತಿರುವಿ? ಪ್ರಯಾಣವೆಲ್ಲಿಗೆ?" ಎಂದು ಕೇಳಿದ.

"ಬೇರೇನು ಮಾರ್ಗ ತೋರದೆ ಅಲ್ಲಿಂದ ಕಾಲ್ತೆಗೆದು ಹೊರಟಿದ್ದೇನೆ. ಎಲ್ಲಿಗೆಂದು ನನಗೇ ತಿಳಿಯದು." ಆಯಾಸ ದುಗುಡಗಳಿಂದ ಅಪರಿಚಿತ ವ್ಯಕ್ತಿ ಹೇಳಿದ.

"ಅರ್ಥವಾಗಲಿಲ್ಲ. ವಿವರಿಸು."

"ಊರೂಕ್‌ನಲ್ಲಿ ಡಂಗುರ ಹಾಕಿದರು. ಪತ್ನಿಯನ್ನು ಆಯುವ ಮೇಳಕ್ಕೆ. ಊರಿನ ಜನರೆಲ್ಲ ಆ ಮೇಳ ತಾಣದಲ್ಲಿ ಆ ಸಲುವಾಗಿ ಸೇರಿದರು. ಗಿಲ್ಗಮೇಶ್ ಅಲ್ಲಿಗೆ ಬಂದ. ಅಲ್ಲಿ ಸೇರಿದ್ದ ಜನಕ್ಕೆ ಛೀಮಾರಿ ಹಾಕಿದ."

"ಛೀಮಾರಿ ಏಕೆ?"

"ಅವನು ವಿಚಿತ್ರ ಕೆಲಸ ಮಾಡುತ್ತಾನೆ. ಲಗ್ನಕ್ಕೆ ಒದವಿದ ಕನ್ನೆ ಸೈನಿಕನ ಮಗಳಾಗಲಿ, ಸಂಪನ್ನ ಶ್ರೀಮಂತನ ಮಗಳಾಗಲಿ, ಯಾರೇ ಆಗಲಿ ಮೊದಲು ಅವಳು ತನ್ನ ಉಪಭೋಗಕ್ಕೆ – ಎನ್ನುತ್ತಾನೆ."

"ಅದೇಕೆ ಹಾಗೆ ?"

"ಅವನು ದೊರೆ. ದೊರೆಗೆ ಶುದ್ಧ ಮೊದಲಂತೆ ! ನಂತರ ಎಂಜಲು ಗಂಡನಿಗಂತೆ !"

"ವಿಚಿತ್ರವಾಗಿದೆ."

"ಅವನಿಗೆ ಅದು ಜನ್ಮಸಿದ್ಧ ಹಕ್ಕಿನಂತಾಗಿದೆ. ಈಗೇನು ಮಾಡುವುದು? ಇಡೀ ಪಟ್ಟಣ ಮುಲುಗುತ್ತಿದೆ."

"ಹಾಗೇನು ?" ಎಂದು ಎಂಕಿಡು ಆಲೋಚನಾಪರನಾದ. ಅವನಿಗೆ ಯಾವುದೋ ಸ್ಮರಣೆ ಬಂದು ಹೊಸ ಹುರುಪು ಅವನ ದೇಹದಲ್ಲೆಲ್ಲಾ ಸಂಚರಿಸಿತು.

ಎಂಕಿಡು ಥಟ್ಟನೆ ಎದ್ದು ನಿಂತ.

ಹೆಣ್ಣು ಅವನತ್ತ ಹುಡುಕು ನೋಟ ಬೀರಿದಳು.

"ಹೆದರಬೇಡ. ನಾನೀಗಲೇ ಊರೂಕ್ ಪಟ್ಟಣಕ್ಕೆ ಹೊರಟೆ. ಹೋಗಿ ಅಲ್ಲಿನ ಹಳೇ ಪದ್ಧತಿ ಗಳನ್ನೆಲ್ಲ ಬದಲಿಸುತ್ತೇನೆ. ನಾನೆಲ್ಲರಿಗಿಂತ ಬಲಿಷ್ಠ ಎಂದು ಘೋಷಿಸುತ್ತಾ ಗಿಲ್ಗಮೇಶ್‌ನನ್ನು ಧೈರ್ಯವಾಗಿ ಇದಿರಿಸುತ್ತೇನೆ," ಎಂದು ಜೊತೆಗಾತಿ ಹೆಣ್ಣಿನತ್ತ ನೋಡಿದ.

ಅವಳು ಒಪ್ಪಿಗೆ ಸೂಚಿಸುವ ನಗೆನೋಟ ಬೀರಿ ಮುಂದಡಿ ಇಟ್ಟಳು.

ಅವಳು ಮುಂದೆ.

ಇವನು ಹಿಂದೆ.

* * *

ಊರೂಕ್ ಪಟ್ಟಣದಲ್ಲಿ, ಅತ್ತ ಲಗ್ನದ ನಿಮಿತ್ತ ಶಯನಾಗಾರ ಸಜ್ಜಾಗಿ ಅಲಂಕೃತವಾಗಿತ್ತು – ಶೃಂಗಾರ ದೇವತೆಯ ವಿಹಾರಕ್ಕೋ ಎಂಬ ರೀತಿಯಲ್ಲಿ. ಕನ್ನೆ ತನ್ನ ಕೈಹಿಡಿದು ಬಾಳಸಂಗಾತಿ ಯಾಗುವವನ ಸಲುವಾಗಿ ಕಾದಿದ್ದಳು. ಅವನ ಬದಲು ಗಿಲ್ಗಮೇಶ್ ಆ ಶಯನಾಗಾರದತ್ತ ತನ್ನ ದೈತ್ಯ ಹೆಜ್ಜೆ ಹಾಕಿದ.

ಇದ್ದಕ್ಕಿದ್ದ ಹಾಗೇ ಅವನಿಗಿದಿರಾಗಿ ನಿಂತ ಎಂಕಿಡು.

ಬಾಗಿಲ ಬಳಿ ಗಿಲ್ಗಮೇಶ್‌ನನ್ನು ತಡೆದ.

ಇಡೀ ಜೀವನದಲ್ಲಿ ಗಿಲ್ಗಮೇಶ್‌ಗೆ ಎಂದೂ ಯಾರೂ ಈ ರೀತಿ ಅಡ್ಡಿ ಮಾಡಿರಲಿಲ್ಲ. ಅವನ ಕಣ್ಣುಗಳು ರೋಷೋನ್ಮತ್ತವಾಗಿ ಕೆಂಡಕಾರಿದವು.

ಎಂಕಿಡುವಿನ ಕಣ್ಣಲ್ಲಿ ಆ ಜ್ವಾಲೆ ಭುಗಿಲ್ಲೆಂದಿತು.

ಪರಸ್ಪರ ಮಹೋಗ್ರ ನೋಟ ಬೀರಿದರು.

ಇಬ್ಬರೂ ಸ್ತಬ್ಧರಾಗಿ ನಿಂತರು. ಇಬ್ಬರ ಮನಸ್ಸೂ ಯಾವುದೇ ಹಿಂದಿನದನ್ನು ಸ್ಮರಿಸಿಕೊಂಡವು.

ಗಿಲ್ಗಮೇಶ್‌ಗೆ ತನಗೆ ಬಿದ್ದಿದ್ದ ಎರಡು ಕನಸುಗಳು ಥಟ್ಟನೆ ನೆನಪಿಗೆ ಬಂದವು. ಎಂಕಿಡುವನ್ನು ಮೇಲಿನಿಂದ ಕೆಳಗಿನವರೆಗೆ ನೋಡಿದ. ಒಂದು ಬಗೆಯ ಸಮಾಧಾನ ಮೂಡಿತು ಅವನಲ್ಲಿ.

ಎಂಕಿಡುವಿನ ಚಿತ್ರದಲ್ಲಿ ತನ್ನ ಜನ್ಮದ ಪೂರ್ಣ ನೆನಪು ಮೂಡಿ ನಿಂತಿತು.

"ಓಹ್, ಗಿಲ್ಗಮೇಶ್‌ನ ದಬ್ಬಾಳಿಕೆಗೆ ಊರೂಕ್‌ನ ಜನ ನೊಂದು ಬೇಸತ್ತಿತ್ತು. ಒಟ್ಟಾಗಿ ದೇವ ದೇವತೆಗಳಲ್ಲಿ ಮೊರೆಯಿಟ್ಟರು. ಆ ದೇವ ದೇವತೆಗಳು ದೇವರ ದೇವ ಅನುವಿಗೆ ವಿಷಯ ತಿಳಿಸಿ, 'ಓ ದೇವ, ಈಗ ನೀನೇನಾದರೂ ಮಾಡಲೇಬೇಕು. ಈ ನೊಂದು ಬೇಸತ್ತಿರುವ ಜನಕ್ಕೆ ನೆಮ್ಮದಿ ಸಿಗಬೇಕು' ಎಂದರು. ಕೂಡಲೇ ದೇವರದೇವ ಅನು, ಸೃಷ್ಟಿದೇವತೆ ಆರೂರೂವನ್ನು ಆಹ್ವಾನಿಸಿ, 'ಗಿಲ್ಗಮೇಶ್‌ಗೆ ಸರಿಸಮಾನ ಶಕ್ತಿಯುಳ್ಳವನೊಬ್ಬನನ್ನು ನೀನು ಕೂಡಲೇ ಸೃಷ್ಟಿಸು. ಉರಿಗೆ ಉರಿ, ಚಂಡಮಾರುತಕ್ಕೆ ಚಂಡಮಾರುತ ಆಗಿರಬೇಕು ಅವನು. ಒಟ್ಟಿನಲ್ಲಿ ಗಿಲ್ಗಮೇಶ್‌ನ ಪ್ರತಿಶಕ್ತಿಯಾಗಿರಬೇಕು. ಇಬ್ಬರ ಮುಖಾಮುಖಿಯಿಂದ ಊರೂಕ್‌ಗೆ ನೆಮ್ಮದಿ ಬರುವಂತಾಗಬೇಕು' ಎಂದು ಆಜ್ಞೆ ಮಾಡಿದ. ಸೃಷ್ಟಿದೇವತೆ ಆರೂರೂ ತನ್ನ ಮನೋಗರ್ಭದಲ್ಲಿ, ಅನುದೇವನ ಆಜ್ಞೆಗೆ ಅನುಗುಣವಾದ, ಆ ದೇವನದೇ ಬೀಜಶಕ್ತಿಯಿಂದ ಕೂಡಿದ ಒಂದು ಬಿಂಬ ಸೃಷ್ಟಿಸಿದಳು. ತನ್ನೆರಡೂ ಕೈಗಳನ್ನು ನೀರಿನಲ್ಲಿ ಮುಳುಗಿಸಿದಳು. ಮಣ್ಣಿನ ಮುದ್ದೆಯೊಂದನ್ನು ಹೊರತೆಗೆದು ಪರ್ವತಮಧ್ಯದ ದಟ್ಟ ಕಾನನದೊಳಕ್ಕೆ ಇಳಿಬಿಟ್ಟಳು. 'ಎಂಕಿಡು ನಿನ್ನ ಸೃಷ್ಟಿಯಾದಂತೆಯೇ! ರಣದೇವ ನಿನುತ್ರನಂತೆ ನೀನು ಬಲಿಷ್ಠನಾಗು. ಕೃತಕಾರ್ಯನಾಗು' ಎಂದು ಹರಸಿದಳು."

ಇದೆಲ್ಲ ನೆನಪಿಗೆ ಬಂತು. ಜೊತೆಯಲ್ಲೇ ಕೃತಕಾರ್ಯನಾಗು ಎಂದಾಗ ಕಿವಿಯಲ್ಲಿ ಆರೂರೂ ಉಸಿರಿದ್ದೂ ನೆನಪಾಯಿತು ಎಂಕಿಡುವಿಗೆ. ಅವನು ರೋಷೋನ್ಮತ್ತನಾಗಿ ಸೆಟೆದು ನಿಂತು ಎದೆ ಮುಂದಕ್ಕೆ ಚಾಚಿದ.

ಗಿಲ್ಗಮೇಶ್ ಗಂಭೀರನಾಗಿ ರಾಜಠೀವಿಯಿಂದ, "ದಾರಿ ಬಿಡು. ನನ್ನ ಹಕ್ಕಿಗೆ ಅಡ್ಡಬರಬೇಡ," ಎಂದ.

"ಹಕ್ಕೆ? ಯಾರು ಕೊಟ್ಟವರು? ಅದಕ್ಕೇನು ನೀತಿಯ ನೆಲೆಯಿಲ್ಲವೆ?"

"ಅದನ್ನು ಕೇಳಲು ನೀನಾರು? ದಾರಿ ಬಿಡು. ಇಲ್ಲದಿದ್ದರೆ ನಿನ್ನ ಕತೆ ಮುಗಿಯಿತು ಎಂದು ತಿಳಿ."

"ಆ ಶಕ್ತಿ ನಿನಗಿದ್ದರೆ ತೋರಿಸು ನಿನ್ನ ಕೈ."

"ಬೇಡ, ಸುಮ್ಮನೆ ದಾರಿ ಬಿಟ್ಟು ಬದುಕಿಕೊ."

"ಶಕ್ತಿಯಿದ್ದರೆ ನೀನೇ ದಾರಿ ಬಿಡಿಸಿಕೊಂಡು ಹೋಗು, ನೋಡೋಣ. ನಾನು ಯಾರೆಂದು ತಿಳಿದಿರುವೆ? ಇಡೀ ವಿಶ್ವದಲ್ಲೇ ಎಲ್ಲರಿಗಿಂತ ಬಲಿಷ್ಠನಾದವನು. ನನಗೆ ಆ ವರವಿದೆ."

ಗಹಗಹಿಸಿ ನಗುತ್ತಾ ಗಿಲ್ಗಮೇಶ್ "ವರವಂತೆ ವರ" ಎಂದು ಎಂಕಿಡುವನ್ನು ಪಕ್ಕಕ್ಕೆ ತಳ್ಳಲು ಪ್ರಯತ್ನಿಸಿದ. ಅವನು ಅಚಲ ಪರ್ವತದಂತೆ ಅಲುಗದೆ ನಿಂತ.

ಗಿಲ್ಗಮೇಶ್ ತನ್ನ ಶಕ್ತಿವರ್ಧನೆಗೆ ಅತಿಮಾನವ ಶಕ್ತಿ ಧಾರಣೆ ಮಾಡಿ ಎಪ್ಪತ್ತೆರಡು ಹಸ್ತದೆತ್ತರಕ್ಕೆ ಬೆಳೆದು ನಿಂತ. ಅವನ ಮೈ ಇಪ್ಪತ್ನಾಲ್ಕು ಹಸ್ತದ ಸುತ್ತಾಗಿ ಮೈತುಂಬಿತು.

ಎಂಕಿಡು ಸಹ ತಾನೂ ತನ್ನ ಅತಿಮಾನವ ಶಕ್ತಿವರ್ಧನೆ ಮಾಡಿಕೊಂಡು ಸಮಸಮವಾಗಿ ನಿಂತ.

ಇಬ್ಬರೂ ಕೈಹಿಡಿದು ಜಗ್ಗಿದರು. ಮದಿಸಿದ ಗೂಳಿಗಳಂತೆ ಗುಟುರು ಹಾಕಿದರು. ದ್ವಂದ್ವ ಕಾಳಗಕ್ಕೆ ತೊಡಗಿಯೇ ಬಿಟ್ಟರು.

ಜನ ತಮ್ಮ ಎದೆಯನ್ನು ಕೈಯಲ್ಲಿ ಅದುಮಿಕೊಂಡು ನಿಬ್ಬೆರಗಾಗಿ ಈ ಸೆಣಸಾಟ ನೋಡುತ್ತ ನಿಂತರು.

ಶಯನಾಗಾರದ ದ್ವಾರ ಛಿದ್ರಚೂರಾಯಿತು. ಅದರ ಭಿತ್ತಿಗಳು ಗಡಗಡನೆ ನಡುಗಿದವು. ದ್ವಂದ್ವ ಎಂದಿಗೂ ಮುಗಿಯಲೇಬಾರದೇನೋ ಎಂಬಂತೆ ಭಯಂಕರವಾಗಿ ಸಾಗಿತು. ಕಡೆಗೆ ಗಿಲ್ಗಮೇಶ್ ತನ್ನ ಕಾಲನ್ನು ಭದ್ರವಾಗಿ ಊರಿ, ಮಂಡಿ ಬಾಗಿಸಿ ಎಂಕಿಡುವನ್ನು ಹಿಡಿದೆತ್ತಿ ಆಚೆಗೆ ತೂರಿಬಿಟ್ಟ. ಸುರುಳಿ ಲಾಗಹಾಕುತ್ತ ಎಂಕಿಡು ನೆಲಕಚ್ಚಿದ. ಆಗ ಅವನಿಗೆ ನಿಜವಾದ ಜ್ಞಾನೋದಯವಾದಂತಾಯಿತು – ತನ್ನ ರಕ್ತ ಕುಂದಲು ಹೆಣ್ಣೆ ಕಾರಣ ಎಂದು. ತನ್ನ ಜನ್ಮದ ಗುರಿ ಅವನ ಕಣ್ಮುಂದೆ ನಿಂತಿತು. 'ಊರೂಕ್‌ಗೆ ನೆಮ್ಮದಿಯಾಗಬೇಕು – ಊರೂಕ್‌ಗೆ ನೆಮ್ಮದಿ ಯಾಗಬೇಕು' ಎಂಬ ಗುರಿ ಅವನ ಹೃದಯದಲ್ಲಿ ಸ್ಪಂದಿಸಿತು. ಅವನ ರೋಷ ಕ್ರಮೇಣ ಆರಿತು.

ನಂತರ ಮೆಲ್ಲನೆದ್ದುನಿಂತ ಎಂಕಿಡು "ನಿನ್ನಂತಹ ಬಲಿಷ್ಠ ಈ ವಿಶ್ವದಲ್ಲಿ ಬೇರೊಬ್ಬನಿಲ್ಲ ಗಿಲ್ಗಮೇಶ್. ಈಗ ನನಗೆಲ್ಲ ಪರಿಸ್ಥಿತಿ ಅರ್ಥವಾಗಿದೆ. ಬಲಿಷ್ಠ ಗೂಳಿಯಂತಹ ಶಕ್ತಿಯಿರುವ ನಿನ್‌ಸುನ್ ನಿನ್ನ ತಾಯಿಯಲ್ಲವೇ? ಈ ಕಾರಣದಿಂದಲೇ ನೀನು ಉಳಿದವರಿಗಿಂತ ಮೇಲಾದೆ. ನಮ್ಮ ವಾಯು ದೇವ ಎನ್‌ಲಿಲ್ ನಿನಗೆ ದೊರೆತನವನ್ನು ಕರುಣಿಸಿದ. ಏಕೆಂದರೆ ನೀನು ಅಜೇಯ," ಎಂದ.

ಇಬ್ಬರಿಗೂ ಅಂತಃಪ್ರೇರಣೆಯಾಯಿತು. ಒಮ್ಮೆಲೇ ಇಬ್ಬರೂ ಅವರವರ ಹಸ್ತ ಚಾಚಿದರು. ಕೈಹಿಡಿದು ಒಬ್ಬರನ್ನೊಬ್ಬರು ಬರಸೆಳೆದು ಆಲಿಂಗಿಸಿಕೊಂಡರು. ಅವರಿಬ್ಬರಲ್ಲಿ ಸ್ನೇಹದ ಬೆಸುಗೆಯಾಯಿತು.

ಕ್ಷಣ ಕಾಲಾನಂತರ ಸ್ನೇಹ ಬಂಧನ ಸಡಿಲಿಸಿದ ಗಿಲ್ಗಮೇಶ್, "ಎಂಕಿಡು ನನ್ನ ಕನಸುಗಳು ನನಗೆ ನಿನ್ನಾಗಮನವನ್ನು ಮೊದಲೇ ಸೂಚಿಸಿದ್ದವು," ಎಂದ.

"ಹೌದೆ? ಎಂತಹ ಕನಸುಗಳು?" ಎಂಕಿಡು ಕೇಳಿದ.

"ಹೇಳುತ್ತೇನೆ ಕೇಳು. ನಾನು ಸಂತೋಷದಿಂದ ಪುಳಕಿತನಾಗಿದ್ದೆ. ನನ್ನ ಸುತ್ತ ತಂಡದವ ರೊಂದಿಗೆ ನಾನು ರಾತ್ರಿಯಿಡೀ ನಕ್ಷತ್ರಗಳಡಿ ಬಾನ್ಗಳದಲ್ಲಿ ಸಾಗಿದ್ದೆ. ಅನುವಿನ ಬೀಜಶಕ್ತಿ ಪಡೆದ ಉಲ್ಕೆ ಸ್ವರ್ಗದಿಂದ ಭೂಮಿಗೆ ಬಂದು ಬಿತ್ತು. ಅದನ್ನೆತ್ತಲು ಪ್ರಯತ್ನಿಸಿದೆ. ಊರೂಕ್‌ನ ಜನಜಾತ್ರೆ ನೆರೆಯಿತು. ಆ ಉಲ್ಕೆಗೆ ಅವರು ಮುತ್ತಿಡಲು ನುಗ್ಗಿದರು. ಆದರೆ ನನಗೆ ಅದರ ಮೇಲೆ ಸ್ತ್ರೀವ್ಯಾಮೋಹದಂತಹ ಒಂದು ವ್ಯಾಮೋಹ ಉತ್ಪನ್ನವಾಯಿತು. ಅದನ್ನು ಕಟ್ಟಿ ಎತ್ತಿ ತಂದು ನನ್ನ ತಾಯಿಗೆ ಕೊಟ್ಟೆ. ಕೂಡಲೇ ನನ್ನ ತಾಯಿ ನಿನ್‌ಸುನ್ ಏನು ಹೇಳಿದಳು ಗೊತ್ತೆ ?"

"ಏನು ಹೇಳಿದಳು ?"

"ಮಗು, ಇದು ನಿನ್ನ ಸೋದರ" ಎಂದಳು. ಅದೂ ಸಹ ಕನಸಿನಲ್ಲಿಯೇ."

"ಹೌದೆ ?"

"ಅಷ್ಟೇ ಅಲ್ಲ. ನನಗೆ ಮತ್ತೊಂದು ಕನಸು ಬಿತ್ತು. ನಮ್ಮ ಈ ಊರೂಕ್ ಪಟ್ಟಣದಲ್ಲಿ ಒಂದು ಪರಶು ರಸ್ತೆಯಲ್ಲಿ ಬಿದ್ದಿತ್ತು. ಅದರ ಆಕಾರ ಮಾತ್ರ ಬಹಳ ವಿಚಿತ್ರವಾಗಿತ್ತು. ಜನಜಂಗುಳಿ ಅದರ ಸುತ್ತ ನೆರೆಯಿತು. ನಾನು ನನಗರಿವಿಲ್ಲದಂತೆ ಅದರ ಮೇಲೆ ಬಾಗಿದೆ. ಅದರ ಆಕರ್ಷಣ ಸೆಳವು ಅಷ್ಟು ಜೋರಾಗಿತ್ತು, ಹೆಂಗಸಿನ ಆಕರ್ಷಣೆಗಿಂತ ಬಲವತ್ತರ,

ಅದನ್ನೆತ್ತಿ ನಾನು ನನ್ನ ಸೊಂಟದಲ್ಲಿ ಧರಿಸಿದೆ" ಎಂದು ಗಿಲ್ಗಮೇಶ್ ಮಾತು ನಿಲ್ಲಿಸಿದ.

"ಆಮೇಲೆ" ಎಂಕಿಡು ಕೇಳಿದ.

"ಕನಸುಗಳನ್ನು ನನ್ನ ತಾಯಿಗೆ ಹೇಳಿದೆ. ಅವಳು ಮಹಾಪ್ರಾಜ್ಞೆ, ಅವಳೇನು ಹೇಳಿದಳು ಗೊತ್ತೆ?"

ಎಂಕಿಡು ಅವಳೇನು ಹೇಳಿದಳೆಂಬುದನ್ನು ತಿಳಿಯುವ ಉತ್ಸಾಹ ಪ್ರಕಟಿಸಿದ.

"ಮಗು, ಅದು ನಿನಗೆ ಮುಂದೆ ಲಭ್ಯವಾಗುವ ಬಲಿಷ್ಠ ಜೊತೆಗಾರನನ್ನು ಸಂಕೇತಿಸುತ್ತದೆ. ಆ ಜೊತೆಗಾರ, ಕಾಡಿನಲ್ಲಿ ಪ್ರಾಣಿಗಳ ನಡುವೆ ಬೆಳೆಯುತ್ತಾನೆ. ಅವನ ಶಕ್ತಿ ದೇವತಾಶಕ್ತಿ. ಅವನನ್ನು ಕಂಡಾಗ ನಿನಗೆ ತುಂಬಾ ಪ್ರಿಯವೆನಿಸುತ್ತದೆ. ನಿನಗೆ ದೊರೆತ ಕೊಡಲಿ, ಆ ಶಕ್ತಿಶಾಲಿಯ ನೆರವು ಸಹ ನಿನಗೆ ಲಭ್ಯವಾಗುತ್ತದೆ ಎಂಬುದರ ಸಂಕೇತ,' ಎಂದಳು. ಆಗ ನಾನು, 'ಈ ದೇವ ಸಂದೇಶ ನನ್ನ ಪಾಲಿನ ಭಾಗ್ಯ' ಎಂದು ನನ್ನ ತಾಯಿಗೆ ಹೇಳಿದೆ" ಎಂದ.

ಬೆರಗುಗಣ್ಣಿಂದ ಎಂಕಿಡು ಗಿಲ್ಗಮೇಶ್‌ನತ್ತ ನೋಡುತ್ತಿದ್ದ.

"ಎಂಕಿಡು ನಿನ್ನಾಗಮನವಾಯಿತು. ನನ್ನ ಕನಸು ನನಸಾಯಿತು. ಇನ್ನು ಮುಂದೆ ನೀನು ನನ್ನ ಸೋದರ."

"ಆಯಿತು ನಡಿ, ನಿನ್ನ ನಿವಾಸಕ್ಕೆ ಹೋಗೋಣ."

"ಈ ಶಯನಾಗಾರ..."

ಎಂಕಿಡು ನಡುವೆಯೇ ತಡೆದು "ಗಿಲ್ಗಮೇಶ್, ನಿನಗೆ ದೇವದತ್ತವಾದ ವರವಿದೆ; ಶಕ್ತಿಯಿದೆ. ಅದನ್ನು ಉಪಯೋಗಿಸುವ, ಬಿಡುವ ಪರಿಜ್ಞಾನವೂ ನಿನ್ನದೇ. ನೀನು ಜನರನ್ನು ಕತ್ತಲಲ್ಲಿ ನೂಕಬಹುದು. ಇಲ್ಲ ಅವರಿಗೆ ಬೆಳಕನ್ನು ನೀಡಬಹುದು. ಸದಾ ಗೆಲುವೆಲ್ಲಾ ನಿನ್ನದೇ ನಿಜ. ಅದರೆ ಒಂದು ಮಾತು. ನಿನ್ನ ಈ ಶಕ್ತಿಯ ದುರುಪಯೋಗ ಮಾತ್ರ ಮಾಡಬೇಡ. ಎಲ್ಲರೊಂದಿಗೆ ನ್ಯಾಯವಾಗಿ ವರ್ತಿಸು. ಷಾಮಾಷ್‌ನ ಇದಿರಿಗೆ ಎಂದೂ ಅನ್ಯಾಯ ಮಾಡಬೇಡ. ಊರೂಕ್‌ನ ಜನರಿಗೆ ನೆಮ್ಮದಿ ಸಿಗಲಿ" ಎಂದು ತಿಳಿವಳಿಕೆ ಮೂಡಿಸಿದ.

ಇಬ್ಬರೂ ಗಾಢವಾಗಿ ಆಲಿಂಗಿಸಿ ನಿಂತರು, ಯಮಳ ಪರ್ವತಗಳು ಏಕೀಭವಿಸಿದಂತೆ.

"ಭಯನಿವಾರಣೆ ಮಾಡಿ ಜನಕ್ಕೆ ನೆಮ್ಮದಿ ನೀಡುವ, ತಿಳಿವಳಿಕೆ ಮೂಡಿಸುವ, ಸ್ನೇಹಾಂಕುರಕ್ಕೆ ಎಡೆಮಾಡಿಕೊಡುವ ದೈತ್ಯಶಕ್ತಿಗಳ ಈ ಮಿಲನ ಅಮರವಾಗಲಿ" ಎಂದು ಊರೂಕ್ ಜನತೆ ಒಕ್ಕೊರಲಿನಿಂದ ಉದ್ಘೋಷಿಸಿತು. ❍

○ 'ಗಿಲ್ಗಮೇಶನ ಮಹಾಕಾವ್ಯ'

ಜಲಪ್ರಳಯ

ಸಿದೂರಿ* ಹರೆಯದ ಯುವತಿ; ಸುರಸುಂದರಿ. ಅವಳು ಸದಾ ಅವಕುಂಠನವತಿ. ಸಮುದ್ರದಂಚಿನ ತೋಟ ಅವಳ ವಾಸಸ್ಥಾನ. ಅವಳು ಸಾಮಾನ್ಯಳಲ್ಲ. ಅವಳು ಸಿದ್ಧಪಡಿಸುವ ಅಮೃತೋಪಮವೆನಿಸುವ ಸುರೆ ದೇವತೆಗಳಿಗೂ ತೃಪ್ತಿ ನೀಡಬಲ್ಲುದು. ಅವಳಿತ್ತ ಸುರೆಯಿಂಟಿ ಸುಪ್ರೀತರಾದ ದೇವತೆಗಳು ಅವಳಿಗೆ ಕನಕದ ಕೊಪ್ಪರಿಗೆ, ಬೋಗುಣಿಗಳನ್ನು ಬಳುವಳಿಯಾಗಿ ಕೊಟ್ಟಿದ್ದರು – ಸುರೆಯ ಹಂಚಿಕೆಗಾಗಿ.

ಎಂದಿನಂತೆ ಅಂದೂ ಅವಳು ತನ್ನ ನಿವಾಸದ ದ್ವಾರ ತೆಗೆದು ಕನಕ ಕೊಪ್ಪರಿಗೆಗಳ ಬದಿಯಲ್ಲಿ ಆಸೀನಳಾಗಿದ್ದಳು. ಇದ್ದಕ್ಕಿದ್ದ ಹಾಗೇ ಅವಳ ದೃಷ್ಟಿ ದೂರದಲ್ಲಿ ತನ್ನ ನಿವಾಸದತ್ತಲೇ ಹೆಜ್ಜೆ ಹಾಕುತ್ತಿದ್ದ ವ್ಯಕ್ತಿಯತ್ತ ಹೋಯಿತು.

"ಯಾರಿವನು ಈ ಚರ್ಮಾಂಬರಧಾರಿ? ಈ ಮಾರ್ಗವಾಗಿ ಏಕೆ ಬರುತ್ತಿದ್ದಾನೆ?" ಎಂದು ಅವಳ ಮನಸ್ಸು ಯೋಚಿಸಿತು. ದೃಷ್ಟಿಯಿಟ್ಟು ನೋಡಿದಳು. ಅವನು ಇನ್ನೂ ದೂರ ಇದ್ದ ನಿಜ. ಆದರೆ ಅವಳ ಹದ್ದಿನ ಕಣ್ಣಿಗೆ, "ಇವನೊಬ್ಬ ಘಾತುಕ" ಎನ್ನಿಸಿತು.

"ಈ ಘಾತುಕ ಎತ್ತ ಸಾಗಿರಬಹುದು? ಗುರಿ ಏನು?" ಎಂದು ಅವಳ ಮನಸ್ಸು ಪ್ರಶ್ನಿಸಿಕೊಂಡಿತು.

"ಇಲ್ಲಿಗೇ ಬಂದುಬಿಟ್ಟರೇನು ಗತಿ?" ಎಂದು ಮನಸ್ಸಿಗನ್ನಿಸಿದ್ದೇ ತಡ ಅವಳು ಗಾಬರಿಗೊಂಡು ಧಡಾರೆಂದು ಹೊರಬಾಗಿಲನ್ನು ಜಡಿದು ಒಳಗಿನಿಂದ ಅಗಣಿಯೇರಿಸಿಬಿಟ್ಟಳು.

ಆ ಶಬ್ದ ಆ ವ್ಯಕ್ತಿಯ ಕಿವಿಗೆ ಬಿತ್ತು. ಸರಸರನೆ ಬಂದು ಜಡಿದ ಬಾಗಿಲ ಬಳಿ ನಿಂತ. "ಎಲೈ ಸುಂದರಿ, ನಿನ್ನ ಮನೆಯ ತಲೆಬಾಗಿಲನ್ನೇಕೆ ಜಡಿದು ಅಗಣಿಯೇರಿಸಿದೆ? ಬಾಗಿಲು ಜಡಿಯಲು ಕಾರಣವಾಗುವಂತಹುದೇನನ್ನು ಕಂಡೆ? ನೋಡು, ನಾನೀ ಬಾಗಿಲನ್ನು ಒದ್ದು ಛಿದ್ರಮಾಡಿ ಒಳಕ್ಕೆ ನುಗ್ಗಿ ಬರಬಲ್ಲೆ! ಹಾಗೆ ಮಾಡಲು ಅವಕಾಶಕೊಡದೆ ನೀನೇ ಬಾಗಿಲನ್ನು ತೆಗಿ" ಎಂದು ಧ್ವನಿ ಏರಿಸಿ ಹೇಳಿದ ತಾಳ್ಮೆಗೆಟ್ಟವನಂತೆ.

---

* ಸಿದೂರಿಗೆ ಸಬಿತೂ ಎಂಬ ಇನ್ನೊಂದು ಹೆಸರೂ ಇದೆ.

"ಯಾರು ನೀನು?" ಒಳಗಿನಿಂದಲೇ ಸಿದೂರಿ ಕೇಳಿದಳು. ಕೇಳಿದ ರೀತಿ ಅಧಿಕಾರವಾಣಿಯಂತಿದ್ದರೂ ಅವಳಂತರಂಗದ ಭಯ ಅಲ್ಲಿ ಇಣಿಕಿತ್ತು.

"ನಾನು ಗಿಲ್ಗಮೇಶ್."

"ಗಿಲ್ಗಮೇಶ್...ಅಂದರೆ...ದೇವಗೂಳಿಯನ್ನ..."

"ಹೌದು, ಅದನ್ನು ಕೊಂದವನು."

"ಹೇಗೆ ನಂಬುವುದು?" ಸಿದೂರಿ ಧೈರ್ಯ ಜೊತೆಗೂಡಿಸಿಕೊಂಡು ಕೇಳಿಯೇ ಬಿಟ್ಟಳು.

"ನಿನ್ನ ಅಪನಂಬಿಕೆಗೇನು ಕಾರಣ?" ವ್ಯಕ್ತಿ ಪ್ರಶ್ನೆ ಹಾಕಿದ.

ನಿನ್ನ ವೇಷಭೂಷಣ! ನೀನು ಮಹಾಬಲಿಷ್ಠ ದೊರೆಯಲ್ಲವೆ? ಆದರೂ ನಿನ್ನ ಕಪೋಲಗಳೇಕೆ ರಕ್ತಹೀನವಾಗಿವೆ? ನಿನ್ನ ಇಡೀ ವದನವೇಕೆ ಹಿಂಜಿದಂತಾಗಿದೆ? ಕಾಲುಗಳನ್ನು ಏಕೆ ಎಳೆದೆಳೆದು ಹಾಕುತ್ತೀ?" ಸಿದೂರಿ ಭಯದೂರಳಂತೆ ಪ್ರಶ್ನಿಸಿದಳು.

"ನನಗೆ ಸಂಭವಿಸಿದಂತಹ ಅಸಾಮಾನ್ಯ ದುಃಖ ಯಾರನ್ನೂ ಹೀಗೆ ಮಾಡೀತು."

"ಹೌದೆ? ಅದಿನ್ನೆಂತಹ ದುಃಖ?"

"ಘನಘೋರ ದುಃಖ. ನನ್ನ ಪ್ರತಿಶಕ್ತಿಯಂತಿದ್ದ, ನನ್ನ ಪ್ರಿಯ ಸೋದರ, ಎಂಕಿಡು, ಮಹಾಶೂರಾಗ್ರೇಸರ. ಅವನು...ಅವನು ಸಾವಿಗೀಡಾಗಿ ಬಿಟ್ಟ. ಅವನು ನನಗೆಷ್ಟು ಪ್ರಿಯನಾಗಿದ್ದ ಗೊತ್ತೇ? ಅವನಿಲ್ಲದ ಈ ಬಾಳು ಒಂದು ಬಾಳೆ?" ವ್ಯಕ್ತಿಯ ಧ್ವನಿಯಲ್ಲಿ ಅನುಕಂಪ ಮೂಡಿಬಂತು. ಅಂತರಂಗದ ದುಃಖ ಒತ್ತರಿಸಿ ಮೇಲಕ್ಕೆ ನುಗ್ಗಿಬಂತು. ಮಾತು ನಿಲ್ಲಿಸಿದ.

ಸಿದೂರಿ ಅವನ ಮುಂದಿನ ಮಾತಿಗಾಗಿ ಕಾದಳು.

"ಬಾಳು ಶೂನ್ಯವಾಯಿತೆಂದು ಅವನಿಗಾಗಿ ರೋದಿಸುತ್ತಾ ಕುಳಿತೆ. ದಿನಗಳುರುಳಿದವು. ವಾರವಾಯಿತು. ನನ್ನ ಎಂಕಿಡುವಿನ ಶರೀರಕ್ಕೆ ಹುಳು ಹಿಡಿಯಿತು. ಏನು ಮಾಡಲೂ ತೋಚದೆ ದಿಕ್ಕುದೆಶೆ ಗೊತ್ತಿಲ್ಲದಂತೆ ಅಲೆಯತೊಡಗಿದೆ. ಮಾಸಗಳು ಉರುಳಿದವು. ನನ್ನಲ್ಲಿಯೂ ಸಾವಿನ ಅಂಜಿಕೆ...ಹೌದು...ಸಾವಿನ ಅಂಜಿಕೆ ಮೂಡಿತು..."

ಗಕ್ಕೆಂದು ಮಾತು ನಿಂತಿತು.

"ಅಯ್ಯೋ ಪಾಪವೇ!" ಎಂದೆನ್ನಿಸಿತು ಸಿದೂರಿಗೆ. ಅಗಣಿ ಇಳಿಸಿ ಬಾಗಿಲನ್ನು ತೆಗೆದಳು. ಅವಳ ಅವಕುಂಠನ ಜಾರಿತ್ತು. ವ್ಯಕ್ತಿಗೆ ಅವಳ ಮುಖದರ್ಶನವಾಯಿತು.

"ಒಳಗೆ ಬಾ ಗಿಲ್ಗಮೇಶ್." ಸ್ತ್ರೀ ಸಹಜವಾದ ಮಾರ್ದವತೆಯಿಂದ ಅವಳು ಅವನನ್ನು ಆಹ್ವಾನಿಸಿದಳು. ಅವನು ಒಳಗೆ ಬಂದ. ಇಬ್ಬರೂ ಕುಳಿತರು.

"ಓ ಸುಂದರಿ, ನಿನ್ನ ವದನಾರವಿಂದ ದರ್ಶನವಂತೂ ನನ್ನ ಗುರಿಯಂತೆ ಲಭ್ಯವಾಯಿತು. ಇನ್ನು ನನಗೆ ಸಾವಿನ ಸಂದರ್ಶನವಾಗದಂತೆ ನೀನು ನೆರವಾಗು," ಬೇಡಿಕೆಯ ಧ್ವನಿ ಅವನದಾಗಿತ್ತು.

"ಗಿಲ್ಗಮೇಶ್, ಸಾವನ್ನು ಕಾಣಬಾರದೆಂಬ ನಿನ್ನ ಬಯಕೆ ಈಡೇರಲು ಹೇಗೆತಾನೆ ಸಾಧ್ಯ? ಅದರ ಕಣ್ಣು ತಪ್ಪಿಸಿ ಮರೆಯಾಗುವೆನೆಂಬುದು ಸಾಧ್ಯವೆ? ಈ ಬಗೆಯ ಅಲೆತದಿಂದ ಏನು ಪ್ರಯೋಜನ? ಹುಟ್ಟಿನೊಂದಿಗೆ ಸಾವು ಅಂಟಿಕೊಂಡು ಬಂದಿರುತ್ತದೆ. ಆವರೆಗೆ ಬಾಳುವುದಷ್ಟೇ ಮುಖ್ಯ. ಸುಖಪಡು. ಆನಂದಾನುಭವ ಪಡೆದುಕೊ. ಸಂತೋಷದಲ್ಲಿ ಓಲಾಡು. ಹಗಲು ರಾತ್ರಿ ಒಳ್ಳೆಯ ಆಹಾರ ತಿನ್ನು. ಕುಡಿ. ಕುಣಿ. ಸುಖಸಂಸಾರವನ್ನು ಸಾಗಿಸು. ನಿನ್ನಾಲಿಂಗನಗಳಿಂದ ನಿನ್ನ ಪತ್ನಿಗೆ ಸುಖ ತಂದುಕೊಡು. ನಿನ್ನ ಮಗುವಿನ ಕೈಹಿಡಿದು ಮುನ್ನಡೆಸು. ನಿನ್ನೀ ಚರ್ಮಾಂಬರವನ್ನು

ಕಳಚಿ ಬಿಸಾಡು. ದಿನಾ ಪನ್ನೀರು ಸ್ನಾನಮಾಡು. ನವೋನವೀನ ವಸ್ತ್ರ ಭೂಷಣಗಳನ್ನು ಧರಿಸು. ಮೆರೆ. ನಿನ್ನ ಕಡೆಗಾಲದವರೆಗೆ ಮೆರೆ. ಮಾನವನಿಗಾಗಿಯೇ ಇರುವುದೆಲ್ಲವನ್ನೂ ಉಪಭೋಗಿಸು. ಓಲಾಡು."

"ಎಂಕಿಡು ಇಲ್ಲದಿರುವಾಗ, ಅವನು ಮಣ್ಣಾಗಿರುವಾಗ ಅವೆಲ್ಲ ಹೇಗೆ ಸಾಧ್ಯ ಸಿದೂರಿ, ಹೇಗೆ ಸಾಧ್ಯ? ಒಂದು ದಿನ ನಾನೂ ಅವನಂತೆ ಸಾಯಬೇಕಲ್ಲ. ಮಣ್ಣಾಗಿ ಬಿಡಬೇಕಲ್ಲ."

"ಅದು ತಪ್ಪಿದ್ದಲ್ಲವೆಂದು ನಾನಾಗಲೇ ಹೇಳಿದೆನಲ್ಲ."

"ಅದು ಏನೇ ಇರಲಿ, ಸಿದೂರಿ ನೀನು ನನಗೊಂದು ಮಾರ್ಗದರ್ಶನ ನೀಡಬೇಕು."

"ನಾನೇ! ನಿನಗೆ ಮಾರ್ಗದರ್ಶನವೆ?"

"ಹೌದು ಸಿದೂರಿ. ಬಾಳು ಬದುಕಿನ ಸಾರವರಿತ ಮಹಾಮಾನವ ಉತ್ನಪಿಷ್ತಿಮ್*ನ ವಾಸಸ್ಥಾನಕ್ಕೆ ನೀನು ಮಾರ್ಗ ತೋರಿಸಬೇಕು."

ಸಿದೂರಿ ನಕ್ಕಳಷ್ಟೆ. ಏನನ್ನೂ ಹೇಳಲಿಲ್ಲ.

"ಉಪೇಕ್ಷೆ ಮಾಡಬೇಡ ಸಿದೂರಿ. ಅಲ್ಲಿಗೆ ಮುಟ್ಟುವ ಮಾರ್ಗ ಯಾವುದೆಂದು ತಿಳಿಸು.

"ನನ್ನನ್ನೇಕೆ ಕೇಳುತ್ತೀಯೆ? ನಾನದನ್ನೆಲ್ಲ ಏನು ಬಲ್ಲೆ ಗಿಲ್ಗಮೇಶ್?"

"ಸಿದೂರಿ ಏಕೆ ಮರೆಮಾಚುತ್ತೀಯೆ? ಇಲ್ಲಿಗೆ ಬರುವುದೇ ಮಹಾ ಪ್ರಯಾಸದ ಕೆಲಸ ಎಂಬುದನ್ನು ನೀನು ಬಲ್ಲೆ. ಹಾಗಾದರೂ ನಾನು ಬಂದಿದ್ದೇನೆ. ಎಂದಾಗ ಈ ನಿನ್ನ ಪ್ರಶ್ನೆ ತರವೆ?"

"ಓ, ಇಲ್ಲಿಗೆ ಬರುವಾಗ ಪ್ರಯಾಸ ಪಟ್ಟೆಯಾ? ಏನೆಲ್ಲಾ ಪ್ರಯಾಸವಾಯಿತೆಂಬುದನ್ನು ನನಗೆ ತಿಳಿಸುವೆಯಾ?"

"ಗೊತ್ತಿದ್ದರೂ ಕೇಳುವೆ ಏಕೆ?"

"ಒಬ್ಬೊಬ್ಬರ ಅನುಭವ ಒಂದೊಂದು ಬಗೆ ತಾನೇ? ಹೇಳು ಗಿಲ್ಗಮೇಶ್."

"ಆಯಿತು. ಹೇಳುತ್ತೇನೆ. ಆಗಲೇ ಹೇಳಿದಂತೆ ಸಾಯುವೆನೆಂಬ ಅಂಜಿಕೆ ಬಲವತ್ತರವಾಯಿತು. ತೀವ್ರ ನಿರಾಸೆಯಲ್ಲಿ ಎದೆಗುಂದಿದಾಗ ಊರ ಹಿರಿಯರು ಜಲಪ್ರಳಯದಲ್ಲಿ ಸಾಯದೆ ಉಳಿದ ನಿನ್ನ ಪೂರ್ವಜ ಉತ್ನಪಿಷ್ತಿಮನಲ್ಲಿಗೆ ಹೋಗು–ಎಂದರು."

ಸಿದೂರಿ ಗಟ್ಟಿಯಾಗಿ ನಕ್ಕಳು.

"ಏಕೆ ನಗುತ್ತೀಯೆ?" ಗಿಲ್ಗಮೇಶ್ ಕೇಳಿದ.

"ಬೇರೇನು ಮಾಡಲಿ ನಗದೆ? ಅವನನ್ನು ನೋಡಿದರೆ ನಿನಗಾಗುವ ಲಾಭವೇನು?"

"ನೀನೆ ಈ ಪ್ರಶ್ನೆ ಕೇಳಿದರೆ ನನಗೆ ಪರಮಾಶ್ಚರ್ಯವಾಗುತ್ತದೆ ಸಿದೂರಿ. ಮಾನವ ಉತ್ನಪಿಷ್ತಿಮ್‌ಗೆ ಸಾವಿಲ್ಲದೆಯೆ ದೇವತ್ವ ಬಂದು, ಅವನೀಗ ತಿಲವನದಲ್ಲಿ ವಾಸಿಸುತ್ತಿರುವುದು ನಿನಗೆ ಗೊತ್ತಿಲ್ಲವೆ? ಸಿದೂರಿ, ಅವನೊಬ್ಬನೇ ಸಾವಿಲ್ಲದೆ ಅಮರತ್ವ ಪಡೆದ ಮಾನವ. ಅವನಿಗೆ ಬದುಕು, ಸಾವು, ಅಮರತ್ವದ ಗುಟ್ಟೆಲ್ಲ ತಿಳಿದಿದೆ. ಎಂತಲೇ ಅವನಿರುವ ತಿಲವನದತ್ತ ಹೋಗಬೇಕಾಗಿದೆ. ದಾರಿ ಗೊತ್ತಿಲ್ಲ."

"ದಾರಿಯೇ ಗೊತ್ತಿಲ್ಲದೆ ಹೋಗುವುದಾದರೂ ಹೇಗೆಂದು ಯೋಚಿಸಲಿಲ್ಲವೆ ನೀನು?"

---

* ಮೂಲ ಕಾವ್ಯವಿರುವುದು ಶುಮೆರ್ ಭಾಷೆಯಲ್ಲಿ ಅದರಲ್ಲಿ ಈತನ ಹೆಸರು ಜಿಯಶೂದ್ರ; ಅಕ್ಕಡ್ ಭಾಷಾಂತರದಲ್ಲಿ ಉತ್ನಪಿಷ್ತಿಮ್.

"ದಾರಿ ಗೊತ್ತಿಲ್ಲ ನಿಜ. ಆದರೆ ಉತ್ನಪಿಷ್ಟಿಮ್‌ನನ್ನು ಕಂಡೇ ತೀರಬೇಕೆಂಬ ಗಟ್ಟಿ ಮನಸ್ಸೂ ಇದೆ. ಅದೂ ಅಷ್ಟೇ ನಿಜ. ಅದರಿಂದಲೇ ನಿಂತಲ್ಲಿ ನಿಲ್ಲದೆ ಕಾಡುಮೇಡುಗಳನ್ನು ಅಲೆದಲೆದು ಒಂದು ರಾತ್ರಿ ನಾನು ಪರ್ವತ ಶ್ರೇಣಿಗಳ ಒಂದು ಗಭೀರ ಕಣಿವೆಗೆ ಬಂದೆ. ಅಲ್ಲಿ ಭಯಂಕರವಾದ ಸಿಂಹ ಸಮೂಹವಿತ್ತು. ನನಗೂ ಭಯವಾಯಿತು. ನಭೋಮಂಡಲ ನೋಡಿದೆ. ಕಂಪನ್ನೀವ ಸಿನ್ ದೇವ* ಬೆಳಗುತ್ತಿದ್ದ. "ಓ ದೇವ ನನ್ನನ್ನು ಕಾಪಾಡು" ಎಂದು ಪ್ರಾರ್ಥಿಸುತ್ತಾ ಕುಳಿತೆ. ನನಗೆ ನಿದ್ದೆ ಯಾವಾಗ ಬಂತೋ ಗೊತ್ತಿಲ್ಲ. ಕನಸಿನಿಂದ ಎಚ್ಚರವಾಗುವಂತೆ ನನಗೆ ಧಿಡಂಗನೆ ಎಚ್ಚರವಾಯಿತು. ಸಿಂಹ ಸಮೂಹ ನನ್ನ ಸುತ್ತ ನೆರೆದಿದ್ದವು. ನನ್ನ ಕರವಾಳ ಪರಶುಗಳನ್ನು ಹಿಡಿದು ಧ್ವಂಸ ಮಾಡಿದೆ ಆ ಸಿಂಹಗಳನ್ನು. ಅವು ಚೆಲ್ಲಾಪಿಲ್ಲಿಯಾಗಿ ಬಿದ್ದಿದ್ದವು. ಸಿನ್ ದೇವ ನನಗೆ ಶಕ್ತಿ ಧೈರ್ಯ ಎರಡನ್ನೂ ಕರುಣಿಸಿದ್ದಿರಬೇಕು."

"ಸಿಂಹ ಸಮೂಹ ಎಂದೆಯಲ್ಲ, ಎಷ್ಟಿದ್ದವು?"

"ಲೆಕ್ಕ ಮಾಡಲು ಸಮಯವೆಲ್ಲಿ?"

"ಆಮೇಲೆ?"

"ಆಮೇಲೆ ಪ್ರಯಾಣ ಮುಂದುವರಿಸಿದೆ. ಷಾಮಾಷ್ ದೇವ ಉದಯಿಸುವ ಮುಳುಗುವ ತಾಣಗಳನ್ನು ರಕ್ಷಿಸುವ ಯಮಳ ಪರ್ವತ ಮಾಷೂ ಬಳಿಗೆ ಬಂದೆ. ಆ ಯಮಳ ಪರ್ವತಗಳು ಸ್ವರ್ಗವನ್ನೇ ತಾಗಿ ನಿಂತಂತೆ ಕಂಡುಬಂದವು. ಅವುಗಳ ತಳ ಪಾತಾಳದವರೆಗೆ ಇಳಿದಿವೆ ಯೆಂಬುದು ನಿನಗೆ ಗೊತ್ತಲ್ಲ. ಆ ಯಮಳ ಪರ್ವತದ ಮಹಾದ್ವಾರ ನರವೃಶ್ಚಿಕರಿಂದ ರಕ್ಷಿಸಲ್ಪಟ್ಟಿತ್ತು. ಅರ್ಧ ಮಾನವ, ಅರ್ಧ ವೃಶ್ಚಿಕ ಆಕಾರದ ಆ ವಿಚಿತ್ರ ದೈತ್ಯ ವ್ಯಕ್ತಿಗಳ ತೀಕ್ಷ್ಣ ನೋಟವೇ ಸಾಕು ಸಾವು ತರಲು. ಅಷ್ಟು ಭಯಂಕರ. ಅವು ಕಣ್ಣಿಗೆ ಬಿದ್ದೊಡನೆಯೆ ನಾನು ಭಯದಿಂದ ಮುಖ ಮುಚ್ಚಿಕೊಂಡೆ."

"ಸಿಂಹ ಸಮೂಹ ಕೊಂದ ನಿನಗೆ ಮತ್ತೆ ಭಯವೇಕೆ ಬಂತು?"

"ಒಂದೆರಡು ಕ್ಷಣ ಅಷ್ಟೆ. ಆಮೇಲೆ ಕೈತೆಗೆದು ಧೈರ್ಯವಾಗಿ ಆ ನರವೃಶ್ಚಿಕ ದ್ವಾರಪಾಲರತ್ತ ಹೆಜ್ಜೆ ಹಾಕತೊಡಗಿದೆ. ಆ ದ್ವಾರಪಾಲ ದಂಪತಿಗಳು ತಮ್ಮ ತಮ್ಮಲ್ಲಿ ಏನೋ ಪಿಸುಗುಟ್ಟಿ ಕೊಂಡರು. ನಾನು ಧೈರ್ಯವಾಗಿ ಹೋಗಿ ಅವರಿದಿರಿಗೆ ನಿಂತೆ."

"ಇತ್ತಲೇಕೆ ಬಂದೆ? ಹೋಗಬೇಕೆಲ್ಲಿಗೆ?" ಎಂದು ನರವೃಶ್ಚಿಕ ಗಂಡು ಕೇಳಿದ.

ನಾನು ಎಲ್ಲವನ್ನೂ ಯಥಾವತ್ತಾಗಿ ವಿವರಿಸಿದೆ.

"ಆ ನರವೃಶ್ಚಿಕ ದ್ವಾರಪಾಲಕರು ನಿನ್ನ ಮಾತನ್ನು ಕೇಳಿ ನಕ್ಕಿರಬೇಕಲ್ಲವೆ?" ಎಂದು ಸಿದೂರಿ ಕೇಳಿದಳು.

"ಎಲ್ಲರೂ ತಮ್ಮಂತೆಯೇ ಎಂದು ತಿಳಿಯುವುದು ಮಾನವ ಸ್ವಭಾವಾಂತ ಕಾಣುತ್ತೆ" ಎಂದು ಗಿಲ್ಗಮೇಶ್ ವ್ಯಾಖ್ಯಾನ ಮಾಡಿದ.

"ಈ ವ್ಯಾಖ್ಯಾನವೇಕೆ?"

"ನಿನಗೆ ನನ್ನ ಬಯಕೆ ತಿಳಿಸಿದಾಗ ನಕ್ಕಿದ್ದೆಯಲ್ಲವೆ?"

"ಓ!" ವೈಯಾರದಿಂದ ಸಿದೂರಿ ಮೆಲುನಗೆ ಬೀರಿದಳು.

---

* ಚಂದ್ರನನ್ನು ಅಕ್ಕಡ್ ಭಾಷೆಯಲ್ಲಿ 'ಸಿನ್' ಎಂದೂ ಶುಮೇರ್‌ನಲ್ಲಿ 'ನನ್ನಾ' ಎಂದು ಕರೆಯುತ್ತಿದ್ದರು.

"ಏಕೆ?"

"ಏಕೂ ಇಲ್ಲ. ನನ್ನಂತೆ ಅವರಂತೂ ನಗಲಿಲ್ಲವಲ್ಲ. ಮುಂದೆ?"

"ಮುಂದೆ, ನರವೃಶ್ಚಿಕ ಗಂಡು, 'ಸ್ತ್ರೀಗರ್ಭ ಸಂಜಾತ ಮಾನವರು ಯಾರೂ ಈ ಮಾಷೂ ಪರ್ವತದ್ವಾರ ಪ್ರವೇಶ ಮಾಡಿಲ್ಲ. ಈ ಪರ್ವತಗರ್ಭ ಕತ್ತಲು ಗವಿ. ಅದರ ಉದ್ದ ಹನ್ನೆರಡು ಹರಿದಾರಿ. ಆ ಕಾರ್ಗತ್ತಲೆಗೆ ಎದೆ ಜಗ್ಗಿ ಹೋಗುತ್ತದೆ. ಹೀಗಿರುವಾಗ...' ಎಂದು ಹೇಳುತ್ತಿರುವಾಗ ನಡುವೆಯೇ ನಾನು ಬಾಯಿ ಹಾಕಿ, 'ಏನೇ ಇರಲಿ. ನಾನಂತೂ ಹೋಗಲೇ ಬೇಕು. ದಯವಿಟ್ಟು ಈ ಪರ್ವತದ ಮಹಾದ್ವಾರ ತೆರೆಯಿರಿ' ಎಂದು ಬೇಡಿದೆ. ನನ್ನ ಪುಣ್ಯ. ಆ ನರವೃಶ್ಚಿಕ ಗಂಡು, ಆಯಿತು ಗಿಲ್ಗಮೇಶ್, ನೀನು ಪರ್ವತದ ಮಹಾದ್ವಾರ ಪ್ರವೇಶಿಸಬಹುದು. ಅದು ಈಗ ತೆರೆದಿದೆ, ಹೋಗಿ ಬಾ. ನಿನಗೆ, ಸುಖವಾಗಲಿ' ಎಂದ. 'ಕೃಪೆ ತೋರಿದ್ದಕ್ಕೆ ನಾನು ಕೃತಜ್ಞ, ನಾನಾರೆಂಬುದು ನಿಮಗೆ ಹೇಗೆ ಗೊತ್ತಾಯಿತು' ಎಂದು ಕೇಳಿದೆ."

"ನಾನು, ನನ್ನ ಗೆಳತಿ ನಿನ್ನನ್ನು ನೋಡಿದ ಕೂಡಲೆ ಮಾತನಾಡಿಕೊಂಡೆವು, 'ನಿನ್‌ಸುನ್ ಮಾತೆಯ ದೇವಾಂಗ ಸಂಭೂತ ಗಿಲ್ಗಮೇಶ್ ಅಲ್ಲಿ ಬರುತ್ತಿರುವವನು' ಎಂದು ನಾನು ಹೇಳಿದ್ದಕ್ಕೆ ನನ್ನ ಗೆಳತಿ ನಕ್ಕು, 'ಪೂರ್ತಿ ದೇವಾಂಶನಲ್ಲ. ಅವನ ತಂದೆ ಲಿಲ್ಲು ರಕ್ತ ಪೈಶಾಚಿಕ ವ್ಯಕ್ತಿ. ಅದರಿಂದ ಅವನ ಮೂರರಲ್ಲಿ ಒಂದಂಶ ಮಾನವಾಂಶ, ಉಳಿದೆರಡು ದೇವಾಂಶ' ಎಂದಳು. ಸರಿ ತಾನೆ?" ಎಂದ ನರವೃಶ್ಚಿಕ ಗಂಡು.

" 'ನೀವು ಪಿಸುಗುಟ್ಟಿಕೊಂಡುದನ್ನು ನಾನು ಗಮನಿಸಿದ್ದೆ. ಅದೇನೆಂದು ಈಗ ತಿಳಿಯಿತು. ಅಪ್ಪಣೆ ಕೊಡಿ' ಎಂದು ನಾನು ಆ ಮಹಾದ್ವಾರವನ್ನು ಪ್ರವೇಶಿಸಿದೆ. ಬೆಳಕು ಕ್ರಮೇಣ ಮಾಯವಾಯಿತು. ಕತ್ತಲು ದಟ್ಟವಾಗುತ್ತ ಹೋಯಿತು. ಹರಿದಾರಿ, ಹರಿದಾರಿ ಕಳೆದಂತೆ ಹಿಂದೆ ಮುಂದೆ ಏನೇನೂ ಕಾಣದೆ ಮೈ ಪರಚಿಕೊಳ್ಳುವಂತೆ ಆಯಿತು. ಏಳು ಹರಿದಾರಿ ದಾಟಿರಬಹುದು, ಹೆಪ್ಪುಗಟ್ಟಿದ ರಣಗತ್ತಲು. ಉಸಿರಾಡಲು ಗಾಳಿ ಸಹ ಇಲ್ಲ. ಗಂಟಲು ಬಿಗಿದಂತಾಯಿತು. ಯಾತನೆ ಸಹಿಸಲಾರದೆ ಗಟ್ಟಿಯಾಗಿ ಅರಚಿ ಬಿಟ್ಟೆ, ತುಸು ನಿಂತೆ. ಹಾಗೆಯೇ ಕೈ ಮುಂದೆ ಚಾಚಿಕೊಂಡು ಕಾಲೆಳೆದುಕೊಂಡು ಮುಂದೆ ಸಾಗುತ್ತ ಬಂದೆ. ಒಂಬತ್ತು ಹರಿದಾರಿ ದಾಟಿರಬಹುದು, ಸ್ವಲ್ಪ ಸ್ವಲ್ಪ ವಾಯು ಸಂಚಾರದ ಅನುಭವವಾಯಿತು. ಉಸಿರು ಬಂದಂತಾಗಿ ಹೊಸ ಶಕ್ತಿ ಉಗಮಿಸಿತೆನ್ನಿಸಿತು. ಆದರೂ ಬೆಳಕಂತೂ ಮೂಡಲಿಲ್ಲ. ಕಡೇ ಹರಿದಾರಿ ಇರಬೇಕು. ಮಂದ ಪ್ರಕಾಶ ಕಂಡಹಾಗಾಯಿತು. ತಡವರಿಸಿಕೊಂಡು ಹಿಂದಿನಂತೆ ಸಾಗಬೇಕಾಗಿರಲಿಲ್ಲ. ಗಾಳಿಯಿತ್ತು. ಬೆಳಕು ಹರಿಯುತ್ತ ಬಂತು. ಕಡೆಗೆ ಇಡೀ ಲೋಕಕ್ಕೆ ಬೆಳಕು ನೀಡುವ ಷಾಮಾಷ್‌ನ ದರ್ಶನ ನನಗೆ ಆಯಿತು. ಅಬ್ಬ, ಗೆದ್ದೆ ಎಂದುಕೊಂಡೆ. ನಾನಾಗಲೇ ಸ್ವರ್ಗದ ನಂದನವನ ಪ್ರವೇಶಿಸಿದ್ದೆ. ನವರತ್ನಗಳನ್ನು ಹೊತ್ತು ಜಗಜಗಿಸುತ್ತಿದ್ದ ಅಲ್ಲಿನ ಪೊದೆಗಳು ಗೋಚರಿಸಿದವು. ರಕ್ತಪೀತ ಶಿಲೆಗಳಿಂದ ಇಳಿಬಿದ್ದ ಜೊಂಪೆ ಜೊಂಪೆ ದ್ರಾಕ್ಷಿಗೊಂಚಲುಗಳು, ಕಣ್ಣಿಗೆ ಹಬ್ಬಕೊಡುವ ಮುಳ್ಳುಗೊಳಗೊಳಿಕೆ, ಮುತ್ತು, ನೀಲ, ಕೆಂಪು, ಕನಕ ಪ್ರಕಾಶ ಶಿಲೆ, ಹೀಗೆ, ಒಂದೆ, ಎರಡೆ, ಏನೇನನ್ನೋ ಮೈದುಂಬಿಸಿಕೊಂಡಿರುವ ಆ ರಮ್ಯ ನಂದನವನ ನನ್ನ ಮನಸ್ಸಿಗೆ ಹಿತ ಮೂಡಿಸಿತು. ಆ ನಂದನವನದ ಆಚೆ, ಸಮುದ್ರದ ಅಂಚಿನಲ್ಲಿ ನಾನು ಕಾಲುಹಾಕುತ್ತಿದ್ದೆ. ದೇವ ಷಾಮಾಷ್‌ನ ದೃಷ್ಟಿ ನನ್ನ ಮೇಲೆ ಬಿತ್ತು. ನನ್ನ ಸ್ಥಿತಿ, ಈ ವೇಷ ನೋಡಿ, ಬಹುಶಃ ಆ ದೇವನಿಗೆ ಅಯ್ಯೋ ಪಾಪ ಎನಿಸಿರಬೇಕು; 'ಗಿಲ್ಗಮೇಶ್ ಹಿಂದೆ ಇಲ್ಲಿಗೆ ಯಾವ ಮಾನವನೂ ಬಂದಿಲ್ಲ.

ಸಮುದ್ರದ ಮೇಲೆ ವಾಯುದೇವ ಎನ್‌ಲಿಲ್‌ನ ಅವ್ಯಾಹತ ಸಂಚಾರ ಇರುವವರೆಗೆ ಇನ್ನು ಮುಂದೆ ಯಾರೂ ಬರಲಾರರು. ನೀನೇನೊ ಬಂದಿದ್ದೀಯೆ. ಬಂದಾಕ್ಷಣ ನಿನ್ನ ಬಯಕೆ ಈಡೇರುತ್ತದೆ ಎಂದು ನೆಚ್ಚಿಕೊಳ್ಳಬೇಡ,' ಎಂದು ತಿಳಿಸಿದ. ಅವನು ಕಾಲಜ್ಞಾನಿಯಲ್ಲವೆ?"

"ಹೌದು. ಆದರೆ ಆಗ ನೀನೇನು ಮಾಡಿದೆ?" ಆಸಕ್ತಿಯಿಂದ ಕೇಳುತ್ತಿದ್ದ ಸಿದೂರಿ ಪ್ರಶ್ನಿಸಿದಳು.

"ಆಗ ನಾನು ! 'ಲೋಕದ ಕಣ್ಣು ನೀನು ದೇವ. ನಿನ್ನ ಬೆಳಕಿರುವವರೆಗೆ ಅದನ್ನು ನೋಡುತ್ತಿರುವ ಕಣ್ಣು ನನ್ನದಾಗುವಂತಾಗಲಿ. ಅದಕ್ಕೆಂದೇ ನಾನು ಇಷ್ಟೆಲ್ಲ ದಾರುಣ ಕಷ್ಟಗಳನ್ನು ಅನುಭವಿಸುತ್ತಾ ಇಲ್ಲಿಯವರೆಗೆ ಬಂದಿದ್ದೇನೆ. ಮುಂದೆ ನೀನೇ ಮಾರ್ಗದರ್ಶನ ನೀಡಬೇಕು' ಎಂದು ಬೇಡಿದೆ. ಆ ದೇವ ನನ್ನ ಮೇಲೆ ಕರುಣೆ ಬೀರಿ, ನಿನ್ನತ್ತ ಸಾಗಲು ನನಗೆ ಪ್ರೇರಣೆ ಇತ್ತ. ಬಂದಿದ್ದೇನೆ. ಈಗ ಹೇಳು, ಇತರರು ಬರುವುದಕ್ಕೂ ನಾನು ಬರುವುದಕ್ಕೂ ಇರುವ ವ್ಯತ್ಯಾಸವೇನೆಂದು," ಎಂದು ಗಿಲ್ಗಮೇಶ್ ಸಿದೂರಿಯನ್ನು ಕೇಳಿದ.

"ಯಾರೇ ಬಂದರೂ ತಾವಿದ್ದ ಹಾಗೇ ತಮ್ಮ ಉಡಿಗೆಯಲ್ಲೇ ಬಂದರು. ಆದರೆ ನೀನೇಕೆ ಚರ್ಮಾಂಬರಧಾರಿಯಾಗಿ ಬಂದೆ ?"

"ನನ್ನಂಬರಗಳೆಲ್ಲ ನನ್ನ ಅಲೆತದಲ್ಲಿ ಚಿಂದಿ ಚಿಂದಿಯಾಗಿ ಹೋದವು. ನಾನು ಮೃಗದಂತೆ ನಗ್ನವಾಗಿ ತಿರುಗಲೇ ? ನಾನೇ ಕೊಂದ ಪ್ರಾಣಿಗಳ ಚರ್ಮದಿಂದ ನನ್ನ ಶರೀರವನ್ನು ಮುಚ್ಚಿಕೊಳ್ಳಬೇಕಾಯಿತು. ಏಕೆ ? ನೋಡಲು ಅಸಹ್ಯವೆ ?"

"ಸಹ್ಯ ಮಾಡಿಕೊಂಡರೂ ಈ ಘಾತುಕ ಉಡಿಗೆ ಊರೂಕ್‌ನ ದೊರೆಗೆ ವಿಚಿತ್ರವಲ್ಲವೆ? ಅದು ಹೋಗಲಿ, ಈಗೇನು ಮಾಡುತ್ತೀಯೆ ?"

"ನೀನು ಹೇಳಿದಂತೆ ಮಾಡುತ್ತೇನೆ."

"ಹಾಗಾದರೆ ಸುಮ್ಮನೆ ಊರೂಕ್‌ಗೆ ಹಿಂತಿರುಗು. ಸುಖೋಪಭೋಗಿಯಾಗು."

"ಅದನ್ನು ನಿನ್ನಿಂದ ಹೇಳಿಸಿಕೊಳ್ಳಲು ಇಲ್ಲಿಯವರೆಗೆ ಬರಬೇಕಾಗಿತ್ತೆ? ಸಿದೂರಿ ನಾನು ಉತ್ನಪಿಷ್ತಿಮನನ್ನು ಕಾಣಲೇಬೇಕು. ತಿಲವನಕ್ಕೆ ಹೋಗುವ ದಾರಿ ತೋರಿಸು. ದಾರಿ ಎಷ್ಟೇ ದುರ್ಗಮವಾದುದಾದರೂ ನಾನು ಹೋಗಿಯೇ ಹೋಗುತ್ತೇನೆ, ಗುರಿ ಸಾಧನೆಯಾಗುವವರೆಗೆ."

"ಅದೇ ನಿನ್ನ ನಿರ್ಧಾರವಾದರೆ ಕೇಳು. ಉತ್ನಪಿಷ್ತಿಮನನ್ನು ನೀನು ಕಾಣಲೇಬೇಕಾದರೆ ಇರುವುದು ಒಂದೇ ಮಾರ್ಗ. ಮರಣ ಜಲಧಿಯನ್ನು ದಾಟಿ ಹೋಗುವುದು. ದೇವ ಷಾಮಾಷ್ ಒಬ್ಬನನ್ನು ಬಿಟ್ಟು ಬೇರೆ ಯಾರೂ ಈವರೆಗೆ ಅದನ್ನು ದಾಟಿ ಹೋಗಿಲ್ಲ. ಅದನ್ನು ಮುಟ್ಟಿದ ಮೇಲೆ ನೀನೇನು ತಾನೇ ಮಾಡಬಲ್ಲೆ ?"

"ಅದನ್ನು ದಾಟುವುದು ಹೇಗೆಂಬುದು ನಿನಗೆ ಗೊತ್ತಿದೆಯಲ್ಲ. ಅದನ್ನು ಹೇಳಬಾರದೆ ?"

"ನಿನ್ನಂತಹ ಪರಿಶೋಚನೀಯ ಪ್ರಾಣಿಯನ್ನು ನಾನರಿಯೆ. ನಿನ್ನ ಅದೃಷ್ಟದಲ್ಲಿ ಏನು ಬರೆದಿದೆಯೋ ನನಗೆ ತಿಳಿಯದು. ಮರಣ ಜಲಧಿಯನ್ನೊಳಗೊಂಡ ಮಹಾಶರಧಿಯ ಸನಿಯದ ವನಾಂತರ ಪ್ರದೇಶದಲ್ಲಿ ಉತ್ನಪಿಷ್ತಿಮ್‌ನ ಯಾನವಾಹಕ ಊರ್ಷಾನಬಿ ಇದ್ದಾನೆ. ಅವನ ಬಳಿ ಮಾತ್ರ ಆ ಮರಣ ಜಲಧಿಯನ್ನು ದಾಟಿಸಲು ನೆರವಾಗುವ ದೇವಶಿಲಾಸಾಧನಗಳು ಇವೆ. ಅವನನ್ನು ನೀನು ಒಲಿಸಿಕೊಂಡರೆ ನಿನ್ನನ್ನು ಅವನು ದಾಟಿಸಿದರೂ ದಾಟಿಸಿಯಾನು. ಅವನೇನಾದರೂ ನಿರಾಕರಿಸಿದರೆ, ನಿನ್ನ ಹಣೆ ಬರಹ, ಹಿಂತಿರುಗಬೇಕಾಗುತ್ತದೆ."

ಸಿದೂರಿಯ ಮಾತು ಇನ್ನೂ ಮುಗಿಯಲಿಕ್ಕಿಲ್ಲ, ಗಿಲ್ಗಮೇಶ್ ಅಲ್ಲಿಂದ ಬಡಬಡನೆ ಹೊರಟೇ ಬಿಟ್ಟ. ಆ ವನಾಂತರ ಪ್ರದೇಶಕ್ಕೂ ಬಂದ. ಹುಡುಕಿಯೇ ಹುಡುಕಿದ. ಊರ್ಷಾನಬಿ

ಮಾತ್ರ ಅವನ ಕಣ್ಣಿಗೆ ಗೋಚರವಾಗಲಿಲ್ಲ. ಆದರೆ ಮರಣ ಜಲಧಿಯನ್ನೊಳಗೊಂಡ ಮಹಾಶರಧಿ ಮಾತ್ರ ವಿಶಾಲವಾಗಿ ಹಬ್ಬಿದೆ.

ಅದನ್ನು ದಾಟಿಸುವವನು ಒಬ್ಬನೇ ಒಬ್ಬ – ಊರ್ಷಾನಬಿ. ಅವನು ಮಾತ್ರ ಕಾಣೆ.

ಗಿಲ್ಗಮೇಶ್‌ಗೆ ಮೈ ಪರಚಿಕೊಳ್ಳುವಂತೆ ಆಯಿತು. ಬೇರೇನು ಮಾಡಲೂ ತೋಚದೆ ಅಲ್ಲೇ ಕುಳಿತ.

ಇದ್ದಕ್ಕಿದ್ದ ಹಾಗೆ ಅವನ ಕಣ್ಣು ಕುಕ್ಕುವ ಒಂದು ಬೆಳಕು ಪಳಕ್ ಎಂದು ಹೊಳೆದು ಮಾಯವಾಯಿತು.

ಬೆಳಕು ಎಲ್ಲಿಯದು ಎಂದು ಅದು ಹೊಳೆದತ್ತ ನೋಡಿದ. ಬೆಳಕು ಹೊಮ್ಮಿಸುವ ಯಾವುದೋ ಪದಾರ್ಥಗಳ ಹರಡು ಕಣ್ಣಿಗೆ ಬಿತ್ತು. ಎದ್ದು ಹೋಗಿ ನೋಡಿದ. ಸಿದೂರಿ ಹೇಳಿದ, ಮರಣ ಜಲಧಿಯನ್ನು ದಾಟಿಸಲು ನೆರವಾಗುವ ದೇವಶಿಲಾಸಾಧನಗಳು. ಒಂದು ಕ್ಷಣ ಸಮಾಧಾನವಾಯಿತು. ತನಗೆ ಬೇಕಾದುದು ಸಿಕ್ಕಿತೆಂಬಂತೆ.

ಸಿಕ್ಕಿವೆ ಸಾಧನಗಳು. ಅದರಿಂದೇನು ಪ್ರಯೋಜನ, ಅದರ ಬಳಕೆ ಬಲ್ಲವನೇ ಇಲ್ಲದಾಗ! ಬಂದಾನು, ಬಂದಾನು ಎಂದು ಕಾದ. ಕಾದು ಕಾದು ಬೇಸರವಾಯಿತು. ಕೋಪ ಬಂತು. ಆ ಕೋಪ ಆ ದೇವಶಿಲಾಸಾಧನಗಳ ಮೇಲೆ ತಿರುಗಿತು. ನನ್ನ ಉಪಯೋಗಕ್ಕೆ ಬಾರದ ಇವು ಇದ್ದರೇನು ಹಾಳಾದರೇನು ಎನ್ನಿಸಿತು. ತನ್ನ ಪರಶುವಿನಿಂದ ಆ ಶಿಲಾ ಸಾಧನಗಳನ್ನೆಲ್ಲಾ ಪುಡಿಪುಡಿ ಮಾಡಿಬಿಟ್ಟ. ಖಣಿಲ್, ಖಣಿಲ್ ಎಂಬ ಆ ಶಬ್ದ ಭೂವ್ಯೋಮವನ್ನೆಲ್ಲ ಪಸರಿಸಿತು.

ಬೆವತು ಸುಸ್ತಾಗಿದ್ದ ಅವನು ಏದುತ್ತಾ ನೆಲದ ಮೇಲೆ ಕುಸಿದ.

ಎಲ್ಲೋ ಇದ್ದ ಊರ್ಷಾನಬಿ ಕಿವಿಗೆ ಈ ಖಣಿಲ್ ಖಣಿಲ್ ಶಬ್ದ ಬಿತ್ತು. ಅವನು ಗಾಬರಿಯಿಂದ ದುಡುದುಡನೆ ಓಡಿಬಂದ. ನೆಲಕ್ಕೆ ಕುಸಿದು ಕುಳಿತಿದ್ದ ಗಿಲ್ಗಮೇಶ್‌ನನ್ನು ನೋಡಿದ. ಅಲ್ಲೇ ಬಿದ್ದಿದ್ದ ಪರಶುವನ್ನು ನೋಡಿದ. ಪುಡಿಪುಡಿಯಾಗಿ ಚೆಲ್ಲಾಪಿಲ್ಲಿಯಾಗಿದ್ದ ದೇವಶಿಲಾಸಾಧನಗಳನ್ನು ನೋಡಿದ. ಅವನಿಗೆಲ್ಲಾ ಕ್ಷಣಾರ್ಧದಲ್ಲಿ ಅರ್ಥವಾಯಿತು – ಈ ಅನರ್ಥಕ್ಕೆ ಇವನೇ ಕಾರಣ ಎಂದು.

"ನೀನಾರು?" ಎಂದು ಕೇಳಿದ.

"ನೀನಾರು?" ಎಂದು ಗಿಲ್ಗಮೇಶನೂ ಕೇಳಿದ.

"ನಾನು ಊರ್ಷಾನಬಿ"

ಗಿಲ್ಗಮೇಶ್ ಒಂದೇ ಹಾರಿಗೆ ಎದ್ದು ಅವನ ಕೈ ಹಿಡಿದು, "ನೀನು ಮೊದಲೇ ಏಕೆ ನನ್ನ ಕೈಗೆ ಸಿಗಲಿಲ್ಲ? ಊರ್ಷಾನಬಿ, ನಾನು ಊರೂಕ್ ಪಟ್ಟಣದ ಗಿಲ್ಗಮೇಶ್. ನಮ್ಮ ಅನು ದೇವನ ವಂಶೀಯ."

"ಇಲ್ಲಿಗೇತಕ್ಕೆ ಬಂದೆ?"

ಗಿಲ್ಗಮೇಶ್ ಎಲ್ಲವನ್ನೂ ವಿವರಿಸಿದ. ನಂತರ, "ಊರ್ಷಾನಬಿ, ನಿನಗೆ ಎಲ್ಲವನ್ನೂ ಬಿಡಿಸಿ ಹೇಳಿದ್ದೇನೆ. ನಾನು ಉತ್ನಪಿಷ್ಟಿಮ್‌ನನ್ನು ಕಾಣಲೇಬೇಕು" ಎಂದ.

"ಈಗ ನಿನಗೆ ನಾನೇನು ಹೇಳಲಿ ಗಿಲ್ಗಮೇಶ್. ಮರಣ ಜಲಧಿ ದಾಟಲು ಅವಶ್ಯವಾದ ದೇವಶಿಲಾಸಾಧನಗಳನ್ನು ನೀನೇ ನಾಶಮಾಡಿ ಬಿಟ್ಟಿದ್ದೀಯೆ. ಅವಿಲ್ಲದೆ ದೋಣಿ ಸುರಕ್ಷಿತವಾಗಿ ದಾಟುವಂತೆಯೇ ಇಲ್ಲ" ಎಂದು ತುಸು ಅಸಮಾಧಾನದಿಂದಲೇ ಹೇಳಿದ ಊರ್ಷಾನಬಿ.

"ಕೋಪಿಸಬೇಡ ಊರ್ಷಾನಬಿ. ಕೆಟ್ಟ ಗಳಿಗೆ ನನ್ನಿಂದಲೇ ಈ ತಪ್ಪು ಆಯಿತು, ಇದನ್ನು

ಹಗಲು ರಾತ್ರಿ ದಾಟುತ್ತಿರುವ ನೀನು ಬೇರೆ ಉಪಾಯ ಯೋಚಿಸು" ಎಂದು ಗಿಲ್ಗಮೇಶ್ ಅಂಗಲಾಚಿದ.

ಗಿಲ್ಗಮೇಶ್ ಮಾಡಿರುವ ಕೆಲಸಕ್ಕೆ ನಕಾರವೇ ಸರಿಯಾದ ಉತ್ತರ ಎಂದು ಊರ್ಷಾನಬಿಗೆ ಅನ್ನಿಸಿತು. ದೇವಸಾಧನಗಳನ್ನೆಲ್ಲ ನಷ್ಟ ಮಾಡಿ ತುಂಬಾ ಅನ್ಯಾಯವೆಸಗಿದ್ದಾನೆ. ಅಪಕಾರ ಮಾಡಿದವನಿಗೆ ಉಪಕಾರವೇ? ಹೇಗೆ ಸಾಧ್ಯ? ಆದರೆ ಇವನಿಗೆ ಷಾಮಾಷ್, ಸಿದೂರಿಗಳ ನೆರವು ಸಿಕ್ಕಿದೆ, ನರವೃಶ್ಚಿಕರು ದ್ವಾರ ತೆಗೆದಿದ್ದಾರೆ. ನಾನು ನಿರಾಕರಿಸಿ, ಆಮೇಲೆ ನನ್ನೊಡೆಯ ಉತ್ನಪಿಷ್ತಿಮ್‌ಗೆ ನನ್ನ ಮೇಲೆ ಅಸಮಾಧಾನವಾದರೆ ಏನು ಗತಿ ಎಂಬ ಇನ್ನೊಂದು ಯೋಚನೆ ಬಂದು, ಗಿಲ್ಗಮೇಶ್‌ನಿಂದ ಅಪರಾಧವಾಗಿದ್ದರೆ ಒಡೆಯನೇ ಶಿಕ್ಷಿಸಲಿ. ನಾನೇಕೆ ಇಲ್ಲದ ಹೊಣೆ ಹೊತ್ತುಕೊಳ್ಳಲಿ ಎಂದು ಸಹ ಅನ್ನಿಸಿತು. ತುಂಬಾ ಹೊತ್ತು ಯೋಚಿಸಿ ಕಡೆಗೆ, "ಗಿಲ್ಗಮೇಶ್, ಹಾಗಾದರೆ ಈಗ ನೀನೊಂದು ಕೆಲಸ ಮಾಡು. ಅರವತ್ತು ಹಸ್ತ ಉದ್ದವಿರುವ ಒಂದು ನೂರ ಇಪ್ಪತ್ತು ಗಣೆಗಂಬಗಳನ್ನು ಕಾಡಿನಲ್ಲಿ ಸಿದ್ಧಪಡಿಸಿ ಅದಕ್ಕೆ ಕರಿಯ ಲಾಕ್ಷವನ್ನು ಕರಗಿಸಿ ಚೆನ್ನಾಗಿ ಸವರಿ, ತುದಿಗಳಿಗೆ ಬಳೆಕಟ್ಟು ಕಟ್ಟಿ ಸಿದ್ಧಪಡಿಸು" ಎಂದು ಊರ್ಷಾನಬಿ ಹೇಳಿದ.

ಗಿಲ್ಗಮೇಶ್ ಊರ್ಷಾನಬಿಯ ಆದೇಶದಂತೆ ನೂರ ಇಪ್ಪತ್ತು ಗಣೆಗಂಬಗಳನ್ನು ಸಿದ್ಧಪಡಿಸಿದ. ಅವುಗಳನ್ನು ತೆಪ್ಪ ಕಟ್ಟಿ ಇಬ್ಬರೂ ಮಹಾಶರಧಿಯ ಕ್ರಮಣವನ್ನು ಆರಂಭಿಸಿದರು. ಮೊದಲು ಮೂರು ದಿವಸದ ಪ್ರಯಾಣ ಮೂರು ಪಕ್ಷದ ಪ್ರಯಾಣವೆನಿಸಿತು. ಅಂತೂ ಊರ್ಷಾನಬಿ ತೆಪ್ಪವನ್ನು ಮರಣ ಜಲಧಿಯ ಬಳಿಗೆ ತಂದ.

"ಗಿಲ್ಗಮೇಶ್ ಈಗ ನೀನು ಒಂದು ಗಣೆಗಂಬವನ್ನು ತೆಗೆದುಕೊಂಡು ಅದನ್ನು ಮರಣಜಲಧಿಯೊಳಕ್ಕೆ ಇಳಿಬಿಟ್ಟು ಆಳದೊಳಕ್ಕೆ ಬಲವಾಗಿ ಒತ್ತು. ಎಚ್ಚರ. ಕೈಗೆ ಮಾತ್ರ ನೀರು ಸೋಕದಿರಲಿ" ಎಂದು ಊರ್ಷಾನಬಿ ಆದೇಶವಿತ್ತ.

ಗಿಲ್ಗಮೇಶ್ ಹಾಗೆಯೇ ಮಾಡಿದ, ದೋಣಿ ತುಸು ಮುಂದೆ ಸಾಗಿತು.

"ಇದೇ ರೀತಿ ಉಳಿದ ಎಲ್ಲ ಗಣೆಗಂಬಗಳನ್ನು ಇಳಿಬಿಟ್ಟು ಆಳಕ್ಕೆ ಬಲವಾಗಿ ಒಂದಾದ ಮೇಲೆ ಒಂದನ್ನು ಒತ್ತುತ್ತ ಹೋಗು" ಎಂದ ಊರ್ಷಾನಬಿ.

ಗಿಲ್ಗಮೇಶ್ ಅಂತೆಯೇ ಮಾಡಿದ. ಏಳು ಹಗಲು ಏಳು ರಾತ್ರಿಗಳ ಯಾನದ ಬಳಿಕ ತೆಪ್ಪ ಯುಕ್ತ ತಾಣವನ್ನು ಸೇರಿತು.

ಇಬ್ಬರೂ ಇಳಿದರು. ಸೂರ್ಯನುದಿಸುವ ನಾಡಿನ ಸೂರ್ಯವಾಟಿಕೆ ತಿಲವನ ಪ್ರದೇಶವನ್ನು ಹೊಕ್ಕರು. ಗಿಲ್ಗಮೇಶ್ ಒಬ್ಬನೇ ಮೊದಲು ಮುಂದೆ ಸಾಗಿದ. ಊರ್ಷಾನಬಿ ಹಿಂದೆ ನಿಧಾನವಾಗಿ ಹೆಜ್ಜೆ ಹಾಕಿದ. ಗಿಲ್ಗಮೇಶ್ ಜೊತೆಗೆ ಹೋಗಲು ಅವನಿಗೆ ಅಳುಕಿತ್ತಲ್ಲ, ಅದರಿಂದ.

ಉತ್ನಪಿಷ್ತಿಮ್ ವಿಶ್ರಾಂತಿ ವೇದಿಕೆಯ ಮೇಲೆ ಒರಗಿ ಕುಳಿತಿದ್ದ. ದೋಣಿ ಬಂದುದು ಅವನಿಗೆ ಗೊತ್ತಾಯಿತು. ಆದರೆ ಪಟಗಂಬ, ನೌಕಾಪಟಗಳಿಲ್ಲದೆ ಅದು ಬಂದುದು ಸಹಜ ರೀತಿಯಲ್ಲವಲ್ಲ ಅನ್ನಿಸಿತು. ನಿಜಯಾನ ಚಾಲಕ ಇದನ್ನೇಕೆ ಇಂದು ನಡೆಸಲಿಲ್ಲ ಎಂದು ಯೋಚಿಸತೊಡಗಿದ. ದೂರದಲ್ಲಿ ತನ್ನತ್ತ ಬರುತ್ತಿದ್ದ ಗಿಲ್ಗಮೇಶ್‌ನನ್ನು ನೋಡಿದ. ಇವನು ತಮ್ಮ ಕಡೆಯವನಲ್ಲ, ಎಂದು ಗೊತ್ತಾಯಿತು.

"ದೇವಶಿಲಾಸಾಧನಗಳ ಉಪಯೋಗವಾದಂತಿಲ್ಲ. ದೋಣಿ ಸಾಗಿ ಬಂದುದು ಹೇಗೆ? ಇವನಾರು? ಏಕೆ ಬರುತ್ತಿದ್ದಾನೆ? ಈ ಮಹಾ ಪ್ರಯಾಸದ ಪ್ರಯಾಣವನ್ನು ಅವನು

ಕೈಕೊಳ್ಳಲು ಕಾರಣವೇನಿರಬಹುದು?" ಮೊದಲಾದ ಪ್ರಶ್ನೆಗಳು ಉತ್ನಪಿಷ್ಟಿಮ್‌ನಲ್ಲಿ ಹುಟ್ಟಿದವು.

ಚರ್ಮಾಂಬರಧಾರಿ ಹತ್ತಿರಕ್ಕೆ ಬಂದ.

ಉತ್ನಪಿಷ್ಟಿಮ್ ಸೆಟೆದು ಕುಳಿತು, "ನಿನ್ನ ಹೆಸರೇನು? ಬಂದುದೇಕೆ?" ಎಂದು ಕೇಳಿದ.

ಗಿಲ್ಗಮೇಶ್ ತನ್ನ ಕತೆ ಹೇಳಿದ. ಎಂಕಿಡುವಿನ ಸಾಹಸಗಳನ್ನು ವರ್ಣಿಸಿದ. ದೇವದಾರು ಕಾನನದೊಡೆಯ ಹೂಮ್‌ಬಾಬಾ*ನನ್ನು ಸೋಲಿಸಿದ ವೈಖರಿ ವಿವರಿಸಿದ. ಕಡೆಗೆ ಎಂಕಿಡುವಿನ ಸಾವು ತನ್ನಲ್ಲಿ ಹುಟ್ಟಿರುವ ಅಂಜಿಕೆಗಳನ್ನು ಮನಮುಟ್ಟುವಂತೆ ಹೇಳಿದ. ಆಮೇಲೆ "ಓ ಪೂರ್ವಜ ಉತ್ನಪಿಷ್ಟಿಮ್, ನಿಮ್ಮಲ್ಲಿ ಶರಣು ಬಂದಿದ್ದೇನೆ, ನನ್ನ ದುಗುಡಕ್ಕೆ ನಿವಾರಣೆ ದೊರೆಯುವಂತೆ ಕರುಣಿಸಿ. ಜನನ, ಮರಣ, ಅಮರತ್ವಗಳ ಬಗೆಗೆ ತಿಳಿಯಹೇಳಿ. ಮುಂದಿನ ನನ್ನ ಬಾಳು ಎತ್ತ ಸಾಗುತ್ತದೆ ಎಂದು ತಿಳಿಸುವ ಕೃಪೆಮಾಡಿ" ಎಂದು ವಿನಯದಿಂದ ಪ್ರಾರ್ಥಿಸಿದ.

"ಎಲ್ಲೋ ನೀನೊಂದು ವಿಚಿತ್ರ. ಸಾವು ಎಲ್ಲರಿಗೂ ಸಹಜ. ಎಂಕಿಡು ಸತ್ತನೆಂದು ನೀನು ಹೀಗೆಲ್ಲ ಮಾಡಬೇಕೆ?"

"ಅವನ ಸಾವನ್ನು ಕಣ್ಣಾರ ಕಂಡ ನನಗೆ ಸಾವೆಂದರೆ ಅಸಹ್ಯವೆನಿಸಿದೆ. ಅವನು ಮತ್ತೆ ಜೀವ ತಳೆಯಬೇಕು. ನಾನು ಸಾಯದೆ ಇರಬೇಕು. ಇದಕ್ಕೆ ಮಾಡಬೇಕಾದ್ದೇನು?"

"ಅಂದರೆ ಶಾಶ್ವತವಾಗಿ ಹೀಗೆಯೇ ಇರಬಯಸುತ್ತೀಯಾ?"

"ತಪ್ಪೇನು? ಮಾನವರಾದ ನೀವು ಇದ್ದಂತೆಯೇ ಅಮರತ್ವ ಪಡೆಯಲಿಲ್ಲವೆ?"

"ಇದು ಸರಿ, ತಪ್ಪುಗಳ ಪ್ರಶ್ನೆ ಅಲ್ಲ. ಯಾವುದು ಸಾಧ್ಯ ಯಾವುದು ಅಸಾಧ್ಯ ಎಂಬುದರ ಮೇಲೆ ನಿರ್ಣಯಿಸಬೇಕಾದುದು. ಈ ವಿಶ್ವದಲ್ಲಿ ಶಾಶ್ವತತ್ವ ಎಂಬುದು ಇಲ್ಲವೇ ಇಲ್ಲ. ಕಟ್ಟಿದ ಮನೆ ಬಿದ್ದೇ ಬೀಳುತ್ತದೆ. ಮಾಡಿಕೊಂಡ ಒಡಂಬಡಿಕೆ ಹಾಗೇ ಉಳಿಯುತ್ತದೆ ಎಂದು ನಿನ್ನ ಭಾವನೆಯೆ? ನಿದ್ದೆಗೂ ಮರಣಕ್ಕೂ ವ್ಯತ್ಯಾಸವೇನು ಬಲ್ಲೆಯಾ? ನಿದ್ದೆ ಬಣ್ಣ ಕಟ್ಟಿದ ಮರಣ ಅಷ್ಟೆ. ಆಳು-ಅರಸರಲ್ಲಿ ಈ ವಿಷಯದಲ್ಲಿ ಭೇದವಿದೆಯೆ? ಇಬ್ಬರೂ ಸತ್ತೇ ಸಾಯುತ್ತಾರೆ. ಒಂದು ವಿಷಯ ನೆನಪಿಟ್ಟುಕೊ. ಮರಣ ದೇವತೆ ಅನ್ನೂನಾಕಿ, ಧರ್ಮಾಧಿಕಾರಿಗಳು ಮತ್ತು ವಿಧಾತೆ ಮಮ್ಮೇತೂನ್ ಒಟ್ಟಿಗೆ ಸೇರಿ ಒಬ್ಬೊಬ್ಬ ಮಾನವನದೂ ಹುಟ್ಟು ಸಾವುಗಳನ್ನು ಮೊದಲೇ ನಿರ್ಣಯಿಸಿಬಿಟ್ಟಿರುತ್ತಾರೆ. ಹುಟ್ಟಿನ ಅರಿವು ಪ್ರತಿಯೊಬ್ಬರಿಗೂ ಆದರೂ ಮರಣ ಎಂದೂ ಯಾರಿಗೂ ಗೊತ್ತಿರುವುದಿಲ್ಲ. ಆ ವಿಷಯ ಮಾತ್ರ ಮಹಾಗುಟ್ಟಾಗಿ ಉಳಿದಿರುತ್ತದೆ. ಪೂರ್ವ ನಿರ್ಣೀತಗಳು ಎಂದೂ ಉಲ್ಲಂಘನೀಯವಲ್ಲ" ಎಂದು ಉತ್ನಪಿಷ್ಟಿಮ್ ವಿವರಿಸಿದ.

"ಓ ತಂದೆ ನಾನು ನಿನ್ನ ಬಗೆಗೆ ಕೇಳಿದ್ದೆನಷ್ಟೆ. ಈಗ ಕಣ್ಣಾರ ಕಂಡೆ. ನನಗೂ ನಿನಗೂ ಈಗಲೂ ಏನೂ ವ್ಯತ್ಯಾಸ ಕಾಣುತ್ತಿಲ್ಲ. ರೂಪ, ಆಕಾರ ಎಲ್ಲ ಸಮ. ಮಾನವಾತೀತವಾದ ಯಾವುದೇ ರೀತಿಯಲ್ಲಿ ನೀನು ಕಾಣಿಸುತ್ತಿಲ್ಲ. ಸದಾ ಯುದ್ಧ ಸನ್ನದ್ಧನಾಗಿರುವ ಯೋಧನಂತೆ ನಿನ್ನನ್ನು ಕಾಣುವೆನೆಂದು ನಾನು ಭಾವಿಸಿದ್ದೆ. ಮರಣವನ್ನು ಗೆದ್ದು ಅಮರತ್ವ ಪಡೆದವನು ನೀನಲ್ಲವೆ? ಆದರೆ ನೀನು ಯಾವುದೇ ಚಿಂತೆ ಇಲ್ಲದೆ, ಆರಾಮಾಗಿ ಇದ್ದು ಬಿಟ್ಟಿದ್ದೀಯೆ. ಅಮರತ್ವದ ಈ ನಿಶ್ಚಿಂತ ಸ್ಥಿತಿಯನ್ನು ನೀನು ಹೇಗೆ ಪಡೆದುಕೊಂಡೆ ಎಂಬುದನ್ನು ಕೃಪೆ ಮಾಡಿ ತಿಳಿಸು" ಎಂದು ಗಿಲ್ಗಮೇಶ್ ಕೇಳಿಕೊಂಡ.

ಗಿಲ್ಗಮೇಶ್‌ನ ಸಾಹಸಮಯ ಗಟ್ಟಿ ಪ್ರವೃತ್ತಿಯನ್ನು ಮೆಚ್ಚಿಕೊಂಡ ಉತ್ನಪಿಷ್ಟಿಮ್, "ಬಾ,

---

* ಹೂಮ್‌ಬಾಬಾನನ್ನು ಖೂಮ್‌ಬಾಬಾ ಎಂದೂ ಹೂವಾವಾ ಎಂದೂ ಹೆಸರಿಸಲಾಗುತ್ತದೆ.

ಗಿಲ್ಗಮೇಶ್ ಕುಳಿತುಕೊ. ದೇವ ದೇವತೆಗಳ ರಹಸ್ಯಗಳ ನಿಗೂಢತ್ವವನ್ನು ನಾನು ನಿನಗೆ ತಿಳಿಸುತ್ತೇನೆ" ಎಂದ.

ಆ ಮಾನವ ದೇವತೆಗಿದಿರಾಗಿ ಗಿಲ್ಗಮೇಶ್ ಕುಳಿತುಕೊಂಡ ಅವಿಚ್ಛಿನ್ನ ಭಕ್ತನಂತೆ.

ಉತ್ನಪಿಷ್ಟಿಮ್ ಕೂಡಲೇ ಏನನ್ನೂ ಹೇಳಲಿಲ್ಲ.

ಗಿಲ್ಗಮೇಶ್ ತಾಳ್ಮೆಯಿಂದ ಕಾದ. ದೇವ ದೇವತೆಗಳ ರಹಸ್ಯಗಳ ನಿಗೂಢತ್ವ ಏನಿರಬಹುದು ಎಂಬುದನ್ನು ತಿಳಿಯುವ ಕುತೂಹಲ. ಮನುಷ್ಯ ಸ್ವಭಾವವೇ ಹಾಗಲ್ಲವೇ? ಬೇರೊಬ್ಬರ ಗುಟ್ಟು ರಟ್ಟು ಮಾಡಿದರೆ ತನಗೇನೋ ಆನಂದ ಎಂಬ ಭ್ರಮೆಯ ಫಲವೇ ಗುಟ್ಟನ್ನು ರಟ್ಟು ಮಾಡಬೇಕು ಎಂಬ ಚಪಲ. ಚಪಲದ ಹಿಂದೆಯೇ ತಾಳ್ಮೆಗೆಟ್ಟ ಆತುರದ ವರ್ತನೆ. ಎಂದಾಗ ಗಿಲ್ಗಮೇಶ್ ಎಷ್ಟು ಹೊತ್ತು ತಾಳ್ಮೆಯಿಂದ ಕುಳಿತಿರಲು ಸಾಧ್ಯ? "ಓ ತಂದೆ ಆ ನಿಗೂಢತ್ವ..." ಎಂದು ಹೇಳುತ್ತಿದ್ದ.

ಅಷ್ಟರಲ್ಲಿ ಅವನ ಮಾತನ್ನು ಉತ್ನಪಿಷ್ಟಿಮ್ ತಡೆದು, "ಆತುರ ಪಡಬೇಡ ಗಿಲ್ಗಮೇಶ್. ಎಷ್ಟನ್ನು, ಹೇಗೆ, ನಿನಗೆ ತಿಳಿಯಪಡಿಸಬೇಕೆಂದು ನಾನು ಯೋಚಿಸುತ್ತಿದ್ದೆ, ಅಷ್ಟೆ. ಹಿಂದೊಮ್ಮೆ ಭಯಂಕರ ಜಲಪ್ರಳಯವಾಯಿತು. ಭೂಮಿಯ ಮೇಲಿನ ಜೀವರಾಶಿಯೆಲ್ಲ ಹೇಳ ಹೆಸರಿಲ್ಲದಂತೆ ನಾಶವಾಯಿತು" ಎಂದ.

ಗಿಲ್ಗಮೇಶನೆಂದ: "ಆ ಜಲಪ್ರಳಯದಲ್ಲಿ ನೀನು ಬದುಕಿ ಉಳಿದವನು."

"ಹೌದು."

"ನನಗೆ ಆ ಕಥೆ ಹೇಳು."

"ಅದೇ ರಹಸ್ಯದ ನಿಗೂಢತ್ವ, ಕೇಳು. ಷುರ್ರೂಪಾಕ್ ನಗರ ನಿನಗೆ ಗೊತ್ತಲ್ಲವೆ?"

"ಗೊತ್ತು. ಬುರಾನನ್* ನದಿಯ ದಡದಲ್ಲಿ, ನಮ್ಮ ಊರೂಕ್‌ನ ವಾಯವ್ಯಕ್ಕೆ ಆರೆಂಟು ಹರಿದಾರಿ ದೂರದಲ್ಲಿರುವ ನಗರ"

"ಅದು ನನ್ನ ಯಜಮಾನ್ಯದಲ್ಲಿದ್ದುದೂ ನಿನಗೆ ಗೊತ್ತು."

"ಕೇಳಿಬಲ್ಲೆ."

"ಅದು ಬಹಳ ಪುರಾತನ ನಗರ. ಅಲ್ಲಿ ದೇವರ ದೇವ ಅನು, ವಾಯುದೇವ ಎನ್‌ಲಿಲ್.** ನಿನ್ನೂರ್ತ,*** ಎನ್ನುಗಿ,**** ದೇವ ಇಆ***** ಎಲ್ಲರೂ ಇದ್ದರು. ಇವರೆಲ್ಲರೂ ಅನಾದಿ ಕಾಲದವರು. ಆ ನಗರ ಬೆಳೆದು ಬೆಳೆದು ಭೂಮಿಗೆ ಭಾರವಾಗತೊಡಗಿತು. ಇದರ ಜೊತೆಗೆ ವಿಶ್ವದಲ್ಲಿ ಸೃಷ್ಟಿಕ್ರಿಯೆ ವಿಪರೀತ ಏರಿತು. ಜೀವರಾಶಿಗಳು, ಮಾನವಕೋಟಿ ಹಿಡಿತ ಮೀರಿ ಬೆಳೆಯುತ್ತ ಹೋಯಿತು. ಜನರ ಪಾಪ, ದೌರ್ಜನ್ಯಗಳು ಭಯಂಕರವಾಗಿ ವೃದ್ಧಿಗೊಂಡವು. ಅದರ ಹುಯ್ಲು ಅಬ್ಬರಗಳು ಹಿಡಿತಕ್ಕೆ ಬರುವ ಘಟ್ಟವನ್ನೂ ದಾಟಿಬಿಟ್ಟಿತು. ಸಹಿಸುವುದು ಅಸಾಧ್ಯವಾಯಿತು. ಒಂದು ರೀತಿಯಲ್ಲಿ ವಿಶ್ವಶಾಂತಿಯೇ ಕದಡಿ ಹೋಯಿತು. ಅಖಂಡ ಶಾಂತಿಯಿಂದ ನೆಲೆಸಿದ್ದ ಈ ಪುರಾತನ ದೇವರುಗಳ ಕಿವಿಗಳಲ್ಲಿಯೂ ಲೋಕದ ಬೊಬ್ಬೆ ಝೇಂಕರಿಸಿತು."

---

* ಮುಂದೆ ದೊರೆತ ಹೆಸರು ಯೂಫ್ರಟೀಸ್

** ಎನ್‌ಲಿಲ್ ಶುಮೆರಿಯನ್ನರ ವಾಯುದೇವ, ದೇವ ದಣ್ಣಾಯಕ ಹಾಗೂ ರಣ ದೇವತೆ.

*** ದೇವದೂತ ಮತ್ತು ಎನ್‌ಲಿಲ್‌ನ ಸಹಾಯಕ ಸಲಹೆಗಾರ.

**** ಎನ್ನುಗಿ ನಾಲಾಧಿಪತಿ.

***** ಜ್ಞಾನದೇವ.

"ಅದು ಸಾಧ್ಯವೇ?"

"ಏಕೆ ಸಾಧ್ಯವಿಲ್ಲ? ಧ್ವನಿವಾಹಕ ಎನ್‌ಲಿಲ್ ಇರುವವರೆಗೆ ಎಲ್ಲ ಸಾಧ್ಯ."

"ಆಮೇಲೆ ?"

"ಎನ್‌ಲಿಲ್ ಬೊಬ್ಬೆ ಮುಟ್ಟಿಸಿದ್ದಷ್ಟೇ ಅಲ್ಲ. ಆ ದೇವರುಗಳಿಗೆ ತನ್ನ ಸೂಚನೆಯನ್ನೂ ಕೊಟ್ಟುಬಿಟ್ಟ."

"ಏನೆಂದು ?"

"ಈ ಮಾನವ ಕೋಟಿಯ ಪಾಪ ದೌರ್ಜನ್ಯಗಳು ಮಿತಿ ಮೀರಿದವು. ಅವರ ಬೊಬ್ಬೆಯ ಕಾಟ ಸಹಿಸುವುದಂತೂ ಅಸಾಧ್ಯ. ಆ ಬೊಬ್ಬೆಯ ಫಲ ಸಂಪೂರ್ಣ ನಿದ್ರಾಭಂಗ. ಹಾಗೆಷ್ಟು ದಿವಸ ಇರಲು ಸಾಧ್ಯ? ಇದಕ್ಕೇನಾದರೂ ಪರಿಹಾರ ಕಂಡುಹಿಡಿಯಬೇಕು, ಎಂದು. ಒಡನೆಯೇ ಎಲ್ಲ ದೇವರುಗಳೂ, 'ಹೌದು, ಹೌದು, ಪರಿಹಾರ ಕಂಡುಹಿಡಿಯಬೇಕು' ಎಂದು ದನಿಗೂಡಿಸಿದರು. ನಂತರ ವಿಚಾರ ವಿನಿಮಯ ಮಾಡಿಕೊಂಡರು. ಕಡೆಗೆ, ಒಂದು ಗುಟ್ಟಾದ ನಿರ್ಣಯ ಕೈಗೊಂಡರು."

"ಏನೆಂದು?"

"ಭಯಂಕರವಾದ ಒಂದು ಮಹಾಪೂರವನ್ನು ಈ ಮಾನವಕೋಟಿಯ ಮೇಲೆ, ಜೀವರಾಶಿಯ ಮೇಲೆ ನುಗ್ಗಿಸುವುದೆಂದು."

"ಇದು ನಿಮಗೆ ಹೇಗೆ ತಿಳಿಯಿತು?" ಕೌತುಕದಿಂದ ಗಿಲ್ಗಮೇಶ್ ಕೇಳಿದ.

"ಆ ನಿರ್ಣಯ ಕೈಕೊಂಡಾಗ ನನ್ನ ದೇವರು ಇಆ ಅಲ್ಲೇ ಇದ್ದರಲ್ಲ? ಅವರು ತಿಳಿಸಿದರು."

"ಇಆ ದೇವರ ದರ್ಶನ ಭಾಗ್ಯವನ್ನು ಹಾಗಾದರೆ ನೀವು ಪಡೆದಿರೆನ್ನಿ."

"ದರ್ಶನ ಭಾಗ್ಯವೆ? ಅದು ಅಷ್ಟು ಸುಲಭವೆ?"

"ಮತ್ತೆ?"

"ನನ್ನ ಲಾಳನಿವಾಸದಲ್ಲಿ ನಾನು ಮಲಗಿ ನಿದ್ರಿಸುತ್ತಿದ್ದೆ. ನನ್ನ ಕನಸಿನಲ್ಲಿ ಇಆ ದೇವರು ನನ್ನ ನಿವಾಸದ ಲಾಳ ಭಿತ್ತಿಗಳಿಗೆ ಪಿಸುಗುಟ್ಟಿದರು. ಆ ಪಿಸುಗುಟ್ಟುವಿಕೆಗೆ ನಿವಾಸ ಭಿತ್ತಿಗಳು ಸ್ಪಂದಿಸಿ ನನ್ನ ಕಿವಿಗೂ ಮುಟ್ಟಿತು."

"ಏನು ಪಿಸುಗುಟ್ಟಿದರು?"

" 'ಲಾಳನಿವಾಸದ ಲಾಳಭಿತ್ತಿಗಳೇ ನನ್ನ ಈ ಮಾತುಗಳನ್ನು ನೀವು ಪ್ರತಿಧ್ವನಿಸಿ' ಎಂದು ಮೊದಲು ಹೇಳಿ, ಇಆ ದೇವರು ನನಗೆ ನೇರವಾಗಿ ಹೇಳುತ್ತಿರುವರೋ ಎಂಬಂತೆ ಆ ಲಾಳ ಭಿತ್ತಿಗಳಿಗೆ ಹೇಳಿದರು. ಭಿತ್ತಿಗಳು ಯಥಾವತ್ ಪ್ರತಿಧ್ವನಿಸಿದ್ದರಿಂದ ನನಗೆ ಇಆ ದೇವರು ಉಸುರಿದ ಒಂದೊಂದು ಮಾತೂ ನಿಖರವಾಗಿ ಸ್ಪಷ್ಟವಾಗಿ ಕೇಳಿಸಿತು. ಓಹ್, ನನ್ನ ಇಆ ದೇವರೆಷ್ಟು ಕರುಣಾಮಯ !"

"ಆ ದೇವರ ಮಾತನ್ನು ತಿಳಿಸಬಹುದೆ?"

"ಈಗ ತಿಳಿಸಲು ಅಡ್ಡಿಯಿಲ್ಲ. ಕೇಳು. ಇಆ ದೇವರು, 'ಎಲೈ ಷುರ‍್ರೂಪಾಕ್‌ನ ಅಧಿಪತಿಯೆ, ಉಬಾರಾತೂತೂವಿನ ಮಗನೆ, ಈ ಕೂಡಲೇ ನೀನು ನಿನ್ನ ನಿವಾಸವನ್ನು ನೆಲಸಮ ಮಾಡಿಬಿಡು. ನಂತರ ಒಂದು ದೋಣಿಯನ್ನು ಕಟ್ಟು' ಎಂದು ಹೇಳಿದರು. ಕೂಡಲೇ ನನ್ನ ಬಾಯಿಯಿಂದ 'ಆ !' ಎಂಬ ಉದ್ಗಾರ ತನ್ನ ಪಾಡಿಗೆ ತಾನು ಬಂದುಬಿಟ್ಟಿತು."

" 'ಇರುವುದು ಹೋಗಿಬಿಡುತ್ತದೆ ಎಂದು ವ್ಯಥೆಯೆ ಉತ್ನಪಿಷ್ಟಿಮ್. ವ್ಯಥೆಪಡಬೇಡ.

ಪ್ರಾಪಂಚಿಕ ವಸ್ತುಗಳ ಭ್ರಮೆಯನ್ನು ಬಿಟ್ಟು ನಿನ್ನಾತ್ಮ ಉಳಿದುಕೊಳ್ಳುವುದರತ್ತ ಗಮನ ಕೊಡು. ನಾನು ಹೇಳುತ್ತಿರುವುದು ನಿನ್ನ ಒಳ್ಳೆಯದಕ್ಕೆ' ಎಂದು ಇಆ ನನ್ನಲ್ಲಿ ಹೊಸನೋಟ ಬಿತ್ತಿದರು. 'ತಿಳಿಯಿತು' ಎಂದು ನಾನು ಹೇಳಿದೆ."

" 'ಸರಿ ಹಾಗಾದರೆ. ನೀನು ಕಟ್ಟಬೇಕಾಗಿರುವ ದೋಣಿಯ ಅಗಲ, ಅದರ ಉದ್ದದಷ್ಟೇ ಇರಬೇಕು. ಅದರ ಮೇಲಿನ ಅಟ್ಟಣೆಗೆ ಒಂದು ಗುಮ್ಮಟ ಛಾವಣಿ ನಿರ್ಮಿಸು. ಅನಂತರ ಎಲ್ಲ ಜೀವರಾಶಿಗಳ ಬೀಜಾಣುಗಳನ್ನು ನೀನು ಅದರೊಳಕ್ಕೆ ಸಾಗಿಸು. ತಿಳಿಯಿತು ತಾನೇ?"

"ತಿಳಿಯಿತು ದೇವ. ಅಪ್ಪಣೆಯನ್ನು ಚಾಚೂತಪ್ಪದೆ ಪಾಲಿಸುತ್ತೇನೆ. ಆದರೆ ನನ್ನ ಪಾಲಿಕೆಯಲ್ಲಿರುವ ಜನ ಕೇಳಿದರೆ ಅವರಿಗೆ ನಾನೇನು ಹೇಳಲಿ? ಈ ನಗರದ ಹಿರಿಯರು ಕೇಳಿದರೆ ನಾನೇನು ಹೇಳಲಿ?"

" 'ವಾಯುದೇವ ಎನ್‌ಲಿಲ್ ಏಕೋ ನನ್ನ ಮೇಲೆ ಕುಪಿತನಾಗಿದ್ದಾನೆ ಎಂದು ನನಗೆ ತಿಳಿದುಬಂತು. ಇದೆಲ್ಲ ಅವನು ನಿರ್ಬಾಧಿತವಾಗಿ ಸಂಚರಿಸುವ ಭೂಮಿ. ಆ ಭೂಮಿಯ ಮೇಲೆ ಇನ್ನು ನಾನು ಕಾಲಿಟ್ಟು ನಡೆಯಲು ಸಾಧ್ಯವಿಲ್ಲ. ಅದರಿಂದ ಇನ್ನು ಮುಂದೆ ನಾನು ನನ್ನ ಇಆ ದೇವರಿರುವ ಜಲಾವರ್ತದಲ್ಲಿ ವಾಸಿಸಬೇಕಾಗಿದೆ' ಎಂದು ಹೇಳು."

"ನನ್ನನ್ನೇ ನಂಬಿ ಬದುಕುತ್ತಿರುವ ಅವರಿಗೆ ನಿಜವಾಗಿ ಸಮಾಧಾನವಾದೀತೆ ದೇವ?"

" 'ಎನ್‌ಲಿಲ್ ದೇವನಿಗೆ ನಿಮ್ಮಗಳ ಮೇಲೆ ಏನೂ ಕೋಪವಿಲ್ಲ. ಅವನು ಸಮೃದ್ಧವಾಗಿ ನಿಮ್ಮ ಮೇಲೆ ವೃಷ್ಟಿ ಕರೆಸುತ್ತಾನೆ. ಒಳ್ಳೆ ಬೆಳೆ ಬೆಳೆಯುತ್ತದೆ. ನೆರೆನೀರಿನಲ್ಲಿ ವಿಶಿಷ್ಟ ಬಗೆಯ ಮೀನುಗಳು ಸಹ ರಾಶಿ ರಾಶಿ ದೊರಕುತ್ತವೆ. ನಿಮ್ಮ ಚಿಂತೆಗೆ ಕಾರಣವಿಲ್ಲ ಎಂದರೆ ಅವರು ತೃಪ್ತರಾಗುತ್ತಾರೆ' ಎಂದ ಇಆ ದೇವ."

"ಆಮೇಲೆ?" ಗಿಲ್ಗಮೇಶ್ ಕೇಳಿದ.

"ನನಗೆ ಅನ್ಯಮಾರ್ಗವೇನಿತ್ತು? ಕನಸಿನಲ್ಲಿ ದೇವನಿತ್ತ ಭಿತ್ತಿ ಸಂದೇಶದಂತೆ ವರ್ತಿಸಲು ನಿರ್ಧರಿಸಿದೆ. ಬೆಳಗಾಗುತ್ತಿದ್ದ ಹಾಗೆಯೇ ನನ್ನವರನ್ನೆಲ್ಲಾ ಒಂದೆಡೆ ಕಲೆಹಾಕಿ ವಿಷಯ ತಿಳಿಸಿದೆ. ಮನೆಮಂದಿ ಮಕ್ಕಳೆಲ್ಲ, ಆಳುಕಾಳುಗಳೆಲ್ಲ ಕಾರ್ಯಪ್ರವೃತ್ತರಾದರು. ದೋಣಿ ಕಟ್ಟಲು ಏನೆಲ್ಲ ಸಾಮಗ್ರಿ ಬೇಕೋ ಎಲ್ಲವೂ ಕೂಡಲೇ ಶೇಖರವಾದವು. ದೋಣಿ ನಿರ್ಮಾಣ ತಾಣದಲ್ಲಿ ಅಡಿಗಂಬವನ್ನು ಮೊದಲು ಕೂಡಿಸಲಾಯಿತು. ಅದಕ್ಕೆ ಹಲಗೆಗಳನ್ನು ಜೋಡಿಸಿಕೊಂಡು ಹೋಗಲಾಯಿತು. ಹಲಗೆ ಜೋಡಣೆ ಭದ್ರವಾಗಿರಲೆಂದು ಅವುಗಳ ತಳದಲ್ಲಿ ಅಡಿಪಟ್ಟಿ ಅಡ್ಡ ಪಟ್ಟಿಗಳನ್ನು ಚೂಪು ಬೆಣೆಗಳಿಂದ ಜಡಿಯಲಾಯಿತು. ನೂರಿಪ್ಪತ್ತು ಹಸ್ತ ಚದರದ ದೋಣಿಯ ನಿರ್ಮಾಣದ ಕೆಲಸ ವಿಳಂಬವಿಲ್ಲದೆ ನಿರ್ಬಾಧಿತವಾಗಿ ಸಾಗಿತು. ದೋಣಿಯ ಒಟ್ಟು ನೆಲ ಸೌಕರ್ಯ ಒಂದು ಎಕರೆಯಷ್ಟು. ಮೇಲಿನ ಅಟ್ಟಣೆಯ ಕೆಳಗೆ ಇನ್ನೂ ಆರು ಅಟ್ಟಣೆಗಳನ್ನು ನಿರ್ಮಿಸಲಾಯಿತು. ಹಲಗೆ ಭಿತ್ತಿಗಳನ್ನು ಅಳವಡಿಸಿ ಒಟ್ಟು ಒಂಬತ್ತು ವಿಭಾಗಗಳನ್ನು ನಿರ್ಮಿಸ ಲಾಯಿತು. ಎಲ್ಲೂ ತೂತಿರದಂತೆ, ಬಿರುಕಿರದಂತೆ ಮಾಡಲು ಎಣ್ಣೆ, ಕಲ್ಲರಗು, ಕರಿರಾಳಗಳನ್ನು ಒಟ್ಟಿಗೆ ಕುದಿಸಿ ತೂತು ಬಿರುಕು ಸಂದುಗಳಿಗೆಲ್ಲಾ ಒರೆದು ಮೆತ್ತಲಾಯಿತು. ಉಗ್ರಾಣ ತಾಣದಲ್ಲಿ ಸಾಮಗ್ರಿಗಳನ್ನೆಲ್ಲ ಶೇಖರಿಸಲಾಯಿತು. ಪ್ರತಿದಿನ ನೌಕಾಶಿಲ್ಪಿಗಳಿಗೆ ಹಾಗೂ ಇತರರಿಗೆ ಎಂದು ಕುರಿ ಎತ್ತುಗಳನ್ನು ಬಲಿ ಕೊಡುತ್ತಿದ್ದೆ. ಅವರಿಗೆ ಬಗೆ ಬಗೆಯ ಕೆಂಪು, ಬಿಳಿ ಬಣ್ಣಗಳ ಮದ್ಯ, ದ್ರಾಕ್ಷಾರಸಗಳನ್ನು ನೀರಿನಂತೆ ಹಂಚುತ್ತಿದ್ದೆ. ಅನುದಿನವೂ ನವ ವರ್ಷದ ಭೋಜನ ಕೂಟದಂತೆ ಭವ್ಯ ವ್ಯವಸ್ಥೆ ಮಾಡಿದ್ದೆ. ಒಂದು ಸಪ್ತಾಹದಲ್ಲಿ ದೋಣಿ ಸಿದ್ಧವಾಯಿತು."

"ದೋಣಿಯನ್ನು ನಿರ್ಮಿಸಿದ್ದು ಎಲ್ಲಿ?"

"ನೀರಿಗೆ ಸನಿಯದಲ್ಲೇ. ಆದರೂ ಆ ಬೃಹತ್ ದೋಣಿಯನ್ನು ನೀರಿಗಿಳಿಸುವ ಕೆಲಸ ಸುಲಭದ್ದಾಗಿರಲಿಲ್ಲ. ಬಹಳ ಕಷ್ಟವಾಯಿತು ಸಹ. ನೀರಿನ ಮೇಲೇರುವ ತೆರೆಗಳ ಕಾರಣವಾಗಿ ದೋಣಿ ಉಯ್ಯಾಲೆ ಆಡಬಾರದೆಂದು, ಇಡೀ ದೋಣಿಯ ಮೂರನೇ ಎರಡು ಭಾಗ ನೀರಿನೊಳಗೆ ಸರಿಯಾಗಿ ಮುಳುಗಿರಬೇಕೆಂದು ನಿಲುಭಾರಗಳನ್ನು ಅಳವಡಿಸಬೇಕಾಯಿತು. ಆ ನಿಲುಭಾರಗಳನ್ನು ಏರಿಸಿ, ಇಳಿಸಿ, ಪರೀಕ್ಷಿಸಿ ಅಂತೂ ಸಮವಾಗಿ ಹೊಂದಿಸಲಾಯಿತು. ಆಮೇಲೆ ನನ್ನ ಬಂಧು ಬಳಗ, ನನ್ನ ಸಂಸಾರ, ನನ್ನ ಬಳಿ ಇದ್ದ ಕನಕ, ನನ್ನದಾದ ಸಾಧುಪ್ರಾಣಿಗಳು, ದುಷ್ಟಪ್ರಾಣಿಗಳು, ಯಾನ ಚಾಲಕರು, ಎಲ್ಲರನ್ನೂ ಎಲ್ಲವನ್ನೂ ದೋಣಿಗೆ ಏರುವಂತೆ ಮಾಡಿದೆ. ನಾನು ಅಭ್ಯಂಜನ ಮಾಡಿ, ಅಲಂಕರಿಸಿಕೊಂಡು, ಕಿರೀಟ ಧರಿಸಿ ಸಿದ್ಧನಾಗಿದ್ದರೂ ದೋಣಿಯನ್ನು ಏರಿರಲಿಲ್ಲ."

"ಅದೇಕೆ?"

"ದೇವವಾಣಿ ತನ್ನುಲಿಯಲ್ಲಿ ಸೂಚಿಸಿದಂತೆ ತಾನೇ ನಾನು ನಡೆಯಬೇಕಾಗಿತ್ತು."

"ಏನನ್ನು ಸೂಚಿಸಿತ್ತು – ಯಾನಾರಂಭದ ಸಮಯವನ್ನೆ?"

"ಹೌದು, 'ನಿಯೋಜಿತ ದಿನದಂದು ಮುಚ್ಚಂಜೆಯ ವೇಳೆಗೆ ಚಂಡಮಾರುತ ನುಗ್ಗಿ ಬರುವ ಸುಳಿವು ಸೂಚಿತವಾಗುತ್ತದೆ. ಕೂಡಲೇ ನೀನು ದೋಣಿ ಏರಿ ಅದನ್ನು ಮುಂದೆ ಸಾಗಿಸಿಕೊಂಡು ಹೋಗು. ಏಕೆಂದರೆ ಹಿಂದೆಯೇ ಭಯಂಕರ ಮಳೆ ಅಪ್ಪಳಿಸಲಾರಂಭಿಸುತ್ತದೆ' ಎಂದು ಸೂಚಿಸಿತ್ತು."

"ಆ ಸೂಚನೆಯಂತೆ ಆ ಸಂಜೆಯೇ ಚಂಡಮಾರುತ ನುಗ್ಗಿಬರುವ ಸೂಚನೆ ಮೂಡಿತೆ?"

"ಹೌದು. ನಾನು ಆಕಾಶಕ್ಕೆ ದೃಷ್ಟಿ ಹೊರಳಿಸಿ ಸುತ್ತಲೂ ನೋಡಿದೆ. ಅದು ಮಹೋಗ್ರವಾಗಿ ಕಂಡುಬಂತು. ಕೂಡಲೇ ದೋಣಿ ಏರಿ ಅದನ್ನು ಮುಂದಕ್ಕೆ ಸಾಗಿಸುವಂತೆ ಸೂಚನೆ ಕೊಟ್ಟೆ. ದೋಣಿ ಯಾನ ಪ್ರಾರಂಭಿಸಿ ವೇಗ ಪ್ರಯಾಣಕ್ಕೆ ಹೊಂದಿಕೆಯಾದ ಆಳ ಜಲಭಾಗದತ್ತ ಸಾಗಿತು. ಆ ಜಲಭಾಗ ಬಂದೊಡನೆಯೇ ಯಾನ ಚಾಲನೆಯ ಪೂರ್ಣ ಹೊಣೆಗಾರಿಕೆಯನ್ನು ಚಾಲಕ ಶ್ರೇಷ್ಠ ಪೂಜೂರ್ ಆಮೂರ್ರಿಗೆ ವಹಿಸಿಬಿಟ್ಟೆ."

"ರಾತ್ರಿ ಕಳೆದು ಬೆಳಗಾಗುವುದರೊಳಗೆ ದಿಗಂತದಿಂದ ಎದೆ ಝಲ್ಲೆನಿಸುವ ಕಾರ್ಮೋಡಗಳು ಸುರುಳಿಸುರುಳಿಯಾಗಿ ನುಗ್ಗಿ ಬರತೊಡಗಿದವು. ಇಡೀ ಆಕಾಶವನ್ನು ವ್ಯಾಪಿಸತೊಡಗಿದವು. ಆದಾದ್*ನ ಕ್ಷೇತ್ರದಿಂದ ಭಯಂಕರ ಮಿಂಚು, ಸಿಡಿಲು, ಗುಡುಗುಗಳು ಹೊಮ್ಮಿದವು. ಕಾರ್ಮೋಡಗಳ ರಭಸವನ್ನು ಚಂಡಮಾರುತ ದೇವತೆಯೇ ನಿರ್ದೇಶಿಸುತ್ತಿರುವಂತೆ ಭಾಸವಾಯಿತು. ಇದಿರಿನ ಬೆಟ್ಟ ಪರ್ವತಗಳ ಮೇಲೆ, ಷೂಲ್ಲಾಕ್ ಮತ್ತು ಹ್ಯಾನಿಷ್‌ಗಳ ವಿಸ್ತಾರವಾದ ಬಯಲುಸೀಮೆಗಳ ಮೇಲೆ ಚಂಡಮಾರುತ ನುಗ್ಗಿತು. ಮಳೆಧಾರೆ ರಪ್, ರಪ್ ಎಂದು ಅಪ್ಪಳಿಸುತ್ತ ಎಡಬಿಡದೆ ಸುರಿಯತೊಡಗಿತು. ಪಾತಾಳ ದೇವತೆಗಳು ಬಡ ಬಡನೆ ಮೇಲೆದ್ದು ಬಂದರು. ಸಿಡುಬುಮಾರಿ ನೇರ್ಗಲ್ ಹೊರನುಗ್ಗಿದ. ಅಣೆಕಟ್ಟುಗಳನ್ನು ಭೇದಿಸಿದ. ನೀರೊರತೆಗಳು ತಾಂಡವವಾಡುತ್ತ ಮೇಲಕ್ಕುಕ್ಕಿ ಬರತೊಡಗಿದವು. ನಿನ್ನೂರ್ತ ದೇವ ಕಡಲಡ್ಡ ಗಟ್ಟುಗಳನ್ನು ಕೆಡವಿದ. ನರಕದ ಸಪ್ತ ನ್ಯಾಯಾಧೀಶರು, ಅನು ಕುಮಾರ ಪಾತಾಳದ ಅಧಿಪತಿ

---

* ಚಂಡಮಾರುತ ದೇವತೆ.

ಅನ್ನೂಸಾಕಿ ಜೊತೆಗೂಡಿ, ತಮ್ಮ ಜಾಜ್ವಲ್ಯಮಾನವಾದ ದೀವಟಿಗೆಗಳನ್ನು ಎತ್ತಿ ಹಿಡಿದು ಬೆಳಕನ್ನು ಹರಡಲು ಪ್ರಯತ್ನಿಸಿದರು. ಆದರೇನು? ಚಂಡಮಾರುತ ದೇವ ಇಡೀ ವಿಶ್ವವನ್ನೇ ಧಿಡೀರನೆ ಗುಮ್ಮಟ ಭಾವಣಿಯಿಂದ ಮುಚ್ಚಿಬಿಟ್ಟನೋ ಎಂಬಂತೆ ಹಗಲು ಮಾಯವಾಗಿ ಕರಾಳ ಕತ್ತಲೆಯಾವರಿಸಿಬಿಟ್ಟಿತು. ದಿಗ್ಭ್ರಮೆ ಹರಡಿ ಸ್ವರ್ಗದವರೆಗೆ ವ್ಯಾಪಿಸಿತು. ಚಂಡಮಾರುತದ ಅತ್ಯುಗ್ರ ಪ್ರಳಯ ತಾಂಡವ ಅನುಭವಕ್ಕೆ ಬಂತು. ಮಳೆರಾಯ ರೋಷೋನ್ಮತ್ತನಾಗಿ ಓತಪ್ರೋತವಾಗಿ ಜನಗಳ ಮೇಲೆ ರಭಸವಾಗಿ ಅಪ್ಪಳಿಸತೊಡಗಿದ – ರಣಭೂಮಿಯಲ್ಲಿನ ಶಸ್ತ್ರಾಸ್ತ್ರಗಳ ಸುರಿಮಳೆಯಂತೆ. ಭೂಮಿಯ ಮೇಲೆ ಅಕ್ಕ ಪಕ್ಕದವರು ಒಬ್ಬರನ್ನೊಬ್ಬರು ಕಾಣದಂತಾಯಿತು. ಸ್ವರ್ಗದವರಿಗೆ ಸಹ ಭೂ ನಿವಾಸಿಗಳು ಕಾಣದಂತೆ ಆಗಿಬಿಟ್ಟಿತು. ಈ ಚಂಡಮಾರುತದ ಈ ಅತ್ಯುಗ್ರ ಸ್ವರೂಪವನ್ನು ಕಂಡು ದೇವ ದೇವತೆಗಳು ಸಹ ಭಯಭ್ರಾಂತ ರಾದರೆಂದ ಮೇಲೆ ಅದರ ಸ್ವರೂಪ ಹೇಗಿದ್ದಿರಬಹುದು ನೀನೇ ಯೋಚಿಸು."

"ಏನೆಂದಿರಿ? ದೇವದೇವತೆಗಳೂ ಭಯಭ್ರಾಂತರಾದರೆಂದಿರಾ?"

"ಭಯಭ್ರಾಂತರಾಗದಿದ್ದಿದ್ದರೆ ಸ್ವರ್ಗದ ಅತ್ಯಂತ ಮೇಲಿನ ಸ್ತರಕ್ಕೇಕೆ ಅವರೆಲ್ಲ ಧಾವಿಸುತ್ತಿದ್ದರು?"

"ಹೌದೆ!"

"ಅನು ದೇವನಿರುವ ತುತ್ತ ತುದಿಯ ಸ್ತರಕ್ಕೆ ಧಾವಿಸಿ, ಅಲ್ಲಿ ಮೂಲೆಗಳಲ್ಲಿ, ಹೆದರಿದ ನಾಯಿಕುನ್ನಿ ಬಾಲ ಮುದುರಿಕೊಂಡು ಕೂಡುವಂತೆ ಮುದುರಿಕೊಂಡರು."

"ಅಬ್ಬ! ಹಾಗಾದರೆ ಆ ಚಂಡಮಾರುತ ಅದೆಷ್ಟು ಉಗ್ರವಾದುದಾಗಿರಬೇಕು!"

"ಮಹಾ ಉಗ್ರ. ಅದನ್ನು ಕಂಡು ಸ್ವರ್ಗದ ರಾಣಿ ಇಷ್ತಾರ್ ದೇವಿ ಗರ್ಭಸ್ರಾವವಾದ ಹೆಂಗಸಿನಂತೆ ಯಾತನೆಯಿಂದ ಆಕ್ರಂದಿಸಿ 'ಅಯ್ಯಯ್ಯೋ ಸೃಷ್ಟಿಯಲ್ಲಿ ಎಲ್ಲವೂ ಧೂಳೀಪಟವಾಗಿ ಬಿಟ್ಟಿತಲ್ಲ. ಮಾನವ ಕೋಟಿಯ ಪಾಪ ದೌರ್ಜನ್ಯಗಳು ಹೆಚ್ಚಿದ್ದರಿಂದ ಅದಕ್ಕೆ ಮದ್ದೇನು ಎಂಬ ಚರ್ಚೆ ನಡೆದಾಗ ಈ ಸಲಹೆಯನ್ನು ನಾನೇಕೆ ಕೊಟ್ಟೆ. ಇದೊಂದೇ ಮಾರ್ಗವೆಂದು ಒತ್ತಾಯಿಸಿದೆ. ಅದರ ಫಲವೇ ಅಲ್ಲವೆ ಈ ಭೀಕರ ದೃಶ್ಯ. ಮೀನಿನ ರಾಶಿಯಂತೆ ಜಲದಲ್ಲಿ ತೇಲುತ್ತ ಹರಡಿಕೊಂಡು ನಿರ್ಜೀವವಾಗಿ ಬಿದ್ದಿರುವರಿವರೆಲ್ಲ, ಅಯ್ಯೋ ನನ್ನ ಮಕ್ಕಳೇ ಅಲ್ಲವೆ! ನನ್ನ ಮಕ್ಕಳ ಈ ದುರಂತ ಕೊನೆಯ ಈ ದಾರುಣ ದೃಶ್ಯ ನೋಡಿ ನಾನು ಹೇಗೆ ಸಹಿಸಲಿ? ಅಯ್ಯೋ ನನ್ನ ಕರುಳು ಸುಟ್ಟುಕೊಂಡು ಬರುತ್ತಿದೆಯಲ್ಲ. ಅಯ್ಯೋ ಅಯ್ಯೋ ನನ್ನ ಗರ್ಭವನ್ನೇ ಯಾರೋ ಹಿಂಡುತ್ತಿದ್ದಾರಲ್ಲ' ಎಂದು ಒಂದೇ ಸಮನೆ ಗೋಳೋ ಎಂದು ರೋದಿಸತೊಡಗಿದಳು. ಸ್ವರ್ಗ ಪಾತಾಳಗಳ ಉಳಿದ ದೇವರುಗಳು ಸಹ ಅವಳೊಡನೆ ರೋದಿಸತೊಡಗಿದರು."

"ಆ ರೋದನ ಕೇಳಿ ಚಂಡಮಾರುತ ದೇವನಿಗೆ ಅನುಕಂಪ ಮೂಡಿರಬೇಕು."

"ಎಲ್ಲಿಯ ಮಾತು ಬಿಡು. ಆರು ಹಗಲು ಆರು ರಾತ್ರಿ ಸತತವಾಗಿ ಪ್ರಪಂಚದ ಮೇಲೆ ಚಂಡಮಾರುತನ ಉಗ್ರ ದಾಳಿ ಸಾಗಿತು. ಮಳೆಯೂ ನಿಲ್ಲಲಿಲ್ಲ. ಬಿದ್ದೇ ಬಿತ್ತು. ಬೀಳುತ್ತಲೇ ಹೋಯಿತು ಒಂದೇ ಸಮನಾಗಿ. ಇದು ಸಾಲದೆಂದು ಹಲವು ಕಡೆಗಳಿಂದ ನೆರೆಯುಕ್ಕಿ ಉಕ್ಕಿ ಮುನ್ನುಗ್ಗಿ ತಮ್ಮ ತಮ್ಮಲ್ಲೇ ಘರ್ಷಣೆಗೈದವು. ಮಹಾ ಸೈನ್ಯ ಸಾಗರಗಳ ರಣ ಘರ್ಷಣೆಯಂತೆ ಅದು ಕಣ್ಗೋಚರವಾಯಿತು. ಇದು ಎಂದೆಂದಿಗೂ ನಿಲ್ಲುವುದೇ ಇಲ್ಲವೇನೋ ಎಂದೆನ್ನಿಸಿ ಬಿಟ್ಟಿತ್ತು. ಇಡೀ ಭೂಮಂಡಲ ಜಲಾವೃತವಾಗಿಬಿಟ್ಟಿತು. ಆದರೆ ಪುಣ್ಯಕ್ಕೆ ಏಳನೆಯ ದಿನ ಷಾಮಾಷ್‌ನ ಉದಯವಾಯಿತು; ಬೆಳಕು ಮೂಡಿತು. ತೆಂಕದತ್ತಣಿಂದ ಚಂಡಮಾರುತ ತಗ್ಗುತ್ತ ಹೋಯಿತು. ಅಂತೂ ಮಳೆ ನಿಂತಿತು. ಸಮುದ್ರ ಶಾಂತವಾಯಿತು. ನೆರೆ ಕಾಣದಾಯಿತು.

ರಣಮೌನವಾವರಿಸಿತು. ಒಂದೇ ಸಮನೆ ತುಯ್ದಾಡುತ್ತಿದ್ದ ದೋಣಿ ತುಯ್ದಾಟ ನಿಲ್ಲಿಸಿತು. ಮೇಲಟ್ಟಣಿಗೆ ಬಂದು ನೋಡಿದೆ. ವಿಶಾಲವಾದ ಬಿಸಿಲು ಮಚ್ಚಿನಂತೆ ಸಮುದ್ರ ಸಮತಟ್ಟಾಗಿ ಕಂಡು ಬಂತು. ಬೇರೇನೂ ಕಾಣಿಸಲಿಲ್ಲ. ಭೂಮಿಯ ಹೆಸರೇ ಅಳಿಸಿಹೋಗಿ ಸುತ್ತಲೂ ನೀರು, ನೀರು. ಎತ್ತ ದೃಷ್ಟಿ ಹೊರಳಿಸಿದರೆ ಅತ್ತ ನೀರೇ ನೀರು. ಅಲ್ಲೇ ಒಂದು ನಿಲುಗಂಬಕ್ಕೆ ಒರಗಿ ಕುಳಿತೆ. ದುಃಖ ಉಮ್ಮಳಿಸಿ ಬಂತು. ಕಣ್ಣೀರು ಕೋಡಿ ಹರಿಯಿತು. ದೋಣಿ ತನ್ನ ಪಾಡಿಗೆ ತಾನು ತೇಲುತ್ತ ಸಾಗಿತು. ಗಡಿಯೇ ಕಾಣದ ನೀರಿನ ಮೇಲೆ ಸಾಗಿ ಹೋಗುತ್ತಲೇ ಇತ್ತು. ಹದಿನಾಲ್ಕು ಹರಿದಾರಿ ಸಾಗಿದ ಮೇಲೆ ದೂರದ ನಿಸಿರ್ ಪರ್ವತ ಕಾಣಿಸಿತು. ಅಲ್ಲಿಗೆ ಸಾಗಿದ ದೋಣಿ ಅದಕ್ಕೆ ಅಂಟಿ ನೆಲ ಊರಿತು. ಕಟ್ಟಕದಲಲಿಲ್ಲ – ಆರು ದಿವಸ. ಏಳನೆಯ ದಿವಸ ಬೆಳಕು ಹರಿದಾಗ ನಾನು ನನ್ನ ಬಳಿ ಇದ್ದ ಕಪೋತವನ್ನು ಹಾರಬಿಟ್ಟೆ. ಅದು ಎಲ್ಲೆಲ್ಲೋ ಹಾರಿ, ಇಳಿದು ಕೂಡಲು ಸ್ಥಳ ಕಾಣದೆ ಹಿಂತಿರುಗಿ ಬಂದುಬಿಟ್ಟಿತು. ಆಮೇಲೆ ದೊಂಬ ಕಾಗೆಯನ್ನು ಹಾರಬಿಟ್ಟೆ. ಅದೂ ಹಾಗೆಯೇ ಹಾರಿ ಹಾರಿ ರೆಕ್ಕೆ ಸೋತು ಕಾಕಾ ಎನ್ನುತ್ತ ಹಿಂತಿರುಗಿತು. ಆಮೇಲೆ ಕವಲು ತೋಕೆಯ ಹಕ್ಕಿಯನ್ನು ಹಾರಬಿಟ್ಟೆ. ಅದು ಹಾರಿ ಹೋಯಿತು. ಹಿಂತಿರುಗಲೇ ಇಲ್ಲ. ನೆರೆ ಸಾಕಷ್ಟು ಇಳಿದಿತ್ತೆಂದು ಕಾಣುತ್ತದೆ. ಆಮೇಲೆ ನಾನು ದೋಣಿಯಲ್ಲಿದ್ದುದೆಲ್ಲವನ್ನೂ ಬೀಜಾಣುಗಳ ಸಮೇತ ಗಾಳಿಗೆ ತೂರಿಬಿಟ್ಟೆ. ನಂತರ ನಿಸಿರ್ ಪರ್ವತವೇರಿ ಒಂದು ತಾಣ ಆಯ್ದು ಅಲ್ಲಿ ಅರ್ಧ ಚಂದ್ರ ಆಕಾರದ ಏಳೇಳು ಕಡಾಯಿಗಳನ್ನು ಮದ್ಯ ತುಂಬಿ ಇಟ್ಟೆ. ಅಗ್ನಿಕುಂಡ ನಿರ್ಮಿಸಿದೆ. ವಿವಿಧ ಮರಗಳ ಚಕ್ಕೆ, ಬೆತ್ತ, ದೇವದಾರು, ವಕುಳಗಳನ್ನು ರಾಶಿ ಹಾಕಿ ಬೆಂಕಿ ಸ್ಪರ್ಶ ಮಾಡಿಸಿದೆ. ಮದ್ಯತರ್ಪಣ ಕೊಟ್ಟೆ. ಕುಂಡದಿಂದ ಹೋಮ ಧೂಮದ ಸುವಾಸನೆ ದೇವ ದೇವತೆಗಳ ನಾಸಿಕಾಗ್ರ ಮುಟ್ಟಿತು. ಅವರು ನೊಣಗಳಂತೆ ಬಂದು ಮುತ್ತಿಕೊಂಡರು. ಕಡೆಗೆ ಸ್ವರ್ಗದ ರಾಣಿ ಇಷ್ತಾರ್ ದೇವಿ ಸಹ ಬಂದಳು. ಅವಳ ಕೊರಳು ಸ್ವರ್ಣಾಭರಣಗಳಿಂದ ಕಂಗೊಳಿಸುತ್ತಿತ್ತು. ಅನು ದೇವ ಅವಳ ತೃಪ್ತ್ಯರ್ಥವಾಗಿ ಅವನ್ನು ಮಾಡಿಸಿಕೊಟ್ಟಿದ್ದ."

"ಯಾರು ಯಾರು ಬಂದಿದ್ದರು?"

"ಯಾರು ಯಾರೇನು, ಎಲ್ಲರೂ. ಸ್ವರ್ಗದ ರಾಣಿಗೆ ಅಗ್ರಸ್ಥಾನ, ಅದನ್ನಲಂಕರಿಸಲು ಉಳಿದವರು ದಾರಿ ಮಾಡಿಕೊಟ್ಟರು. ಅವಳು ಅಲ್ಲಿ ನೆರೆದಿದ್ದವರನ್ನೆಲ್ಲ ಅವಲೋಕಿಸಿದಳು. ಆಮೇಲೆ, 'ಇಲ್ಲಿ ನೆರೆದಿರುವ ದೇವರುಗಳೆ, ನನ್ನ ಕತ್ತಿನಲ್ಲಿ ಹೊಳೆಯುತ್ತಿರುವ ಈ ನೀಲಮಣಿಯ ನೇವಳವನ್ನು ನಾನೆಂದೂ ಮರೆಯಲಾರೆ. ಅದೇ ರೀತಿ ಈ ಕಡೇ ದಿನಗಳನ್ನು ಸಹ ಮರೆಯಲಾರೆ. ಎನ್‌ಲಿಲ್ ಒಬ್ಬನನ್ನು ಬಿಟ್ಟು ಉಳಿದೆಲ್ಲ ದೇವರೂ ಈ ಹೋಮ ತಾಣದಲ್ಲಿ ಸೇರಲಿ,' ಎಂದಳು.

"ಅದೇಕೆ ಎನ್‌ಲಿಲ್‌ನನ್ನು ಬಿಟ್ಟು ಎಂದಳು?" ಗಿಲ್ಗಮೇಶ್ ಕೇಳಿದ.

"ನಿನಗನ್ನಿಸಿದ ಹಾಗೇ ದೇವತೆಗಳಿಗೂ ಅನ್ನಿಸಿರಬೇಕು. ಮಹಾಪ್ರಾಜ್ಞೆಯಾದ ಇಷ್ತಾರ್ ದೇವಿ. 'ಎನ್‌ಲಿಲ್‌ನೇ ಅಲ್ಲವೇ ಈ ಭಯಾನಕ ಜಲ ಪ್ರಳಯಕ್ಕೆ ಕಾರಣ? ಅವನೇ ಅಲ್ಲವೆ ನನ್ನ ಸಂತಾನವನ್ನು ನಾಶಪಡಿಸಿದವನು? ಅದರಿಂದ ಈ ಹೋಮತರ್ಪಣದಲ್ಲಿ ಅವನಿಗೆ ಪಾಲಿಲ್ಲ' ಎಂದಳು."

"ಆಮೇಲೆ?"

"ಇಷ್ತಾರ್ ದೇವಿ ಹಾಗೆಂದಿದ್ದರೂ ಎನ್‌ಲಿಲ್ ಬಂದೇ ಬಂದ. ನನ್ನ ದೋಣಿಯನ್ನು

ನೋಡಿದ. ಕೋಪ ಉಕ್ಕೇರಿತು. ಸ್ವರ್ಗದ ಆ ದೇವತೆಗಳ ಮೇಲೂ ಕೋಪಿಸಿಕೊಂಡ. 'ಯಾವ ಮಾನವನೂ ತಪ್ಪಿಸಿ ಬದುಕಿಲ್ಲ ತಾನೇ? ಈ ಪ್ರಳಯ ಕಾಲದಲ್ಲಿ ದೇವ ನಿರ್ಣಯದಂತೆ ಎಲ್ಲವೂ ನಾಶವಾಗಬೇಕಾಗಿತ್ತು.' ಎಂದು ಗಡುಸಾಗಿ ಅಬ್ಬರಿಸಿದ.

"ಸಲಹೆಗಾರ ನಿನ್ನೂರ್ತ ಆಗ ಮುಂದಡಿಯಿಟ್ಟು, 'ಒಡೆಯ ಎನ್‌ಲಿಲ್, ಪರಮಾತ್ಮ ಇಆನ ಇಚ್ಛೆಯಿಲ್ಲದೆ ಯಾವ ದೇವರು ಏನು ತಾನೇ ಮಾಡಬಲ್ಲರು? ನೀನೇ ಹೇಳು,' ಎಂದ.

"ಇಆ ಸಹ ಅಲ್ಲಿಯೇ ಇದ್ದನಲ್ಲ. ಅವನು, 'ಎನ್‌ಲಿಲ್ ನೀನು ದೇವರುಗಳಲ್ಲಿ ಅತ್ಯಂತ ಜಾಣ. ವಿಚಾರಪರ. ಇಂತಹ ನೀನು ಸರ್ವನಾಶಕವಾದ ಪ್ರಳಯದ ಮಹಾಪೂರವನ್ನೇಕೆ ತಂದೆ?' ಎಂದು ಕೇಳಿದ.

"ಎನ್‌ಲಿಲ್ ಅವಾಕ್ಕಾಗಿ ನಿಂತ.

"'ಪಾಪಿಯನ್ನು ಪಾಪವನ್ನು, ದಾರಿತಪ್ಪಿದವರನ್ನು ಹಾಗೆಂದೇ ಕರಿ. ಅವರದು ಅತಿ ಆದಾಗ ಅವರನ್ನು ಶಿಕ್ಷಿಸು. ಆದರೆ ನಿರ್ನಾಮ ಮಾಡುವಂತಹ ಅಧಿಕ ಶಿಕ್ಷೆ ಕೊಡಬೇಡ. ಸಿಂಹ ಭಯಂಕರ ಮೃಗ ಎನ್‌ಲಿಲ್. ಅದು, ಈ ಪ್ರಳಯದ ಮಹಾಪೂರದಂತೆ ಜೀವರಾಶಿಯನ್ನು ನಿರ್ನಾಮ ಮಾಡೀತೋ? ತೋಳ ಹೀಗೆ ಮಾಡೀತೆ? ಕ್ಷಾಮ ಹೀಗೆ ಮಾಡೀತೆ? ಸಿಡುಬು ಮಾರಿ? ನೀನೇ ಹೇಳು?' ಇಆ ನಿಧಾನವಾಗಿ ಬಿಡಿಸಿ ಬಿಡಿಸಿ ಆಡಿದ.

"'ಇಲ್ಲ, ಆದರೆ ಈ ಉತ್ನಪಿಷ್ತಿಮ್‌ಗೆ ಗುಟ್ಟು ರಟ್ಟುಮಾಡಿದವರು ಯಾರು?' ತನ್ನ ಸಮಸ್ಯೆ ಮುಂದಿಟ್ಟ ಎನ್‌ಲಿಲ್.

"'ಅವನು ವಿವೇಕಶಾಲಿ. ಇದರ ಮೂಲ ಮುನ್ಸೂಚನೆಯನ್ನು ಅವನು ತನ್ನ ಕನಸಿನಲ್ಲಿ ಅರಿತ. ಅವನ ಭವಿಷ್ಯವೇನೆಂಬುದನ್ನು ನೀನೇ ನಿರ್ಣಯಿಸು' ಎಂದು ಇಆ ಹೇಳಿದ.

"ಅವನೇನು ಮಾಡುತ್ತಾನೋ ಎಂಬ ಭಯ ನನ್ನಲ್ಲಿ ಅಂಕುರಿಸಿತು. ತೋರಿಸಿಕೊಳ್ಳಲಿಲ್ಲ. ಅವನು ನನ್ನ ಹಾಗೂ ನನ್ನ ಪತ್ನಿಯ ಕೈಹಿಡಿದು ತನ್ನೆರಡು ಪಕ್ಕಕ್ಕೆ ನಿಲ್ಲಿಸಿಕೊಂಡ. ನಮ್ಮಿಬ್ಬರ ತಲೆಯ ಮೇಲೆ ಕೈಗಳನ್ನು ಇಟ್ಟು, 'ಈವರೆಗೆ ಈ ಉತ್ನಪಿಷ್ತಿಮ್ ಕೇವಲ ಮಾನವನಾಗಿದ್ದ. ಇನ್ನು ಮುಂದೆ ಅವನೂ ಅವನ ಪತ್ನಿಯೂ ಅಮರರಾಗಿ ಉಳಿಯುತ್ತಾರೆ" ಎಂದ.

"ನನಗೆಷ್ಟು ಆನಂದವಾಯಿತು ಗೊತ್ತೆ?"

"ನೀನೇ ಅದನ್ನು ವರ್ಣಿಸಬೇಕು. ಆಮೇಲೆ?"

"ಆಮೇಲೆ ಆ ದೇವ ದೇವತೆಗಳು ನಮ್ಮನ್ನು ಈ ತಿಲವನದಲ್ಲಿ ಇರಿಸಿದರು. ಇನ್ನು ಆ ಆನಂದ ವರ್ಣನೆಗೆ ಮೀರಿದ್ದು, ಅನುಭವಿಸಿಯೇ ಅದನ್ನು ತಿಳಿಯಬೇಕು."

"ನನಗೂ ಅದರ ಅನುಭವ ದೊರಕಿಸಿ ಕೊಡು."

"ಅದನ್ನು ಒದಗಿಸುವವರು ಆ ದೇವ ದೇವತೆಗಳು. ಆಗಿನ ಹಾಗೇ ಅವರೆಲ್ಲ ಮತ್ತೆಲ್ಲಿ ಒಟ್ಟಿಗೆ ಸೇರಲು ಸಾಧ್ಯ? ಗಿಲ್ಗಮೇಶ್ ನಿನ್ನಾಸೆ ಫಲಿಸದ ಆಸೆ. ಆದ್ದರಿಂದ ನೀನು ಇನ್ನು ನಿನ್ನ ಲೋಕಕ್ಕೆ ತೆರಳಿ ಈ ಜಲ ಪ್ರಳಯದ ಕಥೆಯನ್ನು ಎಲ್ಲ ಮಾನವರಿಗೆ ತಿಳಿಸು," ಎಂದು ಉತ್ನಪಿಷ್ತಿಮ್ ಸೂಚಿಸಿದ...

* * *

ತಿಲವನದಿಂದ ಹೊರಟ ಗಿಲ್ಗಮೇಶ್ ಉತ್ಸಾಹದಿಂದ ಉರೂಕ್ ಪಟ್ಟಣದ ದಾರಿ ಹಿಡಿದ. ಯಾಕೆಂದರೆ ಅವನ ಆಸೆ ಕೊನೆಗೂ ಫಲಿಸಿತು. ಅವನ ಕೋರಿಕೆಯನ್ನು ಉತ್ನಪಿಷ್ತಿಮ್ ಮೊದಲು ನಿರಾಕರಿಸಿದ್ದರೂ ಕಡೆಗೆ ತನ್ನ ಪತ್ನಿಯ ಪ್ರಾರ್ಥನೆಯನ್ನು ಮನ್ನಿಸಿ, ಅವನು

ಗಿಲ್ಗಮೇಶನಿಗೆ ಅಮರತ್ವದ ಗುಟ್ಟನ್ನು ಅರುಹಿದ್ದ. ಅವನ ಸೂಚನೆಯಂತೆ ಗಿಲ್ಗಮೇಶ ಮರಣಜಲಧಿಯ ಆಳದಲ್ಲಿ ಹೆಣಗಾಡಿ, ಅದರ ತಳದಲ್ಲಿದ್ದ ಅಮೃತಲತೆಯನ್ನು ಕಿತ್ತು ತಂದಿದ್ದ. ಚಿರ ಯೌವನದ ಆ ಸಾಧನವೀಗ ಅವನ ಕೈಗಳಲ್ಲಿತ್ತು. ಆದ ಕಾರಣ ಅವನು ಹಿಗ್ಗಿನಿಂದ ವೇಗವಾಗಿ ಹೆಜ್ಜೆ ಹಾಕುತ್ತಿದ್ದ. ಆದರೆ ಮಾಷೂ ಪರ್ವತ ದ್ವಾರದಿಂದ ಹೀಗೆ ಮೂವತ್ತು ಹರಿದಾರಿ ಕ್ರಮಿಸಿದ ಬಳಿಕ ಅವನಿಗೆ ದಣಿವಾಗತೊಡಗಿತು. ದಾರಿಯಲ್ಲಿ ಕಂಡ ಒಂದು ಕೊಳದ ಬಳಿ ಅವನು ನಿಂತ. ಬೆವರಿ ತೊಪ್ಪೆಯಾಗಿದ್ದ ಅವನನ್ನು ಕೊಳದ ಶೀತಲ ಜಲ ಆಹ್ವಾನಿಸುವಂತಿತ್ತು. ಅವನು ಅಮೃತ ಲತೆಯನ್ನು ಅದರ ತಡಿಯಲ್ಲಿಟ್ಟು, ಬಟ್ಟೆಗಳನ್ನು ಕಳಚಿ ಸ್ನಾನಮಾಡಲೆಂದು ಕೊಳಕ್ಕಿಳಿದ.

ಆದರೆ ಅವನು ಸ್ನಾನ ಮಾಡುತ್ತಿದ್ದಾಗ, ಅಮೃತ ಲತೆಯ ನರುಗಂಪಿನಿಂದ ಆಕರ್ಷಿಸಲ್ಪಟ್ಟ ಸರ್ಪವೊಂದು ಸದ್ದಿಲ್ಲದೆ ಕೊಳದಿಂದ ಮೇಲೇರಿ ಬಂದು ಲತೆಗೆ ಸರಕ್ಕನೆ ಬಾಯಿ ಹಾಕಿತು. ಮರುಕ್ಷಣದಲ್ಲಿ ಅದು ತನ್ನ ಪೊರೆಯನ್ನು ಕಳಚಿ, ನಳನಳಿಸುವ ನೂತನ ಚರ್ಮದಿಂದ ಮಿರುಗುತ್ತ, ಲತೆಯನ್ನು ಕಚ್ಚಿಕೊಂಡೇ ಪುನಃ ನೀರಿಗೆ ಹಾರಿತು. ಕಣ್ಣು ಮುಚ್ಚಿ ತೆರೆಯುವುದರೊಳಗೆ ಕೊಳದ ಆಳದಲ್ಲಿ ಮರೆಯಾಯಿತು.

ಮಿಂಚಿನ ವೇಗದಲ್ಲಿ ನಡೆದ ಈ ಅನಾಹುತದಿಂದ ದಿಙ್ಮೂಢನಾದ ಗಿಲ್ಗಮೇಶ "ಅಯ್ಯಯ್ಯೋ, ನಾನು ಪಟ್ಟ ಶ್ರಮದ ಫಲ ಮಾನವನಿಗೆ ದಕ್ಕದೆ ಉರಗಕ್ಕೆ ಸಿಕ್ಕಿತಲ್ಲ!" ಎಂದು ಹಲುಬುತ್ತ ದುಃಖಭಾರದಿಂದ ಕುಸಿದು ಕುಳಿತ. ಆದರೆ ಎಷ್ಟು ಹಲುಬಿದರೂ ಕಳೆದುಹೋದ ಅಮೃತಲತೆ ಅವನಿಗೆ ಪುನಃ ದೊರೆಯುವಂತಿರಲಿಲ್ಲ. ಹೀಗಾಗಿ ಅವನು ಬರಿಗೈಯಲ್ಲೇ ಉರೂಕ್ ಪಟ್ಟಣಕ್ಕೆ ಹಿಂತಿರುಗಬೇಕಾಯಿತು.

ಮೆನೆಲಾಊಸ್ - ಅಲೆಕ್ಸಾಂಡ್ರೋಸ್ ದ್ವಂದ್ವಯುದ್ಧ

ದೇವದೂತಿ ಐರಿಸ್ ರಣರಂಗದಲ್ಲಿ ನಡೆಯುತ್ತಿದ್ದುದನ್ನೆಲ್ಲ ಕಣ್ಣಾರ ಕಂಡಳು; ಕಿವಿಯಾರ ಕೇಳಿದಳು. ಯಾವುದೋ ಅಂತಃ ಪ್ರೇರಣೆಯಿಂದ ಪುಳಕಿತಳಾದಳು. ಕ್ಷಣ ಕಾಲ ಆಲೋಚಿಸಿದಳು. ಪ್ರಿಯಾಂ ದೊರೆಯ ಅತ್ಯಂತ ಸುಂದರ ಪುತ್ರಿ ಲಾವೋದಿಕೆಯಂತೆ ತನ್ನ ನಿಜ ಸ್ವರೂಪವನ್ನು ಬದಲಿಸಿಕೊಂಡಳು. ನೇರವಾಗಿ ಅರಮನೆ ಯೊಳಕ್ಕೆ ಹೋದಳು. ದೊರೆಯ ಮಗಳು. ಅವಳಿಗಾರ ಅಡ್ಡಿ?

ಅವಳು ನೇರವಾಗಿ ಹೆಲೆನ್ ಬಳಿ ಸಾರಿದಳು.

ಹೆಲೆನ್ ಏನನ್ನೋ ಯೋಚಿಸುತ್ತಾ ಕುಳಿತಿದ್ದಾಳೆಂದು ಅವಳಿ ಗನ್ನಿಸಿತು. ಅದು ತುಂಬಾ ಗಾಢವಾದ ವಿಷಯವಿರಬೇಕೆಂದು ಸಹ ಭಾವಿಸಿದಳು. ಸಪ್ಪಳವಿಲ್ಲದಂತೆ ಅವಳು ಹೆಲೆನ್‌ಳ ತೀರಾ ಸನಿಯಕ್ಕೆ ಬಂದಳು.

ಹೆಲೆನ್‌ಳ ಮುಂದೆ ಒಂದು ದೊಡ್ಡ ಕೆನ್ನೀಲಿ ವಸ್ತ್ರವಿತ್ತು. ಅದರ ಮೇಲೆ ಹೆಲೆನ್ ಹಾಕಿದ ಕಸೂತಿಯನ್ನು ಕಂಡಳು. ಅವಳಿಗೆ ಪರಮಾಶ್ಚರ್ಯವಾಯಿತು. ಈಗ ತಾನೇ ತಾನು ಕಂಡು ಬಂದಿರುವ ರಣರಂಗದ ದೃಶ್ಯ, ಆ ಎರಡು ಪನ್ನ ಅಗಲದ ವಸ್ತ್ರದ ಮೇಲೆ ಕಸೂತಿ ದಾರದಿಂದ ಚಿತ್ರಿತವಾಗಿದೆ.

ಕಸೂತಿದಾರ, ಹೆಣೆಯುವ ಕ್ರೋಷಾ ಕಡ್ಡಿ ಹೆಲೆನ್‌ಳ ಕೈಯಲ್ಲಿಯೇ ಇವೆ. ಆದರೆ ಅವಳ ದೃಷ್ಟಿ ಮಾತ್ರ ಎಲ್ಲೋ ಶೂನ್ಯದಲ್ಲಿ ನೆಟ್ಟಿದೆ. ಮನಸ್ಸು ಯೋಚನಾಮಗ್ನವಾಗಿದೆ.

ವೇಷಾಂತರದಲ್ಲಿ ಇದ್ದ ಐರಿಸ್ ಕ್ಷಣ ಕಾಲ ಯೋಚಿಸಿ, ಹೆಲೆನ್‌ಳ ಭುಜದ ಮೇಲೆ ಕೈಯಿಟ್ಟು, "ಹೆಲೆನ್" ಎಂದು ಮೃದುವಾಗಿ ಕಿವಿಯಲ್ಲಿ ಉಸುರಿದಳು.

ಹೆಲೆನ್ ತುಸು ಕಂಪಿಸಿ ದೃಷ್ಟಿಯನ್ನು ಧ್ವನಿ ಬಂದತ್ತ ತಿರುಗಿಸಿದಳು. ಆಶ್ಚರ್ಯ ಪ್ರಕಟಿಸುತ್ತಾ, "ಲಾವೋದಿಕೆ, ಇದೇನು ಈ ಆಕಸ್ಮಿಕ ಆಗಮನ" ಎಂದು ಕೇಳಿದಳು.

"ನಾನು ಈಗೇಕೆ ಬಂದೆ? ಎಲ್ಲಿಂದ ಬಂದೆ ಗೊತ್ತೆ?"

"ನೀನು ಹೇಳಿದರೆ ತಾನೇ ಗೊತ್ತಾಗುವುದು?"

"ರಣರಂಗದಿಂದ ಬಂದೆ ಹೆಲೆನ್..." ಎಂದು ಐರಿಸ್ ಮಾತು ನಿಲ್ಲಿಸಿದಳು.

ಹೆಲೆನ್ ಕೂಡಲೇ ಮಾತನಾಡದೆ, ತಾನು ಹಾಕುತ್ತಿದ್ದ ಕಸೂತಿಯತ್ತ ದೃಷ್ಟಿ ಹೊರಳಿಸಿದಳು. ಆಗ ತಾನೇ ಅದನ್ನು ತಾನು ನೋಡಿದಳೇನೋ ಎನ್ನುವಂತೆ "ಓ, ನೀನು ಅರಮನೆಯಲ್ಲಿ ಕುಳಿತು, ಆ ರಣರಂಗ ಕಲ್ಪಿಸಿಕೊಂಡು ಅದನ್ನೇ ಕಸೂತಿ ಹಾಕುತ್ತಿದ್ದೆಯಾ?" ಎಂದು ಐರಿಸ್ ಪ್ರಶ್ನಿಸಿದಳು.

"ಲಾವೋದಿಕೆ, ನೀನು ನನಗೆ ಆತ್ಮೀಯ ಸೋದರಿಯಿದ್ದಂತೆ. ನೋಡು ಈ ಘೋರ ಯುದ್ಧ ಏತಕ್ಕಾಗಿ ನಡೆದಿದೆ? ಕೇವಲ ಹೊನ್ನಿರುವ ಒಂದು ಹೆಣ್ಣಿಗಾಗಿ. ಅವಳು ರೂಪಸಿಯಾಗಿರುವುದರಿಂದ. ಅಲ್ಲವೆ?"

"ಏನು ಮಾಡುವುದು ಹೆಲೆನ್, ಅದನ್ನು ನೀನೇ ಬಯಸಿ ಪಡೆದುಕೊಂಡೆಯೋ ಅಥವಾ ಅದು ದೈವದತ್ತವೋ, ನಿನ್ನಂತಹ ರೂಪಸಿ ಬೇರೊಬ್ಬರಿಲ್ಲ ಎಂಬುದಂತೂ ನಿಜ."

"ಅದರಿಂದ ನಾನು ಆಡಿಸಿದವರ ಕೈಗೊಂಬೆ ಆಗಬೇಕೆ? ನನ್ನ ಸ್ವಂತದ ಬಯಕೆ ಎಂಬುದಕ್ಕೆ ಸ್ಥಳವೇ ಇಲ್ಲವೆ? ಲಾವೋದಿಕೆ ನೀನೂ ನನ್ನಂತೆ ಹೆಣ್ಣು. ಹೇಳು."

"ಇದ್ದಿದ್ದರೆ ಚೆನ್ನವಿತ್ತು ಹೆಲೆನ್. ಆದರೆ ನಮ್ಮ ಈ ಸಮಾಜದಲ್ಲಿ ಹಾಗಿಲ್ಲವಲ್ಲ. ಜರಗುವ ಘಟನೆಗಳಿಗೆಲ್ಲಾ ಶಿರಬಾಗಿ, ಅದೇ ಮಹಾ ಪ್ರಸಾದವೆಂದು ಹೆಂಗಸು ಒಗ್ಗಿಸಿಕೊಳ್ಳಬೇಕಲ್ಲ."

ಮುಂದುವರಿಸುತ್ತ ಆಕೆ ಎಂದಳು:

"ಹೆಲೆನ್. ಹಾಗಾದರೆ ನೀನು ಈಗ ಸುಖಿಯಾಗಿಲ್ಲವೆ? ನನ್ನ ಸೋದರ ಅಲೆಕ್ಸಾಂಡ್ರೋಸ್* ನೊಂದಿಗೆ ನಿನಗೆ ಹೊಂದಿಕೆಯಾಗಲಿಲ್ಲವೆ?"

"ಲಾವೋದಿಕೆ, ಹೊಂದಿಕೆ ಮಾಡಿಕೊಳ್ಳುವುದು ಒಂದು ತರದಲ್ಲಿ ಸಾಧ್ಯ. ಆದರೆ ಹಳೆಯ ನೆನಪು ಸದಾ ಹಸಿರಾಗಿರುವಾಗ ಹೇಗಾಗುತ್ತದೆ ಬಲ್ಲೆಯಾ?"

"ಅದೇ, ನಾನು ಇಲ್ಲಿಗೆ ಬಂದಾಗ ಕೂತಿದ್ದೆಯಲ್ಲ. ಹಾಗಾಗುತ್ತದೆ."

"ಹು, ಆ ವಿಷಯ ಇರಲಿ ಬಿಡು. ನೀನು ರಣರಂಗದಿಂದ ಬಂದೆ ಎಂದೆಯಲ್ಲ. ಅಲ್ಲಿನ ಸಮಾಚಾರವೇನು?"

"ಅಲ್ಲಿನ ಸಮಾಚಾರ ಅದ್ಭುತ ರಮ್ಯವಾಗಿದೆ ಹೆಲೆನ್. ವಾಸ್ತವವಾಗಿ ಅದನ್ನು ನೀನು ಕಣ್ಣಾರ ನೋಡಬೇಕು ಎಂದೆನಿಸಿತು. ಅದಕ್ಕೆ ನಿನ್ನನ್ನು ಅಲ್ಲಿಗೆ ಕರೆದೊಯ್ಯಲೆಂದೇ ನಾನು ಬಂದೆ."

"ರಣರಂಗ, ಯುದ್ಧವೆಂದರೆ ಸಾವು, ನೋವು, ಆಕ್ರಂದನ, ಮಜ್ಜೆ, ಮಾಂಸ – ಅದು ಹೇಗೆ ರಮ್ಯವಾಗಿರಲು ಸಾಧ್ಯ ಲಾವೋದಿಕೆ?"

"ನಾನು ಹೇಳಿದ್ದು ಯುದ್ಧವಲ್ಲ. ಸಮಾಚಾರ ಅದ್ಭುತ ರಮ್ಯ ಎಂದು."

"ನನಗೆ ಈ ಒಗಟಿನ ಮಾತು ಅರ್ಥವಾಗುವುದಿಲ್ಲ. ವಿವರಿಸಿ ಹೇಳಿದರೆ ತಿಳಿದೀತು."

"ಹಳೆಯದರ ನೆನಪು ಸದಾ ಹಸಿರು ಎಂದು ನೀನೆಂದೆಯಲ್ಲ. ಅದಕ್ಕೆ ಯಥಾರ್ಥವೆನಿಸಿದೆ ಈಗ ಅಲ್ಲಿನ ಪರಿಸ್ಥಿತಿ."

"ಅಂದರೆ?"

"ಅಂದರೆ ನಿನ್ನ ಹಿಂದಿನ ಪತಿ ಮೆನೆಲಾಊಸ್‌ನೇ ಅಖೈಯಾನರ ಯುದ್ಧ ಪಡೆಗೆ ನಾಯಕನಾಗಿ ಬಂದಿದ್ದಾನೆ."

"ದೊರೆ ಆಗಮೆಮ್‌ನಾನ್ ಬಂದಿಲ್ಲವೆ?"

---

* ಪ್ಯಾರಿಸ್ ಎಂಬ ಹೆಸರಿನಿಂದಲೂ ಸಂಬೋಧಿತ.

"ಬಂದಿದ್ದಾನೆ."

"ಅಂದರೆ ಅತ್ತಣಿನ ಪಡೆ ಪ್ರತೀಕಾರಕ್ಕಾಗಿ ಭಯಂಕರ ಸಿದ್ಧತೆಯಿಂದ ಬಂದಿರಬೇಕಲ್ಲವೆ?"

"ನಿನಗೇ ಚೆನ್ನಾಗಿ ಗೊತ್ತಲ್ಲ ಅಖ್ಯೆಯಾನರ ಶಕ್ತಿ ; ರೀತಿ."

"ಅವರು ದಿಟ್ಟ ಹೋರಾಟಗಾರರು. ಅಬ್ಬರ ಅರಿಯರು. ಸಂಯಮ ಶಿಸ್ತು ಅವರ ರೀತಿ."

"ಓ, ಆದರಿಂದಲೇ ಅವರು ಯಾವುದೇ ಬಗೆಯ ಸದ್ದು ಗದ್ದಲವಿಲ್ಲದೆ ದಾಳಿ ಮಾಡಲು ಮುನ್ನಡೆದು ಬಂದರು. ಆದರೆ ಅವರ ಪಡೆ ಎಬ್ಬಿಸಿದ ಧೂಳು ಮಾತ್ರ ವಿಸ್ತಾರವಾಗಿ ಹಬ್ಬಿ ಗಗನ ಮುಟ್ಟಿತ್ತು."

"ನಿಮ್ಮವರು?"

"ಅವರದೂ ನಿನಗೆ ಈಚೆಗೆ ಗೊತ್ತಲ್ಲ. ಆಡಂಬರ, ಅಬ್ಬರ, ಭಯಂಕರ ಹುಯ್ಲೆಬ್ಬಿಸುತ್ತ ನಮ್ಮ ತ್ರೋಜನ್ ಪಡೆ ಸಹ ದಾಳಿಯನ್ನಿದಿರಿಸಲು ಹೊರಟಿತು."

"ಈಗ ದಾಳಿ, ಪ್ರತಿದಾಳಿ ಆಗುತ್ತಿರುವುದು ಎಲ್ಲಿ?"

"ನಮ್ಮ ರಾಜಧಾನಿಯ ಆಚೆ, ಸ್ಕೇಇಯಾನ್ ದ್ವಾರದಾಚೆಯ ಭೂವಿಸ್ತರದ ಮೇಲೆ."

"ಯುದ್ಧ ಆರಂಭವಾಗಿದೆಯೇ?"

"ಆರಂಭವಾಗುವುದರಲ್ಲಿ ಇತ್ತು. ಅಷ್ಟರಲ್ಲಿ ನಮ್ಮಣ್ಣ, ನಿನ್ನ ಈಗಿನ ಪತಿ ಅಲೆಕ್ಸಾಂದ್ರೋಸ್ ಪಡೆಯಿಂದ ಮುಂದೆ ಬಂದು ನಿಂತ. ಅವನು ಮಹಾ ಸುಂದರನೆಂದು ನೀನು ಬಲ್ಲೆ. ಆದರೆ ಆ ಯೋಧ ವೇಷದಲ್ಲಿ, ಇರುವುದಕ್ಕಿಂತ ಹೆಚ್ಚು ಎದ್ದುಕಂಡ. ಅವನ ಸೊಂಟ ಪಟ್ಟಿಯಲ್ಲಿ ಕರವಾಳ, ಹೆಗಲಿಗೆ ಬಿಲ್ಲು ಬತ್ತಳಿಕೆ, ವಿಶಾಲ ಬೆನ್ನಿನ ಮೇಲೆ ಹರಡಿದ ಚಿರತೆಯ ಚರ್ಮ. ಜೊತೆಗೆ ಅವನೆರಡು ಕೈಗಳಲ್ಲಿ ಎರಡು ತೋಮರಗಳು."

"ಒಂಟಿಯಾಗಿ ಹಾಗೇ ಮುಂದೆ ಬಂದು ನಿಂತುದೇಕೆ?"

"ಅವನ ಮಾತಿನಲ್ಲೇ ಕಾರಣ ಅಡಗಿದೆ. ಅವನೆಂದ, 'ಅಖ್ಯೆಯಾನರೆ ನಿಮ್ಮಲ್ಲಿ ಯಾರು ಬೇಕಾದರೂ ಧೈರ್ಯವಿದ್ದವರು ಒಬ್ಬೊಬ್ಬರಾಗಿ ನನ್ನೊಂದಿಗೆ ದ್ವಂದ್ವಯುದ್ಧಕ್ಕೆ ನಿಲ್ಲಬಹುದು' ಎಂದು. ನಂತರ ದಾಬುಗಾಲು ಹಾಕುತ್ತ ಅಖ್ಯೆಯಾನರತ್ತ ಸಾಗತೊಡಗಿದ." ಐರಿಸ್ ಮಾತು ನಿಲ್ಲಿಸಿದಳು.

"ಈ ಕರೆಗೆ ಅತ್ತಲಿಂದ ಏನೂ ಉತ್ತರ ಬರಲಿಲ್ಲವೆ?"

"ಬಂತು ಹೆಲೆನ್, ಮೆನೆಲಾಊಸ್ ರೂಪದಲ್ಲಿ."

"ಏನೆಂದೆ!" ಹೆಲೆನ್ ಉತ್ಸಾಹದಲ್ಲಿ ಕೇಳಿದಳು.

"ಹೆಲೆನ್ ನಿನ್ನೀ ಉತ್ಸಾಹ ಸಹಜ. ಈಗ ನೀನು ನನ್ನ ಸೋದರ ಪತ್ನಿ ಎಂಬುದನ್ನು ಅರಿತಿದ್ದರೂ ನಾನು ಈ ಮಾತನ್ನು ಹೇಳುತ್ತೇನೆ. ಅವನು ತಮ್ಮ ಪಡೆಯಿಂದ ಹೊರಬಂದು ನಿಂತಾಗ ನೀನು ನೋಡಬೇಕಾಗಿತ್ತು ಹೆಲೆನ್. ಅವನ ಮುಖ ಹಿಗ್ಗಿ ಅರಳಿತ್ತು. ತನ್ನ ಬಂಗಾರದಂತಹ ಪತ್ನಿಯನ್ನು ಹಾರಿಸಿಕೊಂಡು ಹೋದ ದ್ರೋಹಿಯೇ ದ್ವಂದ್ವಯುದ್ಧಕ್ಕೆ ಕರೆ ಕೊಟ್ಟಾಗ ಶೂರನಾದವನು ಹಿಗ್ಗಲೇಬೇಕಲ್ಲವೆ!"

"ಹೌದು ಲಾವೋದಿಕೆ, ಶೂರನಾದವನು...ಹಿಗ್ಗಲೇಬೇಕು...ಹೌದು...ಹಿಗ್ಗಲೇಬೇಕು" ಹೆಲೆನ್, ಅನ್ಯಮನಸ್ಕಳಾದಂತೆ ಐರಿಸ್‌ಗೆ ತೋರಿತು. ಅವಳು ಕೆಲವು ಕ್ಷಣ ಕಾದಳು.

ನಂತರ, 'ಹೆಲೆನ್, ಯಾವುದಾದರೂ ಹಳೆಯ ನೆನಪು..." ಎಂದು ಐರಿಸ್ ಹೇಳುತ್ತಿದ್ದುದನ್ನು

ತಡೆದು, "ಹೌದು ಲಾವೋದಿಕೆ. ಅದೀಗ ನಿತ್ಯನೂತನವೆನಿಸಿತು. ಮುಂದೆ?" ಎಂದು ಹೆಲೆನ್ ಕೇಳಿದಳು.

"ಮುಂದೆ ಮೆನೆಲಾಊಸ್ ತನ್ನ ಶತ್ರುವನ್ನು ನೋಡಿದ. ಅವನ ಆಗಿನ ನೋಟ ಆಹಾರ ದಕ್ಕಿದ ಹಸಿದ ಸಿಂಹದ ನೋಟದಂತೆ ಇತ್ತು. ತನ್ನ ರಥದಿಂದ ಧುಮ್ಮಿಕ್ಕಿದ. ಯುದ್ಧ ಕವಚ ಧರಿಸಿ ದ್ವಂದ್ವ ಯುದ್ಧಕ್ಕೆ ಸಿದ್ಧನಾಗಿದ್ದ ಅವನು, ಅಲೆಕ್ಸಾಂಡ್ರೋಸ್‌ನತ್ತ ನೆಟ್ಟದೃಷ್ಟಿಯಿಟ್ಟು ಹೆಜ್ಜೆಹಾಕತೊಡಗಿದ."

"ಕೂಡಲೇ ಕಾಳಗ ಪ್ರಾರಂಭವಾಯಿತೆ?" ಹೆಲೆನ್ ಆತುರದಲ್ಲಿ ಕೇಳಿದಳು.

ಐರಿಸ್ ಗಟ್ಟಿಯಾಗಿ ನಕ್ಕಳು. ಆ ನಗೆಯಲ್ಲಿ ವ್ಯಂಗ್ಯ ತುಂಬಿತ್ತು.

"ಲಾವೋದಿಕೆ, ಅದೇಕೆ ಹೀಗೆ ನಗುತ್ತೀ?"

"ನನ್ನ ಸೋದರನ ವರ್ತನೆ ಕಂಡು. ಮೆನೆಲಾಊಸ್‌ನನ್ನು ನೋಡಿದ್ದೇ ತಡ ಅವನು ಗಡಗಡನೆ ಕಂಪಿಸಿದ. ಬೆವತುಬಿಟ್ಟ. ಹೆದರಿ ತತ್ತರಿಸಿ ತನ್ನ ಪಡೆಯೊಳಕ್ಕೆ ನುಗ್ಗಿ ರಕ್ಷಣೆ ಪಡೆದುಕೊಂಡ."

"ಛೆ, ಛೆ" ಎಂದು ಹೆಲೆನ್‌ಳ ಬಾಯಿಯಿಂದ ಹೊರಬಿತ್ತು.

"ಛೆ, ಛೆ ಅಲ್ಲ. 'ಹೇಡಿ ಹೇಡಿ' ಎಂಬ ಕೂಗು ದಶದಿಕ್ಕುಗಳಿಗೂ ವ್ಯಾಪಿಸಿತು. ಮೆನೆಲಾಊಸ್ ಅಲ್ಲೇ ಯೋಚಿಸುತ್ತ ನಿಂತ. ಬಹುಶಃ ಮುಂದಿನಡಿ ಏನೆಂದು ಯೋಚಿಸುತ್ತಿರಬೇಕು. ಅಷ್ಟರಲ್ಲಿ ಇತ್ತಲೇನಾಯಿತು ಗೊತ್ತೆ ಹೆಲೆನ್? ನಮ್ಮ ಸೋದರ ಹೆಕ್ಟಾರ್ ಸುಮ್ಮನಿರಲಿಲ್ಲ. ತಮ್ಮನ ಪುಕ್ಕಲುತನ ನೋಡಿ ರೌದ್ರಾವತಾರ ತಾಳಿದ. 'ಥು ನಿನ್ನ, ನಾಚಿಕೆಯಾಗುವುದಿಲ್ಲವೆ? ನಿನ್ನಂತಹ ಹೇಡಿ ನಮ್ಮ ವಂಶದಲ್ಲಿ ಹುಟ್ಟದೆ ಇದ್ದಿದ್ದರೆ ಚೆನ್ನವಿತ್ತು. ನಾವೆಲ್ಲ ಈಗ ನಮ್ಮ ಶತ್ರುಗಳ ನಗೆಪಾಟಲಿಗೆ ಎರವಾದೆವು. ಅವರು ಎಷ್ಟು ಹೀನಾಯವಾಗಿ ಆಡಿಕೊಳ್ಳುತ್ತಾರೋ ಆ ಜೀಯಸ್*ನೇ ಬಲ್ಲ. ಶೌರ್ಯವಿಲ್ಲದ ನಿನ್ನ ಈ ಸೌಂದರ್ಯಕ್ಕೆ ಬೆಂಕಿಹಾಕ. ಯಾವ ಪುರುಷಾರ್ಥಕ್ಕೆಂದು ನೀನು ಈ ಸುಂದರಿಯನ್ನು ಹಾರಿಸಿಕೊಂಡು ಬಂದು ಲಗ್ನವಾದೆ? ನಮ್ಮ ವಂಶ, ನಮ್ಮ ರಾಜ್ಯ ಈಗ ಅವಳ ಕಾರಣದಿಂದ ನಾಶವಾಗುತ್ತದೆ, ಅಷ್ಟೆ' ಎಂದು ಛೀಮಾರಿ ಹಾಕಿದ. ಹೆಕ್ಟಾರ್ ಮಾಡಿದುದು ಸರಿಯಲ್ಲವೆ ಹೆಲೆನ್?"

"ಏನೆಂದೆ?"

"ಸರಿ ಬಿಡು, ಮತ್ತೆ ನೀನು ಅನ್ಯಮನಸ್ಕಳಾಗಿದ್ದಿ ಎಂದಾಯಿತು."

"ಹಾಗೇನಿಲ್ಲ. ಮುಂದೇನಾಯಿತು.?"

"ಮುಂದೆ ಹೆಕ್ಟಾರ್ ಅಲೆಕ್ಸಾಂಡ್ರೋಸ್‌ನ ಪ್ರತಿಕ್ರಿಯೆಗಾಗಿ ಕಾದ. ಅವನು ಅವನತಶಿರನಾಗಿ ನಿಂತಿದ್ದ. 'ಅಂದರೆ ನೀನು ಮೆನೆಲಾಊಸ್‌ನೊಂದಿಗೆ ದ್ವಂದ್ವ ಯುದ್ಧಕ್ಕೆ ಸಿದ್ಧನಿಲ್ಲವೆ?' ಎಂದು ಮತ್ತೆ ಹೆಕ್ಟಾರ್ ಗಡುಸಾಗಿ ಕೇಳಿದ. ಆಗ ಅಲೆಕ್ಸಾಂಡ್ರೋಸ್ ತನ್ನಣ್ಣನತ್ತ ದೃಷ್ಟಿ ಹೊರಳಿಸಲು ಪ್ರಯತ್ನಿಸಿದ. ಆದರೆ ಅವನಿಂದ ಅದು ಸಾಧ್ಯವಾಗಲಿಲ್ಲ" ಎಂದು ಐರಿಸ್ ಮಾತು ನಿಲ್ಲಿಸಿ ಹೆಲೆನ್‌ಳತ್ತ ನೋಡಿದಳು.

ಹೆಲೆನ್ ಮಾತನಾಡದೆ ಹಾಗೇ ಕುಳಿತಿದ್ದಳು.

"ಹೀಗಾದುದು ಸರಿಯಲ್ಲವೆಂದು ನಿನಗನ್ನಿಸುತ್ತಿರಬಹುದಲ್ಲವೆ ಹೆಲೆನ್?"

---

* ಗ್ರೀಕರ ದೇವರ ದೇವ.

"ನಾನು ಅದೇನನ್ನೂ ಹೇಳಲಿಲ್ಲವಲ್ಲ. ನೀನು ಹೇಳುವುದನ್ನು ಗಮನವಿಟ್ಟು ಕೇಳುತ್ತಿದ್ದೇನೆ. ಆಮೇಲೆ ?"

"ಹೆಕ್ತಾರ್‌ಗೆ, ತಮ್ಮನ ಈ ಮೌನ ಸೈರಿಸಲಿಲ್ಲ. ತಮ್ಮನ ಅಂತರಂಗ ಅರಿಯುವ ಪ್ರಯತ್ನಕ್ಕೆ ಪ್ರತಿಕ್ರಿಯೆ ಬರದೆ ಅವನ ಕೋಪ ಉಲ್ಬಣಗೊಂಡಿತು. 'ಬುದ್ಧಿಗೇಡಿ, ಹೋಗಿ ಹೆಣ್ಣನ್ನು ಹಾರಿಸಿಕೊಂಡು ಬಂದೆಯಲ್ಲ. ಆಗ ನಿನಗೇಕೆ ಪೂರ್ವಾಪರ ಜ್ಞಾನವಿರಲಿಲ್ಲ? ನೀನು ಹಾರಿಸಿಕೊಂಡು ಬಂದಿರುವಾಕೆ ಯಾರ ಪತ್ನಿ ಎಂಬುದರ ಅರಿವಾದರೂ ನಿನಗೆ ಇದೆಯೇ? ಅವನ ಶಕ್ತಿ ಸಾಮರ್ಥ್ಯಗಳನ್ನು ಅರಿತುಕೊಳ್ಳುವ ಪ್ರಯತ್ನವನ್ನೇಕೆ ಮಾಡಲಿಲ್ಲ? ಏನೊಂದೂ ಮಾಡಲಿಲ್ಲ. ಏಕೆ ಗೊತ್ತೆ? ನೀನೊಂದು ಅಹಂಕಾರದ ಮುದ್ದೆ. ತನಗೆ ಸುಂದರ ಕೇಶರಾಶಿ ಇದೆ. ತಾನು ಲೋಕೈಕ ಸುಂದರ. ಜೀಯಸ್ ದೇವಸುತೆ ಅಫ್ರೋದೈತೆ ನಮ್ಮ ಪಕ್ಷ ವಹಿಸಿರುವ ಪ್ರೇಮ ದೇವತೆ. ಅಂತಹವಳಿಂದ ತನಗೆ ಬಳುವಳಿಯಾಗಿ ಸ್ವರಮಂಡಲಾದಿಗಳು ದೊರೆತಿವೆ. ತನಗಾರು ಸಾಟಿ ಎಂದು ನೀನು ತಿಳಿದಿರುವೆ. ಒಮ್ಮೆ ನೀನು ನೆಲಕ್ಕೆ ಬಿದ್ದರೆ ಇವು ಯಾವುದೂ ನಿನ್ನ ಪ್ರಯೋಜನಕ್ಕೆ ಖಂಡಿತ ಬರುವುದಿಲ್ಲ. ರೂಪು, ಯೌವನ, ಪ್ರೇಮದೇವತೆಯ ಒಲವು ಎಲ್ಲವೂ ವ್ಯರ್ಥವಾದವು. ಶತಮೂರ್ಖ ನೀನು' ಎಂದು ಹೆಕ್ತಾರ್ ಉದ್ರೇಕದಿಂದ ಆಡಿದರೂ ಅಲೆಕ್ಸಾಂದ್ರೋಸ್ ಮಾತ್ರ ಒಂದು ತುಟಿ ಎರಡು ಮಾಡಲಿಲ್ಲ. ಯಾವುದೇ ಬಗೆಯ ಪ್ರತಿಕ್ರಿಯೆಯನ್ನು ತೋರಿಸಲಿಲ್ಲ. ನಿಜವಾಗಿ ಪರಮಾಶ್ಚರ್ಯಕರವಲ್ಲವೆ ಹೆಲೆನ್?"

"ಯಾವುದು?"

"ಅದೇ ಅಲೆಕ್ಸಾಂದ್ರೋಸ್‌ನ ಮೌನ."

"ಆಗ ತ್ರೋಜನ್ನರು ಏನು ಮಾಡುತ್ತಿದ್ದರು?"

"ಅವರೂ ಬೆಪ್ಪು ಹಿಡಿದವರಂತೆ ತೆಪ್ಪಗೆ ಕುಳಿತಿದ್ದರು. ಹೆಕ್ತಾರ್‌ಗೆ ಇಡೀ ಸಮೂಹದ ಮೇಲೆ ಕೋಪ ಬಂತು. 'ನಮ್ಮ ಈ ತ್ರೋಜನ್ ಜನಗಳೆಲ್ಲಾ ಹಂದೆಗಳು. ಅದಕ್ಕೇ ತೆಪ್ಪನಿದ್ದಾರೆ. ನೀನೆಸಗಿರುವ ಹೇಡಿಕೃತ್ಯಕ್ಕೆ ಅವರು ನಿನ್ನ ಮೇಲೆ ಕಲ್ಲು ಮಳೆ ಸುರಿಸಿ ಸಾಯಿಸಿ ಬಿಡಬೇಕಾಗಿತ್ತು,' ಎಂದ ಹೆಕ್ತಾರ್. ಕಟುವಾಗಿತ್ತು ಅವನು ಹೇಳಿದ ರೀತಿ."

"ಕೂಡಲೇ ತ್ರೋಜನ್ನರ ಗುಂಪಿನಲ್ಲಿ ಬುಸುಬುಸು ಶಬ್ದವೆದ್ದಿತು."

"ಆಗ ಅಲೆಕ್ಸಾಂದ್ರೋಸ್ ನಿಧಾನವಾಗಿ ಹೆಕ್ತಾರ್‌ನತ್ತ ಸಾಗಿ, ಹೆಕ್ತಾರ್, ನಿಜ, ನೀನು ಹೇಳುವುದೆಲ್ಲ ನಿಜ. ನನ್ನ ಮನಸ್ಸು ಏನೇ ಇರಬಹುದು, ನಿನ್ನದಂತೂ ವಜ್ರ ಮನಸ್ಸೆಂಬುದು ನಿಜ. ಆದರೆ ಒಂದು ಮಾತು. ಪ್ರೇಮದೇವತೆ ಅಫ್ರೋದೈತೆ ನನಗಿತ್ತಿರುವ ಬಳುವಳಿಗಳ ಬಗೆಗೆ ಮಾತ್ರ ನೀನು ಎತ್ತಿ ಆಡಬೇಡ. ನನಗೆ ಅವು ಅತ್ಯಂತ ಪೂಜನೀಯ ವಸ್ತುಗಳು. ನಿನಗೆ ತಿಳಿಯದುದು ಯಾವುದು? ಅಂಗಲಾಚಿ ಬೇಡಿದರೂ ಸಿಗದಿರುವ ಅಂತಹ ಪೂಜನೀಯ ವಸ್ತುಗಳು ನನಗೆ ಅಪ್ರಾರ್ಥಿತವಾಗಿ ಬಂದವು. ಅವನ್ನು ಆಚೆಗೆ ಎಸೆಯಲು ಸಾಧ್ಯವೆ? ಸಾಧುವೆ? ನೀನೆ ಹೇಳು?' ಎಂದು ಒಂದು ತಿರುವು ಕೊಟ್ಟ. ಅವನ ಬಾಯಿಯಿಂದ 'ಪ್ರೇಮದೇವತೆ' 'ಪೂಜನೀಯ ಅಪ್ರಾರ್ಥಿತ' ಎಂಬ ಮಾತುಗಳು ಬಂದುದನ್ನು ಕೇಳಿದ ಮೇಲೆ ಜನ ಮೌನ ಧಾರಣೆ ಮಾಡಿದರು."

ಐರಿಸ್ ಮಾತು ನಿಲ್ಲಿಸಿ ಹೆಲೆನ್‌ಳತ್ತ ನೋಡಿದಳು, ಅವಳ ಪ್ರತಿಕ್ರಿಯೆಯನ್ನರಿಯಲೋ ಎಂಬಂತೆ. ಆದರೆ ಅವಳು ಅದೇ ರೀತಿ ಏಕಾಗ್ರತೆಯಿಂದ ಕುಳಿತಿದ್ದಳು.

"ಮೌನವಾವರಿಸಿದ ಮೇಲೆ 'ಹೆಕ್ತಾರ್, ನಾನು ದ್ವಂದ್ವ ಯುದ್ಧಕ್ಕೆ ಸಿದ್ಧವಾಗಬೇಕೆಂಬುದು ನಿನ್ನ ಆಶಯ ತಾನೇ? ನಾನು ಸಿದ್ಧ. ಆದರೆ ಎರಡೂ ಪಡೆಗಳನ್ನು ಸುಮ್ಮನೆ ಕೂಡ ಹೇಳು, ಹೆಣ್ಣು ಹೊನ್ನು ಗೆದ್ದವರ ಪಾಲಿನದು ಎಂದು ನಾನು ಬಲ್ಲೆ. ಆದರಿಂದ ಹೆಲೆನ್‌ಗಾಗಿ, ಅವಳ ಸಂಪತ್ತಿಗಾಗಿ ನಾನು ಹೋರಾಡುತ್ತೇನೆ. ಆದರೆ ಈ ದ್ವಂದ್ವಯುದ್ಧಕ್ಕೆ ಮುನ್ನ ನನ್ನದೊಂದು ಕಟ್ಟಳೆ ಇದೆ. ನನ್ನ ಸ್ವಂತ ಆಗು ಹೋಗುಗಳಿಗಿಂತ ಅದು ನನಗೆ ಬಹಳ ಮುಖ್ಯ. ಇದು ಹೆಲೆನ್‌ಗಾಗಿ ನಡೆವ ಯುದ್ಧ. ಇದರಲ್ಲಿ ನನಗೆ ಮೆನೆಲಾಊಸ್‌ಗೆ ನೇರ ಸಂಬಂಧ ಇದೆ. ಉಳಿದ ತ್ರೋಜನ್ನರಿಗಾಗಲಿ, ಅಖೈಯೂನರಿಗಾಗಲಿ ನೇರ ಸಂಬಂಧ ಇಲ್ಲ. ಆದರಿಂದ ಅವರ ನೆಮ್ಮದಿಗೆ, ಬದುಕಿಗೆ ನಮ್ಮಿಂದ ತೊಡಕು ಉಂಟಾಗಬಾರದು. ಸಾಮೂಹಿಕವಾಗಿ ಅವರೆಲ್ಲರ ನೆಮ್ಮದಿ ಅವಶ್ಯ. ಆದರಿಂದ ಎರಡೂ ಪಡೆಯವರು ಮುಂದೆ ದ್ವೇಷಕ್ಕೆಡೆಗೊಡದೆ ಸ್ನೇಹದಿಂದ ಬಾಳುತ್ತೇವೆ, ಎಂದು ಪ್ರತಿಜ್ಞೆ ಮಾಡಬೇಕು. ದ್ವಂದ್ವ ಯುದ್ಧದ ಇತ್ಯರ್ಥ ಏನೇ ಆಗಲಿ ಪರಸ್ಪರ ಶಾಶ್ವತ ಸ್ನೇಹ ಅತ್ಯಂತ ಮುಖ್ಯ. ಸರಿತಾನೆ' ಎಂದು ಅಲೆಕ್ಸಾಂಡ್ರೋಸ್ ತನ್ನ ನಿಲುವನ್ನು ಸ್ಪಷ್ಟಪಡಿಸಿದ."

ಹೆಲೆನ್ ಒಂದು ದೀರ್ಘ ಶ್ವಾಸವನ್ನು ಬಿಟ್ಟಳು.

"ಅಂದರೆ ಈ ನಿಲುವು ನಿನಗೂ ಸರಿಯೆನಿಸುತ್ತೇನು?" ಐರಿಸ್ ಪ್ರಶ್ನಿಸಿದಳು.

"ಹೆಣ್ಣಿಗಾಗಿ ಪರದಾಡುವ ಗಂಡಿನ ಬಯಕೆಯೇ ಈ ಯುದ್ಧವಲ್ಲವೇ? ನಿಲುವಿನ ಫಲ ಒಂದು ಜೀವ ಕೊನೆಗಾಣುವುದರಲ್ಲಿ ತಾನೇ ಲಭ್ಯವಾಗುವುದು? ಎಂದಾಗ ಹೆಣ್ಣಾದ ನೀನು ನನ್ನನ್ನು ಹೀಗೆ ಪ್ರಶ್ನಿಸಬಹುದೆ ಲಾವೋದಿಕೆ?"

"ನಿಜಾನ್ನು, ಆದರೆ ಹೆಕ್ತಾರ್‌ಗಂತೂ ತಮ್ಮನ ನಿಲುವು ತೃಪ್ತಿ ತಂದಿತು. ತನ್ನವರಿಗೆ ಸಂಕೇತಿಸಿದ. ಎಲ್ಲರೂ ಶಸ್ತ್ರಾಸ್ತ್ರ ಬದಿಗಿಟ್ಟು ಕುಳಿತರು. ಆದರೆ ಈ ವೇಳೆಗೆ ಅಖೈಯಾನರು ರೋಸಿದ್ದರು. ಯುದ್ಧ ಆರಂಭಿಸುವುದು ಒಳಿತೆಂದು ದನಿ ಏರಿಸತೊಡಗಿದರು. ಹೆಕ್ತಾರ್ ತನ್ನವರು ಕುಳಿತ ಮೇಲೆ ಅಖೈಯಾನರತ್ತ ಹೆಜ್ಜೆ ಹಾಕುತ್ತ ತನ್ನ ತೋಮರ ಅಡ್ಡ ಹಿಡಿದ. ಅಖೈಯಾನರು ಶಸ್ತ್ರಾಸ್ತ್ರಕ್ಕೆ ಕೈಹಾಕಿದರು. ಆಗ ದೊರೆ ಅಗಮೆಮ್‌ನಾನ್ ಮುಂದೆ ಬಂದು, 'ತಡೆಯಿರಿ. ಹೆಕ್ತಾರ್ ಏನನ್ನೋ ಹೇಳಬಯಸುತ್ತಾನೆ. ಎಂತಲೇ ತೋಮರ ಅಡ್ಡಹಿಡಿದಿದ್ದಾನೆ' ಎಂದ. ಅಖೈಯಾನ ಪಡೆ ದೊರೆಯ ಆಜ್ಞೆ ಪಾಲಿಸಿತು. ಆಮೇಲೆ ಹೆಕ್ತಾರ್ ಅಲೆಕ್ಸಾಂಡ್ರೋಸ್‌ನ ನಿಲುವನ್ನು ಸ್ಪಷ್ಟಪಡಿಸಿದ. ಹೆಕ್ತಾರ್‌ನ ಮಾತನ್ನು ಎಲ್ಲರೂ ನಿಶ್ಶಬ್ದವಾಗಿ ಕೇಳಿದರು. ಒಟ್ಟಿನಲ್ಲಿ ಪಡೆಗಳ ನಡುವೆ ಹೋರಾಟ ಸ್ಥಗಿತವಾಯಿತು," ಎಂದು ಐರಿಸ್ ತನ್ನ ಮಾತನ್ನು ನಿಲ್ಲಿಸಿದಳು.

ಅವಳಿನ್ನೂ ಹೇಳಬಹುದೆಂದಿದ್ದ ಹೆಲೆನ್ ಹಾಗೇ ಕುಳಿತಿದ್ದಳು. ಆರೆಂಟು ಕ್ಷಣಗಳ ಅನಂತರ, "ಏಕ ಸುಮ್ಮನಾದೆ? ಮುಂದೇನಾಯಿತು ಹೇಳು ಲಾವೋದಿಕೆ" ಎಂದಳು.

"ಮುಂದೆ ಅಖೈಯಾನರತ್ತಣಿಂದ ಮೆನೆಲಾಊಸ್ ತೋಮರ ಅಡ್ಡ ಹಿಡಿದು 'ಈಗ ನಾನು ಹೇಳುವುದನ್ನು ಕೇಳಿ. ಇದು ಕೇವಲ ನನ್ನ ಮತ್ತು ಅಲೆಕ್ಸಾಂಡ್ರೋಸ್‌ನ ಸ್ವಂತ ವ್ಯವಹಾರ. ನನಗೂ ಅಕೈಯಾನರ ತ್ರೋಜನ್ನರ ಶಾಶ್ವತ ಸ್ನೇಹ ಪ್ರಿಯವಾದುದೇ. ವಿಧಿ, ನಮ್ಮಿಬ್ಬರಲ್ಲಿ ಯಾರಿಗೆ ಸಾವು ಎಂದು ವಿಧಿಸಿದೆಯೋ ಅವನೊಬ್ಬ ಸಾಯಲಿ. ನಮ್ಮಿಬ್ಬರ ಸ್ವಾರ್ಥಕ್ಕೆ ಜನ ಬಲಿಯಾಗುವುದು ಬೇಡ. ಸರಿತಾನೇ?' ಎಂದ. ಎರಡು ಕಡೆಯವರೂ 'ಒಪ್ಪಿಗೆ ಒಪ್ಪಿಗೆ' ಎಂದು ಮುಗಿಲು ಮುಟ್ಟುವಂತೆ ಘೋಷಿಸಿದರು. ಘೋಷಣೆ ಇನ್ನು ಸಾಕೆನ್ನುವಂತೆ ಮೆನೆಲಾಊಸ್ ತೋಮರ ಎತ್ತಿ ಸಂಕೇತಿಸಿದ. ಮೌನವಾವರಿಸಿದ ಮೇಲೆ

ಮತ್ತೆ ಮೆನೆಲಾಊಸ್ ತನ್ನ ಮಾತನ್ನು ಮುಂದುವರಿಸಿದ. 'ಈಗ ಮೊದಲು ಟ್ರೋಜನ್ನರ ದೊರೆ ಪ್ರಿಯಾಂ ಅವರನ್ನು ಬರಮಾಡಿ. ಏಕೆಂದರೆ ಪ್ರತಿಜ್ಞಾ ವಚನ ಸಂದರ್ಭದಲ್ಲಿ ಹಿರಿಯರು ಇರಬೇಕು. ಯುವಕರಲ್ಲಿನ ಉತ್ಸಾಹ ಕಡಿಮೆಯಲ್ಲದಿದ್ದರೂ ಅವರ ಮನಸ್ಸು ಡೋಲಾಯಮಾನ ಸ್ಥಿತಿಯಲ್ಲಿರುತ್ತದೆ. ಗಟ್ಟಿ ನಿಲುವಿಗೆ ಬರಲು ಕಷ್ಟವಾಗುತ್ತದೆ. ಅಲ್ಲದೆ ಇಂದು ಮಾಡಿದ ಪ್ರತಿಜ್ಞೆ ನಾಳೆ ಮುರಿಯಬಹುದು. ಹಾಗಾಗಬಾರದು ಎಂದೇ ಹಿಂದು ಮುಂದು ಎರಡನ್ನೂ ಆಲೋಚಿಸುವ ಹಿರಿಯರಿರಬೇಕು. ಇದರ ಜೊತೆಗೆ ಈ ಪ್ರತಿಜ್ಞಾವಚನ ದೈವಸಾಕ್ಷಿಯಾಗಿ ಜರಗಬೇಕು. ಆ ಸಲುವಾಗಿ ಕೂಡಲೇ ಒಂದು ಬಿಳಿ ಟಗರನ್ನೂ ಒಂದು ಕರಿ ಕುರಿಯನ್ನೂ ತನ್ನಿ, ಭೂದೇವಿಯ ಮತ್ತು ಸೂರ್ಯದೇವನ ಅರ್ಪಣೆಗೆ. ಹಾಗೆಯೇ ಇನ್ನೊಂದು ಟಗರನ್ನೂ ತನ್ನಿ ಜೀಯಸ್‌ಗೆ ಅರ್ಪಿಸಲು' ಎಂದ. ದೊರೆ ಪ್ರಿಯಾಂನನ್ನು ಕರೆಯಲು ದೂತರು ಹೊರಟರು. ಅದೇ ರೀತಿ ಪ್ರಾಣಿಗಳನ್ನು ತರಲು ಸಹ ದೂತರು ಹೊರಟರು. ನಾನು ಕೂಡಲೇ ನಿನ್ನತ್ತ ಓಡಿಬಂದೆ." ಐರಿಸ್ ಮಾತು ನಿಲ್ಲಿಸಿದಳು.

"ಲಾವೋದಿಕೆ ನೀನಂದಂತೆ ನಡೆದಿರುವುದೆಲ್ಲಾ ನಿಜವಾಗಿ ಅದ್ಭುತವೇ! ನಿರಪರಾಧಿಗಳ ರಕ್ತಪಾತ ಆಗುವುದಿಲ್ಲವೆಂದು ಯಾರು ನಿರೀಕ್ಷಿಸಿದ್ದರು? ಒಳಿತಾಯಿತು. ರಮ್ಯ ಎಂದೂ ಸೇರಿಸಿದ್ದೆಯಲ್ಲ. ನಿನ್ನರ್ಥದಲ್ಲಿ ದ್ವಂದ್ವ ಯುದ್ಧ ರಮ್ಯ ಎಂದಿರಬೇಕಲ್ಲವೆ?"

"ಉಳಿದವರ ದೃಷ್ಟಿಯಿಂದ ನಾನಾ ಮಾತನ್ನು ಹೇಳಲಿಲ್ಲ. ಅದು ನಿನಗೆ ರಮ್ಯವಾಗಿರುತ್ತದೆ ಎಂಬ ಭಾವದಿಂದ ಹೇಳಿದ್ದೆ."

"ಅದೇನು ನನಗೆ ರಮ್ಯವಾಗಿರಬೇಕೆಂದು ಒತ್ತಿ ಹೇಳುತ್ತೀಯಲ್ಲ?"

"ನಿನ್ನೊಬ್ಬಳ ಸಲುವಾಗಿಯೇ ಅಲ್ಲವೆ ಇದೆಲ್ಲ?"

"ಒಂದು ಹೆಣ್ಣಿನ ಸಲುವಾಗಿ ಇದೆಲ್ಲ ಆಗಬೇಕಾಗಿತ್ತೆ ಲಾವೋದಿಕೆ?" ನೋವಿನಿಂದ ಕೂಡಿತ್ತು ಹೆಲೆನ್‌ಳ ಧ್ವನಿ.

"ಹೆಲೆನ್, ಅದೇ ಬಾಳಿನ ಸಾರವೆಂದು ತಿಳಿದಿರುವ ಈ ಸಾಮಾಜಿಕ ಪ್ರವಾಹದಲ್ಲಿ ಅನ್ಯಮಾರ್ಗ ಯಾವುದಿದೆ? ದ್ವಂದ್ವಯುದ್ಧದ ಬಳಿಕ ನೀನಂತೂ ಗೆದ್ದವರ ಸ್ವತ್ತಲ್ಲವೆ? ನಿನ್ನ ನಿಜವಾದ ಬಯಕೆ ಇದರಿಂದ ತೀರೀತಲ್ಲವೆ?"

ಹೆಲೆನ್‌ಳ ಹೃದಯಕ್ಕೆ ಕಡೇ ಮಾತುಗಳು ತಟ್ಟಿದವು. 'ನನ್ನ ನಿಜವಾದ ಬಯಕೆ? ಅದು ಬೇರೆಯವರಿಗೇನು ಗೊತ್ತು? ಓ ನನ್ನ ಮೆನೆಲಾಊಸ್... ಹಾಗಾದರೆ ಸಾಕು' ಎಂದು ಅವಳ ಮನಸ್ಸು ಸ್ಪಂದಿಸಿತು.

ಅವಳು ಕೂಡಲೇ ಚಟ್ಟನೆದ್ದುಬಿಟ್ಟಳು. ಶ್ವೇತ ಅವಕುಂಠನವನ್ನು ಹೊದೆದಳು. ಅರಮನೆ ಬಿಟ್ಟು ರಣರಂಗದತ್ತ ಹೊರಟೇ ಬಿಟ್ಟಳು–ಅವಳಿಗೆ ದ್ವಂದ್ವಯುದ್ಧವನ್ನು ಕಣ್ಣಾರ ಕಾಣಬೇಕೆಂಬ ಉತ್ಕಟಾಪೇಕ್ಷೆ ಉಂಟಾಗಿರಬೇಕು. ಲಾವೋದಿಕೆ ಅಲ್ಲಿದ್ದಾಳೆಂಬುದನ್ನೂ ಅವಳು ಮರೆತಿದ್ದಳು. ಅವಳ ಸ್ವಂತ ಊಳಿಗಗಿತ್ತಿಯರಾದ ಐಥ್ರ ಮತ್ತು ಕ್ಲೈಮೆನೆ ತಮ್ಮೊಡತಿಯನ್ನು ಹಿಂಬಾಲಿಸಿದರು.

ಹೆಲೆನ್ ಮರೆಯಾಗುವವರೆಗೂ ಅಲ್ಲೇ ಲಾವೋದಿಕೆಯ ರೂಪಾಂತರದಲ್ಲಿ ಇದ್ದ ಐರಿಸ್ ತನ್ನ ನಿಜರೂಪ ಧರಿಸಿ ಕೃತಕಾರ್ಯಳಂತೆ ಅಲ್ಲಿಂದ ಕಾಣೆಯಾದಳು.

* * *

ಪಾನ್‌ಥೂಸ್, ಥೈಮೋಐತೆಸ್, ಲ್ಯಾಂಪೋಸ್, ಕ್ಲೈತಿಯೋನ್ ಮೊದಲಾದ ಕೆಲವು ಹಿರಿಯ ನಾಗರಿಕರೊಂದಿಗೆ, ನಗರದ ಸ್ಕೇಇಯಾನ್ ಮಹಾದ್ವಾರದಲ್ಲಿ ದೊರೆ ಪ್ರಿಯಾಂ

ಕುಳಿತಿದ್ದ. ನಗರದ ಜಾಣರಲ್ಲಿ ಜಾಣರೆಂದು ಪ್ರಸಿದ್ಧಿ ಪಡೆದ ಉಕಾಲೆಗೋನ್ ಮತ್ತು ಅಂತೆನೋರ್ ಸಹ ಅವರ ಜೊತೆಗಿದ್ದರು. ಪ್ರಿಯಾಂ ದೊರೆಯನ್ನು ಕರೆಯಲು ರಣರಂಗದಿಂದ ಹೊರಟ ರಾಜದೂತ ಇನ್ನೂ ಬಂದಿರಲಿಲ್ಲ. ಹೆಲೆನ್ ಅಲ್ಲಿಗೆ ಬಂದಳು.

ಅಲ್ಲಿ ದೊರೆ ಪ್ರಿಯಾಂನ ಬಳಿ ನೆರೆದಿದ್ದ ಹಿರಿಯರಿಗೆ ಸಹ ಹೆಲೆನ್‌ಳ ಸೌಂದರ್ಯಪ್ರಭೆ ಕಣ್ಣು ಕುಕ್ಕಿತು. "ಇವಳು ನಿಜವಾಗಿ ಲೋಕೈಕ ಸುಂದರಿ. ಇಂತಹ ಸುಂದರಿಗಾಗಿ ಟ್ರೋಜನ್ನರು, ಅಖೈಯಾನರು ಹೋರಾಡುವುದರಲ್ಲಿ ಆಶ್ಚರ್ಯವೇನಿದೆ?" ಎಂದು ಅವರ ಮನಸ್ಸು ಪ್ರತಿಸ್ಪಂದಿಸಿತು.

ಆದರೆ ಬಹಿರಂಗವಾಗಿ, "ಈ ಹೆಣ್ಣು ಇಲ್ಲಿದ್ದು ನಮ್ಮ ನಾಶಕ್ಕೆ ಕಾರಣಳಾಗುವುದರ ಬದಲು ಇಲ್ಲಿಂದ ತೊಲಗಿ ಹೋಗುವುದು ವಾಸಿ" ಎಂದು ಗಟ್ಟಿಯಾಗಿ ಅವರು ಪಿಸುಗುಟ್ಟಿದರು.

ಈ ಮಾತು ದೊರೆ ಪ್ರಿಯಾಂನ ಕಿವಿಗೆ ಬಿದ್ದಿರಲಿಲ್ಲವೆಂದಲ್ಲ. ಬಿದ್ದಿತ್ತು. ಆದರೂ ಅವನು ಹೆಲೆನ್‌ಳನ್ನು, "ಬಾ ಮಗಳೇ" ಎಂದು ಪ್ರೀತಿಯಿಂದ ಕರೆದು ತನ್ನ ಬಳಿ ಕೂಡಿಸಿಕೊಂಡ.

ಸದ್ಯಕ್ಕಂತೂ ಅವಳಿನ್ನೂ ಅವನ ಸೊಸೆಯಲ್ಲವೆ? ಇದರ ಮೇಲೆ ಮಾನವ ಸಹಜ ಪ್ರೀತಿ, ಆತಂಕ, ಭಯ ಅವನ ಮೇಲೆ ಒಟ್ಟಿಗೇ ಒತ್ತಡ ತಂದವು. ಜನರ ಮಾತು ಹೆಲೆನ್‌ಗೂ ಕೇಳಿಸಿರಬೇಕು ಎಂದು ಅವನಿಗನ್ನಿಸಿತು. "ಮಗು ಹೆಲೆನ್, ವಾಸ್ತವವಾಗಿ ನಿನ್ನನ್ನು ದೂಷಣೆ ಮಾಡುವುದರಲ್ಲಿ ಅರ್ಥವಿಲ್ಲ. ನಿಜ, ಈಗ ನಮ್ಮ ಕಣ್ಣಲ್ಲಿ ನೀರಿಳಿಯುವ ಪರಿಸ್ಥಿತಿ ಒದಗಿದೆ. ಅಖೈಯಾನರ ಈ ಪಡೆ ನಮ್ಮ ಮೇಲೆ ದಾಳಿ ಮಾಡಲು ಬರುತ್ತಿರುವುದಕ್ಕೆ ವಿಧಿಯ ಪ್ರೇರಣೆ ಕಾರಣವೇ ಹೊರತು, ಬೇರೇನೂ ಇಲ್ಲ. ನೀನು ಇದಕ್ಕೆಲ್ಲ ವಿಚಲಿತಳಾಗಬೇಡ" ಎಂದು ಒಂದು ಬಗೆಯ ಸಮಾಧಾನದ ಮಾತನ್ನು ಹೇಳಿದ.

"ದೊರೆಯೆ, ನೀವು ನನ್ನ ತಂದೆಯ ಸಮಾನ. ನಿಮ್ಮ ಮಾತುಗಳು ವಿಚಲಿತವಾಗಿದ್ದ ನನ್ನ ಮನಸ್ಸನ್ನು ಸಾಂತ್ವನಗೊಳಿಸಿವೆ. ಆದರೂ ನನಗೇನೆನ್ನಿಸಿದೆ ಗೊತ್ತೆ?"

"ಹೇಳು ಮಗು."

"ನಿಮಗೆ ಬೇಸರವಾಗುತ್ತದೆಯೇನೋ. ಬೇಡ."

"ಈಗ ಆಗಿರುವುದಕ್ಕಿಂತ ಹೆಚ್ಚಿನದು ಏನೂ ಆಗುವುದಿಲ್ಲ. ಹೇಳು."

"ನನ್ನ ಪತಿ, ಮಗಳು, ಬಂಧುಗಳು ಎಲ್ಲರನ್ನೂ ಬಿಟ್ಟು ನಿಮ್ಮ ಮಗನೊಡನೆ ಬರುವುದಕ್ಕೆ ಮುಂಚೆಯೇ ನಾನು ಸತ್ತಿದ್ದರೆ ಎಷ್ಟು ಚೆನ್ನವಿರುತ್ತಿತ್ತು."

"ಅಂತಹ ಮಾತನಾಡಬಾರದು ಮಗು. ಅಲ್ಲದೆ ಈಗ ಆ ಮಾತಿನಿಂದೇನು ಪ್ರಯೋಜನ? ನಿನಗೆ ಅತ್ತಲಿನವರೆಲ್ಲ ಗೊತ್ತು. ಮುಖ್ಯಸ್ಥರು ಯಾರು ಯಾರು ಬಂದಿದ್ದಾರೆ ಹೇಳು."

"ಅಪ್ಪಣೆ." ಎಂದು ಇದಿರು ಪಡೆಯತ್ತ ಕಣ್ಣಲ್ಲಿ ಕಣ್ಣಿಟ್ಟು ನೋಡಿದಳು. ಆಮೇಲೆ "ಆಗೋ ನೋಡಿ ಸುತ್ತಲಿನವರೆಲ್ಲರಿಗಿಂತ ಎತ್ತರವಾಗಿ ಕಾಣುವ ವ್ಯಕ್ತಿ ಇದ್ದಾರಲ್ಲ, ಅವರೇ ದೊರೆ ಅಗಮೆಮ್‌ನಾನ್, ನನ್ನ ಭಾವನಾಗಿದ್ದವರು. ಅವರು ಒಳ್ಳೆ ದೊರೆಯಷ್ಟೇ ಅಲ್ಲ, ತೋಮರ ಚಾಲನೆಯಲ್ಲಿ ಮಹಾ ಚಾಣಾಕ್ಷರು."

ಪ್ರಿಯಾಂ ಅಗಮೆಮ್‌ನಾನ್‌ನನ್ನು ಮನದಣಿಯೆ ನೋಡಿದ. ಸೊಸೆಯ ಮಾತು ಒಪ್ಪಿತವೆಂಬಂತೆ ತಲೆ ಹಾಕಿದ.

"ಇನ್ನು ಆ ವಿಶಾಲ ಎದೆಯಾತ, ಪಡೆಯನ್ನು ವೀಕ್ಷಿಸುತ್ತಿದ್ದಾರಲ್ಲ ಅವರೇ ಲಯಾರ್ತೇಸ್‌ನ ಮಗ ಪ್ರಸಿದ್ಧ ಒದ್ಯೆಸೆಯೂಸ್. ಮಹಾ ಪ್ರತಿಭಾಶಾಲಿ. ಸರ್ವ ವಿದ್ಯಾ ಪಾರಂಗತ," ಎಂದಳು ಹೆಲೆನ್.

ಅಂತನೋರ್ ಸಹ ಕೂಡಲೇ ತನ್ನ ದನಿಗೂಡಿಸಿ ಒದ್ಯೆಸೆಯೂಸ್‌ನ ಗುಣಗಾನಮಾಡಿ ಅವನು ಮೆನೆಲಾಊಸ್‌ಗಿಂತ ಚತುರ ಮಾತುಗಾರ ಎಂಬುದನ್ನು ಉದಾಹರಣಪೂರ್ವಕ ಹೇಳಿದ.

ಅವನ ಮಾತು ಮುಗಿದ ಮೇಲೆ ಮತ್ತೆ ಹೆಲೆನ್, "ಅಗೋ ಅಲ್ಲಿ, ದೈತ್ಯಾಕಾರದ ವ್ಯಕ್ತಿ ಇದ್ದಾರಲ್ಲ ಅವರೇ ಐಆಸ್. ಅವರು ಅಖ್ಯೆಯಾನರ ಬಲ ಸ್ತಂಭವಿದ್ದಂತೆ. ಅಜೇಯರವರು" ಎಂದು ತುಂಬಾ ಉತ್ಸಾಹದಿಂದ ಹೇಳಿದಳು. ತನ್ನವರನ್ನು ತಾನು ಚೆನ್ನಾಗಿ ವರ್ಣಿಸುತ್ತಿದ್ದೇನೆಂಬ ತೃಪ್ತಿ ಮೂಡಿ ಅವಳ ಮೈಯುಬ್ಬಿತು ಸಹ.

ಪ್ರಿಯಾಂ ಆ ದೈತ್ಯಾಕಾರದ ವ್ಯಕ್ತಿಯನ್ನು ಎವೆಯಿಕ್ಕದೆ ವೀಕ್ಷಿಸಿದ.

"ಐಆಸ್‌ಗೆ ಇದಿರಾಗಿ ದೇವತೆಯಂತೆ ನಿಂತಿದ್ದಾರಲ್ಲ ಅವರು ಕ್ರೆತಾನದ ದಣ್ಣಾಯಕ ಇದೊಮೆನೆಊಸ್ ಅವರು. ಅಖ್ಯೆಯಾನರ ಪರಮ ಮಿತ್ರರು. ಅವರು ಕ್ರೆತೆಯಿಂದ ಬಂದಾಗಲೆಲ್ಲಾ ನಮ್ಮ ಅರಮನೆಯಲ್ಲಿ ಮೆನೆಲಾಊಸ್ ಸೊಗಸಾದ ಆತಿಥ್ಯ ನೀಡುತ್ತಿದ್ದ," ಎಂದು ಹೇಳಿ ಮತ್ತೆ ಹುಡುಕು ನೋಟದಿಂದ ಅತ್ತಲಿನವರನ್ನೆಲ್ಲಾ ನೋಡಿದಳು.

ಕಡೆಗೆ ನಿಟ್ಟುಸಿರು ಬಿಟ್ಟು, "ಇದೇನು ಈ ಸಮೂಹದಲ್ಲಿ ನನ್ನ ಸೋದರರಾದ ಕ್ಯಾಸ್ಟೋರ್ ಮತ್ತು ಪೊಲಿದೆಯೂಸೆಸ್ ಮಾತ್ರ ಕಾಣುತ್ತಿಲ್ಲ. ಇಬ್ಬರೂ ನನ್ನ ತಾಯಿಯ ಗರ್ಭದಲ್ಲಿ ಹುಟ್ಟಿದ ರಾಜಕುಮಾರರೆ. ಅವರೇಕೆ ಬಂದಿಲ್ಲವೋ?" ಎಂದು ಮತ್ತೆ ದೀರ್ಘವಾಗಿ ಶ್ವಾಸ ತೆಗೆದುಕೊಂಡು, "ಅಥವಾ ಬಂದಿದ್ದರೂ ನನ್ನ ಕಾರಣದಿಂದ ತಲೆತಗ್ಗಿಸಬೇಕಾದೀತೆಂದು ಹಿಂದೆ ಮರೆಯಾಗಿ ಇದ್ದಾರೊ..." ಎಂದು ಹೇಳುತ್ತಿದ್ದಾಗ ಅವಳ ಅಂತರಂಗದ ಅಳಲು ಧಡಾರನೆ ಹೊರಕ್ಕೆ ನುಗ್ಗಿ ಬಂದಂತಾಯಿತು. 'ಗುಕ್' ಎಂದು ಉಸಿರು ನುಂಗಿ ಅವಳು ಸುಮ್ಮನೆ ಬಾನಿನತ್ತ ದೃಷ್ಟಿ ಹರಿಯಿಸಿದಳು.

ರಣರಂಗಕ್ಕೆ ದೊರೆ ಪ್ರಿಯಾಂನನ್ನು ಆಹ್ವಾನಿಸಲು ಹೆಕ್ಟಾರ್ ಕಳುಹಿದ ರಾಜದೂತರು ಬಂದರು. ವಿಷಯವನ್ನು ನಿವೇದಿಸಿದರು.

ಎಲ್ಲವನ್ನೂ ಕೇಳಿದ ಪ್ರಿಯಾಂ ಅಂತರಂಗದಲ್ಲಿ ನಡುಗಿದ. ಅವನು ಎಷ್ಟಾದರೂ ಅಲೆಕ್ಸಾಂದ್ರೋಸ್‌ನ ತಂದೆಯಲ್ಲವೆ? ಆದರೂ ಅದನ್ನು ತೋರಗೊಡದೆ, "ರಥವನ್ನು ಸಿದ್ಧಪಡಿಸಿ, ಹೋಗೋಣ" ಎಂದ.

* * *

ರಣರಂಗದಲ್ಲಿ ಸ್ನೇಹ ಪ್ರತಿಜ್ಞಾ ಪಾಲನ ವಿಧಿಗಾಗಿ ಎಲ್ಲಾ ಸಜ್ಜಾಗಿತ್ತು. ದೇವ ದೇವತೆಗಳಿಗೆ ಅರ್ಪಿತವಾಗಬೇಕಾಗಿದ್ದ ಪ್ರಾಣಿಗಳು ಸಹ ಸಿದ್ಧವಾಗಿದ್ದವು.

ಪ್ರಿಯಾಂನ ರಥ ಅಲ್ಲಿಗೆ ಬಂದು ಮುಟ್ಟಿತು. ಅದನ್ನು ಕಂಡ ದೊರೆ ಅಗಮೆಮ್‌ನಾನ್ ಮತ್ತು ಒದ್ಯೆಸೆಯೂಸ್ ಗೌರವ ಸೂಚಿಸಲು ಎದ್ದು ನಿಂತರು. ಪ್ರಿಯಾಂ ಇಳಿದು ನಿಯೋಜಿತ ಸ್ಥಳಕ್ಕೆ ಬಂದ. ಹೆಲೆನ್ ಹಾಗೂ ಇತರರು ಸಹ ಅವನನ್ನು ಹಿಂಬಾಲಿಸಿ ಬಂದರು. ಅರ್ಪಣೆಗೆ ಸಿದ್ಧವಾಗಿದ್ದ ಪ್ರಾಣಿಗಳನ್ನು ಸನಿಯಕ್ಕೆ ತರಲಾಯಿತು.

ಅರ್ಪಣೆಗೆಂದು ಸಿದ್ಧಮಾಡಿಟ್ಟಿದ್ದ ಮದ್ಯೋದಕದಲ್ಲಿ ಅಗಮೆಮ್‌ನಾನ್ ಮತ್ತು ಪ್ರಿಯಾಂರ ಕೈಗಳನ್ನು ತೊಳೆಯಲಾಯಿತು. ಅನಂತರ ಆಗಮೆಮ್‌ನಾನ್ ತನ್ನ ಒರೆಯಿಂದ ಕರವಾಳ ಸೆಳೆದು ಪ್ರಾಣಿಗಳ ತಲೆಯ ಮೇಲಿನ ತುಪ್ಪಟವನ್ನು ಕತ್ತರಿಸಿ ದೂತರ ಮುಖಾಂತರ ಯೋಧ ನಾಯಕರಿಗೆಲ್ಲ ಹಂಚಿಸಿದ.

ಆಮೇಲೆ ಅಗಮೆಮ್‌ನಾನ್ ತನ್ನೆರಡೂ ಕೈಗಳನ್ನು ಮೇಲಕ್ಕೆತ್ತಿ, "ಎಲೆ ತಂದೆ, ಸರ್ವಶಕ್ತಿ

ಜೀಯಸ್, ಎಲ್ಲವನ್ನೂ ತಪ್ಪದೆ ನೋಡುವ, ಕೇಳುವ ಓ ಸೂರ್ಯದೇವ, ಎಲೈ ಪೃಥ್ವಿ, ಎಲೈ ನದಿಗಳೇ, ಮರಣಾನಂತರ ವಚನಭ್ರಷ್ಟರನ್ನು ಶಿಕ್ಷಿಸುವ ಎಲೈ ಪಾತಾಳ ದೇವತೆಗಳೇ, ನಿಮ್ಮೆಲ್ಲರ ಸಾಕ್ಷಿಯಾಗಿ ಇಂದು ಈ ಶುಭ ಮುಹೂರ್ತದಲ್ಲಿ, ಈಗ ನಡೆಯಲಿರುವ ದ್ವಂದ್ವ ಯುದ್ಧದಲ್ಲಿ ಅಲೆಕ್ಸಾಂದ್ರೋಸ್‌ನು ಮೆನೆಲಾಊಸ್‌ನನ್ನು ಕೊಂದರೆ ಹೆಲೆನ್ ಮತ್ತು ಅವಳ ಸಂಪತ್ತು ಅವನಿಗೇ ಉಳಿಯುತ್ತದೆ. ನಾವೆಲ್ಲ ತುಟಿಪಿಟಿಕ್ಕೆನ್ನದೆ ಹಿಂದಿರುಗುತ್ತೇವೆ. ಆದರೆ ಮೆನೆಲಾಊಸ್, ಅಲೆಕ್ಸಾಂದ್ರೋಸ್‌ನನ್ನು ಕೊಂದರೆ ಟ್ರೋಜನ್ನರು ತಮ್ಮ ವಶದಲ್ಲಿರುವ ಹೆಲೆನ್ ಹಾಗೂ ಅವಳ ಸಂಪತ್ತನ್ನು ನಮಗೆ ಹಿಂತಿರುಗಿಸುವುದರ ಜೊತೆಗೆ ಒಡಂಬಡಿಕೆಯ ತಪ್ಪು ಕಾಣಿಕೆಯನ್ನೂ ಕೊಡಬೇಕು. ಆ ತಪ್ಪು ಕಾಣಿಕೆಯನ್ನು ಕೊಡದಿದ್ದರೆ ನಾವಿಲ್ಲೇ ಇದ್ದು, ಅದು ಸಿಗುವವರೆಗೆ ಯುದ್ಧ ಮಾಡಿಯೇ ತೀರುತ್ತೇವೆ," ಎಂಬ ಪ್ರತಿಜ್ಞಾ ಘೋಷಣೆಯನ್ನು ತಾರಸ್ವರದಲ್ಲಿ ನಿವೇದಿಸಿದ.

ಅನಂತರ ಅರ್ಪಣೆಗೆ ಸಿದ್ಧವಾಗಿದ್ದ ಪ್ರಾಣಿಗಳ ಕತ್ತನ್ನು ಅಗಮೆಮ್‌ನಾನ್ ಕತ್ತರಿಸಿದ. ಪ್ರಾಣಿಗಳು ಹಲವು ಕ್ಷಣಗಳವರೆಗೆ ವಿಲವಿಲನೆ ಒದ್ದಾಡಿ ಕಡೆಗೆ ಸ್ತಬ್ಧವಾದುವು. ಆಮೇಲೆ ಎಲ್ಲರಿಗೂ ಮದ್ಯವನ್ನು ಹಂಚಲಾಯಿತು. ಎರಡೂ ಕಡೆಯವರು ಪ್ರತಿಜ್ಞಾ ಘೋಷಣೆಗೆ ತಮ್ಮೆಲ್ಲರ ಒಪ್ಪಿಗೆ ಇದೆ ಎಂದು ಘೋಷಿಸಿ, ದೇವತೆಗಳಿಗೆ ಪ್ರಾರ್ಥನೆಯನ್ನು ಸಲ್ಲಿಸಿದರು.

ಒಂದು ಘಟ್ಟ ಮುಗಿದಂತಾಯಿತು. ಇನ್ನೇನು ದ್ವಂದ್ವಯುದ್ಧ ಪ್ರಾರಂಭವಾಗಬೇಕು, ಆಗ ದೊರೆ ಪ್ರಿಯಾಂ ಮುಂದೆ ಬಂದು, "ಟ್ರೋಜನ್ನರೆ, ಅಖ್ಯೆಯಾನರೆ, ಪ್ರತಿಜ್ಞಾ ಘೋಷಣೆಯ ಮುಖಾಂತರ ಪರಸ್ಪರ ಒಡಂಬಡಿಕೆಯಾಗಿದೆ. ನಾನಿಲ್ಲಿದ್ದು ಮಾಡುವುದೇನು? ನಗರಕ್ಕೆ ಹಿಂತಿರುಗುತ್ತೇನೆ. ಸರ್ವಶಕ್ತ ಜೀಯಸ್ ಬಲ್ಲ, ಎಲ್ಲ ದೇವ ದೇವತೆಗಳೂ ಬಲ್ಲರು, ಯಾರ ವಿಧಿಯಲ್ಲಿ ಸಾವು ಬರೆದಿದೆ ಈ ಇಬ್ಬರು ಯೋಧರಲ್ಲಿ ಎಂಬುದನ್ನು. ನನ್ನ ಅಂತರಂಗಕ್ಕೂ ಆ ಹೊಳವು ಮೂಡಿದೆ. ಎಂತಲೇ ನನ್ನ ಮನಸ್ಸು ಈಗ ತೀವ್ರ ತಲ್ಲಣಗೊಂಡಿದೆ. ನಾನದನ್ನು ಕಣ್ಣಾರ ಕಂಡು ಸಹಿಸಲು ಶಕ್ತಿ ಸಾಲದವನಾಗಿದ್ದೇನೆ" ಎಂದು ಹೇಳಿ ದೇವಾರ್ಪಿತ ಪ್ರಾಣಿಯನ್ನು ರಥದಲ್ಲಿಟ್ಟುಕೊಂಡು ಅಂತೆನೋರ್ ಜೊತೆಗೂಡಿ ನಗರಕ್ಕೆ ಹಿಂತಿರುಗಿಬಿಟ್ಟ.

ಪಡೆಯಿಲರ ಸಮೂಹದಿಂದ ಅನುಕಂಪದ ನಿಟ್ಟುಸಿರು ಹೊಮ್ಮಿತು.

ಆ ನಿಟ್ಟುಸಿರು ಪ್ರಿಯಾಂಗೆ ಕೇಳಿಸಿತು. ಆದರೆ ಅವನಿಗೆ ಆ ಸಮಯದಲ್ಲಿ ಸನಿಯದಲ್ಲೇ ಇದ್ದ ಹೆಲೆನ್‌ಳ ನೆನಪು ಸಹ ಆಗಲಿಲ್ಲ.

* * *

ಪ್ರತಿಜ್ಞಾವಿಧಿ ಮುಗಿದ ಮೇಲೆ ಟ್ರೋಜನ್ನರ ಪ್ರತಿನಿಧಿಯಾಗಿ ಹೆಕ್ಟಾರ್ ಮತ್ತು ಅಖ್ಯೆಯಾನರ ಪ್ರತಿನಿಧಿಯಾಗಿ ಒಡ್ಯೆಸೆಯೂಸ್ ದ್ವಂದ್ವಯುದ್ಧದ ತಾಣವನ್ನು ಗೆರೆಕೊಯ್ದು ನಿಗದಿಪಡಿಸುವ ಕೆಲಸದಲ್ಲಿ ತೊಡಗಿದರು. ಅದು ಮುಗಿದ ಕೂಡಲೇ ಆರಂಭದ ಹೆಜ್ಜೆ ಯಾರದಾಗಬೇಕೆಂದು ನಿರ್ಣಯವಾಗಬೇಕಾಯಿತು. ಒಬ್ಬೊಬ್ಬರ ಪರ ಒಂದೊಂದು ಗರಸಂಕೇತವನ್ನು ಶಿರಕಾಪಿನಲ್ಲಿ ಹಾಕಿ ಕುಲುಕಿ ಅದೃಷ್ಟದ ತಾಳೆಯನ್ನು ನಿಶ್ಚಯಿಸುವುದು ಪದ್ಧತಿ. ಅದರಂತೆ ಶಿರಕಾಪಿನಲ್ಲಿ ಗರಸಂಕೇತಗಳನ್ನು ಹಾಕಲಾಯಿತು.

ಆಗ, "ಎಲೈ ಸರ್ವಶಕ್ತನೆ ಈ ಸಂದರ್ಭದಲ್ಲಿ ಇದು ನಮ್ಮ ಪ್ರಾರ್ಥನೆ. ನಮ್ಮ ಎರಡೂ ದೇಶಗಳಿಗೆ ಒದಗಿರುವ ಈ ಕಷ್ಟಕ್ಕೆ ಯಾರು ನಿಜವಾಗಿ ಕಾರಣಕರ್ತನೋ ಅವನು ಸಾಯುವಂತಾಗಲಿ. ಎರಡೂ ಜನತೆಯ ಬಾಳು ಸ್ನೇಹಮಯ ವಾತಾವರಣದಲ್ಲಿ

ನೆಮ್ಮದಿಯದಾಗುವಂತಾಗಲಿ," ಎಂದು ಜೀಯಸ್‌ನಲ್ಲಿ ಎರಡೂ ಪಡೆಗಳು ಒಂದೇ ಪ್ರಾರ್ಥನೆ ಸಲ್ಲಿಸಿದರು.

ಅತ್ತ ಗರ ಅಲೆಕ್ಸಾಂಡ್ರೋಸ್‌ನ ಪರವಾಗಿತ್ತು.

ದ್ವಂದ್ವ ಕಾಳಗವನ್ನು ವೀಕ್ಷಿಸಲು ಪಡೆವಲರೆಲ್ಲ ಶಾಂತವಾಗಿ ಕುಳಿತರು.

ಮೊದಲು ಗರ ಗೆದ್ದ ಅಲೆಕ್ಸಾಂಡ್ರೋಸ್ ತಾಣದೊಳಕ್ಕೆ ಬಂದ. ಅವನು ತನ್ನ ಸೋದರ ಲೈಕಾಓನ್‌ನ ಎದೆಗವಚವನ್ನು ಧರಿಸಿದ್ದನಾದರೂ ಅದು ಒಪ್ಪವಾಗಿ ಎದೆ ತುಂಬ ಹರಹಿ ಕೊಂಡಿತ್ತು. ತೊಡೆಗಳಿಗೆ ಜಂಘಾ ಕವಚವನ್ನೂ ಕಾಲಿಗೆ ರಜತ ಹರಡುರಕ್ಷೆಯನ್ನೂ ಅವನು ಧರಿಸಿದ್ದ. ಅವನ ಭುಜದಿಂದ ರಜತ ಹಿಡಿಯ ಕರವಾಳ ನೇತಾಡುತ್ತಿತ್ತು. ಗಟ್ಟಿ ಗಡುಸಾದ ಅಗಲವಾದ ಲೋಹಗುರಾಣಿ ಅವನ ಎಡಗೈಯ ಬಿಗಿ ಹಿಡಿತದಲ್ಲಿ ರಕ್ಷಣೆಗೆ ಸಿದ್ಧವಾಗಿತ್ತು. ತಲೆಗೆ ಬಲವಾದ ಲೋಹದ ಶಿರಕಾಪನ್ನು ಅಲುಗಾಡದಂತೆ ಬಿಗಿಯಲಾಗಿತ್ತು. ಆ ಶಿರಕಾಪಿನ ಮೇಲಿನ ಕುದುರೆ ಜವೆಯ ಚೂಡಾಲಂಕಾರ ಆಕರ್ಷಕವಾಗಿತ್ತು. ಅವನ ಬಲಗೈಯ ಬಿಗಿ ಮುಷ್ಟಿಯಲ್ಲಿ ಹರಿತವೂ ಚೂಪೂ ಆದ ತೋಮರವಿತ್ತು. ಒಟ್ಟಿನ ಮೇಲೆ ಪ್ರತಿಸ್ಪರ್ಧಿಯಲ್ಲಿ ದಿಗಿಲು ಹುಟ್ಟಿಸುವ ಯೋಧ ಸಜ್ಜು ಅವನದಾಗಿತ್ತು.

ಕೆಂಗೂದಲಿನ ಮೆನೆಲಾಊಸ್ ಸಹ ಅದೇ ರೀತಿಯ ಬಲವಾದ ಯೋಧ ಸಜ್ಜಿನಿಂದ ಅನಂತರ ತಾಣದೊಳಕ್ಕೆ ಬಂದ. ಅಗ್ನಿಯೇ ಮೂರ್ತಿವೆತ್ತು ಬಂದಂತಾಯಿತು.

ಇಬ್ಬರೂ ತಾಣದ ನಡು ಕೇಂದ್ರಕ್ಕೆ ಬಂದು ಇದಿರುಬದಿರಾಗಿ ನಿಂತರು. ಅವರಿಬ್ಬರ ಕೆಂಡಕಾರುವ ನೋಟ, ನೋಟಕರಿಗೆ ಭಯಂಕರ ಎನಿಸಿತು. ಪದ್ಧತಿಯಂತೆ ತೋಮರ ಆಡಿಸುತ್ತಾ ಹೆಜ್ಜೆ ಮುಂದಿಡತೊಡಗಿದರು. ಜನ ಎವೆಯಿಕ್ಕದೆ ನೋಡುತ್ತಿದ್ದರು.

ಗರ ಗೆದ್ದಿದ್ದ ಅಲೆಕ್ಸಾಂಡ್ರೋಸ್, ಮೆನೆಲಾಊಸ್‌ನ ಎದೆಗೆ ಗುರಿಯಿಟ್ಟು ತನ್ನ ತೋಮರವನ್ನು ಬಲವಾಗಿ ನೆಡಲು ಏರಿಬಂದ. ಪಡೆಯಿಲರು ಬೆರಗು ಗಣ್ಣಿಂದ ನೋಡುತ್ತಿದ್ದರು. ಮೊಟ್ಟ ಮೊದಲನೆಯ ಅದೃಷ್ಟದ ತೋಮರ ಜಡಿತ ಯಾವ ಆಘಾತ ಮಾಡುತ್ತದೆಯೋ ಎಂದು.

ಮೆನೆಲಾಊಸ್ ತೋಮರ ಚತುರ. ಆ ಜಡಿತವನ್ನು ತನ್ನ ಗುರಾಣಿ ಒಡ್ಡಿ ತಡೆದುಬಿಟ್ಟ. ಈ ರಭಸದ ಲೋಹ ಘರ್ಷಣೆಯಿಂದ ಹೊಮ್ಮಿದ ನಾದ ಗಗನವ್ಯಾಪಿ ಆಯಿತು.

ಅಲೆಕ್ಸಾಂಡ್ರೋಸ್‌ನ ತೋಮರಕ್ಕೆ ಮೆನೆಲಾಊಸ್‌ನ ಗುರಾಣಿಯನ್ನು ಭೇದಿಸಲು ಆಗಲಿಲ್ಲ. ಬದಲಾಗಿ ತೋಮರದ ತುದಿಯೇ ಗುಂಗರು ಕಟ್ಟಿ ಬಾಗಿ ನಿಂತಿತು.

ಈಗ ಮೆನೆಲಾಊಸ್‌ನ ಸರದಿಯಲ್ಲವೆ?

'ಓ ತಂದೆ ಜೀಯಸ್ ನನ್ನದಾವ ತಪ್ಪೂ ಇಲ್ಲದೆ, ಈ ಅಲೆಕ್ಸಾಂಡ್ರೋಸ್ ನನಗೆ ದ್ರೋಹ ವೆಸಗಿದ್ದಾನೆ. ಸ್ನೇಹ ಹಸ್ತ ನೀಡಿ ಅವನನ್ನು ನಂಬಿ, ನನ್ನ ಅರಮನೆಯಲ್ಲಿ ನೀಡಿದ ರಾಜಾತಿಥ್ಯಕ್ಕೆ ಇವನು ಸಲ್ಲಿಸಿದ ಕೃತಜ್ಞತೆ ಯಾವ ರೀತಿಯದೆಂದು ನಿನಗೆ ಗೊತ್ತು. ಮೋಸಗೈದು ನನ್ನ ಪ್ರಿಯೆ ಹೆಲೆನ್‌ಳನ್ನು ಹಾರಿಸಿಕೊಂಡು ಹೋಗಿದ್ದಾನೆ. ಬೆನ್ನಲ್ಲಿ ಚೂರಿ ಹಾಕುವ ದ್ರೋಹ ಬಗೆದಿದ್ದಾನೆ. ಈ ದ್ರೋಹದ ಮುಯ್ಯಿ ತೀರುವಂತೆ ಮಾಡು' ಎಂದು ಮನದಲ್ಲೇ ಪ್ರಾರ್ಥನೆ ಸಲ್ಲಿಸುತ್ತಾ ತನ್ನ ತೋಮರವನ್ನು ಗುರಿಯಿಟ್ಟು ಮೆನೆಲಾಊಸ್ ಅಲೆಕ್ಸಾಂಡ್ರೋಸ್‌ನ ಮೇಲೇರಿ ಬಂದ. ಅವನ ತೋಮರ ಜಡಿತದ ಜೋರಿಗೆ ಅಲೆಕ್ಸಾಂಡ್ರೋಸ್‌ನ ಗುರಾಣಿ ಸಾಟಿಯಾಗಲಿಲ್ಲ. ತೋಮರ ಗುರಾಣಿಯನ್ನು ಭೇದಿಸಿ ಅಲೆಕ್ಸಾಂಡ್ರೋಸ್‌ನ ಎದೆಗೇ ನಾಟಿ ಬಿಡಬೇಕಾಗಿತ್ತು. ಆದರೆ ಅಲೆಕ್ಸಾಂಡ್ರೋಸ್‌ನ ತಿರುವು ನಡೆಯಿಂದಾಗಿ ತೋಮರ

ಅವನ ಪಕ್ಕೆಯ ಬಳಿಯ ಎದೆಗವಚ ಕಪಿನಿಗಳನ್ನು ಭೇದಿಸಿ ಘಾಸಿಗೊಳಿಸಿತಷ್ಟೆ. ಅಲೆಕ್ಸಾಂಡ್ರೋಸ್ ಸಾವಿನಿಂದ ಪಾರಾಗಿದ್ದ.

ಒಡನೆಯೇ ಮೆನೆಲಾಊಸ್ ತನ್ನ ಕರವಾಳವನ್ನು ತೂಗಿ ಅಲೆಕ್ಸಾಂಡ್ರೋಸ್‌ನ ಶಿರಕಾಪಿನ ಮೇಲೆ ರಭಸದಿಂದ ಜಡಿದ. ಖಣಿಲ್ ಎಂದು, ಜಡಿದ ಕರವಾಳವೇ ಸೀಳು ಸಿಬರು ಬಿಟ್ಟುಕೊಂಡು ತುಂಡಾಯಿತು.

ಮೆನೆಲಾಊಸ್ ನಿರಾಶೆಯಿಂದ ಆಕಾಶದತ್ತ ನೋಡಿದ. 'ನನ್ನ ಪ್ರಾರ್ಥನೆಗೆ ಇದು ನ್ಯಾಯ ಮನ್ನಣೆಯೇ? ಠಃ ಸರ್ವಶಕ್ತ ಕುರುಡ, ನಿಷ್ಕರುಣಿ,' ಎಂದು ಅವನ ಅಂತರಂಗ ಮಿಡುಕಿ ಮುಲುಕಿತು.

ಅವನ ಕೋಪ ಉಲ್ಬಣಿಸಿತು. ಒಂದೇ ಹಾರಿಗೆ ಹಾರಿ ಅಲೆಕ್ಸಾಂಡ್ರೋಸ್‌ನ ಶಿರಕಾಪಿನ ಚೂಡಾಲಂಕಾರವನ್ನು ತನ್ನ ಬಿಗಿಮುಷ್ಟಿಯಲ್ಲಿ ಹಿಡಿದು ಅವನನ್ನು ತನ್ನ ಪಡೆಯವರತ್ತ ಮೆನೆಲಾಊಸ್ ದರದರನೆ ಎಳೆದೊಯ್ಯತೊಡಗಿದ. ಅಲೆಕ್ಸಾಂಡ್ರೋಸ್ ಬಿಡಿಸಿಕೊಳ್ಳಲು ಸೆಣಸಿದ.

ಈ ಎಳೆದಾಟ ಸೆಣೆಸಾಟಗಳಲ್ಲಿ ಶಿರಕಾಪಿನ ಬಿಗಿಕಟ್ಟು ಅಲೆಕ್ಸಾಂಡ್ರೋಸ್‌ನ ಕತ್ತನ್ನು ಹಿಸುಕ ತೊಡಗಿತು. ಅವನ ಉಸಿರು ಕಟ್ಟಿದಂತಾಯಿತು. ಗೆಲುವಿನ ಕೀರ್ತಿ ಇನ್ನೇನು ಮೆನೆಲಾಊಸ್‌ನ ಪಾಲಿನದೇ ಎಂಬ ಸ್ಥಿತಿ ಉಂಟಾಗಿತ್ತು.

ಆದರೆ ಕಣ್ಣು ಚಿತ್ರ ಕಣ್ಣು ಮಾಯ!

ಅಲೆಕ್ಸಾಂಡ್ರೋಸ್‌ನ ಇಡೀ ಶಿರಕಾಪೊಂದು ಮಾತ್ರವೇ ಮೆನೆಲಾಊಸ್‌ನ ಕೈಗೆ ಇದ್ದಕ್ಕಿದ್ದ ಹಾಗೇ ಕಳಚಿ ಬಂದಂತಾಗಿ ಅವನು ಜೋಲಿ ಹೊಡೆದು ಸಾವರಿಸಿಕೊಂಡು ನಿಂತ. ಕೈಗೆ ಬಂದಿದ್ದ ಶಿರಕಾಪನ್ನು ತನ್ನ ಪಡೆಯವರತ್ತ ಒಗೆದು ಶತ್ರುವನ್ನು ಕೊಲ್ಲಬೇಕೆಂದು ತೋಮರ ಹಿಡಿದು ದ್ವಂದ್ವಯುದ್ಧದ ತಾಣದ ಕಡೆ ತಿರುಗಿದ.

ಆದರೆ ಅಲ್ಲಿ ಶತ್ರುವೇ ಇಲ್ಲ!

ಇದ್ದಕ್ಕಿದ್ದ ಹಾಗೇ ಏನೂ ಕಾಣದಂತೆ ತಾಣವೆಲ್ಲ ದಟ್ಟವಾದ ಮಂಜುಮಯವಾಗಿದೆ.

ರುದ್ರಭೀಷಣನಾದ ಮೆನೆಲಾಊಸ್ ಮದಿಸಿದ ಕಾಡುಪ್ರಾಣಿಯಂತೆ ಆ ತಾಣದಲ್ಲಿ ಹಲ್ಲು ಮುಡಿ ಕಚ್ಚಿ ಶತಪಥ ಹಾಕತೊಡಗಿದ.

* * *

ಯಾವುದೋ ಆಸೆಯನ್ನು ತುಂಬಿಕೊಂಡು ದ್ವಂದ್ವಯುದ್ಧವನ್ನು ನೋಡುತ್ತಿದ್ದ ಹೆಲೆನ್ ಈಗ ದಿಗ್ಭ್ರಮೆಗೊಂಡವಳಂತೆ ಕುಳಿತಿದ್ದಳು.

ಮೆನೆಲಾಊಸ್‌ನ ಲಕೆದೈಮೋನ್ ಅರಮನೆಯಲ್ಲಿ ಹೆಲೆನ್‌ಳ ತಲೆ ಬಾಚಿ ಮುಡಿಕಟ್ಟಿ ಕೇಶಾಲಂಕಾರ ಮಾಡುತ್ತಿದ್ದ, ಹೆಲೆನ್‌ಗೆ ತುಂಬಾ ಪ್ರಿಯಳಾಗಿದ್ದ ಮುದುಕಿ ಹೆಲೆನ್‌ಳನ್ನು ಹುಡುಕಿಕೊಂಡು, ದ್ವಂದ್ವಯುದ್ಧವನ್ನು ವೀಕ್ಷಿಸುತ್ತಿದ್ದ ಸ್ತ್ರೀ ಸಮೂಹ ದಾಟಿಕೊಂಡು ಹೆಲೆನ್ ಬಳಿಗೆ ಬಂದು ಅವಳ ಉಡಿಗೆಯನ್ನು ಮೆದುವಾಗಿ ಜಗ್ಗಿದಳು.

ಹೆಲೆನ್ ಮುದುಕಿಯತ್ತ ನೋಡಿದಳು. ಮುದುಕಿ ಸನ್ನೆ ಸಂಕೇತಗಳ ನೆರವಿನಿಂದ ಹೆಲೆನ್‌ಳನ್ನು ತುಸು ದೂರ ಕರೆದೊಯ್ದು. "ಹೆಲೆನ್", ನಿನ್ನ ಪ್ರಿಯ, ನಿನಗಾಗಿ ಶಯನಾಗಾರದಲ್ಲಿ ಕಾಯುತ್ತಿದ್ದಾನೆ. ಅವನು ದ್ವಂದ್ವಯುದ್ಧದಿಂದ ಹಿಂತಿರುಗಿದವನಂತೇನು ಕಾಣುತ್ತಿಲ್ಲ. ಬದಲಾಗಿ ಇನ್ನೂ ಇದೇ ಈಗ ನೃತ್ಯಗೋಷ್ಠಿ ಮುಗಿಸಿಕೊಂಡು ಬಂದವನಂತೆ ಕಾಣುತ್ತಾನೆ. ಬಾ ಹೋಗೋಣ" ಎಂದು ಚೋದಿಸಿ ಹುರಿದುಂಬಿಸಿದಳು.

ಹೆಲೆನ್ ಮುದುಕಿಯ ಮಾತನ್ನು ಆಲಿಸಿ ಕೇಳಿದ್ದಳು. ಆದರೆ ಅವಳ ಮಾತಿನ ಧಾಟಿಯಲ್ಲಿನ ಸಾಮಂಜಸ್ಯ ಅವಳ ಮನಸ್ಸಿಗೆ ನಿಲುಕಲಿಲ್ಲ. ಮುದುಕಿಯ ಧ್ವನಿಯಲ್ಲಿ ಈ ಕೃತಕತೆ ಏಕೆ ಎಂದು ಸಹ ಅವಳಿಗನ್ನಿಸಿತು. ಆಕೆ ಮುದುಕಿಯತ್ತ ಬೆದರು ಕಣ್ಣಿನಿಂದ ನೋಡಿದಳು. ಏನೋ ಹೊಳವು ಮೂಡಿತು. ಮತ್ತೆ ಪರೀಕ್ಷಕ ದೃಷ್ಟಿಯಿಂದ ಅವಳು ಮುದುಕಿಯನ್ನು ಮೇಲಿಂದ ಕೆಳಗಿನವರೆಗೆ ನೋಡಿದಳು. ಮುದುಕಿಯ ಆಕರ್ಷಕವಾದ ಆ ತುಂಬಿದೆದೆ ಭಾವ, ಆ ಹೊಳೆವ ಕಣ್ಣುಗಳು ಹೆಲೆನ್‌ಳ ಹೊಳವಿಗೆ ನಿಖರವಾದ ಪ್ರಜ್ಞಾರೂಪವಿತ್ತವು. ಕೂಡಲೇ "ಹೀಗೂ ಉಂಟೆ? ಏಯ್, ಮುದುಕಿಯ ವೇಷದಿಂದ ಬಂದಿರುವ ನೀನಾರೆಂಬುದನ್ನು ನಾನು ಬಲ್ಲೆ. ನನ್ನ ಕಣ್ಣಿಗೆ ನೀನು ಮಣ್ಣು ತೂರಲಾರೆ. ನನ್ನ ಅಪಹರಣಕ್ಕೆ ಅಲೆಕ್ಸಾಂಡ್ರೋಸ್‌ಗೆ ನೆರವಿತ್ತವಳು ನೀನಲ್ಲವೆ? ಇದೇನು ಇದು ನಿನ್ನ ಹೊಸ ನಡೆ? ನಿನ್ನ ಉದ್ದೇಶವನ್ನು ಸ್ಪಷ್ಟವಾಗಿ ಹೇಳು." ಎಂದಳು ಹೆಲೆನ್ ಕೋಪ ಬೆರೆತ ಅಸಮಾಧಾನದಿಂದ.

ಮುದುಕಿ ಕೂಡಲೇ ಏನೂ ಮಾತನಾಡಲಿಲ್ಲ. ಸಿಕ್ಕಿಬಿದ್ದ ತಾನೇನು ಮಾಡಬೇಕೆಂದು ಯೋಚಿಸುತ್ತಿದ್ದಿರಬೇಕು.

ಮತ್ತೆ ಹೆಲೆನ್, "ಏನು, ಈ ಸಲ ನನ್ನನ್ನು ಫ್ರಿಗ್ರಿಯಾ ನಗರಕ್ಕೋ, ಇಲ್ಲಾ ಮೆಯಿಯೋನಿಯಾ ನಗರಕ್ಕೋ ಅಥವಾ ಬೇರಾವುದೋ ನಗರಕ್ಕೋ ಒಯ್ದು ನಿನ್ನ ಬೇರೊಬ್ಬ ಸ್ನೇಹಿತನ ತೆಕ್ಕೆಯಲ್ಲಿ ಕೆಡವಬೇಕೆಂದು ಯೋಚಿಸುತ್ತಿದ್ದೀಯಾ? ಅಂದರೆ ಅಲೆಕ್ಸಾಂಡ್ರೋಸ್ ಸತ್ತಿರುವನೆಂದು ನಾನು ಭಾವಿಸಬೇಕು. ಇಲ್ಲದಿದ್ದರೆ ನೀನೇಕೆ ಈ ತಾರಾತಿಕಡಿ ಆರಂಭಿಸುತ್ತಿದ್ದೆ? ನನಗಾಗಲೇ ಸಾಕಷ್ಟು ಸಂಕಷ್ಟಗಳು ಒದಗಿವೆ. ನಿನ್ನ ಸಹವಾಸ ಸಾಕು. ಹು, ಹೋಗು ತೊಲಗಿ ಹೋಗು" ಎಂದು ಗದರಿದಳು.

ಆಗ ಆ ಮುದುಕಿ ತನ್ನ ನಿಜರೂಪದಲ್ಲಿ ಹೆಲೆನ್‌ಗೆ ಗೋಚರಿಸಿದಳು. ಉಗ್ರೋನ್ಮತ್ತಳಾಗಿ ಕಂಡುಬಂದಳು. "ಹೆಲೆನ್ ಗಮನವಿಟ್ಟು ಕೇಳು. ನಾನು ನಿನ್ನನ್ನು ನಿಜವಾಗಿ ಪ್ರೀತಿಸುತ್ತೇನೆ. ನಾನು ಮಾಡುವುದೆಲ್ಲ ನಿನ್ನ ಹಿತಕ್ಕಾಗಿ. ಆದ್ದರಿಂದ ನನ್ನಿಚ್ಛೆಗೆ ವಿರೋಧವಾಗಿ ನಿಂತು ನನ್ನ ತಾಳ್ಮೆಯನ್ನು ಕೆಣಕಬೇಡ. ನೀನು ಬರಲೊಪ್ಪುವುದಿಲ್ಲವೆಂದು ನಾನೀಗ ಸಿಟ್ಟುಗೊಂಡು ಇಲ್ಲಿಂದ ಹೊರಟು ಹೋಗಬಹುದು. ಆದರೆ ಆಗ ಏನಾಗುತ್ತದೆ ಗೊತ್ತೆ? ಸರ್ವನಾಶ ವಾಗುತ್ತದೆ. ಹಾಗಾಗುವುದಕ್ಕೆ ಮೊದಲು ನಿನ್ನನ್ನು ಎಚ್ಚರಿಸುವುದು ನನ್ನ ಧರ್ಮ. ಇಲ್ಲಿ ಕೇಳು ಹೆಲೆನ್. ನೀನು ಈಗ ನನ್ನಿಚ್ಛೆಯಂತೆ ನಡೆಯದಿದ್ದರೆ ಕೈಕೊಂಡ ಪ್ರತಿಜ್ಞಾವಚನ ನುಚ್ಚುನೂರಾಗುತ್ತದೆ. ನಾನೇ ಸ್ವತಃ ಟ್ರೋಜನ್‌ರಲ್ಲಿ ಅಖ್ಯೆಯಾನರಲ್ಲಿ ದ್ವೇಷದ ಕಿಡಿಕಾರುವಂತೆ ಪ್ರೇರೇಪಿಸುತ್ತೇನೆ. ಈ ಇಬ್ಬರ ಹೋರಾಟದಲ್ಲಿ ನಿನ್ನನ್ನು ನುಗ್ಗು ಮಾಡಿ ಇಬ್ಬರ ಸರ್ವನಾಶವಾಗುವವರೆಗೂ ಹೋರಾಡುವಂತೆ ಮಾಡುತ್ತೇನೆ. ನನ್ನ ಶಕ್ತಿಯ ರುಚಿಯನ್ನು ನೀನಾಗಲೇ ಉಂಡವಳು, ಏನು ಹೇಳು–ನೀನು ಈಗ ನನ್ನೊಡನೆ ಬರುವವಳಾ ಅಥವಾ ಎರಡೂ ಜನಾಂಗದ ಸರ್ವನಾಶಕ್ಕೆ ಕಾರಣವಾಗುವವಳಾ," ಎಂದು ಬೆದರಿಸಿದಳು.

ಹೆಲೆನ್ ಗಡಗಡನೆ ನಡುಗಿಬಿಟ್ಟಳು, ಕೆಂಡಕಾರುತ್ತ ಬಿರುಗಣ್ಣುಬಿಟ್ಟು ತನ್ನನ್ನು ನುಂಗುವಂತೆ ನೋಡುತ್ತಿದ್ದ ಆ ಪ್ರೇಮದೇವತೆ ಅಫ್ರೋದೈತೆಯನ್ನು ನೋಡಿ. ಮೂಗುದಾರ ಹಾಕಿದ ಪ್ರಾಣಿಯಂತೆ ಹೆಲೆನ್ ಅವಳ ಹಿಂದೆ ಹೋದಳು. ಅವರಿಬ್ಬರೂ ಮರೆಯಾದುದು ಈ ತಾಣದಲ್ಲಿ ನೆರೆದಿದ್ದ ಹೆಂಗಸರಿಗಾಗಲಿ ಇತರರಿಗಾಗಲಿ ಗಮನಕ್ಕೆ ಬರಲೇ ಇಲ್ಲ.

ಅಫ್ರೋದೈತೆಯನ್ನು ಹಿಂಬಾಲಿಸಿದ ಹೆಲೆನ್ ಮತ್ತೆ ಟ್ರೋಜನ್ ಅರಮನೆಯ ತನ್ನ

ಶಯನಾಗಾರವನ್ನೇ ಪ್ರವೇಶಿಸುವಂತಾಯಿತು. ಅಲ್ಲಿಯ ಪಲ್ಲಂಗದ ಮೇಲೆ ಪವಡಿಸಿದ್ದ ಅಲೆಕ್ಸಾಂದ್ರೋಸ್‌ನನ್ನು ನೋಡಿದಳು. ಅವಳಿಗೆ ರೋಷ ಉಕ್ಕಿಬಂತು. ನಿಕೃಷ್ಟತೆಯಿಂದ ಅವನನ್ನು ನೋಡಿ, "ಯುದ್ಧಭೂಮಿಯಿಂದ ಹೇಡಿಯಂತೆ ಓಡಿ ಬಂದಿದ್ದೀಯಾ? ನೀನಲ್ಲೇ ಸತ್ತಿದ್ದರೆ ಒಳಿತಾಗುತ್ತಿತ್ತು. ನಿನ್ನ ಮೋಸಕ್ಕೆ ಬಲಿಯಾಗುವುದಕ್ಕೆ ಮುಂಚೆ ನಾನು ಆ ಶೂರನ ಪತ್ನಿಯಾಗಿದ್ದೆ. ಕೊಚ್ಚಿಕೊಂಡಿದ್ದೆಯಲ್ಲಾ, ಹೋಗು ಅವನೊಂದಿಗೆ ಕಾದು. ಛೆ, ಬೇಡ, ನಿನ್ನಂತಹ ಹೇಡಿ ರಣಭೀರುವನ್ನು ಕೊಲ್ಲಲು ಶೂರ ಮೆನೆಲಾಊಸ್‌ನ ತೋಮರ ಸಹ ನಾಚಿಕೆ ಪಟ್ಟೀತು" ಎಂದಳು.

"ತೆಗಳು ಹೆಲೆನ್, ತೆಗಳು...ನಾನು ಓಡಿಬರಲಿಲ್ಲ. ನನ್ನ ಶಿರಕಾಪಿನ ಚೂಡಾಲಂಕಾರವನ್ನು ಹಿಡಿದು ಮೆನೆಲಾಊಸ್ ನನ್ನನ್ನು ದರದರ ಎಳೆದೊಯ್ಯುತ್ತಿದ್ದಾಗ, ಅದರ ಬಿಗಿಕಟ್ಟು ನನ್ನ ಗಂಟಲೊತ್ತಿ ಉಸಿರು ಕಟ್ಟಿದಂತಾದಾಗ, ನನ್ನ ಪ್ರೇಮ ದೇವತೆ ಅಫ್ರೊದೈತೆಯೇ ಸ್ವತಃ ಬಂದು ಯಾರಿಗೂ ಕಾಣದಂತೆ ಕಟ್ಟನ್ನು ಕತ್ತರಿಸಿ ದಟ್ಟ ಮಂಜು ಕವಿಸಿ ನನ್ನನ್ನು ಯಾರಿಗೂ ಕಾಣದಂತೆ ಇಲ್ಲಿಗೆ ತಂದು ಹಾಕಿದಳು. ಈ ಯುದ್ಧ ಇಂದು ಹೀಗೇಕಾಯಿತು ಗೊತ್ತೆ? ಸರ್ವಶಕ್ತ ಜೀಯಸ್ ದೇವನ ಮಗಳು ಶಕ್ತಿ ದೇವತೆ ಅಥೆನೆ ಈ ಸಲ ಮೆನೆಲಾಊಸ್‌ಗೆ ಅಗೋಚರ ನೆರವಿತ್ತುದರಿಂದ ಅವನದು ಮೇಲುಗೈಯಾಯಿತು. ಮುಂದಿನ ಸಲ ನೋಡು, ನನಗೂ ದೇವತೆಗಳ ನೆರವು ಇದೆ. ಆಗ ನನ್ನದೂ ಮೇಲುಗೈ ಆಗುತ್ತದೆ" ಎಂದ.

"ದ್ವಂದ್ವಯುದ್ಧ ಹಾಗಾದರೆ ನಿರ್ಣಾಯಕವಾಗಲಿಲ್ಲವೆ?" ಎಂಬ ಶಂಕೆ ಹೆಲೆನ್‌ಳಲ್ಲಿ ಉಂಟಾಗಿ ಏನು ಮಾಡಲೂ ತೋರದೆ ಅವಳು ಸುಮ್ಮನೆ ಕುಳಿತಿದ್ದಳು.

"ಹೆಲೆನ್ ಈಗ ನೀನು, ನನಗೆ ಹಿಂದಿಗಿಂತ ಪ್ರಿಯಕರವಾಗಿ ತೋರುತ್ತಿದ್ದೀ" ಎಂದು ಅಲೆಕ್ಸಾಂದ್ರೋಸ್ ಅವಳತ್ತ ಹೆಜ್ಜೆ ಹಾಕತೊಡಗಿದ.

* * *

ದ್ವಂದ್ವ ಯುದ್ಧದ ತಾಣದಲ್ಲಿ ಶತಪಥ ಹಾಕುತ್ತಿದ್ದ ರುದ್ರಭೀಷಣ ಮೆನೆಲಾಊಸ್‌ನ ಕಣ್ಣಿಗೆ ಅಲೆಕ್ಸಾಂದ್ರೋಸ್ ಕಾಣಲು ಹೇಗೆ ತಾನೇ ಸಾಧ್ಯ?

ತ್ರೋಜನ್ನರೇ ಸಿತಗ ಅಲೆಕ್ಸಾಂದ್ರೋಸ್ ಸತ್ತರೆ ಸಾಕೆಂದಿದ್ದರು. ಎಂದಾಗ ಅವರು ಅವನನ್ನು ಬಚ್ಚಿಡುವವರೇ ಅಲ್ಲ. ಆದರೂ ಅವನೆಲ್ಲಿಯೂ ಕಾಣಲಿಲ್ಲವೆಂದಾದ ಮೇಲೆ ಅಗಮೆಮ್‌ನಾನ್, "ತ್ರೋಜನ್ನರೆ, ಅಖೈಯಾನರೆ ಮತ್ತು ಇತರ ನಾಡಿಗರೆ, ಈ ದ್ವಂದ್ವಯುದ್ಧದಲ್ಲಿ ಗೆಲುವು ನಮ್ಮ ಮೆನೆಲಾಊಸ್‌ನದು. ಈಗ ಹೆಲೆನ್ ಅವಳ ಸಂಪತ್ತಿನ ಸಮೇತ ಅವನವಳಾಗಬೇಕು. ತ್ರೋಜನ್ನರಿಂದ ಯುಕ್ತ ತಪ್ಪು ಕಾಣಿಕೆಯೂ ಸಂದಾಯವಾಗಬೇಕು" ಎಂದು ಘೋಷಿಸಿದ.

ಅಖೈಯಾನರು ಜಯಕಾರ ಮಾಡಿದರು.

ಹೆಕ್ತಾರನ ಮರಣ

ಹತ್ತು ವರ್ಷ ಕಾಲದಿಂದ ನಿಲ್ಲದೆ ಸಾಗಿಬಂದ ಘೋರ ಯುದ್ಧ ಅಂತಿಮ ಘಟ್ಟಕ್ಕೆ ಬಂದಿತೆಂದೇನೋ ತೋರಿತು. ಇನ್ನೇನು ತ್ರೋಯ್ ನಗರ ಅಖ್ಯೆಯಾನರ ವಶವಾಗಿಯೆ ಬಿಟ್ಟಿತೆನ್ನಿಸಿತು ಕೂಡ. ಆದರೆ ಅಪೋಲೋ ದೇವನ* ಕಣ್ಣಾ ಮುಚ್ಚಾಲೆಯಾಟದಿಂದ ವೀರನಾದ ಅಖ್ಯಿಲೇಸ್ ಮೋಸಹೋಗಿ ಅಡ್ಡದಾರಿ ಹಿಡಿವಂತಾಯಿತು. ಅವನು ಅಗೇನೂರ್ ವೇಷದಲ್ಲಿ ಕಣ್ಣಾಮುಚ್ಚಾಲೆ ಆಡುತ್ತಿದ್ದ ಅಪೋಲೋನನ್ನು ಬೆನ್ನಟ್ಟಿದ. ಅವನನ್ನು ಅಪೋಲೋ ಸಾಕಷ್ಟು ಸಮಯ ಗುಡುಗಾಡಿಸಿದ.

ಆ ಸಮಯದಲ್ಲಿ ತ್ರೋಜನ್ನರ ಪಡೆ ತ್ರೋಯ್‌ನ ಕೋಟೆಯೊಳಗೆ ಸೇರಿಕೊಂಡುಬಿಟ್ಟಿತು. ಬದುಕಿದೆವಲ್ಲಾ ಸದ್ಯಃ ಎಂದು ನಿಶ್ಚಿಂತೆಯ ಉಸಿರು ಬಿಟ್ಟು ಬೆವರೊರೆಸಿ ಅವರು ವಿಶ್ರಾಂತಿ ಪಡೆಯತೊಡಗಿದರು. ಆದರೂ ಅವರ ಮಹಾನಾಯಕ ಹೆಕ್ತಾರ್ ಮಾತ್ರ ಕೋಟೆಯೊಳಕ್ಕೆ ಹೋಗಲೇ ಇಲ್ಲ. ಸ್ಕೇಇಯಾನ್ ಮಹಾದ್ವಾರದ ಹೊರಗೇ ನಿಂತುಬಿಟ್ಟ. ಅವನೀಗ ಒಂಟಿ. ಈ ಒಂಟಿತನದಲ್ಲಿ ಅವನ ವಿಧಿಯ ಕೈವಾಡ ಎದ್ದು ಕಾಣುತ್ತಿದ್ದಾಗ ಯಾರೇನು ಮಾಡಲು ಸಾಧ್ಯ?

ಅತ್ತ ತನ್ನ ಗುರಿ ಸಾಧನೆಯಾಗುತ್ತಲೇ ಅಪೋಲೋ ತನ್ನ ನಿಜ ರೂಪದಲ್ಲಿ ವ್ಯಕ್ತನಾಗಿ ನಗುತ್ತಾ, "ಅಯ್ಯೋ ಮಾನವ ಪ್ರಾಣಿಯೇ, ನೋಡಲ್ಲಿ, ತ್ರೋಜನ್ನರೆಲ್ಲಾ ಸುರಕ್ಷಿತ. ನನ್ನನ್ನೇಕೆ ನೀನು ಬೆನ್ನಟ್ಟಿ ಬಂದೆ? ನಾನು ಅಮರ. ನೀನೆಂದೂ ನನ್ನನ್ನು ಕೊಲ್ಲಲಾರೆ," ಎಂದ.

"ಓಹೋ ಇದು ನಿನ್ನ ಮೋಸವೋ? ನನ್ನನ್ನು ಮೋಸಗೊಳಿಸಿ ನೀನು ಗೆದ್ದೆಯೆಂದು ಭಾವಿಸಿದ್ದೀಯಾ? ನೋಡುವೆಯಂತೆ," ಎಂದು ಅಖ್ಯಿಲೇಸ್. ರೋಷದಿಂದ ಅಬ್ಬರಿಸಿ ಕೋಟೆಯತ್ತ ಸಾಗಿದ. ಅವನ ಓಟದ ರಭಸಕ್ಕೆ ಅವನ ಎದೆಗವಚ ಮೃಗಶಿರಾ ನಕ್ಷತ್ರ ಪುಂಜದಿಂದ ಹೊಮ್ಮಿದ ಪ್ರಭೆಯಂತೆ ಚಮಕಿಸುತ್ತಿತ್ತು.

ಮೃಗಶಿರಾ ನಕ್ಷತ್ರ ಪುಂಜದ ಪ್ರಭೆ ಅನಿಷ್ಟ ಸೂಚಕ. ಅಂತಹ

---

* ಸೂರ್ಯದೇವ; ಜೀಯಸ್ ದೇವನ ಪುತ್ರ.

ಪ್ರಭೆ ಕಂಡ ದೊರೆ ಪ್ರಿಯಾಂ ವಿಚಲಿತನಾದ. ದುಃಖ ಉಮ್ಮಳಿಸಿತು. ತಲೆ ತಲೆ ಚಚ್ಚಿಕೊಂಡ. ಕೋಟೆಯ ಮಹಾದ್ವಾರದ ಹೊರಗೆ ನಿಂತಿದ್ದ ಏಕಾಂಗಿ ಮಗನನ್ನು ಕೋಟೆಯ ಮೇಲಿನಿಂದ ನೋಡಿದ. ಮಗನ ಗಟ್ಟಿ ನಿಲವು, ಎದೆಗಾರಿಕೆ, ಏಕಾಂಗಶೂರತೆ, ಅವನಿಗೇನು ಗೊತ್ತಿಲ್ಲದೆ ಇಲ್ಲ. ಆದರೂ ಆ ಪ್ರಭೆ ಕಂಡಮೇಲೆ ಅಖ್ಯಲೇಸ್‌ನಿಂದ ತನ್ನ ಮಗನನ್ನು ಏನಾದರೂ ಮಾಡಿ ಉಳಿಸಿಕೊಳ್ಳಬೇಕೆಂಬ ಪಿತೃವಾತ್ಸಲ್ಯದಿಂದ, "ಹೆಕ್ತಾರ್, ಮಗನೆ, ನೀನು ಏಕಾಂಗಿಯಾಗಿ ಅಖ್ಯಲೇಸ್‌ನನ್ನು ಇದಿರಿಸಬೇಡ. ಅವನು ನಿಜವಾಗಿ ನಿನಗಿಂತ ಬಲಶಾಲಿ. ನಿನ್ನನ್ನು ಮುಗಿಸುತ್ತಾನೆ. ಅದರಿಂದ ಮೊದಲು ಕೋಟೆಯೊಳಕ್ಕೆ ಬಂದು ಬಿಡು. ನಿನ್ನನ್ನೇ ನಂಬಿರುವ ತ್ರೋಜನ್ ಜನರನ್ನು, ಹೆಂಗಸರು ಮಕ್ಕಳನ್ನು, ಉಳಿಸು ಮಗು, ಉಳಿಸು. ನಿನ್ನ ಸವಿಬಾಳನ್ನು ನುಂಗಲು ಅವನಿಗೆ ಅವಕಾಶ ಕೊಡಬೇಡ. ಮಗು, ನನಗೆ ಇಳಿವಯಸ್ಸು. ನನ್ನ ಮೇಲಾದರೂ ಕರುಣೆ ಇಡು. ಮಗೂ ಒಳಕ್ಕೆ ಬಂದುಬಿಡು" ಎಂದು ದುಃಖದುದ್ವೇಗದಿಂದ ಮಗನನ್ನು ಅಂಗಲಾಚಿ ಬೇಡಿದ.

ಮುದುಕನ ರೋದನವಾಗಲಿ, ಮಾತುಗಳಾಗಲಿ ಹೆಕ್ತಾರನ ಮನಸ್ಸಿನ ಮೇಲೆ ಏನೂ ಪರಿಣಾಮ ಮಾಡಲಿಲ್ಲ. "ನಾನು ಹೇಡಿಯಲ್ಲ. ಬರುವುದೆಲ್ಲಾ ಬರಲಿ. ಇದಿರಿಸುತ್ತೇನೆ" ಎಂಬ ನಿರ್ಧಾರದಲ್ಲೇ ಅವನು ನಿಂತಿದ್ದ.

ತನ್ನ ಭಾವನೆಯನ್ನು ಮಗ ಗ್ರಹಿಸಲಿಲ್ಲ ಎಂದು ಪ್ರಿಯಾಂ ಭಾವಿಸಿದ. "ಮಗು ನೀನು ನನ್ನ ಮಾತಿಗೆ ಬೆಲೆಕೊಟ್ಟು ಹಿಂತಿರುಗದಿದ್ದರೆ ಏನಾಗುತ್ತದೆ ಗೊತ್ತೆ? ಅವರು ಒಂಟಿಯಾದ ನಿನ್ನನ್ನು ಮೊದಲು ಸಾಯಿಸಿಬಿಡುತ್ತಾರೆ. ಅನಂತರ ನನ್ನ ಉಳಿದ ಪುತ್ರರನ್ನೂ ಸಾಯಿಸುತ್ತಾರೆ. ನನ್ನ ಪುತ್ರಿಯರನ್ನೆಲ್ಲ ತಮ್ಮ ಜೀತದಾಳುಗಳನ್ನಾಗಿ ಮಾಡಿಕೊಳ್ಳುತ್ತಾರೆ. ಉಳಿದ ಮಕ್ಕಳು ಮರಿಗಳನ್ನು ಬಂಡೆಗಳಿಗಪ್ಪಳಿಸಿ ಸಾಯಿಸುತ್ತಾರೆ. ಕಡೆಗೆ...ಕಡೆಗೆ... ನಿಸ್ಸಹಾಯಕನಾದ ನನ್ನದೆಲ್ಲವನ್ನೂ ದೋಚುತ್ತಾರಷ್ಟೇ ಅಲ್ಲ, ನನ್ನನ್ನೂ ಕೊಂದು ನಾಯಿ ನರಿಗಳಿಗೆ ಎಸೆದು ಬಿಡುತ್ತಾರೆ. ಮಗು ಬಾಳಿ ಬದುಕಿ ಹೆಸರು ಪಡೆದ ದೊರೆ ನಾನು. ಅಂತಹ ನಾನು ನಾಯಿ ನರಿಗಳಿಗೆ ಈಡಾಗ ಬೇಕೆ? ಮಗು ಬಂದುಬಿಡು. ನಮ್ಮೆಲ್ಲರನ್ನೂ ಉಳಿಸು. ಮಗು ಬಂದುಬಿಡು" ಎಂದು ಆತ ಬೇಡಿಯೇ ಬೇಡಿದ.

ಶತ್ರುವಿನ ಆಗಮನವನ್ನು ನಿರೀಕ್ಷಿಸುತ್ತಾ ಹೆಕ್ತಾರ್ ಅಚಲವಾಗಿ ಶಿಲಾ ವಿಗ್ರಹದಂತೆ ನಿಂತಲ್ಲೇ ನಿಂತಿದ್ದ.

ಹೆಕ್ತಾರ್‌ನ ತಾಯಿ ಹೆಕೂಬಾಳ ಕಣ್ಣುಗಳು ಅತ್ತು ಅತ್ತು ಕೆಂಪಾಗಿದ್ದವು. ಯಾವಾಗ ತನ್ನ ಗಂಡನ ಬೇಡಿಕೆಗೆ ಹೆಕ್ತಾರ್‌ನಿಂದ ಪ್ರತಿಕ್ರಿಯೆ ಬರಲಿಲ್ಲವೋ ತಾನೇ ಮಗನನ್ನು ಅಂಗಲಾಚಿ ಬೇಡಿದಳು. "ಮಗು ಹೆಕ್ತಾರ್, ನೀನು ನನ್ನ ಕರುಳಿನ ಕುಡಿ. ಮೊಲೆಯುಣಿಸಿ ನಿನ್ನನ್ನು ಬೆಳೆಸಿದ ನಿನ್ನ ಈ ತಾಯಿಯ ಮೇಲಾದರೂ ಕನಿಕರವಿಟ್ಟು ಕೋಟೆಯೊಳಕ್ಕೆ ಬಂದುಬಿಡು. ಅವನನ್ನು ಮಾತ್ರ ಒಂಟಿಯಾಗಿ ನೀನು ಇದಿರಿಸಬೇಡ. ಹಟ ಮಾಡಬೇಡ ಕಂದ. ಬಂದು ಬಿಡು." ನುಗ್ಗಿಬಂದ ಅಳು ಅವಳ ಗಂಟಲನ್ನು ಒತ್ತಿತ್ತು. ಮಾತು ಗಕ್ಕೆಂದು ನಿಂತಿತು.

ಆದರೆ ಹೆಕ್ತಾರ್ ಮಾತ್ರ ಹಾಗೇ ಇದ್ದ!

ಮತ್ತೆ, "ಮಗು ಈಗಿನ ಸ್ಥಿತಿಯಲ್ಲಿ ನಿನ್ನ ಮರಣವಾದರೆ ನಿನ್ನ ಕೈ ಹಿಡಿದ ನಿನ್ನ ಪ್ರಿಯ ಪತ್ನಿಗಾಗಲಿ, ನಿನ್ನನ್ನು ಹೊತ್ತು ಹೆತ್ತು, ಸಾಕಿದ ನನಗಾಗಲಿ, ಕಡೆಗೆ ನಿನ್ನ ಕಳೇಬರವನ್ನಾದರೂ ತೊಡೆಯ ಮೇಲೆ ಇಟ್ಟುಕೊಂಡು ಸಂತಾಪ ಸೂಚಿಸಲು ಅವಕಾಶ ದೊರೆಯುವುದಿಲ್ಲ–

ಏಕೆಂದರೆ ನಿನ್ನ ಶರೀರ ನಮಗೆಟುಕದಷ್ಟು ದೂರವಿರುತ್ತದೆ. ನಾವು ಅಸಹಾಯಕರಾಗಿ ನಾಯಿ ನರಿಗಳು ನಿನ್ನ ಶರೀರದ ಮೇಲೆ ದಾಳಿ ಮಾಡುವುದನ್ನು ನೋಡಬೇಕಾದ ಪಾಪಿಗಳಾಗಿ ಬಿಡುತ್ತೇವೆ. ಅಂತಹ ಸ್ಥಿತಿ ಬರುವುದು ಬೇಡ ಮಗು. ಏಕೆಂದರೆ ಅದನ್ನು ನೆನೆದೇ ಈಗ ನನ್ನ ಎದೆಯೊಡೆದಿದೆ. ಮಗೂ... ಬಂದುಬಿಡು... ಬಂದುಬಿಡೂ..." ಎನ್ನುತ್ತಾ ಆಕೆ ಗಟ್ಟಿಯಗಿ ರೋದಿಸತೊಡಗಿದಳು.

ತ್ರೋಜನ್ನರೆಲ್ಲರೂ ಮೊರೆಯಿಟ್ಟರು. ರೋದಿಸಿದರು.

ಆದರೆ ಯಾರ ಮೊರೆಗೂ ಅವನ ಕಲ್ಲೆದೆ ಸಗ್ಗಲಿಲ್ಲ. ಯಾರ ರೋದನಕ್ಕೂ ಕರಗಲಿಲ್ಲ. ಸಿಟ್ಟಿಗೆದ್ದು ಹೆಡೆ ಬಿಡಿಸಿ ಶತ್ರುವನ್ನು ಇದಿರಿಸುವ ನಾಗರದಂತೆ ಹೆಕ್ತಾರ್ ನಿಂತಲ್ಲೇ ನಿಂತಿದ್ದ– ತನ್ನ ಶತ್ರುವಿನ ಬರವಿಗಾಗಿ.

ಬಾಹ್ಯಕ್ಕೆ ಹೆಕ್ತಾರ್ ಅಚಲವಾದ ಶಿಲಾ ಪ್ರತಿಮೆಯಂತೆ ಕಂಡರೂ ಅವನ ಅಂತರಂಗದಲ್ಲಿ ಮಾತ್ರ ಈಗೇನು ಮಾಡಬೇಕೆಂದು ಹೊಯ್ದಾಟ ನಡೆದಿತ್ತು.

ಆ ಹೊಯ್ದಾಟದ ಪರಿಣಾಮವಾಗಿ ಹಿಂದಿನ ಘಟನೆಗಳು ಮನಸ್ಸಿನಲ್ಲಿ ಮರುಕಳಿಸಿದವು– ಅಖೈಲೇಸ್ ಸಿಡಿದೆದ್ದು ಇದಿರಿಗೆ ಸನ್ನದ್ಧನಾಗಿ ನಿಂತಾಗ ಎಲ್ಲರಿಗಿಂತ ಮೊದಲು, 'ಹೆಕ್ತಾರ್ ಕೋಟೆಯೊಳಕ್ಕೆ ಹಿಂದಿರುಗಿಬಿಡೋಣ' ಎಂದು ಪೋಲಿದಾಮಸ್ ಸಲಹೆ ಮಾಡಿದ್ದ. ಅದಕ್ಕೆ ಆಗ ಹೆಕ್ತಾರ್ ಮಣಿದಿರಲಿಲ್ಲ. ಅದರ ನೆನಪಾಗಿ, 'ನಾನು ಅವನ ಸಲಹೆಯನ್ನು ಮನ್ನಿಸಿದ್ದಿದ್ದರೆ ಎಷ್ಟು ಒಳಿತಾಗುತ್ತಿತ್ತು... ಅವನ ಸಲಹೆ ಮನ್ನಿಸಲಿಲ್ಲ. ಸಾವಿರಾರು ಜನ ತ್ರೋಜನ್ನರು ಮಡಿದರು. ಅವರೆಲ್ಲರ ಮರಣಕ್ಕೆ ಆಗ ನಾನು ಕಾರಣನಾಗಿ, ಈಗ ಜೀವದಾಸೆಯಿಂದ ಕೋಟೆಯೊಳಕ್ಕೆ ಹೋದರೆ ಪೋಲಿದಾಮಸ್ ಸುಮ್ಮನಿದ್ದಾನೇ? ಬೈಗಳ ಸುರಿಮಳೆಯನ್ನೇ ನನ್ನ ಮೇಲೆ ಸುರಿಸಿಯಾನು. ಅವನೇಕೆ ಒಬ್ಬ ಯಃಕಶ್ಚಿತ್ ಮನುಷ್ಯ ಸಹ ನನ್ನನ್ನು ಹಂಗಿಸಿಯಾನು – ನಮ್ಮೆಲ್ಲರ ನಾಶಕ್ಕೆ ನೀನೇ ಕಾರಣ ಎಂದು. ಹಂಗಿಸಿಯಾನು ಅಲ್ಲ. ಹಂಗಿಸಿಯೇ ಹಂಗಿಸುತ್ತಾನೆ. ಹಾಗಾಗುವುದು ಕೂಡದು. ಹಿಂತಿರುಗಿದರೆ ತಾನೇ ಹಾಗಾಗುವ ಸಂಭವ? ಹಿಂತಿರುಗುವುದೇ ಬೇಡ. ಹಿಂತಿರುಗದಿದ್ದರೆ ನಾನೊಬ್ಬ ಏನು ಮಾಡಲು ಸಾಧ್ಯ? ಇರುವುದು ಸದ್ಯಕ್ಕೆ ಎರಡೇ ಮಾರ್ಗ. ಶತ್ರುವನ್ನು ಇದಿರಿಸಿ ಕೊಂದು ಜಯಭೇರಿ ಹೊಡೆದು ಹಿಂತಿರುಗುವುದು. ಇಲ್ಲವೆ ಈ ಸ್ಕೇಇಯಾನ್ ಮಹಾದ್ವಾರದ ಮುಂದೆ ವೀರ ಮರಣವನ್ನಪ್ಪುವುದು,' ಎಂದುಕೊಂಡ ಅವನು. ಆಲೋಚನೆಗೆ ಒಂದು ಗಟ್ಟಿ ನಿಲುವೇನೋ ಬಂತು.

ಆದರೆ ಮರುಕ್ಷಣವೇ 'ಅಥವಾ ಹೀಗೆ ಮಾಡಿದರೆ' ಎನ್ನಿಸಿತು.

ಫಲವಾಗಿ ಯೋಚನೆಗೆ ಬೇರೊಂದು ತಿರುವು ಬಂತು.

"ನನ್ನ ಈ ಶಿರಕಾಪು, ತೋಮರ, ಗುರಾಣಿಗಳನ್ನು ಕೋಟೆಯ ಗೋಡೆಗೆ ಒರಗಿಸಿಟ್ಟು ಏಕಾಂಗಿಯಾಗಿ ರಿಕ್ತಹಸ್ತನಾಗಿ ಹೋಗಿ ಅವನನ್ನು ಸಂಧಿಸಿ 'ಅಖೈಲೇಸ್, ನನ್ನದೊಂದು ಮಾತು. ಈ ಸಮರಕ್ಕೆ ಕಾರಣ ಹೆಲೆನ್. ಅವಳನ್ನು ಅವಳ ಸಂಪತ್ತಿನ ಸಮೇತ ಅಖೈಯಾನರು ಕರೆದೊಯ್ಯಲಿ. ಅದೇ ರೀತಿ ತಪ್ಪು ಕಾಣಿಕೆಯಾಗಿ ನಗರ ಸಂಪತ್ತಿನಲ್ಲಿ ಅರ್ಧವನ್ನೂ ಕೊಡುತ್ತೇವೆ. ಸಂಪತ್ತಿನ ವಿವರಣೆಯಲ್ಲಿ ಯಾರೊಬ್ಬರೂ ಸುಳ್ಳು ಲೆಕ್ಕ ಹೇಳದಂತೆ ಎಚ್ಚರಿಕೆ ವಹಿಸುತ್ತೇವೆ,' ಎಂದು ಹೋಗಿ ಕೇಳಿದರೆ ಹೇಗೆ? ಅವನು ಒಪ್ಪದೆ ಇವನು ರಿಕ್ತಹಸ್ತನಾದ ಏಕಾಂಗಿ ಎಂದು ಇರಿದು ಕೊಂದು ಕೆಡವಿದರೆ? ಥು–ಅಂತಹ

ಸಾವು ನನಗಲ್ಲ." ಯೋಚನೆ ಹೆಪ್ಪುಗಟ್ಟಿನಿಂತಿತು.

'ಅಂತಹ ಸಾವು ನನಗಲ್ಲ. ವಿಧಿ ಬಗೆದಂತೆ ಆಗಲಿ, ಒಂದು ಕೈ ನೋಡಿಯೇ ಬಿಡುತ್ತೇನೆ ಏಕಾಂಗ ಶೂರನಂತೆ!' ಶತ್ರು ಪಾಳೆಯದತ್ತ ಅವನ ದೃಷ್ಟಿ ನೆಟ್ಟಿದೆ.

ಅತ್ತಲಿಂದ ಬರುತ್ತಿದ್ದಾನೆ ಅಖೈಲೇಸ್, ರಣದೇವತೆ ಸಾಕ್ಷಾತ್ ಎನ್ಯಾಲಿಓಸ್‌ನೇ ಬರುತ್ತಿರುವಂತೆ.

ಅವನ ಎದೆ ಕವಚದಿಂದ ಅಗ್ನಿಜ್ವಾಲೆ ಎದ್ದೆದ್ದು ಕುಣಿಯುತ್ತಿರುವಂತೆ, ಸೂರ್ಯನ ಸೊಂಗಿರಣಗಳು ಹೊಮ್ಮಿಬರುತ್ತಿರುವಂತೆ ಭಾಸವಾಯಿತು. ಅವನ ಬಲಕೈಯೊಳಗಿನ ನಾರು ಮರದ ಗಟ್ಟಿ ತೋಮರ ಅತಿ ಹಿಗ್ಗಿನಿಂದ ನರ್ತಿಸುತ್ತಿದ್ದಂತೆ ಕಂಡು ಬಂತು. ಪ್ರವಾಹ ನುಗ್ಗಿ ಬರುವಂತೆ ಅವನು ಬರುತ್ತಿದ್ದ.

ಹೆಕ್ತಾರ್‌ಗೆ ಕೂಡಾ ಅವನ ಈಗಿನ ದರ್ಶನ ಹೆದರಿಕೆ ಮೂಡಿಸಿತು. ಅಷ್ಟೆಲ್ಲ ಈ ಮೊದಲು ಆಲೋಚಿಸಿದ ಅವನು ಅದರ ನೆನಪೇ ಇಲ್ಲವೇನೋ ಎಂಬಂತೆ ಓಟ ಕಿತ್ತ. ಅಖೈಲೇಸ್ ಅವನನ್ನು ಬೆನ್ನಟ್ಟಿದ – ಹೆದರಿ ಹಾರಿ ಹೋಗುತ್ತಿದ್ದ ಕಪೋತದತ್ತ ಗಿಡುಗ ಎರಗುವಂತೆ.

ಓಟ, ಬೆನ್ನಟ್ಟುವಿಕೆ ಸಾಗಿತು. ಅಖೈಲೇಸ್‌ನ ಕೈಗೆ ಹೆಕ್ತಾರ್‌ನಂತೂ ಸಿಕ್ಕಲಿಲ್ಲ. ಮೊದಲಿನಿಂದ ಇಬ್ಬ ನಡುವೆ ಸಾಕಷ್ಟು ಅಂತರವಿತ್ತು. ಇಬ್ಬರೂ ಓಡುತ್ತಲೇ ಇದ್ದರು – ಕೋಟೆ ಹೊರಗಿನ ಬಂಡಿದಾರಿ ಹಿಡಿದು. ಎರಡು ನೀರಿನ ಚಿಲುಮೆಗಳಿರುವ ತಾಣಕ್ಕೆ ಬಂದರು. ಅವುಗಳಲ್ಲಿ ಒಂದರ ನೀರು ಸದಾ ಕೊತಕೊತನೆ ಕುದಿಯುತ್ತಿದ್ದರೆ, ಇನ್ನೊಂದರದು ಮಂಜುಗಡ್ಡೆಯಂತೆ ಕೊರೆಯುತ್ತಿತ್ತು. ಇವುಗಳ ನಡುವೆ ಟ್ರೋಜನ್ ಸ್ತ್ರೀಯರು ಶಾಂತಿ ಕಾಲದಲ್ಲಿ ಬಟ್ಟೆಬರೆ ಒಗೆಯುವ ಕಲ್ಲು ಕಟ್ಟಿದ ಪುಷ್ಕರಿಣಿ.

ಇಬ್ಬರೂ ಆ ತಾಣ ಮುಟ್ಟಿದರು. ಒಬ್ಬ ಮುಂದೆ ಇನ್ನೊಬ್ಬ ಹಿಂದೆ. ಓಡಿದ್ದೂ ಓಡಿದ್ದೆ. ಈ ಓಟಕ್ಕೆ ಪಣವಾಗಿತ್ತು ಹೆಕ್ತಾರ್‌ನ ಜೀವ. ತಾಣ ಸಿಕ್ಕಂತೆ ಒಮ್ಮೆ ಜಾರಿಕೊಂಡ ಹಾಗೇ ಭಾಸವಾಗುತ್ತಿತ್ತೇ ವಿನಾ ಓಟ ನಿಲ್ಲುವಂತೆ ಕಾಣಲೇ ಇಲ್ಲ. ಈ ಓಟ ಜೂಜು ಕುದುರೆಯ ಓಟದಂತೆ. ಭಯಾನಕ ಗುರಿಯಿದ್ದರೂ, ಒಂದು ರೀತಿ ರಂಜನೀಯವಾಗಿತ್ತು. ಈ ಮಾನವ ಹಯಗಳ ಓಟದ ರಂಜನೀಯತೆ ದೇವದೇವತೆಗಳನ್ನೂ ಆಕರ್ಷಿಸಿ ಅವರು ತದೇಕ ಚಿತ್ತರಾಗಿ ವೀಕ್ಷಿಸುತ್ತಿದ್ದರು ಎಂದರೆ, ಅದರ ರಂಜನೆ ಯಾವ ಮಟ್ಟದ್ದೆಂಬುದನ್ನು ಊಹಿಸುವುದು ಸಹ ಅಸಾಧ್ಯ.

ಪ್ರಾಣವೇ ಪಣವಾಗಿ ಪರಿಣಮಿಸಬಹುದಾಗಿದ್ದ, ಈ ಓಟ ರಾಜಧಾನಿಯ ಸುತ್ತ, ಕೋಟೆಯ ಆಚೆ ಆಗಲೇ ಮೂರು ಸುತ್ತು ಮುಗಿದಿತ್ತು.

ಆ ಓಟವನ್ನು ನೋಡುತ್ತಿದ್ದ ಸರ್ವಶಕ್ತ ಜೀಯಸ್, "ಹೆಕ್ತಾರ್‌ನ ಸಲುವಾಗಿ ನನ್ನ ಮನಸ್ಸು ಅನುಕಂಪ ಪಡುತ್ತಿದೆ ಗೊತ್ತೆ?" ಎಂದು ದೇವತೆಗಳನ್ನು ಕೇಳಿದ.

"ಅನುಕಂಪವೇಕೆ ತಂದೆ?" ಎಂದು ಅಥೆನೆ ಕೇಳಿದಳು. ಅವಳ ಧ್ವನಿ ವಿನ್ಯಾಸ ಆಶ್ಚರ್ಯ ಸೂಚಕವಾಗಿತ್ತು.

"ನಾನು ಅನುಕಂಪ ಪಡುವುದು ನಿನಗೆ ಆಶ್ಚರ್ಯವೆನಿಸುತ್ತದೆಯೆ ಮಗಳೆ? ನನಗೆ ನಿನ್ನ ಪ್ರಶ್ನೆಯೇ ಆಶ್ಚರ್ಯಕರವೆನಿಸುತ್ತಿದೆ. ಹೆಕ್ತಾರ್ ಶೂರ. ನನ್ನಲ್ಲಿ ತುಂಬಾ ಭಕ್ತಿ ಇಟ್ಟಿರುವವನು. ಅವನು ನನ್ನ ಪ್ರೀತ್ಯರ್ಥವಾಗಿ ಅದೆಷ್ಟು ಸಲ ಪ್ರಾಣಿಗಳನ್ನು ಅರ್ಪಿಸಿಲ್ಲ? ನಿಜವಾಗಿ ಅವನು ನನ್ನ ಪ್ರೀತಿಗೇನೋ ಪಾತ್ರನಾದವನೇ. ಈ ಜೂಜಾಟವನ್ನು ನೀವೆಲ್ಲ ಆಗಿನಿಂದ ನೋಡುತ್ತಲಿದ್ದೀರಿ.

ಇದನ್ನು ಈಗ ಹೇಗೆ ಮುಗಿಸುವುದು ಯುಕ್ತ? ಹೇಳಿ" ಎಂದು ಜೇಯಸ್ ಸಲಹೆ ಕೇಳಿದ.

ಅಥೆನೆ ತನ್ನ ತೇಜಃಪುಂಜವಾದ ಕಣ್ಣರಳಿಸಿದಳು, "ಹೆಕ್ತಾರನ ಮರಣದಿಂದ ಇದನ್ನು ಮುಗಿಸುವುದೇ ಯುಕ್ತ" ಎಂದು ಘೋಷಿಸಿದಳು.

ಉಳಿದ ಯಾರೂ ಬಾಯಿ ಬಿಡಲೇ ಇಲ್ಲ. ಜೇಯಸ್, "ಮಗಳೆ, ಅಥೆನೆ, ನನ್ನ ಅನುಕಂಪ ಪಡೆದುಕೊಳ್ಳುವುದೂ ಪ್ರೀತಿಗೆ ಪಾತ್ರನಾಗುವುದೂ ಒಂದು ಬೇರೆ ವಿಚಾರ. ಆದರೆ ಯಾರೊಬ್ಬರ ಸಾವಿಗೂ ಬದುಕಿಗೂ ಆ ಅನುಕಂಪ ಪ್ರೀತಿಗಳಿಗೂ ಗಂಟೇನಿಲ್ಲ. ವಿಧಿಯ ಅಪೇಕ್ಷೆ ಏನಿದೆಯೋ ಅದರಂತೆ ವರ್ತಿಸಬೇಕಷ್ಟೆ ಈಗ" ಎಂದ.

ಜೇಯಸ್‌ನ ಈ ಮಾತು ಅಥೆನೆಗೆ ಹರ್ಷ ತಂದಿತು. ಅವಳು ಕೂಡಲೇ ಆ ಒಲಿಂಪೋಸ್ ದೇವಶಿಖರದ ಇಳಿಜಾರಿನಲ್ಲಿ ಜಾರಿ ಅಲ್ಲಿಂದ ಮಾಯವಾಗಿಬಿಟ್ಟಳು.

ಅತ್ತ ಆ ನರಬೇಟೆ ನಡೆದಿತ್ತು. ಹೆಕ್ತಾರ್ ಸಿಕ್ಕಿ ಬಿದ್ದನೇನೋ ಎನ್ನಿಸುವ ಸ್ಥಿತಿ. ಆದರೆ ಮರುಕ್ಷಣದಲ್ಲಿ ಕಣ್ಣು ಚಿತ್ರ ಕಣ್ಣು ಮಾಯ ಎಂಬಂತೆ ಅವನು ತಪ್ಪಿಸಿಕೊಂಡು ದೂರ ಸಾಗಿದ್ದ. ಅನಿರೀಕ್ಷಿತ ತಿರುವು, ಅಡ್ಡ ಓಟಗಳಿಂದ ಈ ನರಬೇಟೆ ಸಿಕ್ಕಿಯೂ ಸಿಗದಂತೆ ಸಾಗಿತ್ತು.

ಈ ಬೇಟೆಯಲ್ಲಿ ಅಖೈಲೇಸ್ ತನ್ನವರಿಗೆ ಒಂದು ಆಜ್ಞೆ ಮಾಡಿದ್ದ: ಹೆಕ್ತಾರ್‌ನನ್ನು ಗೆಲ್ಲುವವನು ತಾನೊಬ್ಬನೇ, ಅನ್ಯರು ಅವನ ಮೇಲೆ ಶಸ್ತ್ರ ಪ್ರಯೋಗ ಮಾಡಕೂಡದೆಂದು. ತನ್ನದಾಗಬೇಕಾದ ಗೆಲವು ಬೇರೊಬ್ಬರದಾಗಬಾರದೆಂದು. ಅದರಿಂದ ಅವರೆಲ್ಲ ಆಜ್ಞಾಪಾಲಕ ಮೂಕ ಪ್ರೇಕ್ಷಕರಾಗಿದ್ದರು. ಈ ಕಣ್ಣು ಚಿತ್ರ ಕಣ್ಣು ಮಾಯಗಳಲ್ಲಿ ಅವರು ಕುತೂಹಲಭರಿತರಾಗಿ ವೀಕ್ಷಿಸುತ್ತಿದ್ದರು ಮಾತ್ರ. ಈ ಹೆಕ್ತಾರ್ ಹೇಗೆ ತಪ್ಪಿಸಿಕೊಳ್ಳುತ್ತಾನೆಂಬುದರ ಸುಳಿವೇ ಯಾರಿಗೂ ಗೊತ್ತಾಗಲಿಲ್ಲ. ಆದರೆ ಹೆಕ್ತಾರ್‌ನಿಗೆ ಅಪೋಲೋ ದೇವನ ಸಹಾಯ ಹಸ್ತವಿದೆ. ಆದರಿಂದಲೇ ಅವನು ಅಖೈಲೇಸ್‌ನ ಕೈಗೆ ಸಿಗುತ್ತಿಲ್ಲ ಎಂಬುದು ಸಾಮಾನ್ಯ ಮಾನವರಿಗೆ ಹೊಳೆಯಲು ಹೇಗೆ ತಾನೇ ಸಾಧ್ಯ?

ನಾಲ್ಕನೆಯ ಸುತ್ತೂ ಮುಗಿಯಲು ಬಂದಿತ್ತು. ಇಬ್ಬರೂ ಯಮಳ ಚಿಲುಮೆಗಳ ಸನಿಯಕ್ಕೆ ಬಂದಿದ್ದರು. ಇಬ್ಬರಿಗೂ ತಡೆದುಕೊಳ್ಳಲಾರದಷ್ಟು ಆಯಾಸವಾಗಿತ್ತು. ಕಾಲುಗಳು ಸೋತು ಜರ್ಜರಿತವಾಗಿದ್ದವು. ಹಾಗೆಂದು ವಿಶ್ರಾಂತಿಗೆ ಸಮಯವೆಲ್ಲಿತ್ತು? ಇರಲಿಲ್ಲ ನಿಜ. ಆದರೂ ಅಖೈಲೇಸ್ ವಿಶ್ರಾಂತಿಗೆಂದು ತೋಮರ ಊರಿ ಅದರ ಮೇಲೆ ತನ್ನ ಭಾರಬಿಟ್ಟು ನಿಂತ.

ಅದನ್ನು ಗಮನಿಸಿದ ಹೆಕ್ತಾರ್‌ನಿಗೆ ಪರಮಾಶ್ಚರ್ಯವಾಯಿತು. ಹೀಗೇಕೆ ಎಂದು ಯೋಚಿಸತೊಡಗಿದ. ಅವನಿಗೆ ಅದಕ್ಕೆ ಕಾರಣವೇನೂ ಹೊಳೆಯಲಿಲ್ಲ.

ಅತ್ತ ನಿಂತ ಅಖೈಲೇಸ್ ಆಲಿಸುವವನಂತೆ ನಿಂತಿದ್ದ.

"ಓ ನನ್ನ ಮೆಚ್ಚಿನ ಅಖೈಲೇಸ್, ಚಿಂತಿಸಬೇಡ. ಇನ್ನು ಮುಂದೆ ಗೆಲುವು ನಮ್ಮಿಬ್ಬರದೇ. ಹೆಕ್ತಾರ್‌ನ ನಾಶ ಸನ್ನಿಹಿತ. ಈಗ ಹೆಕ್ತಾರ್ ಹೇಗೆ ಪಾರಾಗುತ್ತಾನೆ ನಾನು ನೋಡುತ್ತೇನೆ. ಈವರೆಗೆ ಅಪೋಲೋ ಅವನಿಗೆ ನೆರವೀಯುತ್ತ ಬಂದಿದ್ದಾನೆ. ಇನ್ನು ಮುಂದೆ ಅಪೋಲೋ ಬೊಬ್ಬೆ ಹಾಕಿದರೂ ಏನೂ ಪ್ರಯೋಜನವಾಗುವುದಿಲ್ಲ. ಸರ್ವಶಕ್ತ ಜೇಯಸ್‌ನ ಮುಂದೆ ಎಷ್ಟೇ ಹೊರಳಾಡಿದರೂ ಏನೂ ಉಪಯೋಗವಿಲ್ಲ. ನೀನು ಚಿಂತಿಸದೆ ವಿಶ್ರಾಂತಿ ತೆಗೆದುಕೊ. ಸುಮ್ಮನೆ ನಾನೇನು ಮಾಡುತ್ತೇನೆಂದು ನೋಡುತ್ತಿರು" ಎಂದು ಅಥೆನೆ ಪಿಸುಗುಟ್ಟಿದಳು.

ಪಾಪ, ಹೆಕ್ತಾರ್‌ನಿಗೆ ಇದು ಹೇಗೆ ಗೊತ್ತಾಗಬೇಕು? ಎಂತಲೇ ವಿಶ್ರಾಂತಿಗೆಂದು ನಿಂತ ಅಖೈಲೇಸ್‌ನತ್ತ ಹೆಕ್ತಾರ್ ಆಶ್ಚರ್ಯಚಕಿತನಾಗಿ ನೋಡುತ್ತ ನಿಂತ. ಅವನಿಗೂ ಉಸಿರಾಡಲು

ಅವಕಾಶ ದೊರೆತಂತಾಗಿತ್ತು. ಅವನ ಬಳಿಗೆ ಅಥೆನೆ ಬಂದಳು. ತನ್ನ ನಿಜ ವೇಷದಲ್ಲಿ ಅಲ್ಲ, ದೆಯಿಫೋಬೂಸ್‌ನ ವೇಷದಲ್ಲಿ.

ಹೆಕ್ತಾರ್ ಆಶ್ಚರ್ಯದಿಂದ ಕಣ್ಣರಳಿಸಿ ನೋಡಿದ. ನಂಬಿಕೆಯಾಗಲಿಲ್ಲ. ಕಣ್ಣುಜ್ಜಿಕೊಂಡು ಮತ್ತೆ ನೋಡಿದ. ನಿಜ. ತನ್ನಿದಿರಿಗೆ ತನ್ನ ತಮ್ಮ ದೆಯಿಫೋಬೂಸ್. "ಅಣ್ಣ ನೀನಿನ್ನು ಚಿಂತಿಸಬೇಡ, ಅಖೈಲೇಸ್ ನಿನಗೆ ಬಹಳ ತೊಂದರೆಯನ್ನು ಕೊಟ್ಟಿದ್ದಾನೆ, ನಿನ್ನನ್ನು ಒಂದೇ ಸಮನೆ ಅಟ್ಟಿ ಅಟ್ಟಿ ಬಂದು. ಈಗ ನಾವಿಬ್ಬರೂ ಜೊತೆಗೂಡಿ ಅವನನ್ನು ಇದಿರಿಸೋಣ," ಎಂದು ಅಥೆನೆ ದೆಯಿಫೋಬೂಸ್‌ನ ಧ್ವನಿ ಅನುಕರಿಸಿ ಹೇಳಿಗಳು.

"ಓ ದೆಯಿಫೋಬೂಸ್, ಎಲ್ಲ ತಮ್ಮಂದಿರಿಗಿಂತ ನಿನ್ನಲ್ಲಿ ನನ್ನ ಮೇಲೆ ಪ್ರೀತಿ ಹೆಚ್ಚು. ನನಗೆ ನಿನ್ನನ್ನು ಕಂಡರೆ ಪ್ರಾಣ. ನನಗಾಗಿ ನೀನು ಧೈರ್ಯದಿಂದ, ಅದೂ ಈಗ, ಇಲ್ಲಿಗೆ ಬಂದಿದ್ದೀಯಲ್ಲ. ಈಗ ನೀನು ಸಾವಿರ ಮಡಿ ಪ್ರಿಯನಾದೆ," ಎಂದು ಹೆಕ್ತಾರ್ ಅಂತರಂಗ ಬಿಚ್ಚಿ ಹೇಳಿದ. ಪಾಪ ಅವನಿಗೆ ಇದು ಅಥೆನೆಯ ಕೃತ್ರಿಮತೆ ಎಂಬ ಕಲ್ಪನೆಯೇ ಇರಲಿಲ್ಲ.

"ಅಲ್ಲಿ ಕೋಟೆಯೊಳಗೆ ಏನಾಯಿತು ಗೊತ್ತೆ ಅಣ್ಣ? ಅಪ್ಪ, ಅಮ್ಮ, ಏಕೆ ಎಲ್ಲರೂ ನನ್ನನ್ನು ತಡೆಯುವವರೇ! ಆ ಅಖೈಲೇಸ್‌ನನ್ನು ಕಂಡರೆ ಅವರಿಗೆಲ್ಲ ವಿಪರೀತ ಅಂಜಿಕೆ. ಅದರೆ ನಿನಗೆ ಅತ್ಯಂತ ಪ್ರಿಯನಾದ ನಾನು ಈ ಸಮಯದಲ್ಲಿ ನಿನ್ನ ಕೈಬಿಟ್ಟು ಹೇಗೆ ಕೂತಿರಲು ಸಾಧ್ಯ ಅಣ್ಣ? ನನ್ನ ಅಂತರಂಗವಾದರೂ ಒಪ್ಪೀತೆ? ನೀನೇ ಹೇಳು. ಇನ್ನು ಸಮಯ ದಂಡ ಮಾಡುವುದು ಬೇಡ. ನಮ್ಮ ತೋಮರಗಳ ನವೆ, ತೀಟೆಗಳನ್ನು ಬಲವಾಗಿ ತೀರಿಸಿಬಿಡೋಣ. ಅವನಿಗೆ ಅದರ ರುಚಿಯನ್ನು ಚೆನ್ನಾಗಿ ಮುಟ್ಟಿಸೋಣ. ಸತ್ತು ಪಾತಾಳ ಸೇರಿದಾಗಲೂ ಅವನದನ್ನು ನೆನೆಸಿಕೊಳ್ಳುತ್ತಿರಬೇಕು.

ಕಪಟಿಯ ಮಾತಿನ ಮೋಡಿಗೆ ಮರುಳಾಗಿದ್ದ ಹೆಕ್ತಾರ್‌ನ ಮೈಯಲ್ಲಿ ಹೊಸ ಹುರುಪಿನ ಪ್ರವಾಹ ನುಗ್ಗಿತು. ತಾನಿದ್ದಲ್ಲಿನಿಂದ ನೇರವಾಗಿ ಅಖೈಲೇಸ್‌ನತ್ತ ಹೆಜ್ಜೆ ಹಾಕತೊಡಗಿದ.

"ಅಖೈಲೇಸ್ ನಾನಿನ್ನು ಓಡಿ ಹೋಗುವುದಿಲ್ಲ. ನಿನ್ನನ್ನಿದಿರಿಸುವುದು ಹೇಗೆಂದು, ಈಗಾಗಲೇ ನಗರ ಸುತ್ತ ನಾಲ್ಕು ಸುತ್ತು ಓಡಿಯಾಯಿತು. ನೀನು ವಿಶ್ರಾಂತಿಗೆಂದು ನಿಂತಾಗ ಒಂದು ನಿರ್ಧಾರಕ್ಕೆ ನಾನು ಬಂದಿದ್ದೇನೆ. ನನಗೆ ವೀರಮರಣ ಇಲ್ಲ ಭವ್ಯ ಜಯಮಾಲೆ. ಬಾ. ನಾವಿಬ್ಬರೂ ಈಗ ಆಣೆ ಪ್ರಮಾಣ ಮಾಡೋಣ ದೇವರುಗಳ ಸಾಕ್ಷಿಯಾಗಿ. ಜೀಯಸ್ ನನಗೆ ಶಕ್ತಿ ಕರುಣಿಸಿ ನಾನು ನಿನ್ನನ್ನು ಕೊಂದರೆ ನಿನ್ನ ಕಳೇಬರಕ್ಕೆ ನಾನು ಯಾವ ಬಗೆಯ ಅವಮಾನವನ್ನು ಮಾಡುವುದಿಲ್ಲ. ನಿನ್ನ ಎದೆಗವಚವನ್ನು ಮಾತ್ರ ಗೆಲುವು ಸೂಚಕವಾಗಿ ನಾನು ತೆಗೆದುಕೊಂಡು ನಿನ್ನ ಕಳೇಬರವನ್ನು ನಿಮ್ಮವರ ವಶಕ್ಕೊಪ್ಪಿಸುತ್ತೇನೆ," ಎಂದು ಹೇಳಿದ.

ಅಖೈಲೇಸ್ ಈ ಮಾತನ್ನು ಕೇಳಿ ತನ್ನಂತರಂಗ ಸೂಚಕವೋ ಎಂಬಂತೆ ಮುಖ ಗಂಟಿಟ್ಟ. "ಹೆಕ್ತಾರ್, ನನ್ನ ನಿರ್ಧಾರ ಕೇಳು. ನಿನ್ನ ಈ ಆಣೆ ಪ್ರಮಾಣ, ಕೊಡುಕೊಳ್ಳುವುದೊಂದೂ ಸಾಧ್ಯವಿಲ್ಲ. ತೋಳ ಕುರಿಗಳಲ್ಲಿ ಸ್ನೇಹ ಶಕ್ಯವೆ? ಸಿಂಹಕ್ಕೆ ಮನುಷ್ಯನಿಗೆ ಒಡಂಬಡಿಕೆ ಎಲ್ಲಾದರೂ ಉಂಟೆ? ಎಂದಾಗ, ನಮ್ಮಿಬ್ಬರಲ್ಲಿ ಸ್ನೇಹ ಸಾಧ್ಯವಿಲ್ಲ. ರಣದೇವತೆ ಆರೆಸ್‌ಗೆ ರಕ್ತ ತರ್ಪಣ ನೀಡುವುದಷ್ಟೆ ಈಗ ಉಳಿದಿರುವ ಕೆಲಸ. ಅವಳ ರಕ್ತದಾಹವನ್ನು ತೀರಿಸಲೇಬೇಕು. ಅದರಿಂದ ಮಾತು ನಿಲ್ಲಿಸಿ ನಿನ್ನ ಗಂಡಸುತನ ತೋರಿಸಲು ಸಿದ್ಧನಾಗು. ನಿನ್ನ ತೋಮರ ಚಳಕವನ್ನು ತೋರಿಸು. ಆದರೆ ಕಟ್ಟೆಚ್ಚರ ಕಟ್ಟಿಟ್ಟುಕೋ. ನನ್ನ ಸಹಚರರನ್ನು ಕೊಂದು ರಾಶಿ ಒಟ್ಟಿದ್ದೆಯಲ್ಲಾ, ಅದನ್ನು ನಾನೆಂದೂ ಮರೆಯಲಾರೆ. ಅದಕ್ಕೆ ಪ್ರತೀಕಾರವನ್ನೂ ಮಾಡದಿರಲಾರೆ. ನೀನು

ಮಾಡಿದ್ದಕ್ಕೆ ದಂಡ ತೆರಲೇಬೇಕು. ನನಗೀಗ ದೇವಿ ಅಥೆನೆಯ ನೆರವಿದೆಯೆಂಬುದನ್ನು ಮರೆಯಬೇಡ," ಎಂದು ಹೆಕ್ತಾರ್‌ನ ಎದೆಗೆ ಗುರಿಯಿಟ್ಟು ಅಖೈಲೇಸ್ ತನ್ನ ತೋಮರವನ್ನು ರಭಸವಾಗಿ ಎಸೆದ. ಅದು ಬರುವಷ್ಟರಲ್ಲಿ ಹೆಕ್ತಾರ್ ಕುಸಿದು ಕುಳಿತ. ತೋಮರ ಗುರಿ ತಾಗದೆ ದೂರದಲ್ಲಿ ನೆಲ ಹೊಕ್ಕಿತು.

ಆ ನೆಲ ಹೊಕ್ಕ ತೋಮರ ಮತ್ತಾಗಲೇ ಅಖೈಲೇಸ್ ಕೈಗೆ ಬಂದಿತು ಅಥೆನೆಯ ನೆರವಿನಿಂದ. ಅದೂ ಹೆಕ್ತಾರ್‌ನ ಗಮನಕ್ಕೆ ಬರದಂತೆ.

ಹೆಕ್ತಾರ್ ವ್ಯಂಗ್ಯವಾಗಿ ನಕ್ಕು, "ತಪ್ಪಿತು ನಿನ್ನ ಗುರಿ. ಅಖೈಲೇಸ್ ಬಹುಶಃ ನನ್ನ ವಿಚಾರ ನಿನಗೆ ಪೂರ್ತಿ ತಿಳಿದಿಲ್ಲವೆಂದು ಕಾಣುತ್ತೆ. ನಿನ್ನ ಬಡಾಯಿಗೆ ಹೆದರಿ ನಾನು ಓಡಿ ಹೋಗುತ್ತೇನೆ, ಆಗ ಬೆನ್ನಿಗೆ ತಿವಿಯಬಹುದೆಂದು ಭಾವಿಸಿದ್ದೆಯಾ? ಹಾಗೆಲ್ಲ ಕಲ್ಪಿಸಬೇಡ. ಮುಗಿಯಿತು ನಿನ್ನ ಕಥೆ. ಇನ್ನು ಮೇಲೆ ಟ್ರೋಜನ್ನರ ಬದುಕು ನಿರಾತಂಕ" ಎಂದು ಗುರಿಯಿಟ್ಟು ತೋಮರ ಎಸೆದ.

ತೋಮರ ಠಣಾರ್ ಎಂದು ಅಖೈಲೇಸ್‌ನ ಗುರಾಣಿಗೆ ತಾಕಿ ಪುಟಿದು ಹಿಂದಕ್ಕೆ ಬಿತ್ತು.

ಗುರಿ ತಪ್ಪಿ ಹೆಕ್ತಾರ್ ಬರಿಗೈಯಾಗಿದ್ದ. ಒಂದು ಬಗೆಯ ಕಸಿವಿಸಿ ಎನಿಸಿತು. ಆದರೂ "ದೆಯಿಫೋಬೂಸ್, ನನಗಿನ್ನೊಂದು ತೋಮರ ಕೊಡು" ಎಂದು ಗಟ್ಟಿಯಾಗಿ ಕೇಳಿದ.

ಆದರೆ ಅವನೆಲ್ಲಿ? ಇಲ್ಲವೇ ಇಲ್ಲ. ಹೆಕ್ತಾರ್ ಹುಡುಕುವ ನೋಟದಿಂದ ಸುತ್ತ ದೃಷ್ಟಿ ಹರಿಯಿಸಿದ. ಯಾರೂ ಇಲ್ಲ. ಆಗ ಅಥೆನೆ ತನ್ನ ನೆರವಿಗಿದ್ದಾಳೆ ಎಂದು ಅಖೈಲೇಸ್ ಹೇಳಿದ ಮಾತು ಸ್ಮರಣೆಗೆ ಬಂತು. ನಿಜ ಸ್ಥಿತಿಯ ಅರಿವಾಯಿತು.

"ಅಂದರೆ ಎಲ್ಲ ಮುಗಿದಂತೆಯೇ! ಹಾಗಾದರೆ ಸರ್ವಶಕ್ತ ಜೀಯಸ್ ಹಾಗೂ ಅಪೋಲೊ ದೇವರು ಇದಕ್ಕೆ ಸಮ್ಮತಿಸಿದ್ದಾರೆಯೆ? ಸಾವು ನನ್ನ ಬೆನ್ನಟ್ಟಿ ಬರುತ್ತಿದೆಯೆ? ದೇವರ ರಕ್ಷಣೆ ಹಾಗಾದರೆ ನನಗೆ ಇಲ್ಲವಾಯಿತೆ?" ಸ್ತಬ್ಧನಾಗಿ ನಿಂತ ಹೆಕ್ತಾರ್‌ನ ಮನಸ್ಸಿನಲ್ಲಿ ಈ ಬಗೆಯ ಯೋಚನೆಗಳು ತಲೆಯೆತ್ತಿದ್ದವು. ಕೈಹಿಡಿದವರು ಯಾರು, ಕೈ ಬಿಡುವವರು ಯಾರು? ಏಕೆ? ಎಂಬ ಅರಿವಿಲ್ಲದೆಯೇ ಏನೇನೋ ಯೋಚನೆಗಳು ತಲೆ ಹೊಗುವುದುಂಟು.

ಆದರೆ ಸರ್ವಶಕ್ತ, ಸರ್ವಕರ್ತ ದೇವರು ಕೈಹಿಡಿಯಲು ಕೈಬಿಡಲು ಅವನ ಇಚ್ಛಾನಿಚ್ಛೆಯಲ್ಲ, ಅವನದೇ ಬೇರೆ ಸೂತ್ರವೊಂದಿದೆ ಎಂಬ ಪ್ರಜ್ಞೆ ಮಾನವರಲ್ಲಿ ಮೂಡುವುದೇ ಇಲ್ಲ.

ಇದೇ ಹೊತ್ತಿನಲ್ಲಿ, ಈ ಹೋರಾಟವನ್ನು ಕಣ್ಣಲ್ಲಿ ಕಣ್ಣಿಟ್ಟು ನೋಡುತ್ತಿದ್ದ ದೇವರುಗಳ ಕೂಟದಲ್ಲಿ ಒಂದು ಕೆಲಸ ನಡೆಯಿತು. ಸರ್ವಶಕ್ತ ಜೀಯಸ್ ತನ್ನ ಬಂಗಾರದ ತಕ್ಕಡಿಯ ಒಂದೊಂದು ತಟ್ಟೆಯಲ್ಲಿ ಒಂದೊಂದು ಸಾವು ಸೂಚಕ ಸಂಕೇತವನ್ನು ಇಟ್ಟು ತಕ್ಕಡಿಯನ್ನು ಎತ್ತಿ ಹಿಡಿದ. ಹೆಕ್ತಾರ್‌ನ ಸಂಕೇತವಿದ್ದ ತಟ್ಟೆ ಮರಣಾಧಿಕಾರದ ದೇವರು ಹೇದೇಸ್‌ನತ್ತ ಕುಸಿಯಿತು. ನಿರ್ಣಯಕ್ಕೆ ಶಿರಬಾಗಿ ಅಪೋಲೋ ತನ್ನ ಕಾಲ್ತೆಗೆದ.

ಸ್ತಬ್ಧನಾಗಿ ನಿಂತ ಹೆಕ್ತಾರ್‌ನ ತಲೆಯೊಳಕ್ಕೊಂದು ಗುಂಗಿ ನುಗ್ಗಿತು. "ಈಗ ನನ್ನ ಸಾವು ಶತಸ್ಸಿದ್ಧ. ಆದರೂ ನಾನು ಹಿಮ್ಮೆಟ್ಟಬಾರದು. ಸಾವು ಬಂದರೂ ಅವಮಾನಕರವಾದ ಸಾವು ಮಾತ್ರ ಕೂಡದು. ಸಾಯುವುದಾದರೂ ಬಲವಾದ ಪೆಟ್ಟು ಕೊಟ್ಟು ನಾನು ಸಾವಪ್ಪುತ್ತೇನೆ. ಪೀಳಿಗೆ ಪೀಳಿಗೆ ನನ್ನನ್ನು ಮರೆಯಬಾರದು. ಆರೀತಿ ನಾನು ಕಾದುತ್ತೇನೆ" ಎಂಬ ನಿರ್ಧಾರಕ್ಕೂ ಅವನು ಬಂದ.

ನಿರ್ಧಾರಕ್ಕೆ ಬಂದುದೇ ತಡ ತನ್ನ ಭುಜದಲ್ಲಿ ನೇತಾಡುತ್ತಿದ್ದ ಹರಿತವಾದ ಗಟ್ಟಿ

ಕರವಾಳವನ್ನು ಕೈಗೆತ್ತಿಕೊಂಡು ಝುಳಪಿಸಿದ. ಹದ್ದು ತನ್ನ ಶತ್ರುವಿನ ಮೇಲೆರಗುವಂತೆ ಅಖೈಲೇಸ್‌ನತ್ತ ಒಂದೇ ಹಾರಿಗೆ ಹಾರಿದ.

ಅಖೈಲೇಸ್, ದೇದೀಪ್ಯಮಾನವಾದ ತನ್ನ ಗುರಾಣಿಯನ್ನು ಎದೆಗಡ್ಡವಾಗಿ ಹಿಡಿದು ಸಿದ್ಧವಾಗಿದ್ದ. ಅವನ ಶಿರಕಾಪಿನ ಚೂಡಾಲಂಕಾರದ ಸುವರ್ಣ ಜಡೆ ಚಕಮಕಿಸುತ್ತಿತ್ತು. ಅವನ ಕೈಯೊಳಗಿನ ತೋಮರ ಗುರಿಯತ್ತ ನಿಮಿರಿ ನಿಂತಿತ್ತು. ಕಲ್ಲೆದೆಯ ಅವನು ಹೆಕ್ಟಾರ್‌ನ ಚಲನವಲನ ಗುರಿಗಳನ್ನು ಆರಯ್ದು ನೋಡುತ್ತಿದ್ದ.

ಹೆಕ್ಟಾರ್, ಪತ್ರೋಕ್ಲೋಸ್‌ನ ಅಭೇದ್ಯವಾದ ಸೊಗಸಾದ ಎದೆಗವಚವನ್ನೇ ಧರಿಸಿದ್ದ, ತನ್ನ ರಕ್ಷಣೆಗೆ. ಅದರೆ ಅವನ ಕತ್ತಿನ ಭಾಗ ರಕ್ಷಣೆ ಇಲ್ಲದೆ ತೆರಪಾಗಿತ್ತು. ಅಲ್ಲಿಗೆ ಸರಿಯಾಗಿ ಗುರಿಯಿಟ್ಟು ಅಖೈಲೇಸ್ ತೋಮರವನ್ನು ಬಲವಾಗಿ ತಿವಿದ. ತೋಮರ ಹೆಕ್ಟಾರ್‌ನ ಕತ್ತಿನೊಳಕ್ಕೆ ನುಗ್ಗಿತಾದರೂ ಅದು ಶ್ವಾಸನಾಳವನ್ನು ಆಘಾತಿಸಲಿಲ್ಲ. ಅದರಿಂದ ಅವನೂ ಪ್ರತಿಯಾಗಿ ತನ್ನ ಕರವಾಳವನ್ನು ಅಖೈಲೇಸ್ ಮೇಲೆ ಜಡಿದ. ಆ ಜಡಿತದೊಂದಿಗೆ ಕುಸಿದು ಬಿದ್ದೂ ಬಿಟ್ಟ.

ಅಖೈಲೇಸ್ ಗೆಲುವಿನಿಂದ ಅಬ್ಬರಿಸಿದ.

"ಹೆಕ್ಟಾರ್, ನೀನು ತೊಟ್ಟಿರುವ ಕವಚ ನನ್ನ ಪರಮಾಪ್ತ ಪತ್ರೋಕ್ಲೋಸ್‌ನದು. ಅವನನ್ನು ಕೊಂದು ಇದನ್ನು ಧರಿಸಿ ನೀನು ಬೀಗಿದೆಯಲ್ಲವೆ? ಆದರೆ ಹಾಗೇ ಬೀಗಿದಾಗ, ಇದರ ಮುಯ್ಯಿ ತೀರಿಸಲು ಇನ್ನೂ ಒಬ್ಬ ಬದುಕಿದ್ದಾನೆ ಎಂಬುದು ನಿನಗೆ ಹೊಳೆಯದೆ ಹೋಯಿತಲ್ಲವೆ? ಬೀಗಿದ್ದಕ್ಕೆ ಸರಿಯಾಗಿ ಈಗ ಮಣ್ಣು ಮುಕ್ಕಿದೆ. ಈಗ ನನ್ನ ಪರಮಾಪ್ತ ಪತ್ರೋಕ್ಲೋಸ್‌ನ ಕಳೇಬರಕ್ಕೆ ರಾಷ್ಟ್ರ ಶೋಕದೊಂದಿಗೆ ಶವಸಂಸ್ಕಾರ. ನಿನ್ನದು ನಾಯಿ, ಹದ್ದುಗಳಿಗೆ. ನನ್ನ ಮಾತು ಕೇಳಿಸಿತೆ?"

ಕೇಳಿಸಿತೆಂಬಂತೆ ತಲೆಯಾಡಿಸಿ ಅರ್ಧ ಮಂಪರಿನಲ್ಲಿದ್ದ ಹೆಕ್ಟಾರ್, "ಅಖೈಲೇಸ್, ನಿನ್ನ ಪಾದ ಹಿಡಿದು ಬೇಡುತ್ತೇನೆ. ನಿನ್ನ ಮಾತಾ ಪಿತೃಗಳಿಗೆ ಎರಗುತ್ತೇನೆ. ದಯವಿಟ್ಟು ನನ್ನನ್ನು ಹದ್ದು ನಾಯಿಗಳಿಗೆ ಮಾತ್ರ ಬಿಡಬೇಡ. ನೀನು ಬೇಡುವಷ್ಟು ಬಿಡುಗಡೆ ಶುಲ್ಕವನ್ನು ನನ್ನ ಮಾತಾ ಪಿತೃಗಳು ಕೊಡುವಂತೆ ಮಾಡುತ್ತೇನೆ. ನನ್ನ ಶರೀರವನ್ನೊಯ್ದು ಅವರು ಸಹಜ ಸಂಸ್ಕಾರ ಮಾಡಲು ಅವಕಾಶ ಮಾಡಿಕೊಡು" ಎಂದು ಕೇಳಿಕೊಂಡ.

"ಕಾಲಿಗೆ ಬಿದ್ದರೂ ಇಲ್ಲ, ಈ ಉದ್ದ ಆ ಅಗಲ ಹೊರಳಾಡಿದರೂ ಇಲ್ಲ. ಭೂಮಿ ಆಕಾಶಗಳು ಒಂದು ಮಾಡುವಂತೆ ಬೊಬ್ಬೆ ಹಾಕಿದರೂ ಇಲ್ಲ. ಈ ಭೂಮಿಯ ಮೇಲೆ ಯಾರೂ ನಿನ್ನ ಶರೀರವನ್ನು ರಣಹದ್ದು, ನಾಯಿಗಳಿಂದ ರಕ್ಷಿಸಲಾರರು. ನೀನು ಹೇಳಿದ ಹತ್ತು ಮಡಿ, ನೂರು ಮಡಿ ಹಣ ಕೊಟ್ಟರೂ ಬೇರೇನೂ ಕೊಟ್ಟರೂ, ಏಕೆ ನಿನ್ನ ತೂಕ ಬಂಗಾರ ಕೊಟ್ಟರೂ ನಿನಗೆ ಸಹಜ ಶವಸಂಸ್ಕಾರ ಖಂಡಿತ ಇಲ್ಲ. ನೀನೆಸಗಿರುವ ಘನ ಘೋರ ಅನ್ಯಾಯಗಳಿಗೆ, ದ್ರೋಹಗಳಿಗೆ ಸರಿಯಾದ ಶಿಕ್ಷೆಯೆಂದರೆ ನಿನ್ನ ಶರೀರವನ್ನು ತುಂಡು ತುಂಡು ಮಾಡಿ ಹದ್ದು ನಾಯಿಗಳಿಗೆ ಹಂಚುವುದು."

"ಬೇಡ ಅಖೈಲೇಸ್, ನನ್ನ ಮಾತಾಪಿತೃಗಳಿಗೆ ಅದರಿಂದ ತುಂಬಾ ದುಃಖವಾಗುತ್ತದೆ."

"ನಿನ್ನ ಶರೀರದ ಸಹಜ ಸಂಸ್ಕಾರವನ್ನು ನಿನ್ನ ಮಾತಾಪಿತೃಗಳು ನೋಡಲಾರರು. ಆ ಸುದ್ದಿ ಎತ್ತಬೇಡ."

"ನೀನು ನಿರ್ದಯಿ, ಕಟುಕ, ಒಳ್ಳೆಯತನಕ್ಕೆ ಮಣಿಯದವನು, ಎಂಬುದು ನನಗೆ

ಗೊತ್ತಿದ್ದರೂ ನನ್ನ ಮಾತಾಪಿತೃಗಳ ಸಲುವಾಗಿ ಬೇಡಿದೆ. ಬೇಡಬಾರದಾಗಿತ್ತು. ಬೇಕಾದ್ದಾಗಲಿ ಬಿಡು. ಆದರೆ ಮಾತ್ರ, ಅಖ್ಯೆಲೇಸ್, ಮರೆಯಬೇಡ. ಒಂದಲ್ಲ ಒಂದು ದಿನ ಇದೇ ಸ್ಕೇಇಯಾನ್ ಮಹಾದ್ವಾರದ ಬಳಿಯೇ ನನ್ನ ಸೋದರ ಅಲೆಕ್ಸಾಂಡ್ರೋಸ್ ಅಪೋಲೋ ದೇವನ ನೆರವಿನಿಂದ ನಿನ್ನ ಹೆಣ ಬೀಳುವಂತೆ ಮಾಡಿಯೇ ಮಾಡುತ್ತಾನೆ. ಅದು ನಿನಗೆ ನೆನಪಿರಲಿ."

ಮಾತುಗಳು ಬಹು ಪ್ರಯಾಸದಿಂದ ತಡವರಿಸಿ ತಡವರಿಸಿ ಹೊಮ್ಮಿ ಬಂದುವು. ಅವನ ಆ ಯಾತನೆ, ಸಾವು ಸಂಕಟದಲ್ಲಿಯೂ ಒಂದು ಜಿದ್ದು ಕಂಡುಬಂತು. ಮಾತು ಮುಗಿಯುತ್ತ ಇದ್ದಂತೆಯೇ ಮರಣಚ್ಛಾಯೆ ಅವನ ಮೇಲೆ ಆವರಿಸಿತು. ಅವನಾತ್ಮ ಶೂರತ್ವ, ಗಂಡುಗಲಿತನಕ್ಕೆ ಹೆಸರಾದ ಆ ಶರೀರದಿಂದ ಬಿಡುಗಡೆ ಪಡೆದು ಮರಣದೇವ ಹೇದೇಸ್ ಬಳಿ ಸಾರಿತು.

"ನೀನಲ್ಲಿ ಸತ್ತು ಬಿದ್ದಿರು. ನನ್ನ ಬಗೆಗೇಕೆ ನಿನ್ನ ಮಾತು? ನನ್ನ ವಿಧಿಯಿದ್ದಂತೆ ಸರ್ವಶಕ್ತ ಜೀಯಸ್ ಹಾಗೂ ಇತರ ದೇವರುಗಳ ಇಷ್ಟದಂತೆ ನನಗೇನು ಆಗಬೇಕೋ ಆಗುತ್ತದೆ. ಅದಕ್ಕೆ ನಾನು ಸದಾ ಸಿದ್ಧ" ಎಂದು ಅಖ್ಯೆಲೇಸ್ ತೋಮರವನ್ನು ಹೆಕ್ತಾರ್‌ನ ಕತ್ತಿನಿಂದ ಈಚೆಗೆಳೆದು ಬದಿಗಿಟ್ಟ. ಹೆಕ್ತಾರ್ ಧರಿಸಿದ್ದ ಎದೆಗವಚವನ್ನೂ ಕಳಚಿಟ್ಟ. ಅಖ್ಯೆಯಾನರೆಲ್ಲ ಬಂದು ಹೆಕ್ತಾರ್‌ನ ಶರೀರವನ್ನು ಸುತ್ತುಗಟ್ಟಿದರು. ಆತ್ಮವಿಲ್ಲದ ಆ ಶರೀರದಲ್ಲಿ ಶೂರತ್ವ ಇನ್ನೂ ಇದ್ದಂತೆ, ಮುಖ ಕಣ್ಣುಗಳು ತೇಜಸ್ಸಿನಿಂದ ಮಿಂಚುತ್ತಿರುವಂತೆ ಭಾಸವಾಗುತ್ತಿತ್ತು.

ತೋಮರ ಸೆಳೆದಾಗ ಚಿಮ್ಮಿದ ಹೆಕ್ತಾರ್‌ನ ರಕ್ತ ಅಖ್ಯೆಲೇಸ್‌ನ ಕೈಯನ್ನು ತೋಯಿಸಿತ್ತು. ಆ ರಕ್ತಸಿಕ್ತ ಹಸ್ತಗಳನ್ನು ಅವನು ಹೆಮ್ಮೆಯಿಂದ ವೀಕ್ಷಿಸುತ್ತಿದ್ದ.

"ನಮ್ಮ ಹಡಗುಗಳಿಗೆ ಬೆಂಕಿಯಿಟ್ಟು ನಮ್ಮನ್ನೆಲ್ಲ ಉರವಣಿಸಿದವನು ನೀನೇ ಅಲ್ಲವೆ ಹೆಕ್ತಾರ್? ಈಗ ನಮ್ಮ ಕೈಕಾಲುಗಳಿಗೆಷ್ಟು ಸುಲಭನಾಗಿದ್ದೀ ಬಲ್ಲೆಯಾ?" ಎಂದು ಅಖ್ಯೆಯಾನ ರೊಬ್ಬೊಬ್ಬರೂ ಹೆಕ್ತಾರ್‌ನ ಶರೀರವನ್ನು ತಮ್ಮ ಕಾಲಿಂದ ಒದ್ದು, ತಮ್ಮ ವಂಕುಡಿಯಿಂದ ತಿವಿದು ತಿವಿದು ಹಿಂದೆ ಸರಿದರು.

ಕಡೆಗೆ, "ಮಿತ್ರರೆ, ಸಹಯೋಗಿಗಳೆ, ಮಿತ್ರದೇಶಗಳ ನಾಯಕ ಮಣಿಗಳೆ, ಹೆಕ್ತಾರ್‌ನಂತೂ ಸತ್ತ. ಇಡೀ ಲೋಕ ನಮ್ಮ ಮೇಲೆ ಮಾಡಬಹುದಾದ ಅನ್ಯಾಯಕ್ಕಿಂತ ಹೆಚ್ಚಿನ ಅನ್ಯಾಯವನ್ನು ಹೆಕ್ತಾರ್ ಒಬ್ಬನೇ ಮಾಡಿದ್ದ. ಅವನ ಈ ಸಾವಿಗೆ ನಮಗೆ ದೇವರ ಬೆಂಬಲವಿದೆ. ನಾವೀಗ ನಗರದೊಳಕ್ಕೆ ನುಗ್ಗೋಣ. ಹೆಕ್ತಾರ್‌ನಿಲ್ಲದ ಆ ಜನ ನಮ್ಮನ್ನು ಇದಿರಿಸುತ್ತಾರೋ ಇಲ್ಲ ನಗರ ಬಿಟ್ಟು ಓಡುತ್ತಾರೋ ನೋಡಿಯೇ ಬಿಡೋಣ" ಎಂದು ಅಖ್ಯೆಲೇಸ್ ತನ್ನ ರಕ್ತ ಸಿಕ್ತ ಕೈ ಎತ್ತಿ ಗುಡುಗಿದ.

ಎಲ್ಲರಿಗೂ ಸಲಹೆ ಸಾಧುವೆನಿಸಿತು. ಜಯಘೋಷ ಮಾಡುತ್ತಾ ಅವರು ಮುನ್ನುಗ್ಗಲು ಸಿದ್ಧರಾದರು.

"ಹಾ! ಹಾ! ಸ್ವಲ್ಪ ನಿಲ್ಲಿ. ಆತುರ ಬೇಡ. ನಮ್ಮ ಪರಮಾಪ್ತ ಪತ್ರೋಕ್ಲೋಸ್‌ನ ಕಳೇಬರ ಇನ್ನೂ ನಮ್ಮ ಹಡಗುಗಳ ಬಳಿಯೇ ಬಿದ್ದಿದೆ. ಮೊದಲು ಅವನ ಶರೀರಕ್ಕೆ ವೀರಯೋಧನ ಗೌರವ ಸಂಸ್ಕಾರ ಮಾಡೋಣ. ನಮ್ಮ ಸಂತಾಪ ಗೌರವಗಳನ್ನು ಸೂಚಿಸೋಣ" ಎಂದು ಅಖ್ಯೆಲೇಸ್ ತನ್ನ ಮಿತ್ರ ಹೃದಯವನ್ನು ತೆರೆದಿಟ್ಟ.

ಅದೂ ಸರಿಯೆಂದಿತು ಅವನಿಗೆ ಬೆಂಬಲವಾಗಿದ್ದ ಅಖ್ಯೆಯಾನರ ಗುಂಪು.

ಅಖ್ಯೆಲೇಸ್‌ನ ದೃಷ್ಟಿ ಮತ್ತೆ ಹೆಕ್ತಾರ್‌ನ ಶರೀರದತ್ತ ಹೋಯಿತು. "ಇವನನ್ನು

ತ್ರೋಜನ್ನರು ದೇವರೆಂದು ತಿಳಿದಿದ್ದರು. ಅವನೀಗ ನಮ್ಮ ಬಲಿಪಶುವಾದ. ನಮಗಿನ್ನಾರು ಸಾಟಿ!" ಎಂದು ಹೇಳಿದ ಅಖೈಲೇಸ್ ಹೆಕ್ತಾರ್‌ನ ಪಾದಗಳ ಬಳಿಯ ಸ್ನಾಯು ರಜ್ಜುವನ್ನು ಕತ್ತರಿಸಿ, ತೂತು ಕೊರೆದು ಚರ್ಮದ ಪಟ್ಟಿಯಿಂದ ಎರಡು ಕಾಲುಗಳನ್ನು ಬಿಗಿದು ಕಾಲಿನ ಆ ಭಾಗವನ್ನು ತನ್ನ ರಥದ ಹಿಂಭಾಗಕ್ಕೆ ಕಟ್ಟಿದ. ಹೆಕ್ತಾರ್‌ನ ತಲೆ ನೆಲದ ಮೇಲೆ ಬಿದ್ದಿತ್ತು.

ಅಯ್ಯೋ ಪಾಪ! ಹೆಕ್ತಾರ್‌ನ ತಾಯಿ ಇದನ್ನು ನೋಡಿ ಹೇಗೆ ಸಹಿಸಿಯಾಳು? ಅವನ ತಂದೆ, ಸೋದರ ಸೋದರಿಯರು, ತ್ರೋಜನ್ ಜನತೆ ಯಾರು ತಾನೇ ಸಹಿಸಿಯಾರು?

ಮುದಿ ದೊರೆ ಪ್ರಿಯಾಂ ದಿಕ್ಕೆಟ್ಟವನಂತೆ ಪ್ರಲಾಪಿಸಿದ. ಒಬ್ಬೊಬ್ಬರ ಕೈಯನ್ನೂ ಹಿಡಿದು ಬಿಕ್ಕಿಬಿಕ್ಕಿ ಅತ್ತ. "ಅಯ್ಯೋ, ನಾನಿಲ್ಲಿ ಉಸಿರು ಹಿಡಿದು ಈ ಸ್ಥಿತಿಯಲ್ಲಿ ಬದುಕಿರಲಾರೆ. ನಾನೊಬ್ಬನೇ ಈಗ ನೇರವಾಗಿ ಅಖೈಯಾನರ ಪಾಳೆಯಕ್ಕೆ ಹೋಗುತ್ತೇನೆ" ಎಂದು ಆ ದುಃಖದಲ್ಲಿಯೂ ಘೋಷಿಸಿದ.

"ಕೂಡದು ದೊರೆ, ಕೂಡದು. ನೀವು ಹೋಗಿಬಿಟ್ಟರೆ ನಮಗಿಲ್ಲಾರು ಗತಿ?" ಎಂದು ಜನ ಒಗ್ಗೊರಲಿಂದ ತಡೆದರು.

"ಅಯ್ಯೋ, ನನ್ನನ್ನೇಕೆ ತಡೆಯುತ್ತೀರಿ? ನಾನೇ ಸ್ವತಃ ಹೋಗಿ ಬೇಡುತ್ತೇನೆ, ಮಗನ ಕಳೇಬರವನ್ನು ಕೊಡಿ ಎಂದು. ತಮ್ಮವರೆಲ್ಲರ ನಡುವೆ, ತನ್ನ ಕೃತ್ಯಕ್ಕೆ ಅಖೈಲೇಸ್ ನಾಚಿದರೂ ನಾಚಬಹುದು. ಮುದುಕನೆಂದು ಕರುಣೆ ತೋರಿದರೂ ತೋರಬಹುದು."

"ಅವನು ನೀಚ. ನಂಬಿಕೆಗೆ ಅರ್ಹನಲ್ಲ," ಎಂದಿತು ಜನತೆ.

"ಅವನಿಗೂ ನನ್ನ ಹಾಗೇ ಒಬ್ಬ ಮುದಿ ತಂದೆಯಿದ್ದಾನೆ. ಬಹುಶಃ ತ್ರೋಯ್‌ಅನ್ನು ನಾಶಮಾಡಲೆಂದೇ ಆ ಮುದುಕ ಪೆಲೆಯೂಸ್ ಇವನನ್ನು ಹೆತ್ತಿರಬೇಕು. ನನ್ನ ಅನೇಕ ಮಕ್ಕಳನ್ನು ಅವನೇ ಅಖೈಲೇಸ್, ಆ ಪೆಲೆಯೂಸ್‌ನ ಮಗನೇ ಹತ್ಯೆಮಾಡಿದ್ದಾನೆ. ಅವರೆಲ್ಲರ ಸಾವಿಗಿಂತ ಸಾವಿರ ಮಡಿ ದುಃಖ ನನಗೆ ಈ ಹೆಕ್ತಾರ್‌ನ ಮರಣದಿಂದ ಆಗಿದೆ. ಇದಕ್ಕೂ ಅವನೇ ಕಾರಣ. ನನ್ನೆಲ್ಲ ಮನೋವೇದನೆಗೆ ಅವನೇ ಕಾರಣ. ಹೆಕ್ತಾರ್‌ನ ಈ ಸಾವು ನನ್ನ ಮರಣ ಸೂಚಕ."

"ಹಾಗೇಕೆ ಕಲ್ಪಿಸುತ್ತೀರಿ ದೊರೆ, ಸತ್ತವರು ಹಿಂತಿರುಗುತ್ತಾರೆಯೇ ?" ಹತ್ತಿರ ಇದ್ದವರೊಬ್ಬರು ಮೆಲ್ಲನುಸುರಿದರು.

"ನನಗದು ಗೊತ್ತಿಲ್ಲವೆ? ಗೊತ್ತಿದೆ. ಆದರೆ ಮರಣ ನನ್ನ ತೊಡೆಯ ಮೇಲೆ ಸಂಭವಿಸಿದ್ದರೆ ಆ ದುಃಖದ ರೀತಿಯೇ ಬೇರೆ ಆಗುತ್ತಿತ್ತು," ಎಂದು ಹೇಳುತ್ತ, ಹೇಳುತ್ತ ಪ್ರಿಯಾಂನ ದುಃಖ ಚಂಡಮಾರುತದ ಹೊಡೆತಕ್ಕೆ ಸಿಕ್ಕ ಸಮುದ್ರದ ಅಲೆಗಳಂತೆ ವೇಗದಿಂದ ಬಂದು ರಪ್‌ರಪ್ ಎಂದು ಅಪ್ಪಳಿಸುತ್ತಿತ್ತು.

ದೊರೆಯೊಂದಿಗೆ ಮತ್ತೆಲ್ಲರೂ ದನಿಗೂಡಿಸಿ ದುಃಖ ತೋಡಿಕೊಂಡರು.

ಇವರ ನಡುವೆ ಆ ಹೆತ್ತೊಡಲಿನ ಆಕ್ರಂದನವೇ ಬೇರೆ!

"ಮಗು, ನಾನೀಗ ಅನಾಥೆ. ನೀನು ನನ್ನ ಕರುಳಿನ ಮೆಚ್ಚಿನ ಕುಡಿ. ನಿನ್ನ ಈ ಸಾವಿನ ನಂತರ ಹೇಗೆ ಉಸಿರು ಹಿಡಿದು ಬದುಕಿರಲಿ? ನೀನು ಈ ಇಡೀ ನಗರದ ಹೆಮ್ಮೆ ಪ್ರತಿಷ್ಠೆಗಳಿಗೆ ಕಾರಣನಾಗಿದ್ದೆ. ಇಲ್ಲಿನ ಗಂಡಸರು, ಹೆಂಗಸರು, ಎಲ್ಲರೂ ನಿನ್ನನ್ನು ದೇವರೆಂದೇ ಬಗೆದಿದ್ದರು. ಮಗು, ನೀನು ನನ್ನ, ನಾಡಿನ ಆಣಿಮುತ್ತು. ನಿನ್ನನ್ನು ಕಳೆದುಕೊಂಡು ನಾನು ಹೇಗೆ ಜೀವಿಸಿರಲಿ?" ಎಂದು ಎದೆಎದೆ ಬಡಿದುಕೊಂಡು ತಲೆಗೂದಲನ್ನು ಹಿಗ್ಗಾಮುಗ್ಗಾ ಕಿತ್ತುಕೊಳ್ಳತೊಡಗಿದಳು.

ಈ ಗೋಳು – ರೋದನ – ಮಹಾದ್ವಾರದ ಬಳಿಸಾಗಿತ್ತು ಓತಪ್ರೋತವಾಗಿ.

ಹೆಕ್ತಾರ್‌ನ ಪತ್ನಿ ಅಂದ್ರೋಮೆಖೆಗೆ ಇದಾವುದೂ ತಿಳಿಯದು, ಪಾಪ. ಅವಳು ತನ್ನ ಪಾಡಿಗೆ ತಾನು ಅರಮನೆಯಲ್ಲಿ ಕೆನ್ನೀಲಿ ವಸ್ತ್ರದ ಮೇಲೆ ಸುಂದರ ಹೂಗಳ ಕಸೂತಿ ಹಾಕುವುದರಲ್ಲಿ ಮಗ್ನಳಾಗಿದ್ದಳು. ನಡುವೆ ಏನನ್ನೋ ಜ್ಞಾಪಿಸಿಕೊಂಡವಳಂತೆ ಊಳಿಗದವಳೊಬ್ಬಳನ್ನು ಕರೆದು, "ಒಲೆಯ ಮೇಲೆ ಕಡಾಯಿ ಏರಿಸಿ ಚೆನ್ನಾಗಿ ನೀರನ್ನು ಕಾಯಿಸಿಡು. ಯುದ್ಧದಿಂದ ಹಿಂತಿರುಗುವ ಒಡೆಯನಿಗೆ ಬಿಸಿನೀರು ಸ್ನಾನಕ್ಕೆ ಸಿದ್ಧವಾಗಿರಲಿ. ಆ ಸ್ನಾನದಿಂದ ಯುದ್ಧದಾಯಾಸ ಪರಿಹಾರವಾಗುತ್ತದೆ. ಹೋಗು. ತಡಮಾಡಬೇಡ" ಎಂದು ಆಜ್ಞಾಪಿಸಿದಳು.

ಊಳಿಗದವಳು "ಅಪ್ಪಣೆ" ಎಂದು ಹೊರಟುಹೋದಳು.

ಪಾಪ, ಆಂದ್ರೋಮೆಖೆಗೆ ತನ್ನ ಗಂಡ ಹಿಂತಿರುಗುವುದಿಲ್ಲ. ಅವನೀಗ ಸ್ನಾನ ಮಾಡಲಾರ ಎಂಬುದು ಗೊತ್ತಿರಲಿಲ್ಲ.

ಮಹಾದ್ವಾರದ ಬಳಿಯ ಆಕ್ರಂದನ ಗಗನವನ್ನೇ ಛಿದ್ರ ಛಿದ್ರಗೊಳಿಸುವಂತೆ ಅತೀ ತಾರಕ್ಕೇರಿತು. ಆ ಆಕ್ರಂದನ ಅರಮನೆಯ ಒಳಕ್ಕೂ ನುಗ್ಗಿತು. ಹೆಕ್ತಾರನ ಪತ್ನಿಯ ಕಿವಿಗಳನ್ನೂ ಹೊಕ್ಕಿತು. ಅವಳ ಕೈಯಲ್ಲಿದ್ದ ಕಸೂತಿ ಕಡ್ಡಿ ದಾರದ ಉಂಡೆಯ ಸಮೇತ ಜಾರಿತು. ಅವಳ ಇಡೀ ಶರೀರ ಒಮ್ಮಿಂದೊಮ್ಮೆಲೇ ಥರಥರ ಕಂಪಿಸಿತು. ಅವಳು ಥಟ್ಟನೆ ಎದ್ದಳು. ಜೋಲಿ ಹೊಡೆಯುವಂತೆ ಆಯಿತು. ಸಾವರಿಸಿಕೊಂಡು ನಿಂತಳು. ದಿಕ್ಕುಕೆಟ್ಟವಳಂತೆ ಎದೆ ಅದುಮಿಕೊಂಡು ಮಿಕಮಿಕ ಎಂದು ಅತ್ತ ಇತ್ತ ನೋಡಿದಳು.

ಆ ಆಕ್ರಂದನ ನುಗ್ಗಿ ಬರುತ್ತಲೇ ಇತ್ತು.

ಅತೀವ ಗಾಬರಿಯಿಂದ ಆಕೆ ತನ್ನ ಊಳಿಗದವರನ್ನು ಕೂಗಿದಳು. ನಾಲ್ಕಾರು ಜನ ಒಮ್ಮೆಲೇ ದಿಗ್ಭ್ರಮೆಗೊಂಡವರಂತೆ ಓಡಿಬಂದರು.

ಭಯಕಂಪಿತಳಾದ ಆಂದ್ರೋಮೆಖೆಯ ಎದೆಯ ಉಬ್ಬರವಿಳಿತ ಕಮ್ಮಾರನ ತಿದಿಯಂತೆ ಭುಸು ಭುಸು ಎನ್ನುತ್ತಿತ್ತು. ಆ ಸ್ಥಿತಿಯಲ್ಲಿಯೇ, "ಯಾರಾದರೂ ಇಬ್ಬರು ನನ್ನೊಂದಿಗೆ ಬನ್ನಿ. ಈ ಆಕ್ರಂದನ ನನ್ನ ಪ್ರೀತಿಯ ಅತ್ತೆಯದು. ಅವರ ಯಾವ ಮಕ್ಕಳಿಗೆ ಏನು ಆಗಿದೆಯೋ ಪಾಪ. ಅಯ್ಯೋ ಇದೇನಿದು? ನನ್ನ ಕಾಲು ಮರಗಟ್ಟಿದಂತೆ ಆಗಿದೆ. ಯಾಕೋ ನನ್ನ ಕರುಳು ಹಿಂಡಿದಂತಾಗುತ್ತಿದೆ" ಎಂದಳು. ತಡೆದು ತಡೆದು ಅವಳ ಸರಣಿ ತಪ್ಪಿದ ಮಾತು ಸಾಗಿತ್ತು. ಹತ್ತಿಕ್ಕಿ ಬರುತ್ತಿದ್ದ ಉಸಿರನ್ನು ಸಾವರಿಸಿಕೊಳ್ಳಲು ಅವಳು ನಾಲ್ಕು ಕ್ಷಣ ತಡೆದಳು.

ಆಗ ಇದ್ದಕ್ಕಿದ್ದಾಗ ಹಾಗೇ "ಅಖ್ಯೆಲೇಸ್ ಏನಾದರೂ ನನ್ನ ಹೆಕ್ತಾರ್‌ನಿಗೆ ಘಾಸಿಪಡಿಸಿದ್ದರೆ ಎಂಬ ಯೋಚನೆ ಅವಳ ಮೆದುಳಿಗೆ ನುಗ್ಗಿ ವ್ಯಾಪಿಸಿಬಿಟ್ಟಿತು. "ಬೇಡ, ಬೇಡ. ದೇವರೇ ಅಂತಹ ಸುದ್ದಿಯು ಮಾತ್ರ ನನ್ನ ಕಿವಿ ಮುಟ್ಟುವುದು ಬೇಡ," ಎಂದು ಗಟ್ಟಿಯಾಗಿ ಒದರಿದಳು, ತನ್ನ ಮೆದುಳನ್ನು ಆಕ್ರಮಿಸಿಕೊಂಡ ಯೋಚನೆಯನ್ನು ಗದರಿ ಆಚೆಗೆ ಅಟ್ಟಲು ಸಾಧ್ಯ ಎಂದು ಭಾವಿಸಿ.

ಆದರೆ ಅದು ಅಷ್ಟು ಸುಲಭದ ಕೆಲಸವಾಗಿರಲಿಲ್ಲ. ಅವಳಿಗೆ ತನ್ನ ವೀರ ಪತಿಯ ಸ್ವಭಾವ ಗೊತ್ತೇ ಇತ್ತು. ಅವನು ಎಂದಿಗೂ ಉಳಿದವರೊಡನೆ ಕೋಟೆಯೊಳಕ್ಕೆ ಬರುವವನಲ್ಲ. ಶತ್ರು ಯಾರೇ ಆಗಲಿ, ಅಂಜದೆ ತಾನೊಬ್ಬನೇ ಅವನನ್ನು ಇದಿರಿಸಿ ನಿಲ್ಲುವ ಯೋಧಾಗ್ರಣಿ ಎಂಬುದೆಲ್ಲ ಗೊತ್ತಿತ್ತು. ಅದರಿಂದ, "ಒಂದುವೇಳೆ ಹಟಮಾರಿತನದಿಂದ ಒಬ್ಬನೇ ಅಖ್ಯೆಲೇಸ್‌ನನ್ನು

ಇದಿರಿಸಿದ್ದರೆ...ಒಬ್ಬನೇ...ಇದಿರಿಸಿದ್ದರೆ...ಅಯ್ಯೋ!..." ಎಂದು ಎದೆ ಎದೆ ಬಡಿದುಕೊಳ್ಳುತ್ತಾ ತಲೆಗೂದಲನ್ನು ಜಗ್ಗಿಕೊಳ್ಳುತ್ತಾ ಅವಳು ಅರಮನೆಯಿಂದ ಹೊರಟೇಬಿಟ್ಟಳು.

ಇಬ್ಬರು ಊಳಿಗದವರು ಮೌನದ ಕಣ್ಣೀರು ಸುರಿಸುತ್ತಾ ಒಡತಿಯನ್ನು ಹಿಂಬಾಲಿಸಿದರು.

ಮಹಾದ್ವಾರದ ಬಳಿ ಉಳಿದವರಿದ್ದ ತಾಣಕ್ಕೆ ಆಕೆ ಬಂದಳು. ಕಣ್ಣಾರ ಕಂಡಳು.

ಅಖೈಲೇಸ್ ಎದೆಗವಚಾದಿಗಳನ್ನು ತನ್ನ ರಥದೊಳಕ್ಕೆ ಹಾಕಿಕೊಂಡು ರಥವೇರಿದ. ಹೆಕ್ತಾರನ ಕಾಲುಗಳನ್ನು ರಥದ ಹಿಂಬದಿಗೆ ಬಿಗಿಸಲಾಗಿತ್ತು. ಅವನ ತಲೆ ನೆಲದ ಮೇಲೆ ಬಿದ್ದಿತ್ತು, ಶರೀರದ ಸ್ವಲ್ಪ ಭಾಗದೊಂದಿಗೆ. ಅಖೈಲೇಸ್ ಕಡಿವಾಣ ಜಗ್ಗಿದ. ಕುದುರೆಗಳು ಓಡತೊಡಗಿದವು. ಹೆಕ್ತಾರ್‌ನ ಶರೀರ ನೆಲದ ಮೇಲೆ ಹೊರಳುತ್ತಾ ತಿರಿಚುತ್ತಾ ಧೂಳೆಬ್ಬಿಸುತ್ತಾ ಧೂಳು ಕವಿದ ರಥದ ಹಿಂದೆ ದರದರನೆ ಸಾಗಿತ್ತು.

ತಮ್ಮ ಅತ್ಯಂತ ಪ್ರಾಚೀನವಾದ ತ್ರೋಯ್ ನಗರವಿಡೀ ಸುಟ್ಟು ಬೂದಿಯಾಗಿದ್ದರೂ ಜನತೆ ಆ ಬಗೆಯ ಪ್ರಲಾಪ ಮಾಡುತ್ತಿರಲಿಲ್ಲ. ಅವರ ಪ್ರಲಾಪ ದಿಕ್ ದಿಗಂತವನ್ನೆಲ್ಲಾ ವ್ಯಾಪಿಸಿಬಿಟ್ಟಿತು.

ಅಂದ್ರೋಮೆಖೆಯ ಕಣ್ಣು ಕಪ್ಪಿಟ್ಟಿತು. ಹಾಗೆಯೇ ಹಿಂದಕ್ಕೆ ವಾಲಿ ಕುಸಿದು ಮೂರ್ಛೆ ಹೋದಳು. ಅವಳ ಮುಡಿ ಬಿಚ್ಚಿ ಕೆದರಿ ನೆಲದ ಮೇಲೆ ಹರಡಿತು. ತಲೆಗುಲಾವಿ ದೂರಕ್ಕೆ ಚಿಮ್ಮಿತ್ತು. ಮುಡಿ ವೃತ್ತಕ ಹಾಗೂ ಇತರ ಆಭರಣಗಳು ಚೆಲ್ಲಾಪಿಲ್ಲಿಯಾದವು. ಅವಕುಂಠನ ಜಾರಿ ಗಾಳಿಯಲ್ಲಿ ತೂರಿಹೋಯಿತು. ಅವುಗಳನ್ನೆಲ್ಲ ಸ್ವತಃ ಅಫ್ರೋದಿತೆಯೆ ಬಳುವಳಿಯಾಗಿ ತವರು ಮನೆಯಿಂದ ಗಂಡನ ಮನೆಗೆ ಬರುವಂದು ಕೊಟ್ಟಿದ್ದಳು. ಪ್ರೀತಿಯ ಬಳುವಳಿ- ಅದೂ ಪ್ರೇಮ ದೇವತೆಯಿಂದ ಬಂದವು. ಈ ಬಗೆಯ ಅಪಮಾನಕ್ಕೆ ಎಡೆಯಾಗುವುದೆ? ಆದರೆ ಮೂರ್ಛೆಗೆ ಯಾವ ಬಗೆಯ ತಾರತಮ್ಯವೂ ತಿಳಿಯದು.

ಹೆಕ್ತಾರ್‌ನ ಸೋದರಿಯರು, ಅತ್ತಿಗೆ ನಾದಿನಿಯರು ಮೂರ್ಛೆ ಬಿದ್ದಿದ್ದ ಆಂದ್ರೋಮೆಖೆಯ ಸುತ್ತ ಕೂತು ಶೈತ್ಯೋಪಚಾರ ಮಾಡಿದರು. ಬಹಳ ಹೊತ್ತಿನ ಮೇಲೆ ಅವಳು ಮೆಲ್ಲನೆ ಕಣ್ಣುಬಿಟ್ಟಳು.

"ಅಯ್ಯೋ ಹೆಕ್ತಾರ್. ನನ್ನಂತಹ ಅಭಾಗ್ಯ ಹೆಣ್ಣನ್ನು ನೀನೇಕೆ ತ್ರೋಯ್ ಅರಮನೆಗೆ ತಂದೆ? ನಮ್ಮಿಬ್ಬರ ವಿಧಿಯೂ ಬಹುಶಃ ಒಂದೇ ಆಗಿರಬೇಕು. ಎಂತಲೇ ಹೀಗಾಯಿತು. ನಾನು ಹುಟ್ಟದೇ ಇದ್ದಿದ್ದರೆ ಎಷ್ಟು ಚೆನ್ನಾಗಿರುತ್ತಿತ್ತು... ಈಗ ನೀನು ನನ್ನೊಬ್ಬಳನ್ನು ಇಲ್ಲಿ ಬಿಟ್ಟು ಈ ಲೋಕದಿಂದ ತೆರಳಿಬಿಟ್ಟೆ. ಪಾತಾಳಲೋಕವನ್ನು ಸೇರಿಕೊಂಡು ಬಿಟ್ಟೆ. ಈಗ ನಾನೊಬ್ಬಳೇ... ಅಯ್ಯೋ... ಒಬ್ಬಳೇ... ಅಲ್ಲ... ನನ್ನ ಜೊತೆಗೆ ನನ್ನ ನಿನ್ನ ಇಬ್ಬರ ಫಲ... ಪುಟ್ಟ ಕಂದಮ್ಮ... ಶತ್ರುಗಳಿಂದ ಅವನಿಗಿನ್ನೇನು ಕಾದಿದೆಯೋ... ಒಂದು ವೇಳೆ ಎಲ್ಲವನ್ನು ಅವರು ದೋಚಿಬಿಟ್ಟರೆ ಆ ಮಗುವಿನ ಗತಿಯೇನು?... ನೋಡಿಕೊಳ್ಳುವವರಾರು?... ನೆರವಿಗಾಗಿ ಮನೆ ಮನೆ ಅಲೆಯಬೇಕಾದ ಪ್ರಸಂಗ ಬಂದರೆ?... ವಿಧಿಯಿಲ್ಲದೆ ಮನೆ ಮನೆ ಅಲೆದಾಗ 'ಥು ಹಾಳು ದುರದೃಷ್ಟದ ಮಗು, ಮನೆಹಾಳು ಮಗು. ಇದರ ಮುಖ ನೋಡಬಾರದು' ಎಂದು ಅವನಿಗೆ ಛೀಮಾರಿ ಹಾಕಿದರೆ... ಅವಮಾನಪಡಿಸಿದರೆ... ಮಗು ನನ್ನ ಬಳಿಗೋಡಿ ಬಂದು ಬವಣೆ ಹೇಳಿಕೊಂಡರೆ... ಅಯ್ಯೋ ವಿಧವೆ ನಾನು ಏನು ಮಾಡಬಲ್ಲೆ?... ದೊರೆಯ ಮಗ ಅವನು. ಬಯಸಿದ್ದನ್ನು ಪಡೆಯಬೇಕಾದ ಅದೃಷ್ಟಶಾಲಿ, ಸದಾ ಸುಪ್ಪತ್ತಿಗೆಯಲ್ಲಿ ಮಲಗುತ್ತಿದ್ದ... ಅಂಥವನ ಭವಿಷ್ಯ... ಅಯ್ಯೋ ದೇವರೆ ಇದೇನು ಗತಿ!" ಮಗನ ಭವಿಷ್ಯ ಯೋಚಿಸಿ ಮಾತೃ ಹೃದಯ ಹುಚ್ಚೆದ್ದಿತು.

ಉಳಿದ ಹೆಂಗಸರೆಲ್ಲ ತಾಯಿಯ ಈ ದುಃಖದೊಂದಿಗೆ ದನಿಗೂಡಿಸಿದರು.

ಅವಳ ಅಳಲು ಮುಂದುವರಿಯಿತು:

"ಅಲ್ಲಿ ವೈರಿ ಶಿಬಿರದಲ್ಲಿ ನಿನ್ನ ಶರೀರವನ್ನು ನಾಯಿಗಳು ಕಿತ್ತಾಡುತ್ತವೆ; ಹರಿಯುವ ಹುಳಗಳು ಕೊರೆಯುತ್ತವೆ. ತ್ರೋಯ್‌ಯ ನಿನ್ನ ಮನೆಯಲ್ಲಿ ನುಣುಪು ಅರಿವೆಗಳ ದಾಸ್ತಾನಿದೆ. ನಿನಗಿನ್ನು ಅದರ ಅಗತ್ಯವಿಲ್ಲ. ಆ ಇಡೀ ದಾಸ್ತಾನಿಗೆ ಕಿಚ್ಚು ಇಟ್ಟು ಉರಿಸುವೆ. ತ್ರೋಯ್ ಜನರ ದೃಷ್ಟಿಯಲ್ಲಿ ಈ ಉರಿ ನಿನಗೆ ಸಲ್ಲುವ ಗೌರವದ ಕಾಣಿಕೆ."

* * *

ಬಳಿಕ ಜೀಯಸ್ ದೇವನ ಮಧ್ಯ ಪ್ರವೇಶದಿಂದ ಹೆಕ್ತಾರ್‌ನ ಶವಕ್ಕೆ ದಹನ ಸಂಸ್ಕಾರ ಲಭ್ಯವಾಯಿತು.

ಇಥಾಕಾದ ಕೂಡುಹ*

ರಾತ್ರಿ ಬಹಳ ಹೊತ್ತಾಗಿತ್ತು.

ತಾಯಿ, ಮಗ ಇಬ್ಬರೂ ಇದಿರುಬದಿರಾಗಿ ಮೌನ ಮುದ್ರೆ ಧರಿಸಿ ಕುಳಿತಿದ್ದರು. ಆದರೆ ಇಬ್ಬರ ಮುಖದ ಮೇಲೂ ಗಾಢವಾದ ಆಲೋಚನೆ ತಾಂಡವವಾಡುತ್ತಿತ್ತು. ಯಾವುದೋ ಅತ್ಯಂತ ಗಹನವಾದ ವಿಚಾರದಲ್ಲಿ ಅವರಿಬ್ಬರೂ ಸಾಕಷ್ಟು ಚರ್ಚೆ ನಡೆಸಿದ್ದರು; ವಿಚಾರ ವಿನಿಮಯ ಮಾಡಿಕೊಂಡಿದ್ದರು – ಎಂದು ಭಾವಿಸಲು ಅವರ ಆಲೋಚನಾಭಂಗಿ ಅವಕಾಶ ನೀಡುತ್ತಿತ್ತು.

ಮಗ ಕೂತಿದ್ದ ಹಾಗೆಯೇ ತೊಡೆತಟ್ಟಿ, "ಸರಿ ಅದೊಂದೇ ಮಾರ್ಗ" ಎಂದು ಧಿಡಂಗನೆದ್ದು ನಿಂತ.

ತಾಯಿ ಮಗನತ್ತ ದೃಷ್ಟಿ ಹೊರಳಿಸಿದಳು. ಅವಳ ದೃಷ್ಟಿಯಲ್ಲಿ ಪ್ರಶ್ನೆಯಿತ್ತಾದರೂ ಬಾಯಲ್ಲಿ ಮಾತು ಹೊರಡಲಿಲ್ಲ.

"ಅಮ್ಮ ಬಹಳ ದಿನ ನಾವು ಈ ಕಷ್ಟವನ್ನನುಭವಿಸ ಬೇಕಾಗಲಾರದು. ನಾನೀಗ ಒಂದು ನಿರ್ಧಾರಕ್ಕೆ ಬಂದಿದ್ದೇನೆ. ಅದು ಯುಕ್ತ ಫಲವನ್ನು ನೀಡಬಹುದು ಎಂದು ನನಗನ್ನಿಸಿದೆ."

"ಏನು ನಿರ್ಧಾರ?" ತಾಯಿ ಮೆದುವಾಗಿ ಪ್ರಶ್ನಿಸಿದಳು.

"ನಾನು, ನಾಳೆಯ ದಿವಸ ನಮ್ಮ ರಾಜ್ಯದ ಮುಂದಾಳುಗಳ ಹಾಗೂ ಪ್ರಮುಖ ಹಿರಿಯರ ಕೂಡುಹವೊಂದನ್ನು ಸೇರಿಸಲು ನಿರ್ಧರಿಸಿದ್ದೇನೆ. ಸತತವಾಗಿ ನಿನಗೆ ತೊಂದರೆ ಕೊಡುತ್ತಿರುವ, ನಮ್ಮ ಆಸ್ತಿಗೆ ಎರವಾಗುತ್ತಿರುವ ಈ ಯುವಕ ತಂಡದ ದಾಳಿಯನ್ನು ನಿವಾರಿಸಿಕೊಳ್ಳುವ ಬಗೆಗೆ ವಿಚಾರ ವಿನಿಮಯಕ್ಕೆ ಆ ಕೂಡುಹದಲ್ಲಿ ಪ್ರಯತ್ನಿಸುತ್ತೇನೆ."

"ಮಗು, ತೆಲೆಮಾಖೋಸ್, ಈ ನಾಯಿ ನವಸಿಗರ ಕೈಯಲ್ಲಿ ನ್ಯಾಯ ಸಿಗುತ್ತದೆ ಎಂದು ನಿನಗೇನು ಭರವಸೆ?"

---

* ಕೂಡುಹ : ಗ್ರೀಸಿನ ಪಟ್ಟಣಗಳಲ್ಲಿ ದೂರು – ವಿಚಾರಣೆ, ವಿವಾದ – ತೀರ್ಮಾನ ನಿಯೋಜಿತ ಬಯಲಿನಲ್ಲಿ ನಡೆಯುತ್ತಿದ್ದುವು. ಕೊಡುಕೊಳ್ಳುವಿಕೆಯ ಸಂತೆ ತಾಣವೂ ಅದೇ. ಜನ ಕೂಡುವ ಸ್ಥಳವನ್ನು ಕೂಡುಹ ಎಂದು ಕರೆಯಲಾಗಿದೆ.

"ಅಮ್ಮ, ನಮ್ಮ ಈ ಇಥಾಕಾ ದ್ವೀಪದಲ್ಲಿ ನ್ಯಾಯ ಪಕ್ಷಪಾತಿಗಳು ಇನ್ನೂ ಇದ್ದಾರೆಂಬ ನಂಬಿಕೆ ನನಗೆ ಇದೆ."

"ಅಂತಹವರ ಸಂಖ್ಯೆ ಬಹಳ ಕಡಿಮೆ ಮಗು. ನಿಜವಾಗಿ ಅಂತಹವರು ಹೆಚ್ಚು ಜನ ಇದ್ದಿದ್ದರೆ ನನಗೇಕೆ ಈಗಿನ ಬವಣೆ ಇರುತ್ತಿತ್ತು? ನಮ್ಮ ಈ ಅರಮನೆಯ ಗ್ರಾಸವೆಲ್ಲ ಏಕೆ ದಿನ ನಿತ್ಯ ಅನ್ಯರಿಗಾಗಿ ವಿನಿಯೋಗಿಸಬೇಕಾಗಿ ಬರುತ್ತಿತ್ತು? ಕಿವಿತೂತು ಬಿದ್ದು ಹೋಗುವ ಹಾಗೇ ಪದೇಪದೇ ಅವರ ಅಸಹ್ಯ ಮಾತು ಕೇಳುತ್ತ ಕೂತಿರಬೇಕಾಗಿ ಬರುತ್ತಿತ್ತು? ದುರಾಸೆಬಡಕರೇ ಈಗ ಬಹುಸಂಖ್ಯೆಯಲ್ಲಿದ್ದಾರೆ ಮಗು."

"ಇರಬಹುದು. ಆದರೆ ನಾವೇಕೆ ಆ ದುರಾಸೆಬಡಕರ ಬಯಕೆಗೆ ಮಣಿಯಬೇಕು?"

"ಮಗು, ನಮ್ಮದು ಸಂದಿಗ್ಧ ಪರಿಸ್ಥಿತಿ. ನಾವಾದರೂ ಖಚಿತವಾಗಿ ಏನನ್ನೂ ಹೇಳುವ ಸ್ಥಿತಿಯಲ್ಲಿ ಇಲ್ಲ. ಅದಕ್ಕೆ ಸಾಕ್ಷಿ ಪುರಾವೆ ನೀಡುವ ಸ್ಥಿತಿಯಲ್ಲಿಯೂ ಇಲ್ಲ."

"ಅಮ್ಮ, ಪರಿಶುದ್ಧ ಅಂತರಂಗ ನಮ್ಮದು. ನೀನೇ ಹೇಳು, ನನ್ನ ತಂದೆ ಒದ್ಯೆಸೆಯೂಸ್ ಬದುಕಿಲ್ಲವೆಂದು ಹೇಳಬಲ್ಲೆಯಾ?"

"ಅವರು ಜೀವಂತ ಇದ್ದಾರೆಂಬ ನಂಬಿಕೆ ಇಲ್ಲದೆ ಇದ್ದರೆ, ನಾನೇಕೆ ಈ ನಾಯಿ ನವಸಿಗರ ತಂಡವನ್ನು ನಿವಾರಿಸಿಕೊಳ್ಳಲು ಪ್ರಯತ್ನಿಸುತ್ತಿದ್ದೆ? ನಿನ್ನ ತಂದೆ ಶೂರಾಗ್ರಣಿ. ನ್ಯಾಯಪರ. ದೈವಬಲವುಳ್ಳವರು."

"ಕೂಡುಹ ಕರೆದು ಹಾಗೆಂದೇ ಹೇಳುತ್ತೇನೆ."

"ಅವರು ನಂಬಬೇಕಲ್ಲ. ಅವರನ್ನು ನಂಬಿಸಲು ಆಧಾರಗಳು ಬೇಕಲ್ಲ."

"ನಾವೇಕೆ ಅವರಂತೆ ಆಲೋಚಿಸಬೇಕು ಅಮ್ಮ?"

"ಅವರ ಆಲೋಚನೆಗಳ ರೀತಿ ತಿಳಿದಲ್ಲದೆ ಅದಕ್ಕೆ ನಾವೇನು ಸಮಾಧಾನ ಕೊಡಲು ಸಾಧ್ಯ ಮಗು?"

"ಸಮಾಧಾನ ಕೊಡಲೆಂದೇ ಈ ಸನ್ನಾಹ. ಪ್ರಯತ್ನಿಸೋಣ."

"ಪ್ರಯತ್ನಿಸು ಮಗು. ಸಾಫಲ್ಯ ದೊರೆತರೆ, ಅದರಿಂದ ನನಗೇ ಒಳಿತಾಗುತ್ತದೆಯಲ್ಲವೇ?"

"ಸರಿ. ನೀನಿನ್ನು ಮಲಗು. ನಾಳೆ ಕೂಡುಹ." ಎಂದು ತೆಲೆಮಾಖೋಸ್ ತನ್ನ ಶಯನಾಗಾರಕ್ಕೆ ಹೋದ.

* * *

ಬೆಳಗಾಗುತ್ತಿದ್ದ ಹಾಗೆಯೇ ತೆಲೆಮಾಖೋಸ್ ಸುದ್ದಿ ವಾಹಕರನ್ನು ಬರಮಾಡಿದ. ಅವರಿಗೆ ಏನು ಸುದ್ದಿ ಸಾರಬೇಕೆಂಬುದನ್ನು ತಿಳಿಯಹೇಳಿದ. ಅದೇ ರೀತಿ ಆ ಸುದ್ದಿ ವಾಹಕರು, ನಗರದ ಬೀದಿ ಬೀದಿಗಳಲ್ಲಿ, ಗಲ್ಲಿಗಲ್ಲಿಗಳಲ್ಲಿ 'ಮಾತು ತುತೂರಿ'ಗಳ ಮುಖಾಂತರ ಕೂಡುಹದ ಕರೆ ನೀಡಿದರು. ಆದರೆ ಕರೆ ಯಾರಿಂದ ಎಂಬುದನ್ನು ಮಾತ್ರ ಹೇಳಲಿಲ್ಲ.

ಯುಕ್ತ ಸಮಯದಲ್ಲಿ ನಿಯೋಜಿತ ಬಯಲಲ್ಲಿ ಸೇರಿತು ಕೂಡುಹ. ಇಥಾಕಾದ ವೃದ್ಧರು, ಜ್ಞಾನಿಗಳು, ಶಾಸ್ತ್ರವೇತ್ತರು, ಮುಂದಾಳುಗಳು, ಪ್ರಮುಖರು, ಆಡಳಿತ ಮುಖ್ಯರು ಯುವಕರು ಎಲ್ಲರೂ ಸೇರಿದರು.

ತೆಲೆಮಾಖೋಸ್ ತನ್ನ ರಾಜ ಉಡಿಗೆಯಲ್ಲಿ ರಾಜ ತೋಮರ ಹಿಡಿದು ಬಂದ. ನೆರೆದಿದ್ದ ಜನ ರಾಜಕುಮಾರನ ತೇಜಃಪುಂಜವಾದ ಮುಖ, ಅವನ ಸಿಂಹ ಗಂಭೀರ ನಡಿಗೆಯನ್ನು ನೋಡಿ ಹೃನ್ಮನಗಳಲ್ಲಿ ಮೆಚ್ಚಿಕೊಂಡರು. ಹಿರಿಯರು ಸಹ ಗೌರವದಿಂದ ಅವನಿಗೆ ದಾರಿ

ಬಿಟ್ಟುಕೊಟ್ಟರು. ಆದರೆ ಅವನ ಆ ವ್ಯಕ್ತಿತ್ವಕ್ಕೆ ಸಾಕ್ಷಾತ್ ಅಥೆನೆ ದೇವತೆಯ ಒಲವು ವರಗಳು ಕಾರಣ ಎಂಬುದು ಅವರಾರಿಗೂ ತಿಳಿಯದು.

ತೆಲೆಮಾಖೋಸ್ ನೇರವಾಗಿ ಹೋಗಿ ತೆರವಾಗಿದ್ದ ತನ್ನ ತಂದೆಯ ಆಸನದಲ್ಲಿ ಮಂಡಿಸಿದ.

ಇಡೀ ಜನ ಹಲವು ಕ್ಷಣಗಳ ಕಾಲ ಮೌನವಾಗಿ ಕುಳಿತಿದ್ದರು. ಆಮೇಲೆ ವಯಸ್ಸು, ಅನುಭವದಲ್ಲಿ ಎಲ್ಲರಿಗಿಂತ ಹಿರಿಯ ತಿಳಿವಳಿಕಸ್ತ, ಗೌರವಾನ್ವಿತ ಐಗಿಪ್ತಿಯೋಸ್ ಎದ್ದು ನಿಂತ. ಬಾಗಿದ ಶರೀರದ ಅವನು, "ಬಾಂಧವರೇ, 'ಏನೋ ಹೇಳಬೇಕೆನ್ನಿಸಿತು. ಎದ್ದು ನಿಂತಿದ್ದೇನೆ. ವರ್ಷಗಳು ಉರುಳಿಹೋಗಿವೆ' – ಇಂತಹ ಒಂದು ಸಮಾಲೋಚನಾ ಕೂಡುಹ ಸೇರಿ. ಈ ಮೊದಲು ಸೇರಿದ್ದ ಕಡೇ ಕೂಡುಹ ಎಂದರೆ, ನಮ್ಮ ನೆಚ್ಚಿನ ದೊರೆ ಒದ್ಯೆಸೆಯೂಸ್ ಅವರು ಸೇರಿಸಿದ್ದುದು. ಅನೇಕ ವರ್ಷಗಳ ಹಿಂದೆ. ಅದೇ ಟ್ರೋಯ್ ಮೇಲಿನ ಯುದ್ಧಕ್ಕೆ ಅಖೈಯಾನರ ನೆರವಿಗೆಂದು ಹಡಗು ಪಡೆಯೊಂದಿಗೆ ಹೊರಡುವ ಮುನ್ನ. ಆ ಮೇಲಿನ ದೀರ್ಘಾವಧಿಯಲ್ಲಿ ನಾವೆಲ್ಲ ಹೀಗೆ ಕೂಡಿಯೇ ಇಲ್ಲ. ಈ ಅವಧಿಯಲ್ಲಿ ಏನೆಲ್ಲ ನಡೆದುಹೋಗಿದೆ ಎಂಬುದನ್ನು ನೆನಸಿಕೊಂಡರೆ ನನ್ನ ಮೈ ನಡುಗುತ್ತದೆ." ಎಂದು ಮಾತನ್ನು ನಿಲ್ಲಿಸಿದ. ಅವನ ಕಣ್ಣಲ್ಲಿ ಥಟ್ಟನೆ ಉಕ್ಕಿದ ಕಣ್ಣೀರನ್ನು ಒರೆಸಿಕೊಳ್ಳಲು ಭುಜದಿಂದ ಇಳಿಬಿದ್ದಿದ್ದ ಉಡಿಗೆಯ ನೆರಿಗೆಯ ತುದಿಯನ್ನು ಕಣ್ಣಿಗೊಯ್ದ.

ಪಾಪ! ಹಳೆಯ ಸ್ಮರಣೆಗಳು ದುಃಖ ಮರುಕಳಿಸುವಂತೆ ಮಾಡಿರಬೇಕು.

ದೊರೆ ಒದ್ಯೆಸೆಯೂಸ್ ಯುದ್ಧಕ್ಕೆ ನೌಕಾಪಡೆಯೊಂದಿಗೆ ಹೋದಾಗ ಐಗಿಪ್ತಿಯೋಸ್‌ನ ಮಗ ಅಂತಿಫೂಸ್ ಸಹ ಹೋಗಿದ್ದ. ಅವನನ್ನು ಕೈಕ್ಲೋಪ್ ಅನಾಗರಿಕ ರೀತಿಯಲ್ಲಿ ಕೊಂದಿದ್ದ.

ಮಗನ ಸಾವಿನ ನೆನಪಿನೊಂದಿಗೇ ಆ ಹಿರಿಯನಿಗೆ ತನ್ನ ಉಳಿದ ಮೂವರು ಮಕ್ಕಳ ನೆನಪೂ ಆಯಿತು. ಅವರಲ್ಲಿಬ್ಬರೇನೋ ತಮ್ಮ ಪಾಡಿಗೆ ತಾವು ಭೂಮಿಕಾಣಿಗಳನ್ನು ನೋಡುತ್ತಾ ಯಾವುದಕ್ಕೂ ಪ್ರವೇಶಿಸದೆ ತೆಪ್ಪಗಿದ್ದು ಬಿಟ್ಟಿದ್ದಾರೆ. ಆದರೆ ಇನ್ನೊಬ್ಬ ಮಗ ಯೂರಿನೋಮೋಸ್, ದೊರೆ ಒದ್ಯೆಸೆಯೂಸ್‌ನ ಪತ್ನಿ ಪೆನೆಲೋಪ್ಯೆಆಳ ಕೈ ಹಿಡಿಯಬೇಕೆಂಬ ಆತುರಗಾರರಲ್ಲೊಬ್ಬನಾಗಿದ್ದಾನೆಂಬ ವಿಷಯವೂ ಸ್ಮರಣೆಗೆ ಬಂದು, ಅವನ ಮನಸ್ಸು ತುಂಬಾ ವ್ಯಗ್ರವಾಯಿತು. ಒಮ್ಮೆ ದೀರ್ಘವಾಗಿ ಉಸಿರೆಳೆದುಕೊಂಡ.

ಮತ್ತೆ ಮುದುಕ ಮಾತನ್ನು ಮುಂದುವರಿಸಿದ. "ಈ ಕೂಡುಹವನ್ನು ಯಾರು ಕರೆದಿದ್ದಾರೆಂಬುದು ಗೊತ್ತಿಲ್ಲ. ಇದನ್ನು ಏನು ಕಾರಣ ಕರೆಯಲಾಗಿದೆಯೆಂಬುದೂ ಗೊತ್ತಿಲ್ಲ. ಆದರೂ ಕುತೂಹಲದಿಂದ ಬಂದಿದ್ದೇನೆ. ನಮ್ಮ ಮೇಲೆ ಯಾರಾದರೂ ದಾಳಿ ಮಾಡುವ ಸಂಭವವಿದೆಯೆಂಬ ಕಾರಣದಿಂದ ಈ ಕೂಡುಹವನ್ನು ಕರೆಯಲಾಗಿದೆಯೇ? ಅಥವಾ ಯಾವುದಾದರೂ ಸಾರ್ವಜನಿಕ ಆಸಕ್ತಿ ಕೆರಳಿಸುವ ಚರ್ಚೆಗೆ ಕರೆಯಲಾಗಿದೆಯೇ? ಇಲ್ಲ ಯಾವುದಾದರೂ ವ್ಯಕ್ತಿಗೆ ಸಂಬಂಧಿಸಿದ ವಿಷಯದ ಸಮಾಲೋಚನೆಗಾಗಿ ಕರೆಯಲಾಗಿದೆಯೇ? ಅವು ಏನೇ ಇರಲಿ ಕೂಡುಹವನ್ನು ಕರೆದುದಂತೂ ಒಳಿತಾಯಿತು. ಈ ಕೂಡುಹಕ್ಕೆ ಯಾರು ಕಾರಣರೋ ಅವರಿಗೆ ಸರ್ವಶಕ್ತ ಜೇಯಸ್‌ನ ದಯೆ ಲಭಿಸಲಿ" ಎಂದು ತನ್ನಾಸನದಲ್ಲಿ ಮಂಡಿಸಿದ.

ಆ ಹಿರಿಯನ ಈ ಮಾತುಗಳು ತೆಲೆಮಾಖೋಸ್‌ಗೆ ಪ್ರೋತ್ಸಾಹಕರ ಎನಿಸಿದವು. ಇದು ಶುಭ ಸೂಚನೆ ಎಂದು ಸಹ ಅವನು ಪರಿಗಣಿಸಿದ. ಸ್ವತಃ ಅವನಿಗೂ ಮಾತನಾಡಬೇಕೆಂಬ ಆತುರವಿತ್ತು. ಅವನೆದ್ದು ನಿಂತ.

ಕೂಡಲೇ ಅರಮನೆಯ ದೂತ ಪೆಯಿಸೆನೋರ್ ರಾಜದಂಡವನ್ನು ಅವನ ಕೈಗೆ ಕೊಟ್ಟ.

ತೆಲೆಮಾಖೋಸ್ ಅದನ್ನು ಹಿಡಿದು ಗಂಭೀರವಾಗಿ ತನ್ನ ಮಾತನ್ನು ಆರಂಭಿಸಿದ – "ಸನ್ಮಾನ್ಯರೇ, ಈ ಕೂಡುಹಕ್ಕೆ ಕಾರಣನಾದ ವ್ಯಕ್ತಿ ದೂರದಲ್ಲೇನೂ ಇಲ್ಲ. ಅವನಿಲ್ಲಿಯೇ ನಿಮ್ಮಿದಿರಿನಲ್ಲಿಯೇ ಇದ್ದಾನೆ", ಎಂದು ಮಾತು ನಿಲ್ಲಿಸಿದ.

ಜನರ ಪ್ರತಿಕ್ರಿಯೆ ನೋಡಲೆಂದು ಮಾತು ನಿಲ್ಲಿಸಿದನೋ ಅಥವಾ ಥಟ್ಟನೆ ಅವನಲ್ಲಿ ಯಾವುದಾದರೂ ಸಂಕೋಚ ಆವರಿಸಿತೋ ತಿಳಿಯದು.

ಆದರೆ ಅಲ್ಲಿ ಸೇರಿದ್ದವರೆಲ್ಲರೂ ಹುಡುಕು ನೋಟದಿಂದ ಕುತೂಹಲ ಭರಿತರಾಗಿ ಕೂಡುಹದ ಸುತ್ತಲೂ ಕಣ್ಣು ಹೊರಳಿಸಿದರು.

ತೆಲೆಮಾಖೋಸ್ ಅದನ್ನು ಗಮನಿಸಿದ. "ಬೇರೆ ಯಾರೂ ಅಲ್ಲ. ಈ ಕೂಡುಹ ಕರೆದವನು ನಾನೇ! ನಮ್ಮ ಮೇಲೆ ದಾಳಿಯೆಂಬ ಸಂಭವನೀಯ ಸುದ್ದಿ ಯಾವುದೂ ಇಲ್ಲ. ಚರ್ಚಿಸಬೇಕಾದಂತಹ ಸಾರ್ವಜನಿಕ ವಿಚಾರ ಸಹ ಯಾವುದೂ ಇಲ್ಲ. ಸ್ವತಃ ನಾನೇ ಬಹಳ ತೊಡಕಿನಲ್ಲಿ ತೊಳಲುವಂತಾಗಿದೆ. ಆ ಸ್ವವಿಷಯವನ್ನು ನಿಮ್ಮೆಲ್ಲರ ಗಮನಕ್ಕೆ ತರಬಯಸಿ ಈ ಕೂಡುಹವನ್ನು ಕರೆದಿದ್ದೇನೆ. ಇದು ಕೇವಲ ನಮ್ಮ ಸ್ವಂತ ಮನೆತನಕ್ಕೆ ಸೇರಿದ ವಿಷಯ," ಎಂದು ಅವನು ಸ್ಪಷ್ಟೀಕರಣ ನೀಡಿದ.

ತನ್ನ ಮಾತು ಅಲ್ಲಿ ಸೇರಿದ್ದವರ ಮನಸ್ಸಿಗೆ ನಾಟಿದೆಯೆ ಇಲ್ಲವೆ ಎಂಬುದನ್ನು ತಿಳಿಯ ಬಯಸಿ ಅರಸುವ ನೋಟದಿಂದ ಸುತ್ತಲೂ ನೋಡಿದ. ಮಾತು ನಾಟಿದೆಯೆನಿಸಿತು.

ಅವನು ಮಾತನ್ನು ಮುಂದುವರಿಸಿದ. "ನಮ್ಮ ತಂದೆ, ನಿಮ್ಮೆಲ್ಲರ ಅಚ್ಚುಮೆಚ್ಚಿನ ಪ್ರೀತಿಯ ದೊರೆ. ಹಡಗು ಪಡೆಯೊಂದಿಗೆ ದಾಳಿಗೆಂದು ಹೋದವರು ಇನ್ನೂ ಹಿಂತಿರುಗಿಲ್ಲವೆಂಬ ವಿಷಯ ನಿಮಗೆ ಗೊತ್ತು. ಅವರು ಬದುಕಿಯೇ ಇಲ್ಲ; ಬದುಕಿದ್ದಿದ್ದರೆ ಇಷ್ಟು ವರ್ಷಗಳಾದರೂ ಹಿಂತಿರುಗದೇ ಇರುತ್ತಿದ್ದರೆ? – ಎಂದು ಅನೇಕರು ಅಭಿಪ್ರಾಯಪಡುತ್ತಿದ್ದಾರೆ. ಆದರೆ ಅವರು ಈ ಲೋಕವನ್ನು ತ್ಯಜಿಸಿ ಹೇದೇಸ್‌ನ ಪಾತಾಳಕ್ಕೆ ಹೋಗಿದ್ದಾರೆ ಎಂದು ಖಡಾಖಂಡಿತವಾಗಿ ಹೇಳಲು ಸಹ ಸಾಧ್ಯವಿಲ್ಲವೆಂಬುದನ್ನು ನೀವು ಒಪ್ಪುತ್ತೀರಿ ಎಂದು ಭಾವಿಸಿದ್ದೇನೆ. ನಮ್ಮ ಇಡೀ ಕುಟುಂಬವರ್ಗಕ್ಕೆ ಈ ಪರಿಸ್ಥಿತಿಯ ಕಾರಣವಾಗಿ ಅಪಾರ ದುಃಖವಾಗುತ್ತಿದೆ. ಹೀಗಿರುವಾಗ ನಮ್ಮ ಅರಮನೆಯ ಮೇಲೆ ಲಗ್ನಾರ್ಥಿ ನವಸಿಗರ ದುರಾಕ್ರಮಣ ನಡೆದಿದೆ. ಇಥಾಕಾದ ಬಹುಮಂದಿ ಯುವಜನರು ನನ್ನ ತಾಯಿಯನ್ನು ಲಗ್ನಮಾಡಿಕೊಳ್ಳಲು ಕಾತರರಾಗಿ ಬಲವಂತ ಮಾಡತೊಡಗಿದ್ದಾರೆ. ಅವಳ ಇಚ್ಛೆಗೆ ವಿರುದ್ಧವಾಗಿ ದುಷ್ಟರ ಒತ್ತಾಯ ಜರಗಿದೆ. ಒತ್ತಾಯ ಹೇರುತ್ತಿರುವವರ ವರ್ತನೆ ಬಹಳ ಹೇಯಕರವಾಗಿದೆ. ಅವರಲ್ಲಿ ಬಹುಜನ ಇಲ್ಲಿ ಸೇರಿರುವ ಅನೇಕ ಪ್ರಮುಖರ ಮಕ್ಕಳೇ!"

ನಡುವೆಯೇ "ಯಾರು ಯಾರು? ಹೆಸರೇನು?" ಎಂದು ಯಾರೋ ಪ್ರಶ್ನಿಸಿದರು.

"ಅದು ಆಯಾಯ ತಂದೆತಾಯಿಗಳಿಗೆ ಗೊತ್ತಿದೆ. ಸಂಖ್ಯೆ ಬಹಳ. ಅದರಿಂದ ಈಗ ಹೆಸರು ಅಮುಖ್ಯ. ನಾನು ಪೂರ್ತಿ ಹೇಳುವವರೆಗೆ ತಾವು ಸಾವಧಾನದಿಂದ ಕೇಳಿರಿ. 'ಇದು ಆತುರ ಪಡುವ ವಿಚಾರವಲ್ಲ. ಲಗ್ನದ ವಿಷಯವನ್ನು ಇಲ್ಲಿ ಒತ್ತಾಯಿಸಬೇಡಿ. ನನ್ನ ಮಾತಾಮಹ ಇಕಾರಿಓಸ್‌ರನ್ನು ಕೇಳಿ' ಎಂದರೆ ಆ ಯುವಕರು ಅದಕ್ಕೆ ಸಿದ್ಧರಿಲ್ಲ."

"ಯಾಕೆ ಸಿದ್ಧರಿಲ್ಲ?" ಯಾರೋ ಕೇಳಿದರು.

"ಆ ಸಲಹೆಯನ್ನು ಸೂಚಿಸಿದ ಕೂಡಲೇ ಆ ನವಸಿಗರೆಲ್ಲ ನಡುಗಿಬಿಟ್ಟರು. ಅದಕ್ಕೇನು ಕಾರಣ ಗೊತ್ತೆ? ಇಕಾರಿಓಸ್ ಬಳಿಹೋಗಿ ಪ್ರಸ್ತಾಪಿಸಿದರೆ ತಮ್ಮ ಕಥೆ ಮುಗಿದಂತೆಯೇ

ಎಂಬುದು ಅವರ ಭಾವನೆ. ಮೊದಲನೆಯದಾಗಿ ಇಕಾರಿಓಸ್‌ನನ್ನು ತೃಪ್ತಿಪಡಿಸಲು ತೆರಬೇಕಾಗ ಬಹುದಾದ ಕನ್ಯಾ ಕಾಣಿಕೆ ಇವರ್‍ಯಾರ ಬಳಿಯೂ ಇಲ್ಲ. ಅದರ ಜೊತೆಗೆ ಆತನ ಆಯ್ಕೆಯ ಬಗೆಗೆ ಇವರೆಲ್ಲರಲ್ಲಿ ಭಯವಿದೆ. ಆದರಿಂದ ಅಲ್ಲಿಗೆ ಹೋಗದೆ ಇಲ್ಲಿ ನಮ್ಮ ಪ್ರಾಣ ತಿನ್ನುತ್ತಿದ್ದಾರೆ. ಅವರೀಗ ಹೆಚ್ಚು ಕಡಿಮೆ ಅರಮನೆಯಲ್ಲೇ ತಳ ಊರಿಬಿಟ್ಟಿದ್ದಾರೆನ್ನಬಹುದು. ಅವರಿಗೆ ಕುಡಿತಕ್ಕೆ ಮದ್ಯ ದ್ರಾಕ್ಷಾರಸಗಳನ್ನು, ಆಹಾರಕ್ಕೆ ದನ ಕುರಿ ಮೇಕೆಗಳನ್ನು ಇತಿಮಿತಿ ಯಿಲ್ಲದೆ ಅರಮನೆಯಲ್ಲಿ ಒದಗಿಸಬೇಕಾಗಿದೆ. ಅರಮನೆಯ ಊಳಿಗದವರನ್ನು ಇತರರನ್ನು ಹೆದರಿಸಿ ಬೆದರಿಸಿ ನಮ್ಮ ನೆಚ್ಚದಲ್ಲಿಯೇ ನಮ್ಮ ಅರಮನೆ ಬರಿದು ಮಾಡುತ್ತಿದ್ದಾರೆ. ಈ ನಮ್ಮ ಅರಮನೆಯ ಯಜಮಾನ ನನ್ನ ತಂದೆ, ಒದ್ಯೆಸಿಯೂಸ್ ಉಪಸ್ಥಿತನಿಲ್ಲ ಎಂಬ ಒಂದೇ ಒಂದು ಯಃಕಶ್ಚಿತ್ ಕಾರಣದಿಂದ ಅವರು ನಮ್ಮ ಮೇಲೆ ದೌರ್ಜನ್ಯ ಸಾಗಿಸಿದ್ದಾರೆ. ಅವರನ್ನು ಹೊರಗಟ್ಟುವಷ್ಟು ಸಾಮರ್ಥ್ಯ ನಮ್ಮಲ್ಲಿ ಇಲ್ಲ. ಆ ಪ್ರಯತ್ನ ಮಾಡಿದರೆ ಸೋಲು ನಮ್ಮದೇ ಎಂಬುದು ನನಗೆ ಗೊತ್ತು. ಯಾಕೆಂದರೆ ಅವರೊಡನೆ ಹೋರಾಡಿ ಜಯಿಸುವ ಕೈ ಚಳಕ, ಶಕ್ತಿ ನನ್ನಲ್ಲಿ ಇಲ್ಲ. ಇದ್ದಿದ್ದರೆ ಆ ಕೆಲಸವನ್ನು ಈ ಮೊದಲೇ ಮಾಡಿಬಿಡುತ್ತಿದ್ದೆ. ಈಗಂತೂ ವಿನಾಕಾರಣ ನಮ್ಮ ಅರಮನೆ ತುಂಬಲಾರದ ನಷ್ಟಕ್ಕೆ ಒಳಗಾಗುತ್ತಿದೆ. ಇದನ್ನು ಕಂಡು, ತಿಳಿವಳಿಕಸ್ತರು ನಾಚಿ ತಲೆತಗ್ಗಿಸಬೇಕಲ್ಲವೇ? ಇಂತಹ ವರ್ತನೆಯನ್ನು ಖಂಡಿಸಿ ಅವರಿಗೆ ಬುದ್ಧಿ ಹೇಳಬೇಕಲ್ಲವೆ? ನಮ್ಮ ಪೂಜ್ಯ ತಂದೆ ಹಿಂತಿರುಗಿಲ್ಲವಲ್ಲಾ ಎಂಬ ಸಂದಿಗ್ಧದ ನೋವೇ ನಮಗೆ ಅಪಾರವಾದುದಾಗಿರುವಾಗ, ಅದರ ಮೇಲೆ ಈ ಬಗೆಯ ಕಿರುಕುಳ ಏಕೆ? ನಮ್ಮ ತಂದೆ ಇಲ್ಲಿಂದ ಹೊರಟಾಗ ನಾನಿನ್ನೂ ಕಿರಿಯ. ನನಗೆ ಹೆಚ್ಚು ವಿಷಯ ತಿಳಿಯದು. ನಮ್ಮ ತಂದೆ ನಿಮ್ಮಗಳಿಗೇನಾದರೂ ಕಿರುಕುಳ ಕೊಟ್ಟು ಘಾಸಿಪಡಿಸಿದ್ದರೆ? ಅದರ ಸೇಡೆಂದು ಈ ಅವಮಾನಕರ ಪ್ರಸಂಗವನ್ನು ನಮ್ಮ ಮೇಲೆ ಹೇರಲಾಗಿದೆಯೇ? ನೆರೆಹೊರೆ ಏನೆಂದು ಭಾವಿಸೀತು? ಯೋಚಿಸಿ, ನೀವುಗಳೇಕೆ ಈ ನವಸಿಗರನ್ನು ಪ್ರೋತ್ಸಾಹಿಸುತ್ತಿದ್ದೀರಿ? ಸರ್ವಶಕ್ತ ಜೀಯಸ್ ಮತ್ತು ನ್ಯಾಯ ದೇವತೆ ಥೆಮಿಸ್‌ರ ಹೆಸರುಗಳಲ್ಲಿ ನಾನು ಬೇಡಿಕೊಳ್ಳುತ್ತೇನೆ. ನಮ್ಮ ಪಾಡಿಗೆ ನಮ್ಮನ್ನು ಬಿಟ್ಟು ಬಿಡಿ. ಇದು ಬರೀ ಆಯವ್ಯಯದ ಲೆಕ್ಕವಾಗಿದ್ದಿದ್ದರೆ ನಮಗೆ ಉಂಟಾಗಿರುವ ನಷ್ಟವನ್ನು ತುಂಬಿಕೊಳ್ಳಬಹುದಾಗಿತ್ತು. ಅವಕ್ಕೆ ಮಾರ್ಗಗಳೂ ಇಲ್ಲದಿಲ್ಲ. ಆದರೆ ಈಗ ಉಂಟಾಗಿರುವ ಪರಿಸ್ಥಿತಿಯಿಂದ ನಮ್ಮಗಳಿಗೆ ನಿವಾರಣೆ ಕಾಣದ ಬರೀ ಕಹಿ ತುಂಬಿದ ಮನೋವೇದನೆ ಒದಗಿದೆ." ಅವನು ಮಾತನಾಡುತ್ತ ಆಡುತ್ತ ಧ್ವನಿ ಏರುತ್ತ ಹೋಯಿತು. ಉದ್ವೇಗ ಹೆಚ್ಚಿತು. ಕೈಯಲ್ಲಿದ್ದ ರಾಜದಂಡ ಕೆಳಕ್ಕೆ ಬಿತ್ತು. ಆಂತರಂಗಿಕ ವ್ಯಥೆಯ ಒತ್ತಡದಿಂದಾಗಿ ಕಣ್ಣೀರು ಚಿಮ್ಮಿತು. ಆಗ ಅವನು ಬುಸುಗುಟ್ಟುತ್ತಿದ್ದನೆಂದೇ ಹೇಳಬೇಕು.

ಅಲ್ಲಿ ಕುಳಿತಿದ್ದ ಬಹುಜನರಲ್ಲಿ ತೆಲೆಮಾಖೋಸ್ ಬಗೆಗೆ ಅನುತಾಪ ಉಂಟಾಯಿತು. ಆದರೆ ಮಾತ್ರ ಬಾಯಿ ಬಿಡದೆ ಮೌನವಾಗಿ ಕುಳಿತಿದ್ದರು. ಏನು ಮಾಡಬೇಕೆಂದು ತೋಚಲಿಲ್ಲವೋ ಅಥವಾ ಮನಸ್ಸೇ ದ್ವಂದ್ವದಲ್ಲಿ ತೊಳಲಾಡುತ್ತಿತ್ತೋ ಯಾರು ಬಲ್ಲರು? ತತ್‌ಕ್ಷಣದಲ್ಲಿ ಅಂತೂ ಯಾರೂ ಏನು ಮಾತನಾಡಲಿಲ್ಲ.

ಸ್ವಲ್ಪ ಕಾಲಾನಂತರ ಅಂತಿನೋಊಸ್ ಎದ್ದು ನಿಂತ. ಎಲ್ಲರ ದೃಷ್ಟಿ ಅವನತ್ತ ಹೊರಳಿತು.

"ತೆಲೆಮಾಖೋಸ್, ನೀನು ಬಡಾಯಿಗಾರ. ಸಂಯಮವಿಲ್ಲದವನು. ನಮ್ಮ ಮೇಲೆ ತಪ್ಪು ಹೊರಿಸಿ ನಮಗೆ ಅವಮಾನ ಮಾಡುವುದೇ ನಿನ್ನ ಗುರಿ ಇದ್ದ ಹಾಗೇ ಕಾಣುತ್ತದೆ. ಇದರಲ್ಲಿ ನಮ್ಮ ತಪ್ಪೇನಿದೆ? ನಮ್ಮದೇನೇನೂ ತಪ್ಪಿಲ್ಲ. ತಪ್ಪೆಲ್ಲ ನಿನ್ನ ತಾಯಿಯದೇ! ಹಾಗೇಕೆ

ದುರುಗುಟ್ಟಿ ನನ್ನನ್ನು ನೋಡುತ್ತಿ? ನಾವು ನಿನ್ನ ತಾಯಿಯ ಕೈಹಿಡಿಯಬಯಸಿದ್ದರಲ್ಲಿ ಚಾಚೂ ತಪ್ಪಿಲ್ಲ. ಪದ್ಧತಿಯನುಸಾರವಾಗಿ ಬಯಕೆ ಪ್ರಕಟಿಸಿದ್ದೇವೆ. ನಾವು ಏನೋ ಎಂದಿದ್ದೆವು. ನಿನ್ನ ತಾಯಿ ಒಳ್ಳೇ ಅಯಿನಾತಿ. ಮರುಳುಗೊಳಿಸಿ ಮೋಸ ಮಾಡಿದ್ದಾಳೆ," ಎಂದ ಅಂತಿನೋಊಸ್.

"ಏನು? ನನ್ನ ತಾಯಿ? ಮೋಸ? ಎಲ್ಲಾದರೂ ಉಂಟೆ?"

"ಎಲ್ಲಾದರೂ ಏಕೆ? ಇಲ್ಲೇ ಉಂಟು. ನಮ್ಮ ಬಯಕೆಯನ್ನು ಪ್ರಕಟಿಸಿ ಮೂರು ವರ್ಷ ಕಳೆದು ನಾಲ್ಕನೆಯ ವರ್ಷ ಮುಗಿಯಲು ಬಂದಿದೆ. ಇಷ್ಟು ಕಾಲವೂ ನಿನ್ನ ತಾಯಿ ನಮ್ಮಗಳನ್ನು ಮರುಳುಗೊಳಿಸಿ ಮರುಳುಗೊಳಿಸಿ ಮಂಕು ಬೂದಿ ಎರಚಿದ್ದಾಳೆ. ನಮ್ಮಲ್ಲಿ ಒಬ್ಬೊಬ್ಬರಿಗೂ ಒಂದೊಂದು ಆಸೆಯನ್ನು ಹುಟ್ಟಿಸಿ ಹುಟ್ಟಿಸಿ ನಮ್ಮಗಳನ್ನು ಕೆಣಕಿದ್ದಾಳೆ. ಅವಳದು ಒಳಗೊಂದು ಹೊರಗೊಂದು ರೀತಿ. ತಾನು ಮಾತುಕೊಡುವಾಗ ಆ ಮಾತನ್ನು ಉಳಿಸಿಕೊಳ್ಳುವುದಿಲ್ಲ ಎಂದು ಅಂತರಂಗದಲ್ಲಿ ತೀರ್ಮಾನಿಸಿಕೊಂಡೇ ಮಾತುಕೊಡುತ್ತಾಳೆ. ಅವಳು ಮೋಸಗಾತಿ! ಮಹಾ ಮೋಸಗಾತಿ!" ಎಂದು ಅಂತಿನೋಊಸ್ ದನಿ ಏರಿಸಿದ.

"ಸುಳ್ಳು, ಸುಳ್ಳು, ಶುದ್ಧ ಸುಳ್ಳು" ತೆಲೆಮಾಖೋಸ್‌ನೂ ದನಿ ಏರಿಸಿ ಹೇಳಿದ.

"ಏನೆಂದೆ? ಸುಳ್ಳೆ? ಹಾಗಾದರೆ ಸಾಕ್ಷಿ ಮಾಡಿ ತೋರಿಸುತ್ತೇನೆ. ನೀನು ಪಡ್ಡೆ ಹುಡುಗ. ನಿನಗೆ ಬಹುಶಃ ಹೆಣ್ಣಿನ ಚಾಲು ಅರ್ಥವಾಗಲಾರದು. ಯಾವುದೋ ಕಕಲಾತಿಯ ಭ್ರಮೆಯಲ್ಲಿ ಇದ್ದೀಯೆ. ಈ ಕೂಡುಹದಲ್ಲಿ ಎಲ್ಲರಿದಿರಿಗೆ ಮೋಸ ಬಯಲು ಮಾಡಲೇ?"

"ಮಾಡಿಕೋ. ಯಾರು ಬೇಡವೆಂದರು?"

"ಹಾಗೋ! ಹಾಗಾದರೆ ಕೇಳು, ನಿನ್ನ ತಾಯಿ ಏನು ಹೇಳಿದಳು ಗೊತ್ತೆ? 'ಮದುವೆಗೆ ಆತುರ ಪಡುತ್ತಿರುವ ನಿಮ್ಮಗಳ ವರ್ತನೆ ಅಸಹಜವಲ್ಲ. ನನಗೂ ಆತುರದ ಅರ್ಥವಾಗುತ್ತದೆ. ಆದರೆ ನನ್ನನ್ನು ನಾನೇ ಒಂದು ಕಟ್ಟಳೆಗೆ ಕಟ್ಟುಹಾಕಿಕೊಂಡಿದ್ದೇನೆ. ನಾನು ಆ ಕಟ್ಟಳೆಯನ್ನು ಪೂರೈಸುವವರೆಗೆ ಕಾಯಿರಿ ಎಂದು ನಿನ್ನ ತಾಯಿ ಹೇಳಿದಳು. ಅವಳ ಮಾತನ್ನು ನಾವು ನಂಬಿ, ನಿನ್ನ ಆ ಕಟ್ಟಳೆ ಏನು ಎಂದು ಕೇಳಿದೆವು. ಆಗ ತನ್ನ ನೆಯ್ಗೆಯ ಮಗ್ಗವನ್ನು ತೋರಿಸುತ್ತಾ 'ನೋಡಿ ಹಾಸುಕಟ್ಟೆ ಸಿದ್ಧವಾಗಿದೆ. ಹೊಕ್ಕಿನ ನೆಯ್ಗೆ ಮುಗಿಸಿ ಅಗಲಿದ ನನ್ನ ಪತಿಗೆ ಅಂತಿಮ ಸೇವೆಯಾದ ಈ ಶವವಸ್ತ್ರ ಮುಗಿಸುವುದು ನನ್ನ ಕಟ್ಟಳೆ. ಅದು ಮುಗಿಯುವ ವರೆಗೆ ಅವಕಾಶ ಕೊಡಿ ಎಂದಳು. ನಾವು ಕೂಡಲೇ ಏನೂ ಹೇಳಲಿಲ್ಲ. ಆಗ ಮತ್ತೆ ಅವಳು 'ಏಕೆ ಇದು ನನ್ನ ಕಟ್ಟಕಡೆಯ ಕರ್ತವ್ಯವಲ್ಲವೆ? ನ್ಯಾಯವಲ್ಲವೆ?' ಎಂದು ಕೇಳಿದಳು. ನಾವು ಸರಿಯೆಂಬಂತೆ ಗೋಣು ಹಾಕಿದೆವು. ಆಮೇಲೆ, ನನ್ನ ಈ ಕರ್ತವ್ಯ ಮುಗಿಸಿ ಕಟ್ಟಳೆಯನ್ನು ಪಾಲಿಸದಿದ್ದರೆ 'ಈ ಭ್ರಷ್ಟೆಯಿಂದ ಕೀರ್ತಿಶಾಲಿ ದೊರೆಗೆ ಸಾವಿನಲ್ಲಿ ನೂತನ ಶವವಸ್ತ್ರ ಸಹ ವಂಚಿತವಾಯಿತು' ಎಂದು ಉಳಿದ ಹೆಂಗಸರು ಛೀಮಾರಿ ಹಾಕುವುದಿಲ್ಲವೆ?" ಎಂದು ಕೇಳಿದಳು.

"ಇದರಲ್ಲಿ ತಪ್ಪೇನಿದೆ? ಮೋಸವೇನಿದೆ?" ತಲೆಮಾಖೋಸ್ ಕೂಡಲೇ ಕೇಳಿಬಿಟ್ಟ.

"ನಾವೂ ಸಹ ಮೋಸವಿಲ್ಲವೆಂದೇ ನಂಬಿದೆವು. ನಿನ್ನ ತಾಯಿಯ ಬೇಳವೆ ಮಾತುಗಳನ್ನು ಕೇಳಿ. ಆದರೆ ನಿಜ ಬಯಲಾದ ಮೇಲೆ ನಿನ್ನ ತಾಯಿಯ ಚಾಲು ಅರ್ಥವಾಯಿತು. ಇನ್ನು ಮುಂದೆ ಈ ಬಗೆಯ ಮೋಸಕ್ಕೆಲ್ಲ ಅವಕಾಶವಿಲ್ಲ. ನಾವೂ ನಿರ್ಧರಿಸಿದ್ದೇವೆ" ಎಂದ ಅಂತಿನೋಊಸ್.

"ಚಾಲು ಬಯಲಾಯಿತು ಎಂದಿರಲ್ಲ? ಬಯಲಾದುದು ಏನು?"

"ನಿನ್ನ ತಾಯಿ ಹಗಲಿಡೀ ನೇಯುತ್ತ ಕೂಡುವುದು. ಹೊಕ್ಕುಲಾಳಿಗೆ ದಾರ ಸುತ್ತಿ

ಅತ್ತಿಂದಿತ್ತ, ಇತ್ತಿಂದತ್ತ, ಜಡಿದದ್ದೂ ಜಡಿದದ್ದೆ."

"ಹಾಗೆ ಮಾಡದಿದ್ದರೆ ವಸ್ತ್ರ ಮುಗಿಯುವುದು ಹೇಗೆ?"

"ನೆಯ್ಗೆ ಮುಗಿಯಬಾರದೆಂಬುದೇ ಅವಳ ಗುರಿ!"

ತೆಲೆಮಾಖೋಸ್ ನಕ್ಕು ಬಿಟ್ಟ.

"ಇಲ್ಲಿ ನಗುವುದೇನಿದೆ?"

"ಯಾರಾದರೂ ವಸ್ತ್ರದ ನೆಯ್ಗೆ ಆರಂಭಿಸಿ ಅದು ಮುಗಿಯಬಾರದೆಂಬ ಗುರಿ ಇಟ್ಟುಕೊಳ್ಳುತ್ತಾರೆಯೇ? ನಗದೆ ಬೇರೇನು ಮಾಡಲಿ?"

"ಅದಕ್ಕೆ ನಿನ್ನನ್ನು ಪಡ್ಡೆ ಹುಡುಗ ಎಂದುದು. ನೆಯ್ಗೆ ಮುಗಿಯದಿರಲಿ ಎಂದು ನಿನ್ನ ತಾಯಿ ಹಗಲು ನೆಯ್ದುದನ್ನು ರಾತ್ರಿ ಬಿಚ್ಚಿ ಲಾಳಕ್ಕೆ ಸುತ್ತಿ ಇಡುತ್ತಿದ್ದಳು. ಅದರ ಫಲವಾಗಿ ವಸ್ತ್ರದ ನೆಯ್ಗೆ ಎಲ್ಲಿತ್ತೂ ಅಲ್ಲೇ ಇರುತ್ತಿತ್ತು. ಎಂದಾಗ ಮುಗಿಯುವುದು ಹೇಗೆ? ಇದು ಉದ್ದೇಶಪೂರ್ವಕವಾಗಿ ನಡೆಸಿದ ಛಾಲು ಅಲ್ಲವೆ?"

ತೆಲೆಮಾಖೋಸ್ ಏನೂ ಮಾತನಾಡಲಿಲ್ಲ. ಅದರೆ ಮನದೊಳಗೆ ಹರ್ಷಗೊಂಡ. ಈ ಧೂರ್ತರಿಗೆ ತನ್ನ ತಾಯಿ ಸರಿಯಾಗಿ ಬರೆ ಹಾಕಿದ್ದಾಳೆ ಎಂದು. ಜೊತೆಗೆ ತನ್ನ ತಂದೆಯ ಬಗೆಗೆ ತನ್ನ ತಾಯಿಯಲ್ಲಿರುವ ವಿಶ್ವಾಸದ ಸಂಕೇತವೂ ಇದೆನಿಸಿತು. ಏನೇ ಬರಲಿ, ತನ್ನ ತಾಯಿಯನ್ನು ರಕ್ಷಿಸಿಕೊಳ್ಳಲೇಬೇಕು ಎಂದು ನಿರ್ಧರಿಸಿಕೊಂಡ. ತನ್ನ ವಿಚಾರವನ್ನು ಬಹಿರಂಗಪಡಿಸುವ ಆತುರವನ್ನು ಪ್ರಕಟಿಸಹೋಗದೆ ಅವನು ಸುಮ್ಮನಿದ್ದುಬಿಟ್ಟ.

"ನಿನ್ನ ತಾಯಿಯದು ಮೋಸವೆಂಬುದನ್ನು ಒಪ್ಪಿಕೊಂಡುದಕ್ಕೆ ನಿನ್ನೀಮೌನವೇ ಸಾಕ್ಷಿ– ನಾವು ಯಾರು ಯಾರು ನಿನ್ನ ತಾಯಿಯ ಕೈಹಿಡಿಯಬೇಕೆಂಬ ಬಯಕೆಯನ್ನು ಪ್ರಕಟಿಸಿದ್ದೇವೆಯೋ ಅವರೆಲ್ಲರ ಪರವಾಗಿ, ನಿನಗೆ ನಮ್ಮಗಳ ಕಟ್ಟಕಡೇ ಮಾತು ಇದು. ಕೇಳು – ಕೂಡಲೇ ನೀನು, 'ನಿನ್ನ ತಂದೆ ಆಯುವವನನ್ನು, ನಿನಗಿಷ್ಟವಾದವನನ್ನು, ಮದುವೆ ಮಾಡಿಕೋ ಹೋಗು' ಎಂದು ಹೇಳಿ ನಿನ್ನ ತಾಯಿಯನ್ನು ಅರಮನೆಯಿಂದ ಆಚೆಗೆ ದಬ್ಬು. ಇನ್ನಾದರೂ ಅವಳು ಇಥಾಕಾದ ಯುವಕರನ್ನು ಕಾಯಿಸಿ ಕಾಯಿಸಿ ಗೋಳು ಹೊಯ್ದುಕೊಳ್ಳುವುದನ್ನು ಸಾಕುಮಾಡಲಿ. ನಮ್ಮಗಳ ಕಟ್ಟಕಡೇ ತೀರ್ಮಾನವನ್ನು ಕೇಳಿಬಿಡು. ಕೈರೂ, ಅಲ್ಕ್‌ಮೆನೆ, ಮೈಕೆನೆ ಮೊದಲಾದವರು ಗತಕಾಲದ ಶ್ರೇಷ್ಠಾತಿಶ್ರೇಷ್ಠ ಹೆಸರಿನ ಸಾಲಿನಲ್ಲಿದ್ದ, ಮಿಂಚುವ ನುಣ್ಗುರುಳಿನ ಸುಂದರಿಯರು. ನಿನ್ನ ತಾಯಿಗೆ ಅವರುಗಳಿಗಿಂತ ತಾನು ಸುಂದರಿ, ಬುದ್ಧಿಶಕ್ತಿ, ಪ್ರತಿಭೆ ಚಾಣಾಕ್ಷತನದಲ್ಲಿ ತಾನವರನ್ನು ಮೀರಿಸಿದವಳು, ಅಥೆನೆ ದೇವತೆಯ ಪ್ರೀತಿಪಾತ್ರಳಾದವಳು ಎಂದು ಹೆಮ್ಮೆ ಇರಬಹುದು. ಅದು ನಿಜವೂ ಇರಬಹುದು. ಆದರೆ ಅವಳ ಚಾಣಾಕ್ಷತನ ಮಾತ್ರ ಈಗ ಅಡ್ಡದಾರಿ ಹಿಡಿದಿದೆ. ನಿನ್ನ ತಾಯಿ ಈಗಿನಂತೆಯೇ ವರ್ತಿಸುತ್ತ ಹೋದರೆ ನಾವೆಲ್ಲರೂ ನಿಮ್ಮ ಅರಮನೆಯ ಗ್ರಾಸಕ್ಕೇ ಬಾಧ್ಯರು ಎಂಬುದನ್ನು ಮಾತ್ರ ಮರೆಯಬೇಡ. ನಿನ್ನ ತಾಯಿಯಿಂದ ವರನ ಆಯ್ಕೆ ಆಗುವವರೆಗೆ ಹೀಗೆಯೇ ಇರುತ್ತದೆ," ಎಂದು ಎಲ್ಲರ ಪರವಾದ ನಿರ್ಧಾರವನ್ನು ಅಂತಿನೋಊಸ್ ಹೇಳಿದ.

ತೆಲೆಮಾಖೋಸ್ ಆಸನದಿಂದೆದ್ದು ನಿಂತು ನುಡಿದ.

"ನನ್ನನ್ನು ಹೊತ್ತು, ಹೆತ್ತು, ಸಾಕಿ ಬೆಳೆಸಿದ ನನ್ನ ತಾಯಿಯನ್ನು, ತನ್ನ ದಿಟ್ಟ ವರ್ತನೆಯಿಂದ ಖ್ಯಾತನಾಮಳಾಗುವ ನನ್ನ ತಾಯಿಯನ್ನು ನಾನೆಂದೆಂದಿಗೂ ಹೊರಗೆ ಹಾಕಲಾರೆ. ಅದೂ ನನ್ನ ತಂದೆ ಎಲ್ಲಿದ್ದಾರೆಂಬುದು ತಿಳಿಯದಿದ್ದಾಗ."

"ಸತ್ತವರು ಎಲ್ಲಿರುತ್ತಾರೋ ನಿನ್ನ ತಂದೆಯೂ ಅಲ್ಲೇ ಇದ್ದಾನೆ."

"ಅದು ಖಚಿತವಾಗಿ ತಿಳಿದಲ್ಲದೆ ಅವರು ಸತ್ತರೆಂದು ನಿರ್ಣಯಿಸಲು ನಾನು ಸಿದ್ಧನಿಲ್ಲ. ಮನಬಿಚ್ಚಿ ಹೇಳುತ್ತೇನೆ ಕೇಳಿಬಿಡಿ. ನನ್ನ ತಾಯಿ ತಂದೆಯ ಮನೆಗೆ ಹಿಂತಿರುಗುವಂತಹ ಸಂದರ್ಭ ಬಂದರೆ ನಾನು ಆಕೆ ತಂದ ಬಳುವಳಿ, ನಿಧಿಗಳು, ಕಾಣಿಕೆಗಳನ್ನೆಲ್ಲಾ ಹಿಂತಿರುಗಿಸ ಬೇಕಾಗುತ್ತದೆ. ಅವಿಲ್ಲದೆ ನಿನ್ನ ತಾಯಿ ಹೋದರೆ ನನ್ನ ಮಾತಾಮಹ ಸಿಟ್ಟಾಗದಿರರು. ಹಾಗೇ ಮಾಡಿದರೆ ನಾನು ದೇವರ ಆಗ್ರಹಕ್ಕೂ ಗುರಿಯಾಗಬೇಕಾದೀತು. ಕಡೆಗೆ ನನ್ನ ತಾಯಿಯೇ ನನ್ನನ್ನು ಶಪಿಸಿಯಾಳು. ಅದರಿಂದ ಈಗ ನೀವುಗಳೇ ಅರಮನೆಯಿಂದ ತೊಲಗಿ. ಅದು ಬಿಟ್ಟು ನೀವು ಇನ್ನೊಬ್ಬನ ಗಳಿಕೆಯ ದಂಡಪಿಂಡಕ್ಕೇ ಅಂಟಿ ಕುಳಿತಿರುವುದಾದರೆ, ನಿಮ್ಮ ಪಾಪವೇ ನಿಮ್ಮನ್ನು ಕಬಳಿಸುತ್ತದೆ. ಸರ್ವಶಕ್ತ ಜೀಯಸ್ ಕಣ್ಣು ಮುಚ್ಚಿ ಕುಳಿತಿರುವುದಿಲ್ಲ. ತಿಳಿದಿರಿ," ಎಂದ ತೆಲೆಮಾಖೋಸ್. ಅವನ ಕಣ್ಣುಗಳು ಪ್ರಜ್ವಲಿಸಿದವು.

ತೆಲೆಮಾಖೋಸ್‌ನ ಮಾತು ಮುಗಿದುದೇ ತಡ. ಎಲ್ಲಿಂದಲೋ ಎರಡು ಹದ್ದುಗಳು ಹಾರಿ ಬಂದು ಇಳಿದವು. ಸ್ವಲ್ಪ ಕಾಲ ಎರಡೂ ಹದ್ದುಗಳು ಜೋಡಿಯಾಗಿ ಆ ಕೂಡುಹ ತಾಣವನ್ನು ಸುತ್ತು ಹಾಕುತ್ತಿದ್ದವು. ಅವುಗಳ ನೋಟ ಕೆಳಗೆ ಕೂತವರಲ್ಲಿ ಯಾರನ್ನೋ ಹುಡುಕುವಂತೆ ಕಂಡುಬಂತು. ಅವುಗಳ ವಿಶಾಲವಾದ ರೆಕ್ಕೆಗಳು ಹರಡಿ ಹದ್ದುಗಳು ತೇಲುತ್ತಿರುವಂತೆ ಭಾಸವಾದವು. ಆಮೇಲೆ ಇದ್ದಕ್ಕಿದ್ದ ಹಾಗೇ ಎರಡೂ ಹದ್ದುಗಳು ರೆಕ್ಕೆಗಳನ್ನು ರಪ್ ರಪ್ ಎಂದು ಬಡಿಯುತ್ತ ಕೂಡುಹದ ಜನರತ್ತ ಸರಕ್ಕನೆ ಎರಗಿದವು – ಮೃತ್ಯುದೇವತೆ ಎರಗಿಬಂದಂತೆ. ಅನಂತರ ತಮ್ಮ ಕೊಕ್ಕು, ಕಾಲುಗುರುಗಳಿಂದ ಬಹುಜನರ ಕೆನ್ನೆ ಕತ್ತುಗಳನ್ನು ಘಾಯಪಡಿಸಿ ಮೂಡಣ ದಿಸೆಯತ್ತ ಹಾರಿ ಮರೆಯಾದವು.

ಹಲವೇ ಕ್ಷಣಗಳಲ್ಲಿ ಇದು ಆಗಿಹೋಯಿತು. ಜನ ಕಣ್ಣಾರ ಕಂಡು ದಿಗ್ಭ್ರಮೆಗೊಂಡು, "ಅಬ್ಬಬ್ಬ, ಹಾಗಾದರೆ ಇದರ ಫಲವೇನು?" ಎಂದು ಗುನುಗುನಿಸತೊಡಗಿದರು ಅಂತರಂಗದಲ್ಲಿ.

ಒಂದು ಬಗೆಯ ರುದ್ರಮೌನ ಅಲ್ಲಿ ಆವರಿಸಿತು.

ತುಸು ಸಮಯಾನಂತರ ಹಲಿಥೆರ್‌ಸೇಸ್ ಎದ್ದುನಿಂತರು. ಅವರು ಅಲ್ಲಿ ಸೇರಿದ್ದ ಗಣ್ಯ ಹಿರಿಯರಲ್ಲಿ ಒಬ್ಬರು. ಭವಿಷ್ಯ, ಶಕುನಗಳನ್ನು ಅರ್ಥೈಸುವಲ್ಲಿ ಅವರನ್ನು ಮೀರಿಸುವ ಯಾರೂ ಸಮಕಾಲೀನರಲ್ಲಿ ಇರಲಿಲ್ಲ. ಅಲ್ಲಿ ಸೇರಿದ್ದವರನ್ನು ಕುರಿತು ಅವರು ಶುದ್ಧ ತೆರೆದ ಮನದಿಂದ ತಿಳಿಯಹೇಳಿದರು – "ಎಲ್ಲರೂ ಸ್ವಲ್ಪ ನನ್ನ ಮಾತನ್ನು ಕೇಳಬೇಕು. ಅದರಲ್ಲಿಯೂ ಲಗ್ನಕ್ಕೆ ಹಸ್ತ ಚಾಚಿರುವವರು ವಿಶೇಷ ಗಮನವಿಟ್ಟು ಕೇಳಬೇಕು."

"ನಮ್ಮದೇನು ವಿಶೇಷ? ಕೊಂಬಿದೆಯೇ?" ಎಂದು ಯುವಕನೊಬ್ಬ ಕೊಂಕಿದ.

"ಇದೆ. ಈ ಅಪಶಕುನವೆಲ್ಲ ನಿಮಗೇ! ಅದರಿಂದಲೇ ನನ್ನ ಈ ಎಚ್ಚರಿಕೆಯ ನುಡಿಯನ್ನು ಗಮನವಿಟ್ಟು ಕೇಳಿ ಎಂದೆ. ಒದ್ಯೆಸೆಯೂಸ್ ಈಗ ನಮ್ಮಿಂದ ಬಹುದೂರದಲ್ಲಿಲ್ಲ. ಅವನು ಆಗಮಿಸುತ್ತಿದ್ದಾನೆ ಎಂಬುದಕ್ಕೆ, ಈ ದಂಡಪಿಂಡದ ನವಸಿಗರಿಗೆ ಗತಿ ಕಾಣಿಸುತ್ತಾನೆ ಎಂಬುದಕ್ಕೆ ಇದು ಸಂಕೇತ. ಜೊತೆಗೆ ಉಳಿದ ಕೆಲವರಿಗೂ ತೊಂದರೆ ಕಾದಿದೆ. ಆ ಕಾರಣದಿಂದ ನಾವು ಯುವಕರ ಹಟಮಾರಿತನವನ್ನು ನಿವಾರಿಸಬೇಕು. ಅವರಾಗಿಯೇ ಹಟ ಬಿಟ್ಟು ಆದಷ್ಟು ಬೇಗ ದೂರ ಸರಿದರೆ ಒಳಿತು. ಈ ಸಂದರ್ಭದಲ್ಲಿ ನಾನು ಅಂದು ಹೇಳಿದ ಮಾತನ್ನು ನೆನಪು ಮಾಡಿಕೊಡಲಿಚ್ಛಿಸುತ್ತೇನೆ," ಎಂದ.

"ಎಂದು ಹೇಳಿದ ಮಾತು?" ಯಾರೋ ಪ್ರಶ್ನಿಸಿದರು.

"ಅಂದು ಟ್ರೋಯ್ ದಾಳಿಗೆ ಅಖೈಯಾನರ ನೆರವಿಗೆಂದು ದೊರೆ ಒದ್ಯೆಸೆಯೂಸ್ ಹೊರಟಾಗ ಹೇಳಿದ ಮಾತು. 'ಹೊರಟಿರುವ ಗಳಿಗೆ ವಿಶೇಷದಿಂದ ನಮ್ಮ ದೊರೆ ಮಹಾ ಸಂಕಷ್ಟಗಳಿಗೆ ಗುರಿಯಾಗಬೇಕಾಗುತ್ತದೆ. ಸ್ನೇಹಿತರನ್ನೆಲ್ಲಾ ಕಳೆದುಕೊಳ್ಳಬೇಕಾಗುತ್ತದೆ. ದಿಕ್ಕುದೆಶೆಗಳನ್ನು ಕಾಣದಂತಹ ಘನ ಘೋರ ಪರಿಸ್ಥಿತಿಗಳನ್ನು ದಾಟಿ, ಇಪ್ಪತ್ತು ವರ್ಷಗಳ ತರುವಾಯ ಹಿಂತಿರುಗುತ್ತಾನೆ' ಎಂದು. ಆ ನನ್ನ ಅಂದಿನ ಮಾತು ಸತ್ಯವಾಗುವ ಸಂಕೇತ ಇಂದು ಕಂಡುಬಂದಿದೆ."

ಯೂರಿಮಾಖೋಸ್ ತನ್ನದೊಂದು ಕೊಂಬಿಗಲಿ ಎಂದು ಮಾತು ಘೋಣಿಸಲು ಎದ್ದು ನಿಂತ. "ಏಯ್, ಮುದುಕಪ್ಪ, ಸುಮ್ಮನೆ ಬಾಯಿ ಮುಚ್ಚಿಕೊಂಡು ಮನೆಗೆ ಹೋಗಿ ಅಲ್ಲಿ ನಿನ್ನ ಮಕ್ಕಳಿಗೆ ನಿನ್ನ ಭವಿಷ್ಯ, ಶಕುನ ಎಲ್ಲಾ ಹೇಳು. ಅವರು ಬೇಕಾದರೆ ಎಚ್ಚರದಿಂದಿರಲಿ. ಏಕೆಂದರೆ ಎಂದಾದರೂ ಮುಂದೆ ಅವರು ತೊಂದರೆಯನ್ನು ಇದಿರಿಸಬೇಕಾಗಿ ಬರಬಹುದು. ಪ್ರಸಕ್ತ ವಿಷಯದಲ್ಲಿ ನಾನು ಪ್ರವಾದಿಗಿಂತ ಶ್ರೇಷ್ಠ. ಕೇಳು, ಈ ಭೂಮಂಡಲದಲ್ಲಿ ಬೇಕಾದಷ್ಟು ಬಗೆಯ ಹಕ್ಕಿಗಳು ಹಾರಾಡುತ್ತಿರುತ್ತವೆ. ಅವೆಲ್ಲ ಶಕುನದ ಹಕ್ಕಿಗಳಲ್ಲ. ಗೊತ್ತಾಯಿತೆ? ಅಲ್ಲದೆ ನಮ್ಮ ಅಭಿಪ್ರಾಯದಲ್ಲಿ ಒದ್ಯೆಸೆಯೂಸ್ ಅಂತೂ ಬಹುದೂರ ಹೋಗಿ ಸತ್ತಿದ್ದಾನೆಂಬುದು ಗಟ್ಟಿ. ಅವನೊಂದಿಗೆ ನೀನೂ ಸತ್ತಿದ್ದರೆ ಒಳಿತಾಗುತ್ತಿತ್ತು ಮತ್ತು ಈಗಿನಂತೆ ನಿನ್ನದು ದೇವವಾಣಿ ಎಂದು ಕೊಚ್ಚಿಕೊಳ್ಳುವುದೂ ತಪ್ಪುತ್ತಿತ್ತು. ಹಾ! ಈಗ ಗೊತ್ತಾಯಿತು. ಮನೆಗೆ ಹೋದಾಗ ನಿನಗೆ ತೆಲೆಮಾಖೋಸ್‌ನಿಂದ ಒಪ್ಪಿಸಲ್ಪಟ್ಟ ಬಳುವಳಿ ಕಾದಿರುತ್ತದೆಯಲ್ಲವೆ? ನಿನ್ನದು ಹಳೇ ಕಂದಾಚಾರದ ಬುದ್ಧಿವಂತಿಕೆ. ಅವನದು ಬಿಸಿರಕ್ತ. ಅವನನ್ನು ನಮ್ಮ ವಿರುದ್ಧ ನೀನು ಹುರಿದುಂಬಿಸಬಹುದು. ಆದರೆ ಅದರಿಂದ ಮೊದಲ ಕೆಡುಕು ಅವನಿಗೆಂಬುದನ್ನು ಮರೆಯದಿರು," ಎಂದು ಅಬ್ಬರಿಸಿ, ತನ್ನವರ ಮೆಚ್ಚುಗೆಯನ್ನು ಸಂಪಾದಿಸಲು ಅವರತ್ತ ಮೊದಲು ನೋಡಿದ. ನಂತರ ಈಗೇನೆನ್ನುವಿರಿ ಎಂದು ಪ್ರಶ್ನಿಸುವಂತೆ ತೆಲೆಮಾಖೋಸ್ ಮತ್ತು ಶಕುನ ಪರಿಣತನತ್ತ ನೋಡಿದ.

ಅವರಿಬ್ಬರೂ ನಿರ್ಭಾವರಾಗಿ ಕುಳಿತಿದ್ದರು.

ಯೂರಿಮಾಖೋಸ್ ಮತ್ತೆ "ಏಯ್ ಮುದುಕಪ್ಪ, ಇದರಲ್ಲಿ ನೀನು ತಲೆಹಾಕಿದ್ದರಿಂದ ಹೊರಲಾರದ ದಂಡ ತೆರಬೇಕಾದೀತು, ನೆನಪಿರಲಿ" ಎಂದು ಹೇಳಿ ಮುಂದುವರಿಸಿದ :

"ನಮಗೆ ಯಾರ ಭಯವೂ ಇಲ್ಲ. ಯಾವುದರ ಭಯವೂ ಇಲ್ಲ. ತೆಲೆಮಾಖೋಸ್, ನಿನ್ನಬ್ಬರಕ್ಕೂ ನಾವು ಬೆದರುವವರಲ್ಲ. ಈ ಮುದುಕನ ಶಕುನಕ್ಕಾಗಲೀ ಭವಿಷ್ಯಕ್ಕಾಗಲೀ ನಾವು ಕಾಸಿನ ಬೆಲೆ ಕೊಡುವವರಲ್ಲ. ಎಲ್ಲಿಯವರೆಗೆ ನಿನ್ನ ತಾಯಿ ವರನ ಆಯ್ಕೆ ಮಡುವುದಿಲ್ಲವೋ ಅಲ್ಲಿಯವರೆಗೆ ನಾವು ಒಬ್ಬೊಬ್ಬರೂ ಅವಳನ್ನು ಕಾಡುವವರೆ–ನಿನ್ನರಮನೆಯಲ್ಲಿಯೇ ತಳ ಊರಿ ಕಬಳಿಸುವವರೇ. ಮೋಸದಿಂದ ನಮ್ಮ ಕಾಲವನ್ನು ದಂಡ ಮಾಡುತ್ತಿರುವ ನಿನ್ನ ತಾಯಿಯ ಚಾಲು ನಮಗೆ ಏನೇನೂ ಹಿಡಿಸದು. ಇದು ಇತ್ಯರ್ಥ ಆಗುವವರೆಗೆ ನಾವು ಬೇರೆ ಹೆಣ್ಣಿನತ್ತ ಲಗ್ನಕ್ಕೆ ಕೈ ಚಾಚುವವರಲ್ಲ. ಅದರಿಂದ ಕೂಡಲೇ ನಿನ್ನ ತಾಯಿಯನ್ನು ಅವಳ ತಂದೆಯ ಮನೆಗೆ ಅಟ್ಟಿಬಿಡು. ನಮ್ಮ ಈ ಸಲಹೆಯನ್ನು ನೀನು ಮನ್ನಿಸದಿದ್ದರೆ ನಿನ್ನ ಬಾಳು ಇನ್ನೂ ದುರ್ಭರವಾಗುತ್ತದೆ. ಈಗಲೇ ಎಚ್ಚೆತ್ತುಕೊ."

ತೆಲೆಮಾಖೋಸ್ ಈ ಮಾತುಗಳಿಗೆ ವಿಚಲಿತನಾಗಲಿಲ್ಲ.

"ಯೂರಿಮಾಖೋಸ್, ನಿನಗೆ ಹಾಗೂ ನಿನ್ನ ನವಸಿಗ ಸಂಗಡಿಗರಿಗೆ ಹೇಳಬೇಕಾದ

ಮಾತುಗಳನ್ನು ನಾನು ಆಗಲೇ ಸ್ಪಷ್ಟವಾಗಿ ಹೇಳಿದ್ದೇನೆ. ಹೇಳಬೇಕಾದ್ದು ಬೇರೆ ಏನೂ ಇಲ್ಲ. ಆ ವಿಚಾರ ಅಲ್ಲಿಗೆ ಬಿಟ್ಟು ನನ್ನ ಮುಂದಿನ ವಿಚಾರಕ್ಕೆ ಕಿವಿಗೊಡಿ. ಯಾರಾದರೂ ನನಗೆ ಒಂದು ಹಡಗನ್ನೂ ಇಪ್ಪತ್ತು ಜನರನ್ನೂ ಒದಗಿಸಿ ಕೊಡಿ. ಸ್ಪಾರ್ತಾ ಮತ್ತು ಪೈಲೋಸ್‌ಗಳಿಗೆ ಹೋಗಿರಬೇಕಾಗಿದೆ. ಏಕೆಂದರೆ ನನ್ನ ತಂದೆ ಹೋದುದು ಅಲ್ಲಿಗೇ. ಅಲ್ಲಿಗೆ ಹೋಗಿ ನನ್ನ ತಂದೆಯ ಬಗೆಗೆ ಖಚಿತವಾದ ವಿಷಯವನ್ನು ತಿಳಿದುಬರುತ್ತೇನೆ. ದೈವ ಪ್ರೇರಣೆಯಿಂದ ಪ್ರಣೀತವಾದ ನನ್ನಂತರಂಗ ಅವರಿನ್ನೂ ಬದುಕಿದ್ದಾರೆಂದೇ ಮಿಡಿಯುತ್ತಿದೆ. ಅವರು ಬದುಕಿದ್ದು ಹಿಂತಿರುಗುವುದು ಖಚಿತವಾದರೆ ಇನ್ನೂ ಒಂದು ವರ್ಷ ಕಾಲ ಎಲ್ಲವನ್ನೂ ಇದಿರಿಸಬಲ್ಲೆ. ಆದರೆ ದುರದೃಷ್ಟವಶದಿಂದ ಅವರು ಮರಣ ಹೊಂದಿದ್ದರೆ ನಗರಕ್ಕೆ ಹಿಂತಿರುಗಿ ಅವರಿಗೆ ಯೋಗ್ಯ ರೀತಿಯ ಗೌರವಯುತ ಸಂಸ್ಕಾರ ವಿಧಿಗಳನ್ನು ನೆರವೇರಿಸಿ ಅವರ ಸಮಾಧಿಯನ್ನು ನಿರ್ಮಿಸುತ್ತೇನೆ. ಮಗನಾದ ನನಗೆ ಇದು ಆದ್ಯಕರ್ತವ್ಯ. ಆಮೇಲೆ ಬೇಕಾದರೆ, ನನ್ನ ತಾಯಿ ಬೇರೊಬ್ಬರನ್ನು ಲಗ್ನವಾಗಲು ನೆರವಾಗುತ್ತೇನೆ," ಎಂದು ತೆಲೆಮಾಖೋಸ್ ತನ್ನ ನಿರ್ಧಾರವನ್ನು ಗಂಭೀರವಾಗಿ ಹೇಳಿ ಕುಳಿತುಕೊಂಡ.

ನಂತರ ಇನ್ನೊಬ್ಬ ಹಿರಿಯ ಎದ್ದು ನಿಂತ.

"ಓಹೋ, ಈಗ ಈ ಮುದುಕ ಎದ್ದನೋ! ಏನು ಬೊಗಳುತ್ತಾನೊ ಬೊಗಳಿಕೊಳ್ಳಲಿ" ಎಂದು ಗೊಣಗಿದ ಯೂರಿಮಾಖೋಸ್.

ಅವನ ಪಕ್ಕದಲ್ಲಿದ್ದವನು, "ಈ ಮುದುಕ ಯಾರು?" ಎಂದು ಕೇಳಿದ.

"ಒದೈಸೆಯೂಸ್ ಬದುಕಿದ್ದಾಗ ಅವನಿಗೆ ಪರಮಾಪ್ತ ಮಿತ್ರನಾಗಿದ್ದ. ದೊರೆ ಇಲ್ಲಿಂದ ಹೋದಾಗ ಅರಮನೆಯ ವಹಿವಾಟನ್ನೆಲ್ಲ ವಹಿಸಿ ಹೋಗಿದ್ದ. ಅವನ ಹೆಸರು ಮೆನ್ತೋರ್ ಎಂದು."

ಎದ್ದು ನಿಂತ ಮೆನ್ತೋರ್, "ಈವರೆಗೆ ನಡೆದ ಮಾತುಗಳನ್ನೆಲ್ಲ ನಾನು ಕೇಳಿದ ಮೇಲೆ ನನಗೆ ಸಹ ಒಂದೆರಡು ಮಾತುಗಳನ್ನು ಆಡುವ ಬಯಕೆಯಾಯಿತು. ದಯವಿಟ್ಟು ಕೇಳಿ. ಕಾಲ ತುಂಬ ಕೆಟ್ಟುಹೋಯಿತು. ನಯ, ವಿನಯ ಹೇಳಹೆಸರಿಲ್ಲದಾಯಿತು. ಒತ್ತಡ, ಹಿಂಸೆ, ಕಿರುಕುಳ, ದೌರ್ಜನ್ಯ, ಅನ್ಯಾಯ ಇವುಗಳೇ ಈಗ ಮೇಲ್ಮೈ ಆಗತೊಡಗಿವೆ. ಈ ಕಾರಣದಿಂದಲೇ ಈ ನವಸಿಗರ ಬಬ್ಬಾಟ ಮಿತಿಮೀರಿದೆ – ಹೇಳುವವರಿಲ್ಲ ಕೇಳುವವರಿಲ್ಲ ಎಂದು. ದೊರೆ ಒದೈಸೆಯೂಸ್ ಹಿಂತಿರುಗುವುದೇ ಇಲ್ಲ ಎಂದು ಹುಯ್ಲೆಬ್ಬಿಸಿರುವ ಈ ದಂಡಪಿಂಡದವರು ನೆನಪಿಟ್ಟುಕೊಳ್ಳಬೇಕು. ಒಂದಲ್ಲ ಒಂದು ದಿವಸ ನೀವು, ಈ ಪುಣ್ಯವತಿಗೆ, ಈ ಮನೆತನಕ್ಕೆ ಕೊಡುತ್ತಿರುವ ಹಿಂಸೆಗೆ ನೂರು ಮಡಿ ಹಿಂಸೆ ಅನುಭವಿಸುತ್ತೀರಿ. ಆದರೆ ನನಗೇನು ಆಶ್ಚರ್ಯವೆಂದರೆ, ಇಲ್ಲಿ ಇಷ್ಟೊಂದು ಜನ ನೆರೆದಿದ್ದೀರಿ. ಇಷ್ಟು ಜನರಲ್ಲಿ ಯಾರೊಬ್ಬರೂ ಒದೈಸೆಯೂಸ್ ನಂತಹ ದಯಾಪರ ದೊರೆಯನ್ನು ನೆನೆಯದಿರುವುದು. ನವಸಿಗರ ಸಂಖ್ಯೆ ಉಳಿದವರ ಸಂಖ್ಯೆಗಿಂತ ತುಂಬ ಕಿರಿದು. ಆದರೂ ಉಳಿದ ಬಹುಸಂಖ್ಯಾತ ನಿಮ್ಮಲ್ಲಿ ಯಾರೊಬ್ಬರೂ ಚಕಾರ ಎತ್ತದೆ ಸುಮ್ಮನೆ ಇದ್ದುದು. ಅಡ್ಡದಾರಿ ಹಿಡಿದಿರುವ ಈ ಯುವಕರಿಗೆ ಬುದ್ಧಿ ಹೇಳದೆ ಇರುವುದು ನಾಚಿ ತಲೆತಗ್ಗಿಸುವ ವಿಷಯ" ಎಂದು ಹಿರಿಯರ ಗುಂಪಿನತ್ತ ಕೈ ತೋರಿಸುತ್ತ, "ಇದು ನಾಚಿಕೆಗೇಡಿನ ವಿಷಯ, ನಾಚಿಕೆಗೇಡಿನ ವಿಷಯ" ಎಂದು ನಿವೇದಿಸಿದ.

ಕೂಡಲೇ ಲೆಯೋಕ್ರೈಕೋಸ್ ಸಿಟ್ಟಿಗೆದ್ದು ನಿಂತ.

"ಮುಚ್ಚು ಬಾಯಿ, ಮೆನ್ತೋರ್. ಯಾಕೆ? ನಿನಗೆ ಹುಚ್ಚು ಹಿಡಿದಿದೆಯೇನು?

ಯುವಕರನ್ನು ತಡೆಯಬೇಕಾಗಿತ್ತಂತೆ. ಅದು ಹೇಗೆ ಸಾಧ್ಯ? ಇಲ್ಲಿ ಕೇಳು, ಈಗ ಒಂದು ವೇಳೆ ಸ್ವಯಂ ಒದ್ಯೆಸೆಯೂಸ್ ದೊರೆಯೇ ಬಂದರೂ ಅರಮನೆಯಲ್ಲಿ ಬೀಡು ಬಿಟ್ಟಿರುವ ಯುವಕರನ್ನು ಒಂಟಿಯಾಗಿ ಇದಿರಿಸಲಾರ. ಅವನು ಬಂದ ಮಾತ್ರಕ್ಕೆ ಈವರೆಗೆ ವಿರಹವನ್ನನುಭವಿಸಿದ ಪತ್ನಿಗೆ ಲಾಭ ದೊರಕುವುದಿಲ್ಲ. ಏಕೆಂದರೆ ಬಹುಸಂಖ್ಯಾತರಾಗಿರುವ ಯುವಕರು ಒಂಟಿ ಒದ್ಯೆಸೆಯೂಸ್‌ನನ್ನು ಭೀಷಣ ಸಾವಿಗೀಡು ಮಾಡಿಬಿಡುತ್ತಾರೆ. ಬೇಕಾದರೆ ಬರೆದಿಟ್ಟುಕೊ ಮೆನ್ಟೋರ್, ವೃಥಾ ನೀನು ಯಾರನ್ನೂ ಅಡ್ಡದಾರಿಗೆಳೆಯಲು ಪ್ರಯತ್ನಿಸಬೇಡ. ಬನ್ನಿ, ನಾವಿನ್ನು ನಮ್ಮ ಮನೆಗಳಿಗೆ ಹೊರಡೋಣ. ಇಲ್ಲಿನ್ನು ಯಾವ ಕೆಲಸವೂ ಇಲ್ಲ. ಈ ತಲೆಮಾಸಿದ ಮೆನ್ಟೋರ್ ಮತ್ತು ಆ ಹಲಿಥೆರ್‌ಸೇಸ್ ಬೇಕಾದರೆ ಆ ತೆಲೆಮಾಖೋಸ್‌ಗೆ ಯಾನ ಸೌಕರ್ಯದ ವ್ಯವಸ್ಥೆ ಮಾಡಿಕೊಡಲಿ. ಈ ಇಬ್ಬರೂ ಲಾಗಾಯ್ತಿನಿಂದ ಆ ಮನೆತನಕ್ಕೆ ಪರಮಾಪ್ತರು ತಾನೇ? ತೆಲೆಮಾಖೋಸ್, ನೀನು ಮುದಿಯರನ್ನು ನಂಬಿ ವರ್ಷಗಟ್ಟಳೆ ಕೂತರೂ ಏನೂ ಪ್ರಯೋಜನವಾಗುವುದಿಲ್ಲ. ನಿನ್ನ ಯಾನ ಯೋಜನೆಯಂತೂ ಸಫಲ ವಾಗುವುದಿಲ್ಲ" ಎಂದು ಅವನು ಅಲ್ಲಿಂದ ಮನೆಗೆ ಹೊರಟೇಬಿಟ್ಟ. ಉಳಿದವರೂ ಅವರವರ ಮನೆಗಳಿಗೆ ಹೊರಟುಹೋದರು.

ನೀಚ ಯುವ ನವಸಿಗರು ಒದ್ಯೆಸೆಯೂಸ್‌ನ ಅರಮನೆಗೇ ಬೀಡು ಬಿಡಲು ತೆರಳಿದರು.

ತೆಲೆಮಾಖೋಸ್ ಒಂಟಿಯಾಗಿ ಸಮುದ್ರಕ್ಕೆ ಹೋಗಿ ಉಪ್ಪು ನೀರಿನಲ್ಲಿ ಕೈಗಳನ್ನು ತೊಳೆದುಕೊಂಡು ಪ್ರಾರ್ಥನೆ ಸಲ್ಲಿಸಿದ. "ಓ ದೇವಿ ಅಥೆನೆ, ಇಂದು ನಾನು ಆಡಿದ ಪ್ರತಿಯೊಂದು ಮಾತಿಗೂ ನೀನೇ ನನಗೆ ಪ್ರೇರಕ ಶಕ್ತಿಯಾಗಿದ್ದೆ. ನಿನ್ನ ಪ್ರೇರಣೆಯಂತೆ ತಾನೇ ನಾನೀಗ ತಂದೆಯ ಅನ್ವೇಷಣೆಗೆಂದು ಹೊರಡಬೇಕಾಗಿರುವುದು? ಆ ನೀಚ ಜನಗಳ ವರ್ತನೆಯನ್ನೂ ನೀನೇ ಕಣ್ಣಾರ ಕಂಡಿದ್ದೀಯೇ? ನೆಮ್ಮದಿ ಸಿಗಲು ಮುಂದೇನು ಮಾಡಬೇಕೆಂಬುದಕ್ಕೂ ನೀನೇ ಮಾರ್ಗದರ್ಶನ ಮಾಡಬೇಕು" ಎಂದು.

ಕೂಡಲೇ ಅಲ್ಲಿಗೆ ಅಥೆನೆ ಮೆನ್ಟೋರ್‌ನ ವೇಷಾಂತರದಲ್ಲಿ ಬಂದಳು. "ತೆಲೆಮಾಖೋಸ್, ನಿನ್ನ ಯಾನ ಪ್ರಯಾಣ ಯಾವ ಅಡ್ಡಿಯೂ ಇಲ್ಲದೆ ಸಾಗುತ್ತದೆ. ಒಂದು ಮಾತು. ನಿಜವಾಗಿ ಪೆನೆಲೋಪೈಆ ಮತ್ತು ಒದ್ಯೆಸೆಯೂಸ್‌ರ ನಿಜ ಪುತ್ರ ನೀನಾಗಿದ್ದರೆ ಮಾತ್ರ ನೀನು ಕೃತಕಾರ್ಯ ನಾಗುತ್ತೀಯೆ," ಎಂದಳು.

"ಏಕೆ ಈ ಅನುಮಾನ ಮೆನ್ಟೋರ್? ದೇವಿ ಅಥೆನೆಯಾಣೆ ನಾನು ನಿಜವಾಗಿ ಅವರಿಬ್ಬರ ಮಗ."

"ಹಾಗಿದ್ದರೆ ಸರಿ. ನೀನು ಆ ತಂದೆಗೆ ಸರಿಯಾದ ಮಗನಾಗುತ್ತೀಯೆ. ನಿನಗೆ ಧೈರ್ಯವಿದೆ. ಭವಿಷ್ಯದಲ್ಲಿ ನಂಬಿಕೆಯೂ ಇದೆ. ಅಂತೆಯೇ ನಿನಗೊಳ್ಳೆಯ ಭವಿಷ್ಯವೂ ಕಾದಿದೆ. ಅದರಿಂದ ಅವರು ಹೀಗೆ ಮಾಡುತ್ತಾರೆ, ಇವರು ಹಾಗೇ ಮಾಡಬಹುದು ಎಂದೆಲ್ಲ ಯೋಚಿಸುತ್ತ ಕೂಡಬೇಡ. ಈಗ ಸ್ವಲ್ಪವೂ ಕಾಲ ದಂಡಮಾಡಬೇಡ. ನಿನ್ನ ತಂದೆಯ ಅತ್ಯಂತ ಆಪ್ತ ನಾನಿರುವಾಗ ನೀನು ಏನೂ ಚಿಂತಿಸುವ ಕಾರಣವಿಲ್ಲ," ಎಂದಳು ವೇಷಾಂತರದಲ್ಲಿ ಇದ್ದ ಅಥೆನೆ.

ತೆಲೆಮಾಖೋಸ್ ಏನೂ ಪ್ರತಿಕ್ರಿಯೆ ತೋರಿಸದೆ ನಿಂತಿದ್ದ.

"ನನ್ನಲ್ಲಿ ನಂಬಿಕೆ ಇಲ್ಲವೆ ತೆಲೆಮಾಖೋಸ್?"

"ಹಾಗಲ್ಲ ಹಿರಿಯರೆ. ಮುಂದೆ ನಾನೇನೇನು ಮಾಡಬೇಕೆಂಬುದನ್ನು ಯೋಚಿಸುತ್ತಿದ್ದೆ."

"ಈಗ ನೀನು ಸುಮ್ಮನೆ ಅರಮನೆಗೆ ಹಿಂತಿರುಗಿ ಆ ನವಸಿಗರ ಜೊತೆಗೆ ಸೇರಿಕೊ.

ಉಳಿದುದನ್ನೆಲ್ಲ ನಾನು ಸಿದ್ಧಮಾಡುತ್ತೇನೆ."

"ಬಾಕಿಯದನ್ನೆಲ್ಲ ಅಂದರೆ?"

"ಹಡಗು, ಆಹಾರ, ಪಾನೀಯ, ಜನ, ಎಲ್ಲಾ. ಸರಿತಾನೆ?"

"ಸರಿ" ಎಂದು ಅಲ್ಲಿಂದ ಹೊರಟ ತೆಲೆಮಾಖೋಸ್ ಆ ಹೊಟ್ಟೆಬಾಕ ನವಸಿಗರ ಸಮೂಹಕ್ಕೆ ಬಂದ. ಅವರು ತಿಂದು, ಕುಡಿದು ಕೇಕೆ ಹಾಕುತ್ತಿದ್ದರು. ತೆಲೆಮಾಖೋಸ್‌ನನ್ನು ಕಂಡಕೂಡಲೇ ಅಂತಿನೋಊಸ್ ಅವನ ಕೈಹಿಡಿದು "ಲೋ ನೀನಿನ್ನೂ ಹುಡುಗ. ಇಲ್ಲದ ಸಲ್ಲದ ವಿಚಾರಕ್ಕೆಲ್ಲ ನೀನೇಕೆ ತಲೆಕೆಡಿಸಿಕೊಳ್ಳುತ್ತೀಯೆ? ಹಾಯಾಗಿ ನಮ್ಮೊಂದಿಗೇ ಇರು, ತಿನ್ನು, ಕುಡಿ, ಆನಂದಪಡು" ಎಂದ.

"ಅಂತಿನೋಊಸ್ ಈ ನಿನ್ನ ಚೇಲರ ನಡುವೆ ಆನಂದ ಪಡಲು ಸಾಧ್ಯವೆ?" ಎಂದು ತೆಲೆಮಾಖೋಸ್ ತನ್ನ ಕೈ ಜಗ್ಗಿ ಬಿಡಿಸಿಕೊಂಡ. ಆಮೇಲೆ, "ನಿಮ್ಮ ಕೃತ್ರಿಮಕ್ಕೆ ನಾನೆಂದೂ ಶರಣಾಗುವುದಿಲ್ಲ. ನಿಮಗೆ ನಾನು ತಕ್ಕ ಪ್ರತೀಕಾರವನ್ನು ಮಾಡದಿದ್ದರೆ ಒದ್ಯೆಸೆಯೂಸ್‌ನ ಮಗನೇ ಅಲ್ಲ. ನುಡಿದಂತೆ ನಡೆದವನು ನಾನು. ನನಗೆ, ಛಿ, ನಿಮ್ಮಂತಹವರ ಸಹವಾಸವೆ?" ಎಂದು ರಭಸವಾಗಿ ಅಲ್ಲಿಂದ ಕಾಲ್ತೆಗೆದ.

ಕುಡಿತದ ಅಮಲಿನಲ್ಲಿದ್ದ ಅವರೆಲ್ಲ ಅವನನ್ನು ಗೇಲಿ ಮಾಡಿದರು.

ಅವರಲ್ಲಿ ಒಬ್ಬ, "ಅವನ ಚಾಲೀಗ ನನಗೆ ಗೊತ್ತಾಯಿತು. ಅವನು ಸ್ಪಾರ್ತಾ ಅಥವಾ ಪೈಲೋಸ್‌ನಿಂದ, ನಮ್ಮ ಮೇಲೆ ದಾಳಿ ಮಾಡಿ, ನಮ್ಮ ರಕ್ತ ಹೀರಲು ಸಹಾಯ ತರಬಹುದು ಅಥವಾ ಎಫ್ಯೆರಾದಿಂದ ಕಾರ್ಕೋಟಕ ವಿಷ ತಂದು ಅದನ್ನು ಮದ್ಯದಲ್ಲಿ ಬೆರೆಸಿ ನಮ್ಮೆಲ್ಲರ ನಾಶಕ್ಕೆ ಕಾರಣನಾಗಬಹುದು. ಕಳ್ಳ ಖದೀಮ ಅವನು," ಎಂದ.

"ಯಾನ ಮಾಡುವಾಗ ಬಿರುಗಾಳಿ ಎದ್ದು ಹಡಗಿನ ಸಮೇತ ಅವನು ನಾಶವಾದರೆ?" ಎಂದು ಬೇರೊಬ್ಬನೆಂದ.

"ಅಪ್ಪನಿಗಾದಂತೆಯೇ ಮಗನಿಗೂ ಹಾಗಾದರೆ!"

"ಒಂದು ವೇಳೆ ಹಾಗಾಗಿಬಿಟ್ಟರೆ ನಮಗೆಲ್ಲ ಮಹಾ ಕಷ್ಟವಲ್ಲ?" ಎಂದ ಮಗದೊಬ್ಬ.

"ಕಷ್ಟವೇನೂ ಅಲ್ಲ. ದಾರಿ ಸುಗಮವಾದಂತೆ ತಾನೇ?" ಮತ್ತೊಬ್ಬ ಹೇಳಿದ.

"ಹೇಗೆ ಸುಗಮ? ಅವರ ಆಸ್ತಿ ನಮಗೆಲ್ಲ ಹಂಚಿಕೆಯಾಗಬೇಕು. ಆ ಹಂಚಿಕೆ ಮೊದಲಾದವುಗಳಲ್ಲಿ ಏನೇನು ತೊಡಕುಗಳು ಹುಟ್ಟುತ್ತವೆಯೋ?"

"ಪೆನೆಲೋಪ್ಯೆಳನ್ನು ಮದುವೆಯಾದವನಿಗೆ ಮೊದಲು ಅರಮನೆಯನ್ನಂತೂ ಬಿಟ್ಟುಕೊಡಬೇಕೋ!"

"ಆದರೆ ಯಾರೊಂದಿಗೆ ಅವಳ ಮದುವೆ?"

"ನನ್ನೊಂದಿಗೆ", "ನನ್ನೊಂದಿಗೆ', "ನನ್ನೊಂದಿಗೆ" ಎಂಬ ಬೊಬ್ಬೆ ಎದ್ದಿತು.

ಈ ಮಾತುಗಳನ್ನೆಲ್ಲ ಕೇಳಲು ತೆಲೆಮಾಖೋಸ್ ಅಲ್ಲಿರಲೇ ಇಲ್ಲ. ಅವನು ಅರಮನೆಯ ಉಗ್ರಾಣಕ್ಕೆ ಹೋಗಿ, ಉಗ್ರಾಣದ ಮುಖ್ಯಸ್ಥಳು ಯೂರ್ಯೆಕ್ಲೇಇಯಾಗೆ ಏನೆಲ್ಲ ಬೇಕು ಯಾನ ಪ್ರಯಾಣಕ್ಕೆ ಎಂದು ಹೇಳಿದ. ಅವಳ ಬಯಕೆಯಂತೆ ತನ್ನ ಮುಂದಿನ ಕೆಲಸವೇನೆಂಬುದನ್ನು ವಿವರಿಸಿದ. ಅವಳು ವಾಸ್ತವವಾಗಿ ಭಯಭೀತಳಾದಳು. "ಇಲ್ಲೇ ಇದ್ದು ನಿನ್ನ ಆಸ್ತಿಯನ್ನು ಭದ್ರಪಡಿಸಿಕೊ. ನೀನಿಲ್ಲಿಲ್ಲದಿದ್ದರೆ ಎಲ್ಲವನ್ನೂ ಆ ಇತರರು ನುಂಗಿ ನೀರು ಕುಡಿದುಬಿಡುತ್ತಾರೆ" ಎಂದು ಸಲಹೆ ಮಾಡಿದಳು.

ಅವಳಲ್ಲಿ ಆಸ್ತಿ ನಷ್ಟವಾದೀತೆಂಬ ಭಯಕ್ಕಿಂತ ಹೆಚ್ಚಾಗಿ ದೂರ ದೇಶಕ್ಕೆ ಹೋಗಿ ಆ ತಂದೆಯಂತೆ ಈ ಮಗನೂ ಸಂಕಷ್ಟಕ್ಕೆ ಒಳಗಾದರೇನು ಗತಿ ಎಂಬ ಭಯ.

ಅವನು ಅವಳಿಗೆ ಧೈರ್ಯ ಹೇಳಿದ. ಈ ವಿಷಯ ಯಾರಿಗೂ ಬಾಯಿ ಬಿಡುವುದಿಲ್ಲ, ಕಡೆಗೆ ತಾಯಿಗೂ ಬಾಯಿ ಬಿಡುವುದಿಲ್ಲವೆಂದು ದೇವರ ಮೇಲೆ ಆಣೆ ಇಟ್ಟು ಮಾತು ತೆಗೆದುಕೊಂಡ.

ಆಮೇಲೆ ಮತ್ತೆ ಅವನು ಆ ನವಸಿಗರ ತಂಡವನ್ನು ಕೂಡಿಕೊಂಡ.

ಅತ್ತ ಅಥೆನೆ ತೆಲೆಮಾಖೋಸ್‌ನ ರೂಪ ಧರಿಸಿ ಹಡಗಿನ ಹಾಗೂ ಜನಗಳ ವ್ಯವಸ್ಥೆ ಮಾಡಿದಳು. ಅನಂತರ ಅಗೋಚರವಾಗಿ ಅರಮನೆಗೆ ಬಂದಳು. ನವಸಿಗರಿಗೆಲ್ಲಾ ಮಂಪರ ಬರಿಸಿ ಹೇಗಿದ್ದವರು ಹಾಗೆಯೇ ಒರಗುವಂತೆ ಮಾಡಿದಳು.

ಆಮೇಲೆ ಮೆನ್ತೋರ್‌ನ ರೂಪ ಧರಿಸಿ, ತೆಲೆಮಾಖೋಸ್‌ನನ್ನು ಸಿದ್ಧಪಡಿಸಿದ್ದ ಹಡಗಿಗೆ ಕರೆದೊಯ್ದಳು.

ಹಡಗು ಆಮೇಲೆ ಪಟ ಹಾರಿಸುತ್ತಾ ಅನ್ವೇಷಣ ಕಾರ್ಯ ನಿಮಿತ್ತ ಸಮುದ್ರ ಯಾನವನ್ನು ಆರಂಭ ಮಾಡಿತು.

○ 'ಒಡಿಸ್ಸಿ'

ಸಭಾಭವನದಲ್ಲಿ ಸಮರ

ಸಭಾಭವನದಲ್ಲಿ ಹರಟೆ ಕೊಚ್ಚುತ್ತಿದ್ದ ಯುವ ನವಸಿಗ ಸಮೂಹಕ್ಕೆ ಕಂಚು ಘಂಟೆಯ ನಾದ ಕೇಳಿ ಅಚ್ಚರಿಯಾಯಿತು.

ಆ ಘಂಟಾನಾದ ಯಾವುದರ ಸಂಕೇತವೆಂಬುದು ಅವರಿಗೆ ಗೊತ್ತಿತ್ತು. ಎಲ್ಲರ ಗಮನ ಸಭಾಭವನದ ಎತ್ತರದ ಬಾಗಿಲಿನತ್ತ ಹೋಯಿತು.

ಬಾಗಿಲಿನ ಎರಡೂ ರೆಕ್ಕೆಗಳು ತೆರೆದವು. ಊಳಿಗದವನೊಬ್ಬ ಬಿಲ್ಲು ಬತ್ತಳಿಕೆಗಳನ್ನು ಹಿಡಿದು ಮೊದಲು ಬಂದ. ನಂತರ ತೆಲೆಮಾಖೋಸ್.

ಅವನ ಹಿಂದೆ ಒದ್ಯೆಸೆಯೂಸ್‌ನ ರಾಣಿ ಪೇನೆಲೊಪ್ಪೈಆ ಅವಕುಂಠನವತಿಯಾಗಿ, ಸಾಲಂಕೃತಳಾಗಿ ಪ್ರವೇಶಿಸಿ ಬಾಗಿಲ ಬಳಿಯೇ ನಿಂತು, "ನೀವೆಲ್ಲ ಈ ಸಭಾಭವನಕ್ಕೆ ಪಟ್ಟಾಗಿ ಅಂಟಿ ಬಿಟ್ಟಿದ್ದೀರಿ. ಆದರೆ ಈ ಅರಮನೆಯ ಯಜಮಾನರು ಕಾಣದೆ ವರ್ಷಗಳು ಉರುಳಿಹೋಗಿವೆ. ಕಾರಣಗಳು ನಿಮಗೆಲ್ಲ ಗೊತ್ತು. ನಾನು ವಿವರಿಸುವ ಅಗತ್ಯವಿಲ್ಲ..." ಎಂದು ಹೇಳುತ್ತಿದ್ದಳು.

ನಡುವೆಯೇ ಒಬ್ಬ ನವಸಿಗ "ಹೇಳಿದ್ದನ್ನೇ ಮತ್ತೆ ಮತ್ತೆ ಏಕೆ ಹೇಳುತ್ತೀ?" ಎಂದ. ಕೆಣಕುವಂತಿತ್ತು ಅವನ ಧ್ವನಿ ವಿನ್ಯಾಸ.

ಪೇನೆಲೊಪ್ಪೈಆ ವಿಚಲಿತಳಾಗಲಿಲ್ಲ. ಗಂಭೀರವಾಗಿ, "ಇದೇ ಕಡೆಯ ಬಾರಿ ನಿಮಗೆ ಈ ಪರಿಸ್ಥಿತಿಯನ್ನು ನಾನು ನೆನಪು ಮಾಡುವುದು. ಈ ನೆನಪಿನೊಂದಿಗೇ ನಿಮಗೆ ನಾನೊಂದು ಸಂತಸದ ಸುದ್ದಿಯನ್ನೂ ತಂದಿದ್ದೇನೆ," ಎಂದಳು.

ನವಸಿಗರೆಲ್ಲರಲ್ಲಿ ಉತ್ಸಾಹ ಕೆರಳಿತು. "ಸಂತಸದ ಸುದ್ದಿಯೇ! ಹಾಗಾದರೆ ಬೇಗ ಹೇಳು" ಎಂದು ಒಬ್ಬ ಆತುರಪಡಿಸಿದ.

"ಅದನ್ನು ಹೇಳಲೆಂದೇ ನಾನು ಬಂದಿರುವಾಗ ಅನಾವಶ್ಯಕ ಆತುರವೇಕೆ? ನೋಡಿ ಈ ಬಿಲ್ಲು ದೊರೆ ಒದ್ಯೆಸೆಯೂಸ್‌ನದು. ಅದು ಅವರಿಗೆ ಬಂದ ಸ್ನೇಹದ ಕೊಡುಗೆ. ಅವರಿಗೆ ಅದು ಅತ್ಯಂತ ಪೂಜನೀಯವಾದುದು."

"ಇರಬಹುದು. ಆದರೆ ಅದರ ಪ್ರದರ್ಶನ ನಮಗೆ ಹೇಗೆ ಸಂತಸತಂದೀತು?"

"ಆತುರ ಬೇಡವೆಂದೆ. ನಾನು ಈಗ ಯಾರ ಕೈ ಹಿಡಿಯಬೇಕೆಂಬ ವಿಚಾರ ಒಂದು ನಿರ್ಧಾರದ ಘಟ್ಟಕ್ಕೆ ಬಂದಿದೆ. ಅದನ್ನು ಮುಂದೂಡುವುದು ಸಾಧ್ಯವೂ ಅಲ್ಲ. ಸಾಧುವೂ ಅಲ್ಲ. ಆ ಕಾರಣದಿಂದ ನಿಮ್ಮಗಳ ಮುಂದೆ ನಾನೀಗ ಪಣ ಇಡುತ್ತೇನೆ. ಆ ಪಣದಲ್ಲಿ ಯಾರು ಗೆಲ್ಲುತ್ತಾರೆಯೋ ಅವರ ಕೈಯನ್ನು ನಾನು ಹಿಡಿಯಲು ನಿರ್ಧರಿಸಿದ್ದೇನೆ."

"ಪಣವೆ? ಯಾವುದದು ಬೇಗ ಹೇಳು." ಅನೇಕರು ಒಟ್ಟಿಗೆ ಕೇಳಿದರು.

"ಕೇಳಿ. ನಿಮ್ಮಲ್ಲಿ ಯಾರು ಈ ಬಿಲ್ಲಿಗೆ ನಾರಿಯೇರಿಸಿ ಕಟ್ಟಿ, ಸಾಲಾಗಿ ನಿಲ್ಲಿಸುವ ಹನ್ನೆರಡು ಪರಶುಗಳ ಅಲಗು - ಕುಣಿಕೆಯ ಮುಖಾಂತರ ದಾಟುವಂತೆ ಅಂಬು ಬಿಡುತ್ತಾರೋ ಅವರ ಕೈ ನಾನು ಹಿಡಿಯುತ್ತೇನೆ. ಒಪ್ಪಿಗೆ ತಾನೇ?"

"ಒಪ್ಪಿಗೆ, ಒಪ್ಪಿಗೆ," ಎಂದರು ಅವರೆಲ್ಲ.

ಆ ನವಸಿಗರ ಮುಂದೆ ನಾರಿ ಬಿಟ್ಟಿದ್ದ ಬಿಲ್ಲು, ಅಂಬು ತುಂಬಿದ ಬತ್ತಳಿಕೆಯನ್ನು ಇರಿಸಲಾಯಿತು. ತೆಲೆಮಾಖೋಸ್ ಅಲ್ಲೇ ನಿಂತ. ಪೇನೆಲೊಪ್ಪೈಆ ನಿಷ್ಕ್ರಮಿಸಿದಳು.

ಬಹಳ ಸುಲಭವೆಂದು ಗ್ರಹಿಸಿದ್ದ ಆ ನವಸಿಗ ಮಂದೆಯ ಯಾರೊಬ್ಬನಿಂದಲೂ ನಾರಿಯೇರಿಸಿ ಬಿಗಿಯಲು ಸಾಧ್ಯವಾಗಲೇ ಇಲ್ಲ. ಎಲ್ಲರ ಮುಖ ಸೋತ ಸೋರೆಕಾಯಿಯಾಯಿತು.

ಆಗ ಅಲ್ಲಿಗೆ ಚಿಂದಿ ಬಟ್ಟೆಯ ಭಿಕ್ಷುಕನೊಬ್ಬ ಬಂದ. ಅವನು "ನಾನು ಪ್ರಯತ್ನಿಸುತ್ತೇನೆ" ಎಂದ.

ಅಂತಹ ಶ್ರೀಮಂತ ಪಣಕ್ಕೆ ಈ ಭಿಕಾರಿಯ ಪ್ರಯತ್ನವೇ ಎಂದು ದರ್ಜೆ, ಸ್ಥಾನಗಳ ಬಗೆಗೆ ವಿಪುಲ ಚರ್ಚೆಯಾಯಿತು. ನವಸಿಗರ ಮಂದೆ ಹೀನಾಮಾನ ನಗಚಾಟಲು ಮಾಡಿದರು. ಆದರೂ ತೆಲೆಮಾಖೋಸ್ ಅವೊಂದಕ್ಕೂ ಕಿವಿಗೊಡದೆ ಭಿಕ್ಷುಕನಿಗೆ ಒಪ್ಪಿಗೆಯನ್ನು ಕೊಟ್ಟೇಬಿಟ್ಟ.

ಪಣ ಗೆಲ್ಲಲು ತಮ್ಮ ಕೈಯಲ್ಲಿ ಹರಿಯದಿದ್ದರೂ ಉತ್ತಮ ದರ್ಜೆ ತಮ್ಮದೆಂಬ ಅವರ ಹಮ್ಮು ಅವರನ್ನು ಬಿಟ್ಟು ಹೋಗಲಿಲ್ಲ. ತಮ್ಮೊಡನೆ ಇವನ ಸ್ಪರ್ಧೆಯೇ, ಅದಕ್ಕೆ ಒಪ್ಪಿಗೆಯೇ ಎಂಬ ಅಸಮಾಧಾನ ತುಂಬಿದ ಅವರು ಬಿಸಿಯೇರಿದ್ದರು. ಅಂತಹವರ ಕಣ್ಣಿದಿರಿಗೇ ಆ ಭಿಕ್ಷುಕ ಕ್ಷಣಾರ್ಧದಲ್ಲಿ ನಾರಿಯೇರಿಸಿ ಟಂಕಾರ ಮಾಡಿದ. ಆ ನಾದ ಸಭಾಭವನವನ್ನು ಸ್ತಬ್ಧಗೊಳಿಸಿತು.

ಅವನು ಬಿಲ್ಲಿಗೇರಿಸಿ ಗುರಿಯಿಟ್ಟು ಬಿಟ್ಟ ಅಂಬು ಹನ್ನೆರಡು ಪರಶುಗಳ ಅಲಗು-ಕುಣಿಕೆಯ ಮುಖಾಂತರ ಸರಾಗವಾಗಿ ನುಸುಳಿ ಹೋಗಿ ಆಚೆಗೆ ಬಿತ್ತು.

ಆ ನವಸಿಗರ ಮಂದೆ ಬೆಪ್ಪು ಹಿಡಿದು ಕೂತಿತು. ಚಿಂದಿಬಟ್ಟೆಯ ಅನಾಮಧೇಯ ಭಿಕಾರಿಯಿದಿರಿಗೆ ತಾವು ಅಲ್ಪರಾದೆವಲ್ಲ ಎನಿಸಿತು. ಆದರೂ ನಾಚಿಕೆಯಿಲ್ಲದೆ ತಲೆಯೆತ್ತಿಕೊಂಡೇ ಕುಳಿತಿದ್ದರು.

ಮುಂದೇನು ಎಂದು ಅವರವರಲ್ಲೆ ಪಿಸುಗುಟ್ಟುವಿಕೆ ಆರಂಭವಾಯಿತು.

ಸಂತಸದಿಂದ ಉಬ್ಬಿ ತೆಲೆಮಾಖೋಸ್ ಪಣಗೆದ್ದ ಆಗಂತುಕನ ಬಳಿಗೆ ಬಂದ. ಆಗಂತುಕ ಅವನ ಕಿವಿಯಲ್ಲಿ ಏನನ್ನೋ ಉಸುರಿದ. ಸಂತಸದಿಂದ ತಲೆಯಾಡಿಸುತ್ತಾ ಅಲ್ಲಿಂದ ಹೊರಟುಹೋದ ತೆಲೆಮಾಖೋಸ್. ಆಗಂತುಕನೂ ಮರೆಯಾದ.

ಬೇಗಲೇ ಊಟೋಪಚಾರಗಳ ಮೇಜವಾನಿಗೆ ಆರಂಭವಾಯಿತು. ಆ ನವಸಿಗರ ಗಮನ ಸಂಪೂರ್ಣವಾಗಿ ಅತ್ತ ಹೊರಳಿತು. ಆಗ ಅವರಿಗೆ, ಬಿಲ್ಲು, ನಾರಿಯೇರಿಸುವುದು,

ಅಲಗುಕುಣಿಕೆ, ಪಣ, ಎಲ್ಲ ಮರೆತುಹೋಯಿತು. ಅವರ ಏಕಾಗ್ರತೆಯೆಲ್ಲ ಕೇವಲ ಮಾಂಸ – ಮದ್ಯಗಳಲ್ಲಿ ಲೀನವಾಗಿಬಿಟ್ಟಿತು.

ತಾವು ನಗಚಾಟಲು ಮಾಡಿದ, ತಮ್ಮನ್ನು ಸೋಲಿಸಿದ ಆ ಭಿಕಾರಿಯ ಆಪೇಕ್ಷೆಯಂತೆ ತೆಲೆಮಾಖೋಸ್ ಅತಿಥ್ಯದ ವ್ಯವಸ್ಥೆಯನ್ನು ಮಾಡಿದ್ದಿರಬಹುದೆಂಬ ಕಲ್ಪನೆ ಸಹ ಅವರಿಗೆ ಬರಲಿಲ್ಲ. ಎಂಜಲನ್ನ ಸಿಕ್ಕರೆ ಬಾಲ ಅಲ್ಲಾಡಿಸುತ್ತ ಅದನ್ನು ಮೂಸಲು ಬರುವ ನಾಯಿಯಂತಹವ ರಲ್ಲವೆ ಆ ನವಸಿಗರು?

ಈ ಆತಿಥ್ಯಕ್ಕೆ ಹೆಚ್ಚಿನ ಸಂತಸ ತುಂಬಿ ಬರಲು ಕಿವಿಗಿಂಪಾದ ಗಾನಸುಧೆ ಗಾಯಕ ವಾದಕ ಫೆಯಿಮೋಸ್‌ನಿಂದ ಆರಂಭವಾಯಿತು. ಮದ್ಯಸುಧೆಯ ಅಮಲಿನಲ್ಲಿ ಗಾನಸುಧೆ ವಕ್ರಶ್ರುತಿಯಲ್ಲಿ ಬೆರೆತುಹೋಯಿತು.

ಆ ಸಭಾಭವನದ ಎಲ್ಲ ದ್ವಾರಗಳು ಮುಚ್ಚಲ್ಪಟ್ಟುದೂ ಅವರುಗಳ ಗಮನಕ್ಕೆ ಬರಲಿಲ್ಲ.

ಅವರ ಅಮಲಿನ ಅರ್ಥಹೀನ ಧ್ವನಿವಲ್ಲರಿಯನ್ನು ಭೇದಿಸಿಕೊಂಡು ಧನುಷ್ಟಂಕಾರ ಮತ್ತೆ ಮೊಳಗಿತು. ಎಲ್ಲರೂ ಅರೆನಿದ್ದೆಯಿಂದೆದ್ದವರಂತೆ ಟಂಕಾರದ ಶಬ್ದ ಬಂದ ಕಡೆ ನೋಡಿದರು.

ಅವನೇ!

ಆ ಭಿಕಾರಿ ಆಗಂತುಕ!

ಅವನ ಆ ಚಿಂದಿ ಬಟ್ಟೆಗಳು ಏನಾದವು?

ಬಿಲ್ಲು ಹಿಡಿದು ವೀರ ಯೋಧನಂತೆ ನಿಂತಿರುವ ಇವನು ನಿಜವಾಗಿ ಯಾರು?

ಎಲ್ಲರಿಗೂ ದಿಗ್ಭ್ರಮೆಯಾಯಿತು. ಅವನು ಚಿಂದಿಬಟ್ಟೆಯಲ್ಲಿ ಬಂದುದು, ನಾರಿಯೇರಿಸಿದುದು, ಅಂಬು ಬಿಟ್ಟು ಗುರಿ ಸಾಧಿಸಿದುದು, ಅವನ ಕೈಚಳಕ, ಎಲ್ಲವನ್ನೂ ಆ ರಾಜಾತಿಥ್ಯದ ಅಮಲಿನಲ್ಲಿ ಮರೆತಿದ್ದರು.

ಈಗ ಅವನೇ ಹೀಗೆ ಬಂದನೇಕೆ? ಅವನೇ ನಾರಿಯೇರಿಸಿದ ಬಿಲ್ಲಿದೆ ಅವನ ಕೈಯಲ್ಲಿ. ಬತ್ತಳಿಕೆ ಅಂಬುಗಳಿಂದ ತುಂಬಿವೆ. ಅವನು ನಿಂತು ನೋಡುತ್ತಿರುವ ಠೀವಿ, ಅವನ ದೃಷ್ಟಿಯಲ್ಲಿನ ತೀಕ್ಷ್ಣತೆಯನ್ನು ನೋಡಿ ಅವರ ಕರುಳುಗಳಲ್ಲಿ ತುಂಬಿದ್ದ ಬಿಸಿ ಮದ್ಯದಲ್ಲಿ ತಣ್ಣನೆಯ ಮಂಜುಗಾಳಿ ಸುಂಯ್ ಎಂದು ಉದ್ಭವಿಸಿತು.

ಭೋಜನ ಸಮಯದಲ್ಲಿ ಬಂದಿದ್ದಾನೆ. ಜೊತೆಗೂಡೆಂದೇಕೆ ಕರೆಯಬಾರದೆಂದು ಒಂದಿಬ್ಬರಿಗನ್ನಿಸಿತು. ಆದರೆ ಕರೆಯುವುದು ಸರಿಯೆ, ತಪ್ಪೆ ಎಂದು ನಿರ್ಧರಿಸಲಾರದೆ ತೆಪ್ಪನಾಗಿಬಿಟ್ಟರು.

ಆ ಮಹಾದ್ವಾರದ ಬಳಿ ನಿಂತಿದ್ದ, ಗುರಿ ಸಾಧಿಸಿದ ಆ ಬಿಲ್ಗಾರನೇ "ಇಲ್ಲಿ ಕೇಳಿ, ಪಣಕ್ಕಿಟ್ಟಿದ್ದ ಒಂದು ಗುರಿಯನ್ನು ಸಾಧಿಸಿದ್ದಾಯಿತು. ಇನ್ನೊಂದು ಮಹಾ ಗುರಿಯನ್ನು ನಾನು ಸಾಧಿಸಬೇಕಾಗಿದೆ. ಯಾರೂ ಈವರೆಗೆ ಸಾಧಿಸಿಲ್ಲದೆ ಇರುವಂತಹ ಗುರಿ. ಆ ಗುರಿಯನ್ನು ಸಾಧಿಸಲು ಅಪೋಲೋ ದೇವನ ಒಲವು ನೆರವು ನನಗಿದೆ ಎಂದು ನಂಬಿದ್ದೇನೆ" ಎಂದು ಘೋಷಿಸಿದ. ಅಂಬನ್ನು ಬಿಲ್ಲಿಗೇರಿಸಿದ.

ಅಮಲಿನಲ್ಲಿದ್ದ ಆ ನವಸಿಗರು, ಆ ಮಹಾ ಗುರಿ ಯಾವುದು ಎಂದು ಅತ್ತ ಇತ್ತ ನೋಡತೊಡಗಿದರು.

ಕ್ಷಣಾರ್ಧದಲ್ಲಿ ಅವನು ಬಿಟ್ಟ ಅಂಬು ನೇರವಾಗಿ ಅಂತಿನೋಊಸ್‌ನ ಗರಳವನ್ನು ಹೊಕ್ಕಿತು. ಅವನ ಕೈಯಲ್ಲಿದ್ದ ಮದ್ಯ ತುಂಬಿದ್ದ ಕನಕ ಕೋಶಿಕೆ ಜಾರಿ ಠಣಾರ್ ಎಂದು ಕೆಳಗೆ ಬಿತ್ತು.

ಅವನೂ ಕೆಳಗುರುಳಿದ. ಅವನ ಮುಂದಿದ್ದ ಆಹಾರ ಸಾಮಗ್ರಿಯೆಲ್ಲ ಚೆಲ್ಲಾಪಿಲ್ಲಿಯಾಗಿ ಹರಡಿತು. ಅನಿರೀಕ್ಷಿತ ಆಕ್ರಂದನವೊಂದು ಹೊಮ್ಮಿ ಸ್ತಬ್ಧವಾಯಿತು. ಗಾನಸುಧೆ ಗಪ್ಪೆಂದು ನಿಂತಿತು. ಅಂತಿನೋಉಸ್‌ನ ಮೂಗಿನ ಹೊಳ್ಳೆಗಳಿಂದ ರಕ್ತದ ಚಿಲುಮೆ ಉಗ್ಗಿ ಬಂತು.

ಆನಂದದ ಓಲಾಟವಿದ್ದಲ್ಲಿ ರೆಪ್ಪೆ ಮಿಟುಕಿಸುವಷ್ಟರಲ್ಲಿ ಕೋಲಾಹಲವೆದ್ದುಬಿಟ್ಟಿತು. ಎಲ್ಲರೂ ಗಾಬರಿಯಿಂದ ಎದ್ದು ನಿಂತರು. ತಮ್ಮ ಸುತ್ತಲಿನ ಭಿತ್ತಿಗಳತ್ತ ದೃಷ್ಟಿ ಹೊರಳಿಸಿದರು. ಆದರೆ ಅಲ್ಲಿದ್ದ ತೋಮರ ಗುರಾಣಿಗಳು ಕಾಣೆಯಾಗಿದ್ದವು. ಕೈಕೈ ಹಿಸುಕಿಕೊಂಡರು.

ಬಿಲ್ಗಾರ ಹಾಗೆಯೇ ನಿಂತಿದ್ದ. ಕೆಳಗೆ ಬಿದ್ದಿದ್ದ ಅಂತಿನೋಉಸ್‌ನನ್ನು ನವಸಿಗರು ನೋಡಿದರು. ಬಿಲ್ಗಾರನ ಗುರಿ ತಪ್ಪಿ ಅಂಬು ಅವನಿಗೆ ತಾಕಿರಬೇಕೆಂದು ಅವರು ಭಾವಿಸಿದರು. ಅವನ ಒಂದೊಂದು ಗುರಿಯೂ ತಮ್ಮಗಳ ಮೇಲೆಯೇ ಎಂದು ಅವರಿಗೆ ಆಗ ಹೊಳೆಯಲೇ ಇಲ್ಲ. ಎಲ್ಲರೂ ಅವನತ್ತ ಉಗ್ರ ನೋಟ ಬೀರಿದರು.

"ಏಯ್, ದರಿದ್ರದವನೆ, ಹೀಗೇಕೆ ಮಾಡಿಕೊಂಡೆ? ಗುರಿ ತಪ್ಪಿದ ನಿನ್ನ ಅಂಬಿಗೆ ಸಿಕ್ಕು ಸತ್ತವನು ಯಾರು ಗೊತ್ತೆ? ಅವನು ಇಥಾಕಾದ ಶ್ರೇಷ್ಠಾತಿಶ್ರೇಷ್ಠ ವ್ಯಕ್ತಿ. ಅವನ ಈ ಸಾವಿನ ಫಲ ಏನು ಗೊತ್ತೆ?" ಎಂದೊಬ್ಬ ಕೇಳಿದ.

"ಬೇರೇನು, ಈ ದರಿದ್ರದವನ ಹೆಣ ಹದ್ದಿನ ಪಾಲಾಗುವುದೇ ಫಲ" ಎಂದು ಎಲ್ಲರೂ ಒಟ್ಟಿಗೆ ಕೂಗಿದರು.

"ಥು, ನಾಯಿ ಜನಗಳೇ! ನನ್ನನ್ನು ನೀವಾಗಲೇ ಮರೆತಿರಾ? ನನ್ನ ಈ ಇಥಾಕಾಕ್ಕೆ ನಾನು ಮತ್ತೆ ಮರುಳುವುದೇ ಇಲ್ಲವೆಂದು ಭಾವಿಸಿದ್ದಿರಲ್ಲವೆ? ಈ ಸಭಾಭವನದಲ್ಲೇಕೆ ತಳವೂರಿ ನಮ್ಮ ಅರಮನೆಯ ಅನ್ನ ಗದಕುತ್ತಿರುವಿರಿ? ಅಸಹಾಯ ಅರಮನೆಯ ಊಳಿಗಗಿತ್ತಿಯ ರನ್ನೇಕೆ ನಿಮ್ಮ ಕಾಮತೀಟೆಗೆ ಉಪಯೋಗಿಸುತ್ತಿದ್ದಿರಿ? ನನ್ನ ಪತ್ನಿಯ ಕೈಹಿಡಿಯಲು ನಾಮುಂದು, ತಾಮುಂದು ಎಂದೇಕೆ ಕೈಚಾಚುತ್ತಿದ್ದಿರಿ? ನಿಮ್ಮ ಮರಣದ ಗಳಿಗೆ ಬಟ್ಟಲು ಈಗ ಬದಲಾಗಿದೆ. ತಿಳಿಯಿತೆ?" ಎಂದು ಮುಖ ಗಂಟಿಟ್ಟುಕೊಂಡು ಬಿಲ್ಗಾರ ಗಡುಸಾಗಿ ಹೇಳಿದ.

ಆ ಮಾತನ್ನು ಕೇಳಿ ಎಲ್ಲರ ಮುಖ ಬಿಳಿಚಿಕೊಂಡಿತು. ಪೆಚ್ಚಾಗಿ ನಿಂತರು.

ಹಾಗೂ ಹೀಗೂ ಧೈರ್ಯಮಾಡಿ ಯೂರಿಮಾಖೋಸ್ ಒಂದು ಹೆಜ್ಜೆ ಮುಂದೆ ಬಂದು, "ನೀನು ಯಾರೆಂಬುದು ನಮಗೆ ತಿಳಿದಿರಲಿಲ್ಲ. ನೀನೇ ನಿಜವಾಗಿ ದೊರೆ ಒದ್ಯೆಸೆಯೂಸ್ ಆಗಿದ್ದರೆ ನೀನು ಹೇಳಿದ್ದೆಲ್ಲ ಸರಿ. ದೈವ ದ್ರೋಹ, ನಾರೀ ದ್ರೋಹ ನಡೆದಿದೆ. ಇನ್ನೂ ಅನೇಕ ದೌರ್ಜನ್ಯಗಳೂ ನಡೆದಿವೆ. ಆದರೆ ಇವಕ್ಕೆಲ್ಲ ಸೂತ್ರಧಾರನಾಗಿದ್ದವನು, ಮೂಲ ಪ್ರೇರಕ ಶಕ್ತಿಯಾಗಿದ್ದವನು ಇವನೇ, ಈ ಅಂತಿನೋಉಸ್! ಅವನೀಗ ಕೆಳಗುರುಳಿದ್ದಾನೆ. ನಡೆದಿರುವು ದೆಲ್ಲಕ್ಕೂ ಅವನೊಬ್ಬನೇ ಹೊಣೆಗಾರ. ವಾಸ್ತವವಾಗಿ ನಮಗೆಲ್ಲ ಅವನೇ ಅನಭಿಷಿಕ್ತ ನಾಯಕನಾಗಿದ್ದ. ನಿಜ ಹೇಳುತ್ತೇನೆ ಕೇಳು. ಅವನಿಗೆ, ನಿನ್ನ ಪತ್ನಿಯನ್ನು ಲಗ್ನವಾಗುವುದಕ್ಕಿಂತ ಮಿಗಿಲಾಗಿ ನಿನ್ನ ಪುತ್ರನ ಸಾವು. ನಿನ್ನ ಸಿಂಹಾಸನ ಬೇಕಾಗಿದ್ದವು. ಅವನೀಗ ಅದರ ಫಲ ಉಂಡಿದ್ದಾನೆ. ಉಳಿದ ನಮ್ಮನ್ನು ನೀನು ಉಳಿಸು. ನಮ್ಮ ಸಮೂಹ ಅರಮನೆಯಲ್ಲಿ ತಿಂದದ್ದು ಕುಡಿದದ್ದು, ನಮ್ಮಿಂದ ಆಗಿರಬಹುದಾದ ಇತರ ನಷ್ಟಗಳನ್ನೆಲ್ಲ ನಾವು ತುಂಬಿಕೊಡುತ್ತೇವೆ. ಅದರ ಮೇಲೆ ದಂಡವನ್ನೂ ಕೊಡುತ್ತೇವೆ. ನಗರದ ಎಲ್ಲರಿಂದಲೂ ದಂಡವನ್ನು ಸಂಗ್ರಹಿಸಿ ತಂದು ಕೊಡುತ್ತೇವೆ. ಇದರ ಜೊತೆಗೆ ಇಲ್ಲಿರುವ ನಾವು ಪ್ರತಿ ಒಬ್ಬೊಬ್ಬರೂ ತಲಾ ಇಪ್ಪತ್ತು ಎತ್ತುಗಳನ್ನು ತಂದೊಪ್ಪಿಸುತ್ತೇವೆ, ಕಂಚು, ಕನಕ; ನೀನು ಬಯಸಿದಷ್ಟು, ನಿನಗೆ ತೃಪ್ತಿಯಾಗುವಷ್ಟು

ಒಪ್ಪಿಸುತ್ತೇವೆ. ನಮ್ಮಗಳ ಮೇಲೆ ನಿನಗೆ ಉಗ್ರಕೋಪ ಬಂದಿರುವುದು ಸಹಜವೇ. ಆದರೂ ಕ್ಷಮಿಸಿ ನಮ್ಮನ್ನು ಉಳಿಸು" ಎಂದು ಒಂದೇ ಉಸುರಿಗೆ ಹೇಳಿದ.

ಮುಖದಲ್ಲಿಯಾಗಲೀ ಧ್ವನಿಯಲ್ಲಿಯಾಗಲೀ ಯಾವುದೇ ಬದಲಾವಣೆ ಇಲ್ಲದೆ ಒದ್ಯೆಸೆಯೂಸ್ ಹೇಳಿದ:

"ಯೂರಿಮಾಖೋಸ್, ಗಮನವಿಟ್ಟು ಕೇಳು. ನಿಮ್ಮೆಲ್ಲರ ಇಡೀ ಆಸ್ತಿ ಸಂಪತ್ತುಗಳನ್ನೆಲ್ಲ ಕೊಟ್ಟರೂ ನೀವೆಸಗಿರುವ ಅತ್ಯಾಚಾರಕ್ಕೆ ಪ್ರತಿ ಮೌಲ್ಯವಾಗುವುದಿಲ್ಲ. ನಿಮ್ಮಗಳ ವರ್ತನೆಗೆ ನಿಮ್ಮಗಳ ಸಾವು ಒಂದೇ ಸರಿಯಾದ ಉತ್ತರ. ಈಗ ನೀವು ಯುದ್ಧ ಮಾಡಬೇಕು. ಇಲ್ಲ ಪಲಾಯನ ಮಾಡಬೇಕು. ಅನ್ಯ ಮಾರ್ಗವಿಲ್ಲ. ಆದರೆ ಪಲಾಯನ ಮಾಡಿ ಬದುಕಿಕೊಳ್ಳಲು ಈಗ ನಿಮ್ಮಿಂದ ಆಗದ ಮಾತೆಂಬುದನ್ನು ಮರೆಯದಿರಿ."

ಒದ್ಯೆಸೆಯೂಸ್‌ನ ಖಂಡತುಂಡ ಮಾತುಗಳು ಅವರುಗಳನ್ನು ನಡುಗಿಸಿಬಿಟ್ಟಿತು. ಅವರ ಕಾಲುಗಳು ಥರಥರನೆ ಕಂಪಿಸತೊಡಗಿದವು.

ಆ ಸ್ಥಿತಿಯಲ್ಲಿಯೇ ಯೂರಿಮಾಖೋಸ್ ತನ್ನ ತಂಡದವರಿಗೆ ಹೇಳಿದ–"ಮಿತ್ರರೆ, ಇವನು ಅಜೇಯನೆಂದು ಭಾವಿಸಿಕೊಂಡಿರುವಂತಿದೆ. ಅದರಿಂದ ಅವನು ಈಗ ಸುಮ್ಮನಿರುವುದಿಲ್ಲ. ಅವನ ಬಳಿ ಬಿಲ್ಲು ಅಂಬುಗಳಿವೆ. ಆ ಬಾಗಿಲಿನಿಂದಲೇ ಅಂಬನ್ನು ಬಿಟ್ಟು ನಮ್ಮಗಳನ್ನು ಕೊಲ್ಲುತ್ತಾನೆ. ನಮಗೀಗ ಬೇರೆ ದಾರಿಯೇ ಇಲ್ಲ. ಎಲ್ಲರೂ ನಿಮ್ಮ ನಿಮ್ಮ ಕರವಾಳವನ್ನು ಸೆಳೆಯಿರಿ. ಅವನ ಬಾಣಗಳಿಂದ ರಕ್ಷಣೆ ಪಡೆಯಲು ಮೇಜುಗಳನ್ನು ಉಪಯೋಗಿಸೋಣ. ಎಲ್ಲರೂ ಒಟ್ಟಾಗಿ ಅವನತ್ತ ಒಂದು ಮೈಯಾಗಿ ನುಗ್ಗೋಣ. ಬಾಗಿಲಿಂದ ಅವನನ್ನು ದೂರ ಸರಿಸಿ ಪಾರಾಗಲು ಪ್ರಯತ್ನಿಸೋಣ" ಎಂದ.

"ಹೌದು, ಹಾಗೇ ಮಾಡಿ ಪಾರಾದರೆ ನಾವು ಹೊರಗೆ ಬೊಬ್ಬೆಹಾಕಿ ಜನರನ್ನು ಸೇರಿಸಿಕೊಳ್ಳ ಬಹುದು," ಎಂದು ಅಂಫಿನೋಮೋಸ್ ದನಿಗೂಡಿಸಿದ.

ಯೂರಿಮಾಖೋಸ್ ಇಕ್ಕೆಲದಲ್ಲಿಯೂ ಹರಿತವಾದ ತನ್ನ ಕರವಾಳವನ್ನು ಹಿರಿದು ಜಯಕಾರ ಮಾಡುತ್ತ ಮುಂದೆ ನುಗ್ಗಿದ. ಅಷ್ಟರಲ್ಲಿಯಾಗಲೇ ಒದ್ಯೆಸೆಯೂಸ್ ಬಿಟ್ಟ ಬಾಣ ಅವನೆದೆಗೆ ನಾಟಿತು. ಕರವಾಳ ಕೈಯಿಂದ ಕಳಚಿಬಿತ್ತು. ಅವನು ಮುಗ್ಗರಿಸಿ ಮೇಜಿನ ಮೇಲೆ ಬಿದ್ದ. ಅಲ್ಲಿದ್ದ ಹರಿವಾಣಗಳು ಕೋಶಿಕೆಗಳು ಆಹಾರ ಸಾಮಗ್ರಿಗಳು ಚೆಲ್ಲಾಪಿಲ್ಲಿಯಾಗಿ ಹರಡಿದವು. ಅವನ ಕಣ್ಣು ಕತ್ತಲಿಟ್ಟು ಆತ ಜೋಲಿ ಹೊಡೆದು ಬೋರಲಾಗಿ ನೆಲಕ್ಕೆ ಬಿದ್ದ. ಮುಖ ಜಜ್ಜಿತು.

ಅವನ ಬೆನ್ನಹಿಂದೆಯೇ ಅಂಫಿನೋಮೋಸ್ ಕರವಾಳ ಝುಳಪಿಸುತ್ತಾ ಒದ್ಯೆಸೆಯೂಸ್‌ನತ್ತ ನುಗ್ಗಿದ.

ಒದ್ಯೆಸೆಯೂಸ್ ನೆಲಕ್ಕೆ ಬಗ್ಗಿ ಅಂಬು ತೆಗೆದು ಗುರಿಯಿಟ್ಟು ಹೊಡೆಯಲು ಸಮಯ ಸಾಕಾಗಲಾರದೆಂದು ಭಾವಿಸಿದ ತೆಲೆಮಾಖೋಸ್ ಪಕ್ಕದಿಂದ ಹಾರಿಬಂದು ತನ್ನ ತೋಮರವನ್ನು ಅವನ ಬೆನ್ನಿಗೆ ಬಲವಾಗಿ ತಿವಿದ. ತಿವಿದ ರಭಸಕ್ಕೆ ಬೆನ್ನಿಂದ ಹೊಕ್ಕ ತೋಮರ ಎದೆಯಲ್ಲಿ ಕಾಣಿಸಿಕೊಂಡಿತು. ಧಡಾರೆಂದು ಅಂಫಿನೋಮೋಸ್ ಉರುಳಿ ಬಿದ್ದ.

ತೋಮರ ಕೀಳಲು ಬಗ್ಗಿದರೆ ತನಗೆ ಹಿಂದಿನಿಂದ ಅಪಾಯ ಒದಗೀತೆಂದು ತೆಲೆಮಾಖೋಸ್ ಪಾದರಸದಂತೆ ಪಕ್ಕಕ್ಕೆ ಸರಿದು ತನ್ನ ತಂದೆಯ ಕಿವಿಯಲ್ಲಿ ಏನನ್ನೋ ಉಸುರಿ ಮರೆಯಾದ.

ಮಗನ ಮಾತನ್ನು ಆಲಿಸುವಾಗಲೂ ತನ್ನ ಒಪ್ಪಿಗೆಯನ್ನು ಸೂಚಿಸುವಾಗಲೂ ಒಡ್ಯೆಸೆಯೂಸ್‌ನ ದೃಷ್ಟಿ ಮಾತ್ರ ಶತ್ರು ಸಮೂಹದತ್ತಣಿಂದ ಚಲಿಸಲಿಲ್ಲ. ಬಿಲ್ಲುಗುರಿ ಸಿದ್ಧವಾಗಿತ್ತು.

ಒಂದಾಗುತ್ತಲೂ ಒಂದು ಅಂಬನ್ನು ಆತ ಗುರಿಯಿಟ್ಟು ಹೊಡೆಯತೊಡಗಿದ. ಒಂದೊಂದು ಅಂಬೂ ಒಬ್ಬೊಬ್ಬನನ್ನು ಆಹುತಿ ತೆಗೆದುಕೊಳ್ಳುತ್ತಿತ್ತು. ಪ್ರಾಣತೆತ್ತು ಬಿದ್ದವರಿಂದ ಚಿಮ್ಮಿದ ರಕ್ತದ ಚಿಲುಮೆಗಳಿಂದಾಗಿ ಸಭಾಭವನ ರಕ್ತದ ಮಡುವಾಗಿತ್ತು. ಅವನ ಸಂಗ್ರಹದಲ್ಲಿದ್ದ ಅಂಬುಗಳೆಲ್ಲ ತೀರಲು ಬಂದಿದ್ದವು.

ತೆಲೆಮಾಖೋಸ್ ಬೇಗಲೇ ಹಿಂತಿರುಗಿದ. ಅವನ ಜೊತೆಗಿನ್ನಿಬ್ಬರು ಯೋಧರು ಶಿರಕಾಪು, ಎದೆಕವಚ, ಗುರಾಣಿ, ತೋಮರಗಳ ಹೊರೆತಂದು ಹಾಕಿದರು. ತಂದೆ ಮಗನ ಜೊತೆಗೆ ಆ ಇಬ್ಬರು ಯೋಧರೂ ಹೋರಾಟಕ್ಕೆ ಸಿದ್ಧರಾದರು. ಅವರಿಬ್ಬರನ್ನು ಮುಂದೆ ನಿಲ್ಲಿಸಿ ಒಡ್ಯೆಸೆಯೂಸ್ ಮತ್ತು ತೆಲೆಮಾಖೋಸ್ ರಕ್ಷಾಕವಚ ಮತ್ತು ಶಿರಕಾಪುಗಳನ್ನು ಧರಿಸಿ ಗುರಾಣಿ, ತೋಮರಗಳನ್ನು ಹಿಡಿದು ಕ್ಷಣಾರ್ಧದಲ್ಲಿ ಮತ್ತೆ ಮುಂದೆ ಉಪಸ್ಥಿತರಾದರು.

ಒಡ್ಯೆಸೆಯೂಸ್ ಸನ್ನದ್ಧವಾಗಿ ಮುಂದೆ ನೆಗೆದಾಗ ಅವನ ಶಿರಕಾಪಿನ ಚೂಡಾಲಂಕಾರ ಉಲಿದಾಡಿತು, ಶತ್ರುಗಳ ಎದೆ ನಡುಗಿಸುವಂತೆ.

ಅತ್ತ ನವಸಿಗರ ಅಗೆಲಾಓಸ್, ತನ್ನ ಪಕ್ಕದ ಮೆಲಾಂಥಿಓಸ್‌ಗೆ ಮೆಲ್ಲನೆ ಉಸುರಿದ, "ಆ ಎತ್ತರದ ಬಾಗಿಲು ಉಗ್ರಾಣಕ್ಕೆ, ಹೊರಗಿನ ಪ್ರಾಂಗಣಕ್ಕೆ ದಾರಿ. ಏಕೆ ಹೋಗಿಬಿಡಬಾರದು" ಎಂದು.

"ಪ್ರಾಂಗಣಕ್ಕೆ ನೇರವಾಗಿ ಹೋಗುವ ಮುಂದಿನ ದ್ವಾರ ಬಲವಾಗಿದೆ ಅದನ್ನು ದಾಟುವುದು ಕಷ್ಟ. ಆದರೆ ಮೆಲ್ಲನೆ ಉಗ್ರಾಣಕ್ಕೆ ನುಸುಳಿ ತೋಮರಾದಿಗಳನ್ನು ನಾವು ತರಬಹುದು. ಅದಕ್ಕೆ ಹೋಗುವ ಇನ್ನೊಂದು ದಾರಿಯೂ ನನಗೆ ಗೊತ್ತು. ಅವೆಲ್ಲ ಶಸ್ತ್ರಾಸ್ತ್ರಗಳಿರುವುದು ಅಲ್ಲೇ," ಎಂದು ಮೆಲಾಂಥಿಓಸ್ ಪಿಸುಗಟ್ಟಿದ.

ಒಡ್ಯೆಸೆಯೂಸ್ ಎತ್ತರದ ದ್ವಾರದ ಆಚೆ ಬಲವಾದ ಕಾವಲಿರಿಸಿದ್ದ, ಅತ್ತಲಿಂದ ನವಸಿಗರು ಜಾರಿಕೊಳ್ಳುವ ಪ್ರಯತ್ನ ಮಾಡಿಯಾರೆಂದು.

ಎರಡೂ ಕಡೆ ಒಂದು ಬಗೆಯ ಸ್ತಬ್ಧತೆಯಿತ್ತು. ತನ್ನ ತೋಮರವನ್ನು ಈಗ ಯಾರ ಮೇಲೆ ಪ್ರಯೋಗಿಸಬೇಕೆಂದು ಒಡ್ಯೆಸೆಯೂಸ್ ಯೋಚಿಸುತ್ತಿದ್ದ. ನವಸಿಗರಲ್ಲಿ ಯಾರೊಬ್ಬರೂ ಹೆಜ್ಜೆ ಮುಂದಿಡಲಿಲ್ಲ. ತಾವು ಹಿಡಿದಿದ್ದ ಕರವಾಳವನ್ನು ಮೇಲಕ್ಕೆತ್ತಲಿಲ್ಲ.

ಯಾವ ಮಾಯದಲ್ಲಿಯೋ ಅಲ್ಲಿಂದ ಜಾರಿದ್ದ ಮೆಲಾಂಥಿಓಸ್. ಶಿರಕಾಪು, ಗುರಾಣಿ, ತೋಮರಗಳನ್ನು ತಂದು ರಾಶಿಹಾಕಿದ. ನವಸಿಗರೆಲ್ಲ ಅವನನ್ನು ಲಗುಬಗೆಯಲ್ಲಿ ಧರಿಸಿದರು.

ಅದನ್ನು ಕಂಡ ಒಡ್ಯೆಸೆಯೂಸ್‌ಗೆ ಅನುಮಾನ ಬಂತು. ಮಗನನ್ನು ಬಳಿಗೆ ಕರೆದು "ಮಗು, ಏನೋ ಮೋಸವಾಗಿದೆ. ಅವರಿಗೆ ಯಾವಳೋ ಊಳಿಗಗಿತ್ತಿ ನೆರವಿತ್ತಿರಬೇಕು. ಇಲ್ಲವೆ ಈ ಕಾರ್ಯ ಮೆಲಾಂಥಿಓಸ್ ಸ್ವತಃ ಮಾಡಿರಬೇಕು. ಸ್ವಲ್ಪ ಅರಿತುಕೊ," ಎಂದ.

"ತಂದೆಯೆ, ತಪ್ಪು ನನ್ನದೇ! ನಾನು ಉಗ್ರಾಣದ ಬಾಗಿಲನ್ನು ಇತ್ತ ಬರುವ ಅವಸರದಲ್ಲಿ ಭದ್ರಪಡಿಸಿ ಬಂದಿರಲಿಲ್ಲ." ಎಂದು ತಂದೆಗೆ ಹೇಳಿ "ಯೂಮಾಯಿಓಸ್, ಕೂಡಲೇ ಉಗ್ರಾಣದ ಬಾಗಿಲನ್ನು ಭದ್ರಪಡಿಸಿ ಬಾ" ಎಂದು ಬಳಿಯಿದ್ದ ಯೋಧನೊಬ್ಬನಿಗೆ ಹೇಳಿದ. ಯೂಮಾಯಿಓಸ್ ನವಸಿಗರತ್ತ ಕಣ್ಣು ಹಾಯಿಸಿದ. ಅವನ ಕಣ್ಣಿಗೆ ಮೆಲಾಂಥಿಓಸ್ ಬೀಳಲಿಲ್ಲ. ಅವನು ಒಡ್ಯೆಸೆಯೂಸ್ ಬಳಿಸಾರಿ, "ದೊರೆ, ಅವನು ಮತ್ತೆ ಉಗ್ರಾಣಕ್ಕೆ

ಹೋಗಿರಬಹುದು. ಇಲ್ಲಿ ಕಾಣುತ್ತಿಲ್ಲ. ಅವನಲ್ಲಿದ್ದರೆ ಅವನನ್ನು ಏನು ಮಾಡಲಿ?" ಎಂದು ಮೆಲ್ಲನೆ ಕೇಳಿದ.

ಒದ್ಯೆಸೆಯೂಸ್ ಸನ್ನೆ ಮಾಡಿ ಬಳಿ ಕರೆದು ಅವನ ಕಿವಿಯಲ್ಲಿ ಏನನ್ನೋ ಪಿಸುಗುಟ್ಟಿದ. ಒಪ್ಪಿಗೆ ಸೂಚಿಸುವಂತೆ ತಲೆಯಾಡಿಸುತ್ತಾ ಇನ್ನೊಬ್ಬ ಯೋಧನನ್ನೂ ಜೊತೆಗೆ ಕರೆದುಕೊಂಡು ಯೂಮಾಯಿಓಸ್ ಅಲ್ಲಿಂದ ಕಾಲ್ತೆಗೆದ.

ತಂದೆ, ಮಗ ಇಬ್ಬರೂ ಸನ್ನದ್ಧರಾಗಿ ಬಾಗಿಲ ಬಳಿಯೇ ಭದ್ರವಾಗಿ ನಿಂತಿದ್ದರು.

ಅತ್ತ ಆ ನವಸಿಗರು ಸಹ ಸನ್ನದ್ಧರಾಗಿದ್ದರೂ ಮುಂದೇನು ಮಾಡಬೇಕೆಂದು ಇತ್ಯರ್ಥ ಮಾಡಲಾಗದೆ ತಟಸ್ಥರಾಗಿ ನಿಂತಿದ್ದರು.

ಸಾಕಷ್ಟು ಸಮಯ ಕಳೆಯಿತು. ಯೂಮಾಯಿಓಸ್ ಮತ್ತು ಇನ್ನೊಬ್ಬ ಯೋಧ ಹಿಂತಿರುಗಿದರು. ಅಪ್ಪಣೆಯಂತೆ ಕೆಲಸ ಮಾಡಿ ಮುಗಿಸಿದ್ದೇನೆ ಎಂಬಂತೆ ಯೂಮಾಯಿಓಸ್ ಸಂಕೇತಿಸಿದ. ಈಗ ಇಬ್ಬರ ಬದಲಿಗೆ ನಾಲ್ವರು ಸನ್ನದ್ಧರಾಗಿ ಗಟ್ಟಿ ನಿಂತರು.

ಈ ತಾಟಸ್ಥ್ಯ ಮುರಿಯದಿದ್ದರೆ ಹೇಗೆ? ಯಾರಾದರೂ ಮುನ್ನುಗ್ಗಬೇಕಲ್ಲವೆ? ಈ ವಿಚಾರ ಎರಡೂ ಬಣಗಳವರ ಅಂತರಂಗದಲ್ಲಿ ಸಾಗಿತ್ತು. ಆಗ ಅಲ್ಲಿಗೆ ಮೆನ್ತೋರ್‌ನ ವೇಷದಲ್ಲಿ ಅಥೆನೆ ದೇವತೆಯ ಆಗಮನವಾಯಿತು. ಆ ಆಗಮನದ ಕಾರಣ ಒದ್ಯೆಸೆಯೂಸ್‌ಗೆ ಕೂಡಲೇ ಹೊಳೆಯಿತು. ಅವನು ಸಂತಸದಿಂದ ಮೈಯುಬ್ಬಿದ.

"ಮೆನ್ತೋರ್ ನಾವಿಬ್ಬರೂ ತುಂಬಾ ಹಳೆಯ ಗೆಳೆಯರು. ನಾನು ಸದಾ ಯುಕ್ತ ಕಾರ್ಯವನ್ನೇ ಮಾಡುವವನೆಂದು ನೀನು ಬಲ್ಲೆ. ಆದರಿಂದ ನೀನೀಗ ನನ್ನ ನೆರವಿಗಾಗಿ ನನ್ನ ಬಳಿಯೇ ನಿಂತು ಬಿಡು," ಎಂದು ಒದ್ಯೆಸೆಯೂಸ್ ಗಟ್ಟಿಯಾಗಿ ಹೇಳಿದ.

ಒದ್ಯೆಸೆಯೂಸ್‌ನ ಈ ಮಾತು ಎಲ್ಲರ ಕಿವಿಗೂ ಬಿದ್ದಿತು. ನವಸಿಗರ ಗುಂಪಿನಿಂದ ಸಿಟ್ಟಿನ ಅಬ್ಬರ ಹೊಮ್ಮಿಬಂತು.

"ಏಯ್, ಮೆನ್ತೋರ್. ನಮ್ಮ ವಿರುದ್ಧ, ಒದ್ಯೆಸೆಯೂಸ್‌ನ ಪರವಾಗಿ ಯುದ್ಧ ಮಾಡುವ ಸನ್ನಾಹ ಮಾಡುತ್ತಿರುವೆಯಾ? ಜೋಕೆ! ನೀನು ಒಂದು ವೇಳೆ ಆ ಪಕ್ಷ ಸೇರಿದರೆ, ನಿನ್ನ ಗತಿ ಮುಗಿದಂತೆಯೇ ಎಂದು ತಿಳಿ. ಈ ತಂದೆ, ಮಕ್ಕಳ ನಂತರ ನೀನೇ ಮೊದಲು ನಮ್ಮ ಗುರಿ ಆಗುತ್ತೀಯೆ. ಎಚ್ಚರ!" ಎಂದು ಅಗೆಲಾಓಸ್ ದನಿಯೇರಿಸಿ ಗದರಿಕೊಂಡ.

ಅವನ ಮಾತನ್ನು ಕೇಳಿ ಮೆನ್ತೋರ್ ನಕ್ಕುಬಿಟ್ಟ.

"ನನ್ನ ಎಚ್ಚರಿಕೆಗೆ ಇದೇನೋ ನಿನ್ನ ಉತ್ತರ. ಮೆನ್ತೋರ್ ಇಲ್ಲಿ ಕೇಳು. ಇದರಿಂದ ಬರೀ ನೀನು ಸಾಯುವುದಷ್ಟೇ ಅಲ್ಲ. ನಿನ್ನ ಇಡೀ ಕುಟುಂಬ ನರಳಬೇಕಾಗುತ್ತದೆ. ನಿನ್ನ ಮಕ್ಕಳು ಬೀದಿ ಪಾಲಾಗುತ್ತಾರೆ. ನಿನ್ನ ಆಸ್ತಿ ಹಂಚಿಕೆಯಾಗುತ್ತದೆ. ನಿನ್ನ ಹೆಂಡತಿ ಇಥಾಕಾದ ಬೀದಿಯಲ್ಲಿ ಹೆಜ್ಜೆ ಇಡದಂತೆ ಆಗುತ್ತದೆ" ಎಂದು ಅಗೆಲಾಓಸ್ ಮತ್ತೂ ಬೆದರಿಕೆ ಹಾಕಿದ.

ಈ ಬೆದರಿಕೆಯಿಂದ ಮೆನ್ತೋರ್ ವಿಚಲಿತನೇನು ಆಗಲಿಲ್ಲ. ಬದಲಾಗಿ ಅವನು ಒದ್ಯೆಸೆಯೂಸ್‌ನನ್ನು ಮೂದಲಿಸಿ ಅವನ ಕಲಿತನವನ್ನು ಕೆಣಕಿದ: "ನಿನಗೇನು ಕೇಡು ಬಂದಿದೆ ಒದ್ಯೆಸೆಯೂಸ್? ಹೀಗೆ ತಟಸ್ಥನಾಗಿ ನಿಂತು ಬಿಟ್ಟೆಯಲ್ಲ. ಮೆನೆಲಾಊಸ್‌ಗೆ ಅವನ ಸುಂದರ ಪತ್ನಿ ಹೆಲೆನ್‌ಳನ್ನು ಟ್ರೋಜನ್‌ರ ಕೈಯಿಂದ ತಂದೊಪ್ಪಿಸಲು ನೀನು ತೋರಿದ ಸಮರಜಾಣ್ಮೆ, ಕೈಚಳಕ ಏನಾಯಿತು? ಅಂದಿನ ಆ ನಿನ್ನ ಧೈರ್ಯ ಈಗೆಲ್ಲಿ ಓಡಿ ಹೋಗಿ ತಲೆಮರೆಸಿಕೊಂಡಿದೆ? ಅನ್ಯ ಹೆಂಗಸಿಗಾಗಿ ನೀನು ತೋರಿದ ಶೌರ್ಯ ಸಾಹಸಗಳು ನಿನ್ನ

ಸ್ವಂತ ಅರಮನೆಯಲ್ಲಿ ನಿನ್ನ ಸ್ವಂತ ಪತ್ನಿಯ ಸಂಕಷ್ಟ ದೂರ ಮಾಡಲು ನಿನಗೆ ಇಲ್ಲವಾದವೆ? ಈ ಯಃಕಶ್ಚಿತ್ ನವಸಿಗರಿಗೆ ನಿನ್ನ ಶೌರ್ಯ ತೋರಿಸಲು ಹಿಂಜರಿಯುತ್ತಿರುವೆಯೇಕೆ? ಎಲ್ಲೋ ನೀನು ಸೋಮಾರಿತನಕ್ಕೆ ವಶವಾಗಿಬಿಟ್ಟಿದ್ದೀಯೆ! ನೀನು ನನ್ನ ಪಕ್ಕದಲ್ಲಿ ನಿಲ್ಲು. ಅಷ್ಟು ಸಾಕು. ಶೌರ್ಯದ ಕರ ಕೌಶಲವೇನೆಂಬುದನ್ನು ನಾನು ನಿನಗೆ ತೋರಿಸುತ್ತೇನೆ. ಶತ್ರುವನ್ನು ಹೇಗೆ ಇದಿರಿಸಬೇಕೆಂಬ ಪಾಠವನ್ನೂ ಕಲಿಸುತ್ತೇನೆ," ಎಂದ.

ಇವನನ್ನು ಕೆಣಕುವ ಕೆಲಸ, ನವಸಿಗರ ಬೆದರಿಕೆ ಉತ್ತರ ಎರಡನ್ನೂ ಒಂದರಲ್ಲಿಯೇ ಸಾಧಿಸಿದ ಜಾಣ ಮೆನ್ತೋರ್. ಆದರೆ ಮರುಕ್ಷಣದಲ್ಲಿ ಅವನಲ್ಲಿ ಪತ್ತೆಯೇ ಇಲ್ಲ. ನವಸಿಗರೂ ಅದನ್ನು ಗಮನಿಸಿದರು.

ನವಸಿಗರಲ್ಲಿನ ಅಗೆಲಾಓಸ್, ಯೂರಿನೋಮೋಸ್, ಅಂಫಿಮೆದೋಸ್, ದೆಮೊಪ್ತೋಲೆಮೋಸ್, ಪೆಯಿಸಾಂದ್ರೋಸ್ ಮತ್ತು ಪೋಲಿಬೋಸ್, ಈ ಆರು ಜನ ಒಂದು ಮರಿ ಗುಂಪಾದರು. ಈ ಮರಿ ಗುಂಪಿನ ನಾಯಕನಾದ ಅಗೆಲಾಓಸ್. ಅವನೆಂದ, "ಮಿತ್ರರೆ, ಇನ್ನು ಒದ್ಯೆಸೆಯೂಸ್‌ನ ಶಕ್ತಿ ಕುಂದಿದಂತೆಯೇ! ಆ ಮೆನ್ತೋರ್ ಬರೀ ಬಾಯಿ ಬಡಾಯಿ ಕೊಚ್ಚಿ ಈಗ ಹೆದರಿ ಪಲಾಯನ ಮಾಡಿ ಕೈಕೊಟ್ಟಿದ್ದಾನೆ. ಇಡೀ ಗುಂಪಿನ ಎಲ್ಲರೂ ತೋಮರ ಎಸೆಯುವುದು ಬೇಡ. ಮೊದಲು ನಾವು ಆರು ಜನ ಗುರಿಯಿಟ್ಟು ಎಸೆಯುತ್ತೇವೆ. ಒಂದು ತಪ್ಪಿದರೆ ಇನ್ನೊಂದಕ್ಕಾದರೂ ಅವನು ಸಿಗಲೇಬೇಕು. ಉಳಿದುದನ್ನು ಆಮೇಲೆ ನೋಡೋಣ."

ಆರೂ ಜನ ಒಟ್ಟಿಗೆ ಮುಂದೆ ಬಂದು ಗುರಿಯಿಟ್ಟು ತಮ್ಮ ಚೂಪಾದ ತೋಮರಗಳನ್ನೆಸೆದರು.

ಒಂದು ಹೊಸಿಲಿಗೆ ಬಡಿಯಿತು.

ಇನ್ನೊಂದು ಬಾಗಿಲ ರೆಕ್ಕೆಗೆ ಬಡಿಯಿತು.

ಮೂರನೆಯದು ಭಿತ್ತಿಯೊಳಗೆ ಧಸಕ್ಕೆಂದು ಸೇರಿಕೊಂಡಿತು.

ಉಳಿದವನ್ನು ಒದ್ಯೆಸೆಯೂಸ್‌ನ ಗುಂಪೇ ನಿವಾರಿಸಿತು.

ನವಸಿಗರು ಒಂದು ರೀತಿಯಲ್ಲಿ ಭಯಭ್ರಾಂತರಾದರು. ಬಹಳ ಎಚ್ಚರಿಕೆಯಿಂದ ಕುರಿತಿಟ್ಟಗುರಿ ತಾಗದಿದ್ದಾಗ ಹಾಗಾಗುವುದು ಸಹಜವಲ್ಲವೆ?

ದೊರೆಯನ್ನು ಹುರಿದುಂಬಿಸಿದ ಮೇಲೆ ಅಥೆನೆ ಮತ್ತೆ ರೂಪ ಬದಲಿಸಿ ಕಪಲು ತೋಕೆಯ ಹಕ್ಕಿಯಾಗಿ ಯಾರ ಗಮನಕ್ಕೂ ಬಾರದಂತೆ ಸಭಾಭವನದ ಭಾವಣಿಯಲ್ಲಿ ಕೂತು ಆಟ ನೋಡುತ್ತಿದ್ದಾಳೆ ಎಂಬುದು ಆ ನವಸಿಗರಿಗೆ ಗೊತ್ತಿದ್ದಿದ್ದರೆ ಅವರೇನು ಮಾಡುತ್ತಿದ್ದರೋ ಯಾರು ಬಲ್ಲರು?

ಅತ್ತ ಒದ್ಯೆಸೆಯೂಸ್‌ನ ಆಜ್ಞೆಯಂತೆ ಬಾಗಿಲ ಬಳಿಯಿಂದ ನಾಲ್ಕು ತೋಮರಗಳು ಮಿಂಚಿನಂತೆ ನವಸಿಗರತ್ತ ಹಾರಿದವು.

ಒದ್ಯೆಸೆಯೂಸ್‌ನ ತೋಮರ ದೆಮೊಪ್ತೋಲೆಮೋಸ್‌ನನ್ನು ಕೆಡವಿತು.

ತೆಲೆಮಾಖೋಸ್‌ನದು ಯೂರ್ಯೆಯಾದೇಸ್‌ನನ್ನು.

ಯೂಮಾಯಿಓಸ್‌ನದು ಇಲಾತೂಸ್‌ನನ್ನು.

ಇನ್ನೊಬ್ಬ ಯೋಧನದು ಪೆಯಿಸಾಂದ್ರೋಸ್‌ನನ್ನು.

ಉಳಿದ ನವಸಿಗರು ಪಿಳಿಪಿಳಿ ಕಣ್ಣುಬಿಟ್ಟು ನೋಡುತ್ತಿದ್ದರಷ್ಟೆ.

ತೋಮರ ಹಿಡಿದ ಅವರ ಕೈ ಹಾಗೇ ಮಂಜುಕಟ್ಟಿರಬೇಕು.

ಉರುಳಿದ ನಾಲ್ವರ ಶರೀರಗಳಿಂದ ತೋಮರಗಳನ್ನು ಒದ್ಯೆಸೆಯೂಸ್ ಮತ್ತು ಇತರರು ಕಿತ್ತು ತಮ್ಮ ವಶಕ್ಕೆ ತೆಗೆದುಕೊಂಡು ತಮ್ಮ ಸ್ಥಾನಕ್ಕೆ ಹಿಂತಿರುಗುವುದರಲ್ಲಿದ್ದರು.

ಯಾವುದೋ ಆಕಸ್ಮಿಕ ಚೇತನ ಬಂದಂತೆ ನವಸಿಗರತ್ತಣಿಂದ ಮತ್ತೆ ತೋಮರಗಳು ಬಾಗಿಲಿನತ್ತ ಧಾವಿಸಿದವು. ಅವುಗಳಲ್ಲಿ ಎರಡು ಬಿಟ್ಟು ಉಳಿದೆಲ್ಲ ಗುರಿತಪ್ಪಿದವು.

ಒಂದು ತೆಲೆಮಾಖೋಸ್‌ನ ಕೈಯ ಮಣಿಕಟ್ಟಿನ ಬಳಿ ಚರ್ಮಕ್ಕೆ ಒಸರಿಕೊಂಡು ಹೋಯಿತು. ಇನ್ನೊಂದು ಯೂಮಾಯಿಓಸ್‌ನ ಗುರಾಣಿಯ ಮೇಲೆ ಅವನ ಭುಜ ಸವರಿಕೊಂಡು ಹೋಯಿತು.

ಮತ್ತೆ ಬಾಗಿಲತ್ತಣಿಂದ ತೋಮರಗಳು ನುಗ್ಗಿದವು.

ಒದ್ಯೆಸೆಯೂಸ್‌ನದು ಯೂರಿದಾಮಾಸ್‌ನನ್ನೂ, ತೆಲೆಮಾಖೋಸ್‌ನದು ಅಂಫಿಮೆದೋಸ್‌ನನ್ನೂ, ಉಳಿದಿಬ್ಬರವು ಪೋಲಿಬೋಸ್ ಮತ್ತು ಕ್ತೆಸಿಪ್ಪೋಸ್‌ರನ್ನೂ ಎದೆಘಾತಿಸಿ ನೆಲಕ್ಕೆ ಉರುಳಿಸಿದವು.

ಕೂಡಲೇ ಒದ್ಯೆಸೆಯೂಸ್‌ನ ನೆರವಿಗಿದ್ದ ಯೋಧರಲ್ಲಿ ಒಬ್ಬನಾದ ಫಿಲೋಯೆರೆಯೂಸ್ ನವಸಿಗರ ಕಡೆಯ ಪೊಲಿಥೆರ್‌ಸೇಸ್‌ನ ಮಗ ಬ್ರಾಗ್ಗರ್ತ್‌ಸೋನ್‌ನನ್ನು ಕುರಿತು, "ಏಯ್ ಹೊಲಸು ನಾಲಿಗೆಯವನೆ, ನನ್ನ ದೊರೆ ಒದ್ಯೆಸೆಯೂಸ್‌ರನ್ನು ಭಿಕ್ಷುಕ ಭಿಕಾರಿಯೆಂದು ಬಗೆದು ನೀನು ಅವರಿಗೆ ಕಾಲಿನ ಗೊರಸನ್ನು ಭಿಕ್ಷೆ ಎಸೆದೆಯಲ್ಲವೆ? ಇದೋ ಆ ನಿನ್ನ ಮಹದುಪಕಾರಕ್ಕೆ ಈ ಪ್ರತ್ಯುಪಕಾರ" ಎಂದು ತನ್ನ ತೋಮರವನ್ನು ಅವನೆದೆಯಲ್ಲಿ ನೆಟ್ಟ.

ಆಮೇಲೆ ಇದಿರುಬದಿರು ಕಾಳಗ ಆರಂಭವಾಯಿತು. ಭಯಂಕರವಾಗಿ ಸಾಗಿತು.

ದಮಸ್ತೋರೈದೇಸ್‌ನ ಎದೆಗೆ ಒದ್ಯೆಸೆಯೂಸ್‌ನ ತೋಮರ ನುಗ್ಗಿತು.

ಲಿಯೋಕ್ರೈಕೋಸ್‌ನ ತೊಡೆಸಂದಿನಿಂದ ಹೊಕ್ಕು ಅವನ ಕುರುಳನ್ನು ಭೇದಿಸಿತು ತೆಲೆಮಾಖೋಸ್‌ನ ತೋಮರ.

ಮೇಲೆ ಭಾವಣಿಯಲ್ಲಿ ಕುಳಿತು ನೋಡುತ್ತಿದ್ದ ದೇವಿ ಅಥೆನೆ, ಒದ್ಯೆಸೆಯೂಸ್‌ನ ಇಡೀ ತಂಡಕ್ಕೆ ತನ್ನ ರಕ್ಷಣೆಯನ್ನು ನೀಡಿದ್ದಳು. ಅದರರಿವು ನವಸಿಗರಿಗಾಗಲು ಸಾಧ್ಯವೇ ಇರಲಿಲ್ಲ. ದೇವಿಯ ರಕ್ಷಣೆ ಇದ್ದುದರಿಂದ ಒದ್ಯೆಸೆಯೂಸ್ ಕಡೆಯವರನ್ನು ಘಾತಿಸಲು ನವಸಿಗರ ಯಾರಿಂದಲೂ ಸಾಧ್ಯವಾಗಲಿಲ್ಲ. ನವಸಿಗರೆಲ್ಲ ಕಕ್ಕುವಿಕ್ಕಾದರು. ದೊರೆಯ ತಂಡದ ನಾಲ್ಕೂ ಜನ ನವಸಿಗರ ಮೇಲೆ ಹದ್ದುಗಳಂತೆ ಎರಗಿದರು. ಇದ್ದವರು ಅವರು ನಾಲ್ವರೇ. ಅವರ ಕೈಯಲ್ಲಿದ್ದುದೂ ನಾಲ್ಕೇ ತೋಮರಗಳು. ಆದರೆ ಅಸಂಖ್ಯಾತ ಕೈಗಳ ಅಸಂಖ್ಯಾತ ತೋಮರಗಳಂತೆ ಒಟ್ಟಿಗೇ ಎಡ-ಬಲ-ಅಡ್ಡಾದಿಡ್ಡಿ ಆ ನಾಲ್ಕು ತೋಮರಗಳು ಜಡಿದದ್ದೂ ಜಡಿದದ್ದೇ! ಒಂದೊಂದು ಜಡಿತಕ್ಕೂ ಒಬ್ಬೊಬ್ಬ ನವಸಿಗ ಕೊಯಕ್ ಎಂದು ಮುಲುಗುತ್ತ ಉರುಳಿ ಬೀಳುತ್ತಿದ್ದ. ನವಸಿಗರ ಮಂದೆ ಕರಗುತ್ತಾ ಬಂತು.

ಈ ನರರಕ್ತದೋಕುಳಿಯ ಚೆಲ್ಲಾಟ ಭೀಕರವಾಗಿ ನಿಷ್ಕರುಣೆಯಿಂದ ಸಾಗಿತು. ನವಸಿಗರ ಹೆಣಗಳು ರಾಶಿಬಿದ್ದವು – ಆ ಸಭಾಭವನದ ರಕ್ತದ ಮಡುವಿನಲ್ಲಿ.

ಈ ನರಮೇಧ ಯಾರ ಕಣ್ಣಿಗೆ ಹಬ್ಬವೋ!

ತೋಮರ ಎತ್ತಿ ಜಡಿಯಲೆಳಸಿದ್ದ ಒದ್ಯೆಸೆಯೂಸ್‌ನ ಎರಡೂ ಕಾಲ್ಗಳನ್ನೂ ಚಾಚಿ ತಬ್ಬಿದ ಲೆಯಿಯೋದೇಸ್ ಅಂಗಲಾಚಿ ಬೇಡತೊಡಗಿದ. "ಓ ದೊರೆ, ಒದ್ಯೆಸೆಯೂಸ್, ದಯವಿಟ್ಟು ನನ್ನ ಪ್ರಾಣವನ್ನುಳಿಸು. ನಾನು ಈ ಅರಮನೆಯ ಯಾವುದೇ ಹೆಣ್ಣಿನ ಮೇಲೆ, ಊಳಿಗಗಿತ್ತಿಯ

ಮೇಲೆ ಕೈಮಾಡಿಲ್ಲ. ಇದು ಸತ್ಯ. ಉಳಿದವರು ತಪ್ಪು ಹೆಜ್ಜೆಯನ್ನಿಡುವಾಗಲೆಲ್ಲ ನಾನವರಿಗೆ ವಾಸ್ತವವಾಗಿ ಬುದ್ಧಿ ಹೇಳಿದೆ. ನನ್ನ ಬುದ್ಧಿವಾದಕ್ಕೆ ಏನೂ ಬೆಲೆ ಬರಲಿಲ್ಲ. ಅವರ ದುಷ್ಟ ಕ್ರಿಯೆಯ ಭಯಂಕರ ಪ್ರತಿಫಲವನ್ನು ಅವರು ಉಂಡಿದ್ದಾರೆ. ನಾನು ಏನಿದ್ದರೂ ದೈವಾರಾಧಕ. ಯಾವ ಕೆಡಕನ್ನೂ ಮಾಡಿದವನಲ್ಲ. ಕೃತಜ್ಞತೆಯನ್ನು ಅರಿಯದ ಜನರ ಸಹವಾಸದಿಂದ ನಾನು ಸಾಯಬೇಕಾಗಿದೆ. ನನ್ನ ಪ್ರಾಣ ನಿನ್ನ ಕೈಯಲ್ಲಿದೆ. ದಯವಿಟ್ಟು ಅದನ್ನು ಉಳಿಸು."

ಒದ್ಯೆಸೆಯೂಸ್‌ನ ಮುಖ ದುಮುಗುಟ್ಟುತ್ತಿತ್ತು.

"ಓ, ನೀನು ದೈವಾರಾಧಕನಲ್ಲವೆ?" ಎಂದು ವ್ಯಂಗ್ಯವಾಗಿ ಪ್ರಶ್ನಿಸಿದ ಒದ್ಯೆಸೆಯೂಸ್.

"ಹೌದು, ದೊರೆ."

"ಹಾಗಾದರೆ ನೀನು ದೇವರಲ್ಲಿ ಅಖಂಡ ಪ್ರಾರ್ಥನೆ ಸಲ್ಲಿಸಿರಬೇಕಲ್ಲವೆ?"

"ಪ್ರಾರ್ಥಿಸದೆ ಉಂಟೆ ದೊರೆ? ಖಂಡಿತವಾಗಿ ಪ್ರಾರ್ಥನೆ ಸಲ್ಲಿಸಿದ್ದೇನೆ?"

"ಅದೇ, ಒದ್ಯೆಸೆಯೂಸ್ ಹಿಂತಿರುಗದಿರುವಂತೆ ಮಾಡು; ಅವನ ಹೆಂಡತಿ ಮುಂದೆ ನನ್ನ ಮಗನ ತಾಯಾಗುವಂತೆ ಮಾಡು ಎಂದಲ್ಲವೆ ನೀನು ಪ್ರಾರ್ಥನೆ ಸಲ್ಲಿಸಿದ್ದು? ನನಗೆ ಗೊತ್ತು" ಎಂದು ತೋಮರ ಬಿಟ್ಟು ಬಗ್ಗಿದ ಒದ್ಯೆಸೆಯೂಸ್. ಅಗೆಲಾಓಸ್‌ನ ಕೈಯಿಂದ ಬಿದ್ದಿದ್ದ ಕರವಾಳ ಅಲ್ಲಿಯೇ ಇತ್ತು. ಅದನ್ನೆತ್ತಿಕೊಂಡು ಲೆಯಿಯೋದೇಸ್‌ನ ಗೋನಾಳದ ಕೆಳಗೆ ಬಲವಾಗಿ ಬೀಸಿದ.

ಏನನ್ನೋ ಮಾತನಾಡಬೇಕೆಂದು ಬಾಯಿ ಬಿಡಲೆತ್ನಿಸುತ್ತಿದ್ದ ಅವನ ರುಂಡ ಶಬ್ದ ಹೊರಡುವ ಮುನ್ನವೇ ಚೆಕ್ ಎಂದು ಉರುಳಿಹೋಯಿತು. ಒದ್ಯೆಸೆಯೂಸ್‌ನ ಕಾಲುಗಳನ್ನು ಸುತ್ತುಗಟ್ಟಿದ್ದ ಕೈಗಳು ಸಡಿಲವಾಗಿ ಮುಂಡ ಮಗುಚಿಕೊಂಡಿತು ರಕ್ತ ಕಾರುತ್ತ.

ತೆರ್‌ಪಿಯೂಸ್‌ನ ಮಗ, ಚಾರಣ ಫೆಮಿಉಸ್ ಹಿಂಬಾಗಿಲ ಬಳಿ ನಿಂತಿದ್ದ. ಅವನು ನುಡಿಸುತ್ತಿದ್ದ ಸ್ವರಮಂಡಲ ನಿಶ್ಶಬ್ದವಾಗಿ ಜೋತುಬಿದ್ದಿತ್ತು.

ಅವನ ಮನಸ್ಸು ದ್ವಂದ್ವದಲ್ಲಿ ತುಯ್ದಾಡುತ್ತಿತ್ತು – ಹಿಂಬಾಗಿಲಿಂದ ನುಣಿಚಿಕೊಂಡು ಹೋಗಿ ಸರ್ವಶಕ್ತ ಜೇಯಸ್‌ನ ಬಲಿಪೀಠದಲ್ಲಿ ಹೋಗಿ ಕೂಡಲೆ, ಇಲ್ಲ ಕಾಲುಹಿಡಿದು ಪ್ರಾಣಭಿಕ್ಷೆ ಬೇಡಲೆ ಎಂದು.

ಕಡೆಗೆ ಪ್ರಾಣಭಿಕ್ಷೆ ಬೇಡುವುದೆಂದು ನಿರ್ಧರಿಸಿ ಕೈಲಿದ್ದ ಸ್ವರಮಂಡಲವನ್ನು ಗೋಡೆಗೊರಗಿಸಿ ಓಡಿಬಂದು ಒದ್ಯೆಸೆಯೂಸ್‌ನ ಕಾಲುಗಳನ್ನು ಬಿಗಿದಪ್ಪಿ ಹೃದಯತುಂಬಿ ಬಂದವನಂತೆ ಗೋಗರೆದ – "ನನ್ನ ಪ್ರಾಣವನ್ನು ಉಳಿಸು ದೊರೆ. ನಾನೊಬ್ಬ ಕಲೆಗಾರ. ಹಾಡುವುದು, ವಾದ್ಯ ನುಡಿಸುವುದು ನನ್ನ ಕೆಲಸ. ಹಾಡಿಕೆ, ನುಡಿಸಾಣಿಕೆ ನನಗೆ ದೈವದತ್ತವಾಗಿ ಬಂದವು. ಹೊಟ್ಟೆಪಾಡಿಗಾಗಿ ಗುರುಮುಖೇನ ಕಲಿತ ಗಿಳಿಪಾಠ ನನ್ನದಲ್ಲ. ನಿರರ್ಗಳವಾಗಿ ದೇವರ ಮುಂದೆ, ಮಾನವರ ಮುಂದೆ ಸಹ ಹಾಡುವವನು ನಾನು. ನಾನಾಗಿಯೇ ಸ್ವಯಂಪ್ರೇರಣೆಯಿಂದ ಹಾಡಲು ನಾನಿಲ್ಲಿಗೆ ಬಂದವನಲ್ಲ. ಇವರ ಈ ಭೋಜನ ಕೂಟಗಳಲ್ಲಿ ವಿಧಿಯಿಲ್ಲದೆ ಬೆದರಿ ಬಂದು ಹಾಡಬೇಕಾಗಿ ಬಂತು. ನಾನು ಕಲೆಗಾರನಷ್ಟೆ. ಒಂದು ವೇಳೆ ನನ್ನನ್ನು ಕೊಂದರೆ, ಅದು ಕಲೆಗೆ ಹಾಕಿದ ಪೆಟ್ಟಾಗುತ್ತದೆ. ನಿನ್ನ ಸೇಡಿಗೆ ನಾನೇಷ್ಟೂ ಬಾಧ್ಯನಲ್ಲ. ಅದರಿಂದ ನನ್ನ ಪ್ರಾಣ ಉಳಿಸು ದೊರೆ," ಎಂದು.

ಒದ್ಯೆಸೆಯೂಸ್ ಇನ್ನೂ ಯಾವ ನಿರ್ಧಾರವನ್ನು ಮಾಡಿರಲಿಲ್ಲ. ಸುಳ್ಳಿನ ಮುಖವಾಡ ಧರಿಸಿ ಕರವಾಳಕ್ಕೆ ಬಲಿಯಾದ ಲೆಯಿಯೋದೇಸ್‌ನ ಮಾತುಗಳೇ ಇನ್ನೂ ಅವನ

ಅಂತರಂಗದಲ್ಲಿ ಸುಳಿದಾಡುತ್ತಿದ್ದವು. ಅವನ ರಕ್ತದಿಂದ ಕೆಂಪಾಗಿದ್ದ ಅದೇ ಕರವಾಳ ಸಹ ಇನ್ನೂ ಅವನ ಕೈಯಲ್ಲಿತ್ತು.

ಫೆಮಿಊಸ್‌ನ ಮಾತನ್ನು ಕೇಳಿದ ತೆಲೆಮಾಖೋಸ್ ಕೂಡಲೇ, "ಅಪ್ಪ, ಇವನು ನಿಜವಾಗಿ ನಿರ್ದೋಷಿ; ನಿಷ್ಕಪಟಿ. ಇವನನ್ನು ದಯವಿಟ್ಟು ಕೊಲ್ಲಬೇಡಿ. ಅದೇ ರೀತಿ, ನಾನು ಚಿಕ್ಕವನಿದ್ದಾಗ ತನ್ನ ಪ್ರಾಣಕ್ಕಿಂತ ನನ್ನದು ಹಿರಿದು ಎಂದು ನನ್ನನ್ನು ರಕ್ಷಿಸುತ್ತಿದ್ದ ಅಂಗರಕ್ಷಕ ಮೆದೋನ್‌ನನ್ನೂ ಉಳಿಸಿಕೊಡಿ. ಆದರೆ ಅವನು ಬದುಕಿರುವನೋ, ಆಗಲೇ ಸತ್ತೇ ಹೋಗಿರುವನೋ, ತಿಳಿಯದು. ನಮ್ಮೀ ಯೋಧರಿಬ್ಬರಲ್ಲಿ ಯಾರಾದರೂ ಅವನನ್ನು ಕೊಂದು ಬಿಟ್ಟಿದ್ದರೆ ಮಾತ್ರ ಏನೂ ಮಾಡುವಂತಿಲ್ಲ" ಎಂದು ತನ್ನ ಮನದಲ್ಲಿದ್ದುದನ್ನು ಬಿಚ್ಚಿ ಹೇಳಿದ.

ದನದ ಚರ್ಮವನ್ನು ಗಬರಿಕೊಂಡು, ಅಲ್ಲೇ ಕುರ್ಚಿಯೊಂದರ ಕೆಳಗೆ ಅವಿತುಕೊಂಡು ತನ್ನನ್ನು ತಾನು ಅಂತೂ ರಕ್ಷಿಸಿಕೊಂಡಿದ್ದ ಮೆದೋನ್ ಒಂದೇ ಹಾರಿಗೆ ಈಚೆಗೆ ಬಂದು ತೆಲೆಮಾಖೋಸ್‌ನ ಕಾಲುಗಳನ್ನು ಬಿಗಿದಪ್ಪಿ, "ಓ, ನನ್ನ ಮುದ್ದೇ, ನನ್ನ ಪ್ರಾಣ ಉಳಿಸು; ದೊರೆಗೆ ಹೇಳು. ಆ ಚಂಡಾಲರಿಗೆ ನಿನ್ನ ಚಿಂತೆ ಸಹ ಇರಲಿಲ್ಲ. ಅರಮನೆಯನ್ನು ದೋಚಿದರು. ಅದರ ಫಲವನ್ನೂ ಉಂಡರು, ನನ್ನ ಮುದ್ದೇ, ನನ್ನ ದೊರೆಯೇ, ನನ್ನ ಪ್ರಾಣ ಉಳಿಸು" ಎಂದು ಅಂಗಲಾಚಿದ.

ಆ ನರಮೇಧದಲ್ಲಿ ಒದ್ಯೆಸೆಯೂಸ್ ಮೊದಲ ಬಾರಿಗೆ ಮುಗುಳುನಕ್ಕ.

"ಫೆಮಿಊಸ್, ಮೆದೋನ್, ಏಳಿ ಇಬ್ಬರೂ ಏಳಿ. ನನ್ನ ಮಗ ನಿಮ್ಮ ಪ್ರಾಣ ಉಳಿಸಿದ್ದಾನೆ. ಹೊರಗೆ ಹೋಗಿ ಪ್ರಾಂಗಣದಲ್ಲಿ ಬಲಿಪೀಠದ ಬಳಿ ಇರಿ. ಅಪಕಾರ ಬುದ್ಧಿಗಿಂತ ಉಪಕಾರ ಬುದ್ಧಿ ಒಳ್ಳೆಯದೆಂದು ತಿಳಿದಿರಲ್ಲವೆ? ಅದನ್ನು ಜನರಿಗೆ ತಿಳಿಯ ಹೇಳಿ. ನನಗಿನ್ನೂ ಸ್ವಲ್ಪ ಕೆಲಸವಿದೆ ಇಲ್ಲಿ. ಅದನ್ನು ಮುಗಿಸಿ ಬರಬೇಕಾಗಿದೆ. ನೀವು ಹೊರಡಿ."

ಇಬ್ಬರೂ ಪ್ರಾಂಗಣಕ್ಕೆ ಹೋಗಿ ಜೀಯಸ್ ದೇವನ ಬಲಿ ಪೀಠದ ಬಳಿ ಒಬ್ಬರ ಮುಖ ಇನ್ನೊಬ್ಬರು ನೋಡುತ್ತಾ ಕುಳಿತರು.

ಇನ್ನೂ ಯಾರಾದರೂ ಬಚ್ಚಿಟ್ಟುಕೊಂಡಿರಬಹುದೆಂಬ ಸಂಶಯದಿಂದ ಒದ್ಯೆಸೆಯೂಸ್ ತಾನೇ ಸ್ವತಃ ಆ ವಿಶಾಲವಾದ ಸಭಾಭವನದ ಮೂಲೆ ಮೂಲೆಯನ್ನೂ ಪರಿಶೀಲಿಸಿದ. ಯಾರೂ ಕಂಡು ಬರಲಿಲ್ಲ. ರಕ್ತದ ಮಡುವಿನಲ್ಲಿ ಬಿದ್ದಿದ್ದ ಹೆಣದ ರಾಶಿಯತ್ತ ದೃಷ್ಟಿ ಹೊರಳಿಸಿದ. ಇನ್ನೂ ಪೂರ್ತಿ ಪ್ರಾಣ ಹೋಗದಿದ್ದ ಕೆಲವು ಶರೀರಗಳು, ಬಲೆಗೆ ಬಿದ್ದ ಮೀನಿನ ರಾಶಿ ದಡದಲ್ಲಿ ರಾಶಿ ಒಟ್ಟಿದಾಗ ಉಪ್ಪು ನೀರಿಗಾಗಿ ಮಿಸುಕಾಡುವ ಮೀನಿನಂತೆ, ಮಿಸುಕಾಡುತ್ತಿದ್ದವು.

ನವಸಿಗರಲ್ಲಿ ಯಾರೂ ಉಳಿದಿಲ್ಲವೆಂಬುದನ್ನು ಖಚಿತಮಾಡಿಕೊಂಡ ಒದ್ಯೆಸೆಯೂಸ್, "ಮಗು, ಹೋಗಿ ಅರಮನೆಯ ಹಿರಿಯ ಊಳಿಗಗಿತ್ತಿ ಯೂರ್ಯೆಕ್ಲೇಇಯಾಳನ್ನು ಕರೆದು ತಾ. ಅವಳಲ್ಲಿ ನಾನು ಸ್ವಲ್ಪ ಆಪ್ತವಾಗಿ ಮಾತನಾಡಬೇಕಾಗಿದೆ" ಎಂದ.

ತನಗೇಕೆ ಈ ಕರೆ ಎಂಬುದು ಯೂರ್ಯೆಕ್ಲೇಇಯಾಗೆ ಹೊಳೆಯದಿದ್ದರೂ ಅವಳು ತೆಲೆಮಾಖೋಸ್ ಜೊತೆಗೆ ದೊರೆ ಒದ್ಯೆಸೆಯೂಸ್ ಬಳಿಗೆ ಬಂದಳು. ಅವನ ಅಗಿನ ಅವತಾರವನ್ನು ಕಂಡಳು. ಅಬ್ಬ ಎಷ್ಟು ರುದ್ರಭೀಷಣವಾಗಿ ಕಾಣುತ್ತಾರೆ. ಸಭಾಭವನದಲ್ಲಿ ರಕ್ತದ ಮಡುವಿನಲ್ಲಿ ಬಿದ್ದಿದ್ದ ನವಸಿಗರ ಹೆಣದ ರಾಶಿಯನ್ನೂ ನೋಡಿದಳು. ಅವಳ ದೃಷ್ಟಿ ಹೆಣದ ರಾಶಿಯಿಂದ ದೊರೆಯತ್ತ, ದೊರೆಯತ್ತಣಿಂದ ಹೆಣದ ರಾಶಿಯತ್ತ ಮಿಂಚಿನಂತೆ ಓಡಾಡಿತು. ಸಂತಸದಿಂದ ಅವಳ ಮೈ ಉಬ್ಬಿತು.

"ಓ ನನ್ನ ದೊರೆ! ಜಯ ಜಯ" ಎಂದು ಸಂತೋಷೋತ್ಸಾಹದಲ್ಲಿ ಉದ್ಗರಿಸಲು ಅವಳು ಆರಂಭಿಸುತ್ತಿದ್ದ ಹಾಗೆಯೇ ಒದ್ಯೆಸೆಯೂಸ್ ಅವಳ ಉದ್ಗಾರವನ್ನು ತಡೆದು, "ಯೂರ್ಯೆಕ್ಲೇಇಯಾ, ನಿನ್ನ ಸಂತೋಷ ಸರಿಯಾದರೂ ಅದು ಸದ್ಯಕ್ಕೆ ನಿನ್ನಂತರಂಗದಲ್ಲಿಯೇ ಇರಲಿ, ಬಹಿರಂಗದಲ್ಲಿ ಪ್ರಕಟಗೊಳ್ಳುವುದು ಬೇಡ. ಈ ನೀಚರನ್ನು ಕೊಂದು ಕೆಡವಿದುದು ಒಂದು ಶೌರ್ಯ ಸಂಕೇತವೇನಲ್ಲ. ಅವರ ಪಾಪ ಅವರನ್ನು ತಿಂದಿತು. ಅಷ್ಟೆ. ಅದಿರಲಿ ಈಗ ನನಗೆ, ನೀನೊಂದು ವಿಷಯವನ್ನು ಮುಚ್ಚುಮರೆಯಿಲ್ಲದೆ ತಿಳಿಸಬೇಕು" ಎಂದ.

"ಅಪ್ಪಣೆ ದೊರೆ" ಎಂದೇನೋ ಬಾಯಲ್ಲಿ ಅಂದಳು. ಆದರೆ ದೊರೆ ಏನು ಕೇಳುತ್ತಾನೋ ತಾನೇನು ಹೇಳಬೇಕೋ ಎಂಬ ಒಂದು ಬಗೆಯ ಕಸಿವಿಸಿಗೆ ಕಾರಣವಾಗುವ ಭಾವನೆ ಅವಳ ಅಂತರಂಗದಲ್ಲಿ ತಲೆಯೆತ್ತಿತ್ತು.

"ಅರಮನೆಯ ಊಳಿಗಗಿತ್ತಿಯರೆಲ್ಲರ ಮೇಲ್ವಿಚಾರಕಳು ನೀನೇ ಅಲ್ಲವೆ?"

"ಹೌದು ದೊರೆ."

"ಈಗ ಒಟ್ಟು ಎಷ್ಟು ಜನ ನಿನ್ನ ಕೈಕೆಳಗೆ ಕೆಲಸ ಮಾಡುತ್ತಿದ್ದಾರೆ?"

"ಐವತ್ತು ಜನ."

"ಅವರಲ್ಲಿ ನಿಷ್ಕಪಟಿಗಳು, ನೇರಮಾರ್ಗದವರು ಎಷ್ಟು ಮಂದಿ? ದ್ರೋಹಿಗಳು, ನೀತಿಗೆಟ್ಟವರು ಎಷ್ಟು ಜನ? ನಿನ್ನ ದೃಷ್ಟಿಯಲ್ಲಿ ನಂಬಿಕಸ್ತರು ಯಾರು? ನಂಬಿಕೆಗೆ ಅರ್ಹರಲ್ಲದವರು ಯಾರು? ನಿಜ ಹೇಳಬೇಕು."

"ಅಪ್ಪಣೆ ದೊರೆ." ಅವಳು ಬಾಯಲ್ಲಿ ನಿಶ್ಶಬ್ದವಾಗಿ ಎಣಿಸಿಕೊಳ್ಳುತ್ತಾ ಬೆರಳು ಮಡಿಚುತ್ತಾ ಹೋದಳು.

"ಎಲ್ಲರಿಗೂ ಎಲ್ಲ ಕೆಲಸಗಳು ಚೆನ್ನಾಗಿ ಗೊತ್ತುತಾನೆ?"

"ಗೊತ್ತು ದೊರೆ. ನೆಯ್ಗೆಯ ಹಾಸು – ಹೊಕ್ಕು ಸಿದ್ಧಪಡಿಸುವುದರಿಂದ ಹಿಡಿದು ಅರಮನೆಯ ಎಲ್ಲ ಕೆಲಸಗಳೂ ಎಲ್ಲರಿಗೂ ಗೊತ್ತು."

ಅವಳ ಮೌನ ಎಣಿಕೆ ಸಾಗಿತು. ಅವಳನ್ನೇ ನೋಡುತ್ತಿದ್ದ ಒದ್ಯೆಸೆಯೂಸ್ ಅವಳ ಬೆರಳೆಣಿಕೆ ನಿಂತ ಮೇಲೆ "ಲೆಕ್ಕ ಮುಗಿಯಿತೆ?" ಎಂದು ಕೇಳಿದ.

"ಮುಗಿಯಿತು ದೊರೆ."

"ಹೇಳು."

"ಐವತ್ತರಲ್ಲಿ ಹನ್ನೆರಡು ಜನ ನಿರ್ಲಜ್ಜೆಯರು. ಅಡ್ಡದಾರಿ ತುಳಿದವರು. ನಂಬಿಕೆಗೆ ಅನರ್ಹರು. ನನ್ನ ಮಾತಿಗೆ ಲಕ್ಷ್ಯ ಕೊಡುತ್ತಿರಲಿಲ್ಲ. ಅದು ಹಾಳಾಗಿ ಹೋಗಲಿ ಎಂದರೆ ಅವರು ಸಾಕ್ಷಾತ್ ರಾಣಿಯವರ ಮಾತಿಗೇ ಬೆಲೆ ಕೊಡುತ್ತಿರಲಿಲ್ಲ."

"ಉಳಿದವರು?"

"ಅಚ್ಚುಮೆಚ್ಚಿನವರು. ನಂಬಿಕಸ್ತರು."

"ಸರಿ" ಎಂದ ಒದ್ಯೆಸೆಯೂಸ್ ಸುಮ್ಮನಾದ. ಮತ್ತೇನನ್ನೂ ಕೇಳಲಿಲ್ಲ.

ಅವಳು ಅಲ್ಲಿಂದ ಹೊರಡಲು ಅನುವಾದಳು.

"ಎಲ್ಲಿಗೆ?" ಎಂದು ಒದ್ಯೆಸೆಯೂಸ್ ಕೇಳಿದ.

"ರಾಣಿಯರಿಗೆ ನಿದ್ದೆ ಬಂದಿದೆ. ಮೊದಲು ಈ ಗೆಲುವಿನ ಶುಭ ಸಮಾಚಾರವನ್ನವರಿಗೆ ತಿಳಿಸಬೇಕು."

"ಈಗಲೇ ರಾಣಿಯನ್ನು ಎಬ್ಬಿಸಬೇಡ. ನೆಮ್ಮದಿಯಿಂದ ನಿದ್ದೆ ಮಾಡಲಿ ಆಮೇಲೆ ನಾನೇ ಹೇಳುತ್ತೇನೆ."

"ಸರಿ ದೊರೆ" ಎಂದು ಅವಳು ಅಲ್ಲೇ ನಿಂತಳು.

"ಈ ಕೂಡಲೇ ನೀನು ಹೋಗಿ ಆ ಹನ್ನೆರಡು ಜನ ಹೆಂಗಸರನ್ನು ಕರೆದುಕೊಂಡು ಬಾ."

ದೊರೆಯ ಅಪ್ಪಣೆಯನ್ನು ಪಾಲಿಸಲು ಅವಳು ಹೊರಟು ಹೋದಳು.

ಅನಂತರ ಒದ್ಯೆಸೆಯೂಸ್ ತನ್ನ ಮಗ ಹಾಗೂ ಉಳಿದಿಬ್ಬರನ್ನು ಕುರಿತು, "ಮೊದಲು ಈ ಹೆಣಗಳನ್ನೆಲ್ಲ ಆಚೆಗೆ ಸಾಗಿಸಬೇಕು. ಆ ಹೆಂಗಸರು ಬರುತ್ತಲೂ ಅವರ ನೆರವನ್ನು ಪಡೆದು ಈ ಕೆಲಸ ಮಾಡಿ. ಆಮೇಲೆ ಈ ಸಭಾಭವನದ ಮೇಜು, ಕುರ್ಚಿ, ಅಡ್ಡಣಿಗೆ, ಪೀಠೋಪಕರಣಗಳು ಇತ್ಯಾದಿಗಳನ್ನೆಲ್ಲ ನೀರಿನಲ್ಲಿ ಚೆನ್ನಾಗಿ ತೊಳೆದು ಸ್ವಚ್ಛಮಾಡಿಸಿ. ಎಲ್ಲೂ ಒಂದು ಚೂರು ಕಲೆ ಇರಕೂಡದು. ಅನಂತರ ಈ ಸಭಾಭವನವನ್ನು ಓರಣಗೊಳಿಸಿ. ಆದಾದ ಮೇಲೆ ಆ ಕಳಂಕಿನಿಯರನ್ನು ಹೊರಕ್ಕೆ ಅಟ್ಟಿ ತಿವಿದು ಸಾಯಿಸಿಬಿಡಿ."

"ಅಪ್ಪಣೆ."

ತೆಲೆಮಾಖೋಸ್‌ನ ಬಾಯಲ್ಲಿ 'ಅಪ್ಪಣೆ' ಎಂದು ಬಂದಿದ್ದರೂ ಅವನಲ್ಲಿ ಬೇರೊಂದು ಯೋಚನೆ ತಲೆಹಾಕಿತು. "ಆ ಹೆಣ್ಣುಗಳಿಗೆ ದೊರೆ ಅಪ್ಪಣೆ ಮಾಡಿದಂತಹ ಸುಲಭ ಸಾವು ಸರಿಯಲ್ಲ. ಬೇರೆ ಏನಾದರೂ ಚಿತ್ರಹಿಂಸೆಯ ಸಾವು ಕೊಡಬೇಕು" ಎಂದು. ಆದರೆ ಅವನು ಆ ಕುರಿತು ಬಾಯಿ ಬಿಡಲಿಲ್ಲ.

"ಯೂಮಾಯಿಓಸ್, ಆ ಮೆಲಾಂಥಿಓಸ್ ಗತಿ ಏನಾಯಿತು?" ಎಂದು ದೊರೆ ಕೇಳಿದ.

"ನಾವಿಬ್ಬರೂ ಸದ್ದಿಲ್ಲದೆ ಉಗ್ರಾಣಕ್ಕೆ ಹೋದೆವು. ಬಾಗಿಲು ಹಾರು ಹೊಡೆದಿತ್ತು. ಒಳಗೆ ಇಣಿಕಿದೆವು. ಅವನು, ಉಗ್ರಾಣದಲ್ಲಿನ ತೋಮರಾದಿಗಳನ್ನು ಒಟ್ಟು ಮಾಡುತ್ತಿದ್ದ. ನಾವಿಬ್ಬರೂ ಬಾಗಿಲಿನ ಎರಡೂ ಕಡೆ ಮರೆಯಾಗಿ ನಿಂತೆವು. ಅವನು ಒಂದು ಕೈಯಲ್ಲಿ ಶಿರಕಾಪನ್ನೂ ಇನ್ನೊಂದು ಕೈಲ್ಲಿ ಗುರಾಣಿಯನ್ನೂ ಹಿಡಿದುಕೊಂಡು ಹೊರಕ್ಕೆ ಬರುತ್ತಿದ್ದ. ಇಬ್ಬರೂ ಅವನ ಮೇಲೆ ಎರಗಿದೆವು. ಅವನ ಜುಟ್ಟುಹಿಡಿದು ದರದರನೆ ಎಳೆದುಕೊಂಡು ಹೋದೆವು. ಅಪ್ಪಣೆ ಯಾದಂತೆ ಅವನ ಕೈಕಾಲುಗಳನ್ನು ಕಟ್ಟಿ ಬೆನ್ನ ಹಿಂದೆ ಬಲವಂತದಿಂದ ಒಂದುಗೂಡಿಸಿ, ಅವನು ಮಿಸುಕಾಡದಂತೆ ಭಾವಣಿಗೆ ಏರಿಸಿ ಬದಿಯ ಕಂಬಕ್ಕೆ ಬಿಗಿದೆವು. ಅವನು 'ಅಯ್ಯೋ ಇದೇನು' ಎಂದು ಭಯಭ್ರಾಂತನಾಗಿ ಕೇಳಿದ. ಅದಕ್ಕೆ, 'ಮೆಲಾಂಥಿಓಸ್, ಹೆದರಬೇಡ. ಇಂದು ದೊರೆಯ ಅಪ್ಪಣೆಯಂತೆ ನಿನಗೀ ಸುಖಸುಪ್ಪತ್ತಿಗೆ ಲಭ್ಯವಾಗಿದೆ. ರಾತ್ರಿ ಹೀಗೆಯೇ ಕಳಿ, ಬೆಳಗಾಗುವುದನ್ನೂ ನವಸಿಗರಿಗೆಂದು ಅರಮನೆಗೆ ತರುವ ಪ್ರಾಣಿಗಳನ್ನೂ ನೀನು ತಪ್ಪದೆ ನೋಡಿಯೇ ನೋಡುತ್ತೀಯೆ, ಏನೇನೂ ಚಿಂತಿಸಬೇಡ" ಎಂದೆವು.

"ಸರಿಯಾಯಿತು ಬಿಡಿ."

ಊಳಿಗಗಿತ್ತಿಯರು ಕಣ್ಣೀರಿನ ಕೋಡಿ ಹರಿಯಿಸುತ್ತಾ ಮುಲುಗುತ್ತಾ ಬಂದರು. ಅವರ ಕಣ್ಣೀರಿಗೆ ಪ್ರತಿಯಾಗಿ ಯಾವ ಕನಿಕರವೂ ಅವರ ಪಾಲಿಗೆ ದಕ್ಕಲಿಲ್ಲ. ದೊರೆ ಹೇಳಿದಂತೆ ಅವರಿಂದ ಎಲ್ಲ ಕೆಲಸವನ್ನೂ ಮಾಡಿಸಲಾಯಿತು. ಸಭಾಭವನ ಓರಣಗೊಂಡ ಮೇಲೆ ಅವರನ್ನು ಪ್ರಾಂಗಣಕ್ಕೆ ಕರೆದೊಯ್ಯಲಾಯಿತು.

ಒದ್ಯೆಸೆಯೂಸ್ ಮಾತ್ರ ಸಭಾಭವನದಲ್ಲೇ ಉಳಿದ.

ಅತ್ತ ಪ್ರಾಂಗಣದಲ್ಲಿ ತೆಲೆಮಾಖೋಸ್‌ನ ಅಂತರಂಗದ ಸೂಚನೆಯಂತೆಯೇ ಕಾರ್ಯಾಚರಣೆ ಆಯಿತು.

"ನನಗೆ, ದೇವರಂತಹ ನನ್ನ ತಾಯಿಗೆ, ನಮ್ಮ ವಂಶಕ್ಕೆ ಅಪಚಾರವೆಸಗಿದ ಆ ನಾಯಿ ನವಸಿಗರ ಜೊತೆಗೆ ಹೇಸಿಗೆಯಿಲ್ಲದೆ ಹಾಸಿಗೆಯನ್ನು ಹಂಚಿಕೊಂಡು ಈ ಧೂರ್ತ ಸಿತಗಿಯರಿಗೆ ಚಿತ್ರಹಿಂಸೆಯ ಸಾವೇ ಸರಿ" ಎಂದು ಆಲೋಚಿಸಿ ನಿರ್ಧರಿಸಿದ ತೆಲೆಮಾಖೋಸ್. ಆಮೇಲೆ ಹಡಗಿನ ಬಲವಾದ ಹೊರಜನ್ನು ಎತ್ತರವಾದ ಎರಡು ಸ್ತಂಭಗಳಿಗೆ ಬಲವಾಗಿ ಬಿಗಿಯಲಾಯಿತು. ಅವಗೊಬ್ಬೊಬ್ಬರ ಕುತ್ತಿಗೆಗೂ ನೇಣುಕುಣಿಕೆ ಹಾಕಿ ಅವರ ಕಾಲು ನೆಲ ಮುಟ್ಟದಂತೆ, ಅವರುಗಳನ್ನು ಆ ಹೊರಜಿನ ಮೇಲೆ ಸಾಲಾಗಿ ನೇತುಹಾಕಲಾಯಿತು. ಅವರುಗಳು ನಾಲಿಗೆಯನ್ನು ಹೊರ ಚಾಚಿ ವಿಲಿ ವಿಲಿ ಒದ್ದಾಡತೊಡಗಿದರು.

ಇಷ್ಟಾದ ನಂತರ ಮೆಲಾಂಥಿಓಸ್‌ನನ್ನು ಉಗ್ರಾಣದಿಂದ ಪ್ರಾಂಗಣಕ್ಕೆ ಕರೆತರಲಾಯಿತು. ಅವನ ಕಿವಿ, ಮೂಗುಗಳನ್ನು, ವೃಷಣಗಳನ್ನು ಕತ್ತರಿಸಿದರು. ಆಮೇಲೆ ಅವನ ಕೈಕಾಲುಗಳನ್ನು ಕತ್ತರಿಸಿ ನಾಯಿಗಳಿಗೆ ಆಹಾರವಾಗಿ ಬಿಡಲಾಯಿತು.

ಆಮೇಲೆ ಆ ಮೂವರೂ ತಮ್ಮ ಕೈಕಾಲು ಮುಖಾದಿಗಳನ್ನು ಚೊಕ್ಕಟವಾಗಿ ತೊಳೆದುಕೊಂಡು ಆ ಪ್ರಶಾಂತ ಸಭಾಭವನಕ್ಕೆ ಹೋಗಿ ತಮ್ಮ ದೊರೆಯನ್ನು ಕೂಡಿಕೊಂಡರು.

ಮತ್ತೆ ಹಿರಿಯ ಊಳಿಗಗಿತ್ತಿ ಯೂರೈಕ್ಲೇಇಯಾಳನ್ನು ಬರಮಾಡಲಾಯಿತು.

"ಯೂರೈಕ್ಲೇಇಯಾ, ಮೊದಲು ಕೆಂಡ ಮತ್ತು ಗಂಧಕವನ್ನು ತಾ. ಗಂಧಕದ ಸುವಾಸನೆ ಈ ಸಭಾಭವನವನ್ನು ತುಂಬಬೇಕು. ಆಮೇಲೆ ರಾಣಿಯನ್ನು ಎಬ್ಬಿಸಿ ಇಲ್ಲಿಗೆ ಕರೆದುಕೊಂಡು ಬಾ" ಎಂದು ಒದ್ಯೆಸೆಯೂಸ್ ಹೇಳಿದ.

"ಆದರೆ ದೊರೆ, ನಿಮ್ಮ ಮೈಮೇಲಿನ ಈ ರಕ್ತಸಿಕ್ತ ಮಲಿನವಸ್ತ್ರವನ್ನು ಕಳಚಿ. ಶುದ್ಧವಾದ ವಸ್ತ್ರವನ್ನು ನಾನು ತಂದೀಯುತ್ತೇನೆ. ಅವನ್ನು ಧರಿಸಿ. ರಾಣಿಗೆ ನೀವು ಈ ರುದ್ರಭೀಷಣ ಸ್ವರೂಪದಲ್ಲಿ ಕಾಣಿಸಿಕೊಳ್ಳಬೇಡಿ" ಎಂದು ಅಕ್ಕರೆಯಿಂದ ಯೂರೈಕ್ಲೇಇಯಾ ಹೇಳಿದಳು.

"ಆಗಲಿ. ಹಾಗೇ ಮಾಡೋಣ. ಮೊದಲು ಕೆಂಡ, ಗಂಧಕ ಬರಲಿ." ಎಂದ ದೊರೆ ಒದ್ಯೆಸೆಯೂಸ್.

ಕೆಂಡ, ಗಂಧಕ ಬಂದವು. ಇಡೀ ಸಭಾಭವನದಲ್ಲಿ ಆ ಗಂಧಕ ಧೂಮ ಪಸರಿಸಿತು. ಆಚೆ, ಈಚೆ, ಸುತ್ತ ಎಲ್ಲಾ ಕಡೆ ವ್ಯಾಪಿಸಿತು.

ಮುದುಕಿ ಒಳಕ್ಕೆ ಧಾವಿಸಿ ಹೋಗಿ ತನ್ನ ಒಡತಿಯನ್ನು ಎಬ್ಬಿಸಿದಳು:

"ಎಚ್ಚರಾಗು ನನ್ನ ಮುದ್ದಿನ ಮರಿಯೆ! ಎದ್ದೇಳು ಪೇನೆಲೋಪ್ಯೆಆ ನಿನ್ನ ಯಜಮಾನರು ಸಭಾಭವನದಲ್ಲಿ ನಿನಗಾಗಿ ಕಾದಿದ್ದಾರೆ."

ದಶರಥನ ಧರ್ಮಸಂಕಟ

ಮಾರನೆಯ ದಿವಸ ತನ್ನ ಜೀವನದ ಅತ್ಯಂತ ಸಂತೋಷದ ದಿನವೆಂದು ಭಾವಿಸಿ, ಅತೀವ ಉತ್ಸಾಹದಿಂದ ತುಂಬಿ ತುಳುಕುತ್ತಿದ್ದ ದಶರಥ ಮಹಾರಾಜ, ತನ್ನ ಮೆಚ್ಚಿನ ಕಿರಿಯ ಪತ್ನಿ ಕೈಕೇಯಿಯ ಚಂದ್ರ ವಿಹಾರಕ್ಕೆ ಬಂದ.

ಅಲ್ಲಿ ಅವನ ಉತ್ಸಾಹಕ್ಕೆ ತಣ್ಣೀರೆರಚುವ ಪರಿಸ್ಥಿತಿ ಕಾದಿತ್ತು.

ತಾನೆಣಿಸುವುದು ಒಂದಾದರೆ ವಿಧಿ ಬಗೆಯುವುದು ಮತ್ತೊಂದು ಎಂಬುದು ಗೊತ್ತಿದ್ದೂ ಮಾನವ ಫಲ ಪ್ರಾಪ್ತಿಗೆ ಮೊದಲೇ ಅಕಾಲಿಕ ಸಂತೋಷದಲ್ಲಿ ಉಬ್ಬಿ ಅನೇಕ ಸಂದರ್ಭದಲ್ಲಿ ಧರ್ಮಸಂಕಟಕ್ಕೆ ಸಿಕ್ಕಿ ಬೀಳುತ್ತಾನೆ.

ತನ್ನ ಪ್ರಿಯೆ ಕೈಕೇಯಿ ಚಂದ್ರ ವಿಹಾರ ತೊರೆದು ಕ್ರೋಧಾಗಾರ ದಲ್ಲಿದ್ದಾಳೆಂಬ ವಿಷಯ ತಿಳಿದು, ಸಂತೋಷದಿಂದ ಹಿಗ್ಗಿದ್ದ ದಶರಥನ ಮುಖಮಂಡಲ ಹಿಂಡಿಕೊಂಡಿತು. ಅವನ ಎದೆ ಡವಡವನೆ ಹೊಡೆದುಕೊಳ್ಳಲಾರಂಭಿಸಿತು. ಎದೆ ಈ ರೀತಿ ಡವಡವನೆ ಹೊಡೆದುಕೊಂಡದ್ದನ್ನು ಕಂಡರಿಯದ ವೀರ ದಶರಥನಲ್ಲವೇ ಅವನು? ಅಂಥವನಲ್ಲಿ ಈಗ ಒಂದು ಬಗೆಯ ಅಧೀರತೆ ವ್ಯಾಪಿಸಿತು. ಸದಾ ತನಗೆ ಬೆಂಬಲವಾಗಿ ನಿಲ್ಲುವ. ಸದಾ ತನಗೆ ಅನಂದವನ್ನು ನೀಡುತ್ತ ಬಂದಿರುವ ಕೈಕೇಯಿ, ಎಂದೂ ಇಲ್ಲದ್ದು, ಇಂದು, ಅದೂ ಅವಳಿಗೆ ಅತ್ಯಂತ ಪ್ರಿಯನಾದ ರಾಮನಿಗೆ ಯುವರಾಜ ಪಟ್ಟವೆಂಬ ಮಹಾ ಸಂತಸದ ವಾರ್ತೆಯನ್ನು ಅರುಹಲು ತಾನು ಅತಿಯಾದ ಉತ್ಸಾಹವನ್ನು ತುಂಬಿಕೊಂಡು ಬಂದಿರುವಾಗ, ಕ್ರೋಧಾಗಾರಕ್ಕೆ ಹೋಗಿದ್ದಾಳೆಂದರೆ ಏನು ಗತಿ? ಆಶ್ಚರ್ಯ, ಸಂದಿಗ್ಧಗಳು ಒಮ್ಮೆಲೇ ಅವನ ಮನದಲ್ಲಿ ಅಂಕುರಿಸಿದವು.

ತೀವ್ರವಾದ ಅಸಮಾಧಾನವಾದಲ್ಲದೆ ಯಾರೂ ಕ್ರೋಧಾಗಾರಕ್ಕೆ ಹೋಗುವುದಿಲ್ಲ. ಕೈಕೇಯಿಗೆ ಅಸಮಾಧಾನವಾಗುವ ಯಾವುದೇ ಕೆಲಸ ಜರುಗಲು ಸಾಧ್ಯವಿಲ್ಲ. ಅಯೋಧ್ಯೆಯ ಅರಮನೆಯಲ್ಲಿ. ಎಲ್ಲರಿಗೂ ಗೊತ್ತು ಅವಳು ದಶರಥನ ಅಚ್ಚುಮೆಚ್ಚಿನ ರಾಣಿ ಎಂಬುದು. ಅವಳಿಗೆ ಅಸಮಾಧಾನ ಉಂಟುಮಾಡುವ ರೀತಿಯಲ್ಲಿ ಯಾರೂ ವರ್ತಿಸುವುದೇ ಇಲ್ಲ. ಎಂದಾಗ ಅವಳು

ಕ್ರೋಧಾಗಾರಕ್ಕೆ ಹೋಗಲು ಏನು ಕಾರಣ? ದಶರಥ ಯೋಚಿಸಿಯೇ ಯೋಚಿಸಿದ. ಅವನಿಗೆ ಯಾವುದೇ ಹೊಳವು ಮೂಡಲಿಲ್ಲ.

ಕಾಲ ಒಂದೇ ಎಲ್ಲಕ್ಕೂ ಮದ್ದು. ಕೋಪವಾಗಲಿ ದುಃಖವಾಗಲಿ ಸಮಯ ಕಳೆದಂತೆ ತನಗೆ ತಾನೇ ಕಡಿಮೆಯಾಗುವುದು ಸಹಜವೆಂಬುದು ಯಾರಿಗೆ ಗೊತ್ತಿಲ್ಲ? ದಶರಥನಿಗೂ ಗೊತ್ತಿದೆ. ಆದರೆ ಹಾಗೆಂದು ಅವನು ಸದ್ಯಕ್ಕೆ ಸುಮ್ಮನಿದ್ದು ಕಾದರಾಯಿತು ಎಂದಿರಲು ಸಾಧ್ಯವಿರಲಿಲ್ಲ. ಮಾರನೆಯ ದಿನವೇ ರಾಮನಿಗೆ ಯುವರಾಜ ಪಟ್ಟಾಭಿಷೇಕವಾಗಬೇಕು. ಆ ಸಲುವಾಗಿ ಸುಮಂತ್ರ, ದೃಷ್ಟಿ, ಜಯಂತ, ವಿಜಯ, ಸುರಾಷ್ಟ್ರ, ರಾಷ್ಟ್ರವರ್ಧನ, ಅಕೋಪ ಮತ್ತು ಮಂತ್ರಪಾಲರೆಂಬ ಪ್ರಧಾನಿಗಳ, ವಸಿಷ್ಠ, ವಾಮದೇವ, ಜಾಬಾಲ, ಕಶ್ಯಪ, ಗೌತಮ, ಮಾರ್ಕಂಡೇಯ ಮತ್ತು ಕಾತ್ಯಾಯನರೆಂಬ ಅರಮನೆಯ ಪುರೋಹಿತವರ್ಗ, ಹಾಗೂ ಇತರ ಪುರ ಪ್ರಮುಖರುಗಳಿಂದೊಡಗೂಡಿದ ಕೂಡುಹದಲ್ಲಿ ನಿಷ್ಕರ್ಷಿತವಾದ ರಾಮ ಯೌವರಾಜ್ಯಾಭಿಷೇಕದ ಮುಹೂರ್ತಾದಿಗಳು ಇತ್ಯರ್ಥವಾಗಿ ಬಿಟ್ಟಿರುವಾಗ, ಅದಕ್ಕಾಗಿ ಎಲ್ಲ ಸಿದ್ಧತೆಗಳು ಆಗಿರುವಾಗ, ತನ್ನ ರಾಣಿಯರು ಪ್ರಸನ್ನ ಚಿತ್ತರಾಗಿಲ್ಲದಿದ್ದರೆ ಹೇಗೆ?

ಯೌವರಾಜ್ಯಾಭಿಷೇಕ ಎಲ್ಲರಿಗೂ ಸಂತೋಷದಾಯಕವಾಗಿರಬೇಕಾದರೆ ಎಲ್ಲರಲ್ಲೂ ಸಂತೋಷೋತ್ಸಾಹಗಳು ತುಂಬಿ ತುಳುಕುತ್ತಿರಬೇಕು. ನಿಜ!

ಅಂತೆಯೇ ಈ ಅಯೋಧ್ಯೆಯ ಈ ಅರಮನೆಯಲ್ಲಿ ಕೈಕೇಯಿಗೆ ಒಂದು ವಿಶಿಷ್ಟ ಸ್ಥಾನವಿದೆ. ಮಹಾರಾಜನಿಗೆ ಅತ್ಯಂತ ಪ್ರಿಯಳಾದವಳು ಎಂಬ ಕಾರಣದಿಂದ ಎಂಬುದು ನಿಜ!

ಎಂದಾಗ ಅವಳು ಕುಪಿತಳಾಗಿದ್ದರೆ, ಅಸಮಾಧಾನದಿಂದ ಕ್ರೋಧಾಗಾರವನ್ನು ಪ್ರವೇಶಿಸಿದ್ದರೆ ಅರಮನೆಯ ವಾತಾವರಣ ಸಂತಸದಿಂದ ಕೂಡಿರಲು ಸಾಧ್ಯವೆ?

ಈಗಂತೂ ಯಾವುದಕ್ಕೂ ಸಮಯವಿಲ್ಲ. ಈ ಅಸಮಯ ಸಮಯದಲ್ಲಿ ಕೈಕೇಯಿಯ ಅಸಮಾಧಾನಕ್ಕೆ ಕಾರಣ ಏನೇ ಆಗಿದ್ದರೂ ಅದರ ನಿವಾರಣೆಯಂತೂ ಕೂಡಲೇ ಆಗಿಬಿಡಬೇಕು. ಯಾವ ಕಾರಣದಿಂದಲೂ ಸಮಯ ದಂಡ ಮಾಡುವಂತಿಲ್ಲ ಎಂಬ ತೀರ್ಮಾನಕ್ಕೆ ದಶರಥ ಬರಲೇಬೇಕಾಯಿತು. ಅವನು ತನ್ನ ಹೆಜ್ಜೆಯನ್ನು ಚಂದ್ರ ವಿಹಾರದಿಂದ ಕ್ರೋಧಗಾರದತ್ತ ನಿಧಾನವಾಗಿ ಹಾಕತೊಡಗಿದ. ಕೈಕೇಯಿಯ ಅಸಮಾಧಾನಕ್ಕೇನು ಕಾರಣ ಎಂಬ ನಿಗೂಢ ಪ್ರಶ್ನೆ ಮಾತ್ರ ಅವನಂತರಂಗವನ್ನು ಒಂದೇ ಸಮನೆ ಚುಚ್ಚುತ್ತಲೇ ಇತ್ತು. ಅದೇ ಸ್ಥಿತಿಯಲ್ಲಿ ಅವನು ಕ್ರೋಧಾಗಾರವನ್ನು ಹೊಕ್ಕ.

ತನ್ನ ಮೈ ಮೇಲಿನ ವಸ್ತ್ರದ ಪರಿವೆಯಿಲ್ಲದೆ ಕೆದರಿದ ಕೂದಲಿನಿಂದ ನೆಲದ ಮೇಲೆ ಬಿದ್ದಿರುವ ಕೈಕೇಯಿಯ ಭಂಗಿಯನ್ನು, ಇಡೀ ಕ್ರೋಧಾಗಾರದಲ್ಲೆಲ್ಲಾ ಅಸ್ತವ್ಯಸ್ತವಾಗಿ ಹರಡಿ ಬಿದ್ದಿರುವ ಅವಳ ಆಭರಣಾದಿಗಳನ್ನು, ಪ್ರಸಾದನ ಸಾಮಗ್ರಿಗಳನ್ನು, ಮೂಲೆಯಲ್ಲಿನ ದೀಪಸ್ತಂಭದ ದೀಪ ಕಲಿಕೆ ಮಷ್ಟು ಕಟ್ಟಿ ಅದರ ಪ್ರಕಾಶ ತೀರ ಮಂದವಾಗಿ ಆ ಕ್ರೋಧಾಗಾರದ ಗಭೀರತೆಯನ್ನು ಹೆಚ್ಚಿಸಿರುವುದನ್ನು ಕಂಡ ದಶರಥ ಮಹಾರಾಜನ ಎದೆ ಧಸಕ್ಕೆಂದಿತು. ಅವನ ತಲೆ ಸುತ್ತಿದಂತಾಗಿ ಕಣ್ಣು ಕತ್ತಲೆ ಕಟ್ಟಿತು.

ತಾನಾವುದೋ ಅಸಹಜ ವಿಚಿತ್ರ ಸ್ಥಳದಲ್ಲಿದ್ದೇನೆ. ಇದ್ದಕ್ಕಿದ್ದ ಹಾಗೇ ನುಗ್ಗಿ ಬಂದ ಬಿರುಗಾಳಿಯಲ್ಲಿ ಯೌವರಾಜ್ಯಭಿಷೇಕ ಸಿದ್ಧತೆಗಳೆಲ್ಲ ದಿಕ್ಕಾಪಾಲು ತೂರಾಡುತ್ತಿರುವಂತೆ, ತಾನು ನಿಂತಿರುವ ನೆಲವೇ ಡೋಲಾಯಮಾನವಾಗಿರುವಂತೆ ತೋರಿಬಂತು. ಅವನು ಬಾಗಿಲುವಾಡದ ಆಸರೆ ಪಡೆದು ನಿಂತ. ತಲೆ ಸುತ್ತುವಿಕೆ ಕ್ರಮೇಣ ತಗ್ಗಿತು. ನಿಂತಿತು ಸಹ. ಅವನು ನೆಲದ

ಮೇಲೆ ಬಿದ್ದಿರುವ ಕೈಕೇಯಿಯ ಬಳಿ ಸಾರಿ ಅವಳ ಸ್ಥಿತಿಗೆ ಕಾರಣವನ್ನು ಅರಿಯುವತ್ತ ಪ್ರಯತ್ನ ಸಾಗಿಸಿದ.

ಅವನು ಅವಳ ಬದಿಯಲ್ಲಿ ನೆಲದ ಮೇಲೆ ಕುಳಿತು ಅವಳ ಕೈಗಳನ್ನು ತನ್ನ ಕೈಯಲ್ಲಿ ಹಿಡಿದು ಅವಳ ತೋಳನ್ನು ಮೆದುವಾಗಿ ನೇವರಿಸುತ್ತ, "ದೇವಿ, ಅತ್ಯಂತ ಶ್ರೇಷ್ಠವಾದ ಮುಹೂರ್ತದ ನಿರೀಕ್ಷೆಯಲ್ಲಿ ಇಡೀ ಅರಮನೆ ಸಂತೋಷದಿಂದ ತುಂಬಿ ಪ್ರಸನ್ನತೆಗೆ ಸಾಂಕೇತಿಕವಾಗಿ ಇರಬೇಕಾದ ಈ ಸಮಯದಲ್ಲಿ ನೀನು ಈ ಸ್ಥಿತಿಯಲ್ಲಿರುವಂತಾದುದು ಒಳಿತಲ್ಲ. ನಿನ್ನ ಆರೋಗ್ಯವೇನಾದರೂ ತೀರ ಅಸ್ತವ್ಯಸ್ತವಾಗಿಯೇ?" ಎಂದು ಅನುಕಂಪದಿಂದ ಕೇಳಿದ.

ಅವಳು ಅವನತ್ತ ದೃಷ್ಟಿಯನ್ನು ಹೊರಳಿಸದೆ ಆರೋಗ್ಯ ಅಸ್ತವ್ಯಸ್ತವಾಗಿಲ್ಲವೆನ್ನುವಂತೆ ತಲೆಯಾಡಿಸಿದಳು. ಮಾತನಾಡಲಿಲ್ಲ ಮಾತ್ರ.

"ಹಾಗಾದರೆ ನಿನ್ನೀ ಸ್ಥಿತಿಗೇನು ಕಾರಣ? ಅದಕ್ಕೆ ಕಾರಣರು ಯಾರು? ಹೇಳು. ಅವರಿಗೆ ಕೂಡಲೇ ಶಿಕ್ಷೆ ಮಾಡಿಬಿಡುತ್ತೇನೆ. ಕೈಕೇಯಿ ನೀನು ನನಗೆ ಅತ್ಯಂತ ಪ್ರಿಯಳಾದವಳು. ನಿನ್ನ ಮುಖದ ಮೇಲೆ ತೀರ ಸಾಂಕೇತಿಕವಾದ ಚಿಂತೆಯ ಛಾಯೆ ಕಂಡರೂ ನನ್ನಿಂದ ಅದನ್ನು ಸಹಿಸಲು ಸಾಧ್ಯವಿಲ್ಲವೆಂಬುದನ್ನು ನೀನು ಬಲ್ಲೆ. ಎಂದಾಗ ನಿನಗಿಷ್ಟು ಬೇಸರವಾಗಲು, ಅಸಮಾಧಾನ ವಾಗಲು ಕಾರಣವೇನು? ಹೇಳು." ಎಂದು ಸಹಾನುಭೂತಿ ತುಂಬಿ ದಶರಥ ಕೇಳಿದ.

ಕೈಕೇಯಿ ಮೆಲ್ಲನೆ ಅವನತ್ತ ದೃಷ್ಟಿ ಹೊರಳಿಸಿದಳು. ಅತ್ತ ಇತ್ತ ದೃಷ್ಟಿ ಹೊರಳಿಸಿದಳು.

"ಏನು ಬೇಕಾಗಿತ್ತು?" ದಶರಥ ಅವಳನ್ನು ಕೇಳಿದ.

ಕೈಕೇಯಿ ಮೆಲ್ಲನೆ ಎದ್ದು ಕುಳಿತು ಸೆರಗನ್ನು ಸರಿಪಡಿಸಿಕೊಂಡಳು. ದಶರಥ ತನ್ನೆರಡೂ ಕೈಗಳಿಂದ ಅವಳ ಕೆದರಿದ ಕೂದಲನ್ನು ಓರಣ ಮಾಡಿ ಹಿಂದೆ ಸರಿಸಿದ.

"ಹೇಳು ದೇವಿ, ಇದಕ್ಕೇನು ಕಾರಣ?"

"ಹೋಗಲಿ ಬಿಡಿ, ಹೇಳಿ ಪ್ರಯೋಜನವಿಲ್ಲವೆಂದಾಗ ಆ ಮಾತೇಕೆ?" ಎಂದು ನಿಟ್ಟುಸಿರನ್ನು ಬಿಟ್ಟಳು ಕೈಕೇಯಿ.

"ದೇವಿ, ನನ್ನ ಯಾವ ಇಚ್ಛೆಯನ್ನು ನಾನು ಸಲ್ಲಿಸಿಲ್ಲ? ಒಂದೇ ಒಂದು ಅಂತಹ ನಿದರ್ಶನ ಕೊಡು."

"ನಿಜ. ಈವರೆಗೆ ನೀವು ನನ್ನ ಎಲ್ಲ ಇಚ್ಛೆಯನ್ನು ಸಲ್ಲಿಸಿದ್ದೀರಿ. ಅದರೆ ಇಂದು ಮಾತ್ರ ನೀವು ಅದನ್ನು ಸಲ್ಲಿಸಲು ಅಸಮರ್ಥರು."

"ಏನೆಂದೆ? ನಿನ್ನಿಚ್ಛೆ ಸಲ್ಲಿಸಲು ನಾನು ಅಸಮರ್ಥನೆ? ನಿನ್ನಲ್ಲಿ ಇಂದು ಆ ಭಾವನೆ ಮೂಡಲು ಏನು ಕಾರಣ?"

"ಅದು ನಿಮ್ಮಂತರಂಗಕ್ಕೇ ಗೊತ್ತು. ಒಟ್ಟಿನಲ್ಲಿ ನನ್ನ ಇಚ್ಛೆಯನ್ನು ಮಾತ್ರ ನೀವು ಇಂದು ಸಲ್ಲಿಸಲಾರಿರಿ ಎಂದು ನನ್ನ ಮನಸ್ಸು ನುಡಿಯುತ್ತಿದೆ."

"ನಿನ್ನ ಆ ಮನಸ್ಸಿಗೆ ಭೂತ ಪ್ರವೇಶವಾಗಿರಬೇಕಷ್ಟೆ!"

"ಅದು ನಿಮ್ಮ ಭಾವನೆಯಾಗಿದ್ದರೆ, ಆ ಭೂತವನ್ನು ಅಲ್ಲಿಂದ ಹೊಡೆದೋಡಿಸಿ ಬಿಡಿ."

"ಏನು ಮಾಡಿದರೆ ಆ ಭೂತ ಅಲ್ಲಿಂದ ಪಲಾಯನ ಮಾಡುವುದೆಂಬುದನ್ನು ನೀನೇ ಹೇಳು."

"ನಾನು ಹೇಳಿದಂತೆ ಮಾಡುವಿರಾ?"

"ದೇವಿ, ಇದೇಕೆ ನೀನು ಇಂದು ಹೀಗೆ ಮಾಡುತ್ತಿರುವೆ, ಹಿಂದೆಂದೂ ಮಾಡದ ನೀನು?"

"ಅದಕ್ಕೆ ಕಾರಣವನ್ನು ತಿಳಿಯಬೇಕಾದರೆ ನನ್ನ ಮಾತನ್ನು ನಡೆಸುತ್ತೇನೆಂದು ನೀವು ಪ್ರಮಾಣ ಮಾಡಬೇಕು."

"ದೇವಿ, ಯಾವುದೋ ಸಲ್ಲದ ಸಂಶಯ ನಿನ್ನಲ್ಲಿ ಈಗ ಮನೆ ಮಾಡಿದೆ. ನೀನೆಂದೂ ಈವರೆಗೆ ನನಗೆ ಕೇಡು ಬಗೆದಿಲ್ಲ. ಬದಲಾಗಿ ನನಗೆ ಕೇಡೊದಗಬಹುದಾದ ಸಂದರ್ಭದಲ್ಲಿ ಕೇಡಿನಿಂದ ನನ್ನನ್ನು ಪಾರು ಮಾಡಿದ್ದೀಯೆ. ಇದರ ಜೊತೆಗೆ ನನ್ನ ಕೈಹಿಡಿದಂದಿನಿಂದ ಇಂದಿನವರೆಗೆ ನೀನು, ನನ್ನ ಮಾನಸಿಕ ಹಾಗೂ ದೈಹಿಕ ತೃಪ್ತಿಗಳಿಗೆ ಸದಾ ಪೂರಕವಾಗಿಯೇ ನಡೆದುಕೊಂಡಿದ್ದೀಯೆ. ಅದರಿಂದ ಎಂದೂ ನಾನು ನಿನ್ನನ್ನು ಸಂಶಯದಿಂದ ನೋಡಲು ಸಾಧ್ಯವೇ ಇಲ್ಲ. ಈಗಲೂ ಅಷ್ಟೆ, ಯಾವುದೇ ಬಗೆಯ ಕೇಡು, ನನಗ – ಈ ಅರಮನೆಗೆ – ನಿನ್ನಿಂದ ಒದಗಲು ಸಾಧ್ಯವಿಲ್ಲವೆಂಬ ಅಚಲವಾದ ನಂಬಿಕೆಯಿಂದ, ಇಡೀ ರಾಜ್ಯದ ಎಲ್ಲರ ಪ್ರೇಮಾದರಗಳಿಗೆ ಪಾತ್ರನಾದ, ನನಗೂ ಅತ್ಯಂತ ಪ್ರಿಯನಾದ ರಾಮನಾಣೆಯಾಗಿ ನಿನ್ನ ಮಾತನ್ನು ನಡೆಸಿ ಕೊಡುತ್ತೇನೆಂದು ಪ್ರಮಾಣ ಮಾಡುತ್ತೇನೆ" ಎಂದು ಕೈಕೇಯಿ ಕೈಮೇಲೆ ಕೈಹಾಕಿದನಷ್ಟೇ ಅಲ್ಲ, ಅದನ್ನು ಸಂಪ್ರೀತಿಯಿಂದ ಒತ್ತಿದ, ಅವಳನ್ನು ಪುಳಕಿಸಲೋ ಎಂಬಂತೆ.

ಆಗ ಕೈಕೇಯಿಯು ದಶರಥನತ್ತ ಸಂತೃಪ್ತಿಯ ದೃಷ್ಟಿ ಬೀರಿದಳು.

"ದೊರೆ, ನಾನೂ ಎಲ್ಲರಂತೆ ತಾಯಿಯೆಂಬುದನ್ನು ಮನಸ್ಸಿನಲ್ಲಿಟ್ಟುಕೊಂಡು ನೀವು ನನ್ನ ಮಾತನ್ನು ಗ್ರಹಿಸಬೇಕು" ಎಂದಳು.

"ಈ ಬಗೆಯ ಪೂರ್ವಪೀಠಿಕೆಯೇಕೆ ದೇವಿ? ನಮಗೀಗ ಸಮಯದ ಅಭಾವವಿದೆ. ಆಗಬೇಕಾದ ಕೆಲಸಗಳು ವಿಪರೀತ ಇವೆ. ಅದರಿಂದ ಅದೇನನ್ನು ಹೇಳಬೇಕೋ, ಕೇಳಬೇಕೋ ಅದೆಲ್ಲ ಬೇಗ ಆಗಿಬಿಡಲಿ. ಆಗಬೇಕಾದ ಕಾರ್ಯಗಳು ವ್ಯತ್ಯಸ್ತವೂ ಆಗಬಾರದು, ಕಾಲಾತೀತವೂ ಆಗಬಾರದು."

"ಕಾಲಾತೀತವೇಕೆ ಆಗಬೇಕು ದೊರೆ. ಎಲ್ಲವೂ ಸಿದ್ಧವಾಗಿದೆಯಲ್ಲ."

"ಆ ಅರಿವು ನಿನಗಿದ್ದರೆ ಸಾಕು. ಬೇಗ ಹೇಳು."

"ಈಗ ಕೆಲವು ಕ್ಷಣಗಳ ಮುಂಚೆ ನೀವೇ ಅಪ್ಪಣೆ ಕೊಡಿಸಿದ್ದೀರಿ, ನಿಮಗೆ ಕೇಡೊದಗ ಬಹುದಾದ ಸಂದರ್ಭದಲ್ಲಿ ನಾನು, ನಿಮ್ಮನ್ನು ಆ ಕೇಡಿನಿಂದ ದೂರ ಮಾಡಿದ್ದೇನೆಂದು. ಅಷ್ಟು ಹಳೆಯ ಘಟನೆಯನ್ನು ನೀವು ಇನ್ನೂ ನೆನಪಿನಲ್ಲಿಟ್ಟುಕೊಂಡಿರುವುದನ್ನು ತಿಳಿದು ನನ್ನ ಹೃದಯ ತುಂಬಿಬಂತು ದೊರೆ."

"ಯಾರೇ ಮಾಡಲಿ ಉಪಕಾರ ಉಪಕಾರವೇ ಅಲ್ಲವೇ ದೇವಿ? ಈ ವಿಷಯದಲ್ಲಿ ನಾನು ನಿಜವಾಗಿ ಕೃತಜ್ಞ, ಈಗಲೂ ಅದನ್ನು ನೆನಸಿಕೊಂಡರೆ ಮೈನವಿರೇಳುತ್ತದೆ ದೇವಿ. ಅಬ್ಬ ಅದೆಂತಹ ಭಯಂಕರ ಯುದ್ಧ?"

"ನಾನೂ ಜೊತೆಗಿದ್ದೆನಲ್ಲ. ನಿಮ್ಮ ಮಾತನ್ನು ಕೇಳಿ ಈಗ ಮತ್ತೆ ಆ ದೃಶ್ಯ ಕಣ್ಣೆದಿರಿಗೆ ಮೂಡಿ ನಿಂತಿದೆ. ಆ ಯುದ್ಧ ಸಾಗುತ್ತಿದ್ದಾಗ ನಿಮ್ಮೊಡನೆ ರಥದಲ್ಲಿದ್ದ ನನಗೆ ನಿಜವಾಗಿ ಬಹಳ ಭಯವಾಗಿತ್ತು ದೊರೆ. ಹಾಳಾದ ಆ ಯುದ್ಧವನ್ನು ವೀಕ್ಷಿಸಲು ನಾನೇಕೆ ಹಠ ಮಾಡಿ ನಿಮ್ಮೊಡನೆ ಬಂದೆನೋ ಎಂದೆನ್ನಿಸಿತ್ತು."

"ಹೆಂಗಸರ ಬುದ್ಧಿಯೇ ಹಾಗಲ್ಲವೇ? ಮೂರ್ಖ ಹಠ ಮಾಡುವುದು ನಂತರ ಪರಿತಾಪಪಡುವುದು."

"ಆದರೆ ಆಗಿನ ನನ್ನ ಹಠ, ಮೂರ್ಖ ಹಠವೇ ಆಗಿದ್ದರೂ, ಒಟ್ಟಿನಲ್ಲಿ ಒಳಿತನ್ನೇ ಮಾಡಿತಲ್ಲ."

"ಅದೇನೋ ನಿಜಾನ್ನು. ಆದರೂ ಎಲ್ಲ ಬಿಟ್ಟು ನೀನೇಕೆ ಯುದ್ಧಕ್ಕೆ ಬರಲು ಹಠಮಾಡಿದೆ? ಆಗ ನೀನು ಕಾರಣ ಹೇಳಲಿಲ್ಲ. ಈಗಲಾದರೂ ಹೇಳು."

"ನಾನು ದೇವತೆಗಳನ್ನು ನೋಡಿರಲಿಲ್ಲ. ರಾಕ್ಷಸರನ್ನೂ ನೋಡಿರಲಿಲ್ಲ. ಅದರಿಂದ ಅವರು ಹೇಗಿರುತ್ತಾರೆಂಬುದನ್ನು ಕಣ್ಣಿಂದ ನೋಡಿ ಅರಿಯುವ ಕುತೂಹಲ ಹುಟ್ಟಿಬಿಟ್ಟಿತು. ಅದರಲ್ಲೂ ದೇವತೆಗಳ ಒಡೆಯನಾದ ಸ್ವಯಂ ದೇವೇಂದ್ರನೇ ಅವನ ಶತ್ರು ದಂಡಕಾರಣ್ಯದ ವೈಜಯಂತದ ರಾಕ್ಷಸ ದೊರೆ ತಿಮಿಧ್ವಜನನ್ನು ಗೆಲ್ಲಲಾರದೆ, ಮಾನವರಾದ ನಿಮ್ಮ ನೆರವನ್ನು ಕೋರಿದ್ದನೆಂದಾಗ ಆ ನನ್ನ ಕುತೂಹಲಕ್ಕೆ ಹತ್ತು ಮುಖ ಬಂತು. ಹಟಮಾಡಿ ಬಂದೆ."

"ಎಂತಲೇ, ದೇವಿ, ನಾನಿಂದಿನವರೆಗೂ ಸುಖವಾಗಿದ್ದೇನೆ. ಇಲ್ಲದೆ ಇದ್ದಿದ್ದರೆ, ಅಂದು ನನ್ನ ಬಾಣಾಘಾತದಿಂದ ಹೆದರಿ ತತ್ತರಿಸಿ ತಿಮಿಧ್ವಜನ ರಾಕ್ಷಸ ಸೈನಿಕರು ದಿಕ್ಕಾಪಾಲಾಗಿ ಓಡುತ್ತಿದ್ದಾಗ ನನ್ನ ದೃಷ್ಟಿ ಅತ್ತ ನಾಲ್ಕಾರು ಕ್ಷಣ ಹೊರಳಿದ ಅಲ್ಪ ಸಮಯದಲ್ಲಿ ತಿಮಿಧ್ವಜನ ಬಾಣಗಳಿಂದ ನನ್ನ ಸಾರಥಿ ಮೃತನಾಗಿ ನಾನು ಸ್ಮೃತಿ ತಪ್ಪಿದಾಗ, ನಿನ್ನ ಧೈರ್ಯ ಚಾಕಚಕ್ಯಗಳಿಂದಲೇ ಅಲ್ಲವೇ ನಾನು ಸುರಕ್ಷಿತ ಸ್ಥಳಕ್ಕೆ ಪಾರಾಗಿಬಂದುದು. ಆಗಲೇ ಅಲ್ಲವೆ ನೀವು ಅಶ್ವಪತಿರಾಜನ ಮಗಳಾದುದರ ಅನ್ವರ್ಥ ಸಾರ್ಥಕತೆ ಪಡೆದುದು? ಅದಿರಲಿ ಹೆದರಿದ್ದ ನಿನ್ನಲ್ಲಿ ಆ ಧೈರ್ಯ ಬಂದುದು ಹೇಗೆ?"

"ಅದು ಮಾತ್ರ ಆ ದೇವರಿಗೆ ಗೊತ್ತು. ಏಕೆಂದರೆ ಸುರಕ್ಷಿತವಾದ ಸ್ಥಳಕ್ಕೆ ರಥ ಬಂದ ಮೇಲೆ ನಾನೇ ಆಶ್ಚರ್ಯಪಟ್ಟಿದ್ದೆ – ಆ ಧೈರ್ಯ ನನಗೆ ಹೇಗೆ ಬಂತು ಎಂದು. ಬಹುಶಃ ನನ್ನ ಮಾಂಗಲ್ಯ ಶಕ್ತಿ ನನಗೆ ಆ ಧೈರ್ಯವನ್ನು ಕೊಟ್ಟಿರಬೇಕು. ಅದೇನೆ ಇರಲಿ, ಸುರಕ್ಷಿತ ತಾಣಕ್ಕೆ ನಿಮ್ಮನ್ನು ತಂದ ನನ್ನ ಬಗೆಗೆ ನಿಮಗೆ ತೃಪ್ತಿಯಾಗಿತ್ತು."

"ಬರೀ ತೃಪ್ತಿಯಷ್ಟೇ ಅಲ್ಲ. ಸಂತೋಷ – ಮೆಚ್ಚಿಕೆಗಳೂ ಆಗಿತ್ತು. ನಿನ್ನನ್ನು ಕುರಿತು ಹೆಮ್ಮೆಯೆನಿಸಿತ್ತು ಸಹ."

"ಅದರಿಂದಲೇ ಆಗ ನೀವು ಅಪ್ರಾರ್ಥಿತವಾಗಿ ನನಗೆರಡು ವರಗಳನ್ನು ದಯಪಾಲಿಸಿದಿರಿ."

"ಹೌದೆ? ನೀನೇನು ಬೇಡಿದೆ?"

"ಆಗ ನಾನೇನೂ ಬೇಡಲಿಲ್ಲ. ಏಕೆಂದರೆ ಆಗ ನನಗೆ ಯಾವುದೇ ಅವಶ್ಯತೆ ಇರಲಿಲ್ಲ. ಈಗ ಬೇಡ. ನೀವಿತ್ತ ಈ ಎರಡು ವರಗಳನ್ನು ಅವಶ್ಯತೆ ಬಿದ್ದಾಗ ಬೇಡಿ ಪಡೆಯುತ್ತೇನೆ ಎಂಬ ನನ್ನ ವಿನಂತಿಗೆ ನೀವು ಅಂದು ಸಮ್ಮತಿಸಿದಿರಿ."

"ಹೌದಲ್ಲವೆ?"

"ಆ ಎರಡು ವರಗಳನ್ನು ನಾನೀಗ ಬೇಡಿದರೆ ನೀಡುತ್ತೀರಿ ತಾನೇ?"

ಏನೇನೋ ಅನಾಹುತವಾಗಿರಬಹುದೆಂದು ಆಲೋಚಿಸಿದ್ದ ದಶರಥನಿಗೆ ಕೈಕೇಯಿಯ ಈ ಪ್ರಶ್ನೆ ಕೇಳಿ ನಗುಬಂತು. "ದೇವಿ, ನಾನು ಆಡಿದ ಮಾತಿನಂತೆ ನಡೆಯಲಾರೆನೆಂಬ ಭಾವನೆ ನಿನ್ನ ಮನಸ್ಸಿಗೇಕೆ ಬಂತು? ಕೇಳು ದೇವಿ, ಕೇಳು. ಇದು ನನ್ನ ಜೀವಮಾನದ ಅತ್ಯಂತ ಸಂತೋಷದ ಸಮಯ. ಮೇಲಾಗಿ ನನ್ನ ರಾಮನ ಮೇಲೆ ಆಣೆ ಇಟ್ಟಿದ್ದೇನೆ. ನಿನಗೆ ಸಂತೋಷ ತರುವ ಯಾವುದೇ ವಿಷಯವಾದರೂ ಅದು ನನಗೂ ಸಂತೋಷ ತರುವುದೇ ಆಗಿರುತ್ತದೆಯೆಂಬುದರಲ್ಲಿ ಸಂಶಯವಿಲ್ಲ. ಎಂದಾಗ ನಿನ್ನ ಬೇಡಿಕೆ ನನ್ನ ಈಗಿನ ಸಂತೋಷಕ್ಕೆ ಇನ್ನಷ್ಟು ಸಂತೋಷ ಸೇರಿಸುವುದು ತಾನೇ ಆಗಿರುತ್ತದೆ? ಇಷ್ಟಕ್ಕೆ ಇವೆಲ್ಲ ಏಕೆ ಬೇಕಾಗಿತ್ತು ದೇವಿ? ನೀವು ವ್ಯಥೆ ಪಟ್ಟು, ಇಲ್ಲದ ಸಲ್ಲದ ಆತಂಕ ತಂದುಕೊಂಡು, ನನಗೂ ಅದರ ಬಿಸಿ

ತಪ್ಪಿಸಿ ಇದೆಲ್ಲ ಏನೂ ಮಾಡಬೇಕಾಗಿರಲಿಲ್ಲ. ಹೀಗೇಕೆ ಮಾಡಿದೆ?"

"ನೀವೆ ಅಪ್ಪಣೆ ಕೊಡಿಸಿದಿರಲ್ಲ ಹೆಂಗಸರ ಬುದ್ಧಿಯೆಂದು."

"ಅವೆಲ್ಲ ಲೋಕಾರೂಢಿಯಲ್ಲಿ ಆಡುವ ಮಾತು. ಅದೀಗ ಬೇಡ. ಮುಖ್ಯ ವಿಷಯ ಏನು?"

"ಅಂದು ನಿಮ್ಮಿಂದ ದತ್ತವಾಗಿ ಇನ್ನೂ ಉಪಯೋಗವಾಗದೆ ಇರುವ ಎರಡು ವರಗಳನ್ನು ಇಂದು ಕೊಡಿ."

"ಕೇಳೆಂದು ಆಗಲೇ ಹೇಳಿದೆನಲ್ಲ."

ಕೂಡಲೇ ಕೈಕೇಯಿ ಮಾತನಾಡಲಿಲ್ಲ. ಏನನ್ನೋ ಧ್ಯಾನಿಸುವಂತೆ ಸುಮ್ಮನೆ ಕುಳಿತಳು.

"ಯಾಕೆ ದೇವಿ ಸುಮ್ಮನೆ ಕುಳಿತೆ? ವರಗಳು ಯಾವುದೆಂದು ನೀನಿನ್ನೂ ಯೋಚಿಸಿಲ್ಲವೆ?"

"ಹಾಗೇನಿಲ್ಲ. ಎರಡೂ ಖಚಿತವಾದ ವರಗಳೇ! ದೊರೆಯೇ, ನಾಳೆಯೇ ಅಲ್ಲವೆ ಯೌವರಾಜ್ಯಾಭಿಷೇಕದ ಶುಭ ಮುಹೂರ್ತ ಇರುವುದು?"

"ಶತಾಯಗತಾಯ ಮುಹೂರ್ತ ಸಾಧನೆಯಾಗಲೇಬೇಕು. ಆ ಸಲುವಾಗಿ ಎಲ್ಲ ಸಿದ್ಧತೆಗಳೂ ಭರದಿಂದ ಸಾಗಿವೆ."

"ಸರಿ. ಅದೇ ಮುಹೂರ್ತಕ್ಕೆ ಸರಿಯಾಗಿ ಯೌವರಾಜ್ಯಾಭಿಷೇಕವನ್ನು ನನ್ನ ಭರತನಿಗೆ ಮಾಡಬೇಕೆಂಬುದು ನನ್ನ ಮೊದಲನೆಯ ಬೇಡಿಕೆ."

ವಜ್ರಾಘಾತಕ್ಕೆ ಒಳಗಾದವನಂತೆ ದಶರಥ ಕೈಕೇಯಿಯಿಂದ ದೂರ ಸರಿದ. ದುಗುಡ ತುಂಬಿದ ತನ್ನ ದೃಷ್ಟಿಯನ್ನು ಮೇಲಕ್ಕೆ ಹೊರಳಿಸಿದ. ಒಮ್ಮೆಲೇ ಅವನ ಅಂತರಂಗದಲ್ಲಿ ಕೋಪದ ಜ್ವಾಲೆ ಭುಗಿಲ್ಲೆಂದಿತು. ರೋಷಾವಿಷ್ಟನಾಗಿ ಕೈಕೇಯಿಯತ್ತ ನೋಡಿದ, ಹಲ್ಲು ಮುಡಿ ಕಚ್ಚಿದ. ಮುಷ್ಟಿಬಿಗಿದ. ಕೈಯೆತ್ತಿದ.

ಅದನ್ನು ಗಮನಿಸಿದ ಕೈಕೇಯಿ ಗಾಬರಿಯಿಂದ ಎದ್ದು ದೂರ ಸರಿದು ನಿಂತಳು.

ದಶರಥನೂ ಎದ್ದು ನಿಂತ. ಮುಂದಡಿಯಿಡಲಿಲ್ಲ ಮಾತ್ರ.

ನಂತರ ತನ್ನ ರೋಷವನ್ನು ಸಂಯಮದಿಂದ ಹಿಡಿತಕ್ಕೆ ತಂದುಕೊಂಡು ತನ್ನ ಅಂತರಂಗದಲ್ಲಿ ವಿಚಾರಮಾಡತೊಡಗಿದ. ಮೊದಲನೆಯ ಬೇಡಿಕೆ ಇದಾದರೆ ಎರಡನೆಯದೇನಾಗಿರ ಬಹುದು? ಅವನ ಊಹೆಗೆ ಅದು ನಿಲುಕಲಿಲ್ಲ. ಈ ವರಕ್ಕೆ ಹೇಗೆ ಅಸ್ತು ಎನ್ನುವುದು? ಲೋಕ ಏನೆಂದೀತು? ತನ್ನ ಪ್ರಧಾನಿಗಳು, ಪುರೋಹಿತರು, ಪುರಪ್ರಮುಖರು ಏನೆಂದಾರು? ಕೌಸಲ್ಯೆಗೆ ಏನು ಸಮಾಧಾನ ಕೊಡಲು ಸಾಧ್ಯ? ಯೌವರಾಜ್ಯಾಭಿಷೇಕಕ್ಕೆ ಮುಂಚಿನ ಅನೇಕ ವಿಧಿ ಕಟ್ಟಳೆಗಳನ್ನು ಅನುಸರಿಸಬೇಕಾದ ರಾಮ ಹೊಣೆಯರಿತು ಎಲ್ಲವನ್ನು ಯಥಾ ವಿಧಿಯಿಂದ ಅನುಸರಿಸುತ್ತಿರುವ ಈ ಸಮಯದಲ್ಲಿ ಯೌವರಾಜ್ಯಾಭಿಷೇಕ ನಿನಗಲ್ಲ, ಭರತನಿಗೆ ಎಂದು ಹೇಳಲು ಹೇಗೆ ತಾನೇ ಸಾಧ್ಯವಾದೀತು. ಅದು ನ್ಯಾಯ ಸಮ್ಮತವಾದೀತೆ? ರಾಮ ಹಿರಿಯ ಮಗನಷ್ಟೇ ಅಲ್ಲ ಎಲ್ಲ ದೃಷ್ಟಿಯಿಂದಲೂ ಯುವರಾಜನಾಗಲು ಯೋಗ್ಯತೆಯನ್ನುಳ್ಳ ಗುಣಸಂಪನ್ನ. ಅವನಿಗೆ ಅದನ್ನು ತಪ್ಪಿಸುವ ಹಕ್ಕು ತನಗಿದೆಯೇ? ಈವರೆಗೆ ಧರ್ಮ ಪ್ರವರ್ತಕನೆಂದು ಕೀರ್ತಿ ಗಳಿಸಿ, ಈ ಮುಪ್ಪಿನಲ್ಲಿ ಧರ್ಮದ್ರೋಹಿ, ಪುತ್ರದ್ರೋಹಿ ಎಂಬ ಅಪಕೀರ್ತಿಗೆ ಒಳಗಾಗಲೇ? ವಚನ ಭ್ರಷ್ಟತ್ವವೂ ಧರ್ಮವಲ್ಲವಲ್ಲ!

ಎಂತಹ ಸಂದಿಗ್ಧ! ಎತ್ತ ಅಡಿಯಿಟ್ಟರೂ ಆಘಾತ!

ದಶರಥನ ಮನಸ್ಸು ದ್ವಂದ್ವದ ಸುಂಟರಗಾಳಿಯಲ್ಲಿ ಸಿಕ್ಕಿ ತೊಳಲುತ್ತಿತ್ತು. ಆ ಸ್ಥಿತಿಯಲ್ಲಿಯೇ ಅವನು, ಹೆದರಿ ದೂರ ಸರಿದು ನಿಂತಿದ್ದ ಕೈಕೇಯಿಯನ್ನು ತೀಕ್ಷ್ಣವಾಗಿ ನೋಡಿ,

"ಎರಡನೆಯದು?" ಎಂದ. ಅವನ ಧ್ವನಿ ಅನುಮಂದರದಲ್ಲಿತ್ತು. ಆದರೆ ಆ ಧ್ವನಿಯಲ್ಲಿ ಇಡೀ ಲೋಕವನ್ನು ನಡುಗಿಸುವ ಶಕ್ತಿ ಅಡಗಿದ್ದಂತೆ ಭಾಸವಾಯಿತು.

ಕೈಕೇಯಿಯಲ್ಲಿ ಯಾವುದೋ ಯಮಧೈರ್ಯ ಹರಿದು ಬಂದಂತಾಯಿತು. "ಸಫಲವಾಗದ ವರವನ್ನು ಕೇಳಿ ಪ್ರಯೋಜನವೇನು? ಮೊದಲನೆಯ ಬೇಡಿಕೆಗೆ ನಿಮ್ಮ ಬಾಯಿಂದ ಅಸ್ತು ಎಂದು ಬಂದಿಲ್ಲದಾಗ..." ಎಂದು ನಡುಕ ಬೆರೆತ ಕೋಪದ ಧ್ವನಿಯಲ್ಲಿ ಕೈಕೇಯಿ ಹೇಳತೊಡಗಿದ್ದಳು.

ನಡುವೆಯೇ "ಬೇಡಿಕೆ ಪೂರ್ಣವಾದಲ್ಲದೆ ಅಸ್ತು ಎನ್ನುವುದು ಹೇಗೆ ಸಾಧ್ಯ? ಎರಡನೆಯದನ್ನೂ ಹೇಳು. ಹೆದರುವ ಕಾರಣವಿಲ್ಲ" ಎಂದು ದಶರಥ ಅದೇ ಅನುಮಂದರ ಧ್ವನಿಯಲ್ಲಿ ಹೇಳಿದ.

"ಹಾಗಾದರೆ ಸರಿ. ಕೇಳಿ. ರಾಮ ನಾರು ಬಟ್ಟೆಯುಟ್ಟು ಹದಿನಾಲ್ಕು ವರ್ಷ ಪರ್ಯಂತ ಕಾಡಿಗೆ ಹೋಗಬೇಕು. ಇದೇ ನನ್ನ ಎರಡನೆಯ ಬೇಡಿಕೆ." ಎಂದು ತುಸು ಒತ್ತು ಕೊಟ್ಟೇ ಹೇಳಿದಳು ಕೈಕೇಯಿ.

ದಶರಥ ದಿಗ್ಭ್ರಮೆಗೊಂಡು ಕಣ್ಣರಳಿಸಿ ಪೆಚ್ಚಾಗಿ ನಿಂತುಬಿಟ್ಟ. ಕನಸು ಮನಸ್ಸಿನಲ್ಲಿಯೂ ಯೋಚಿಸಲಾಗದಿದ್ದಂತಹ ಮಾತು ಹೀಗೆ ಹೊಮ್ಮಿಬಿಟ್ಟರೆ ಹಾಗಾಗುವುದರಲ್ಲಿ ಆಶ್ಚರ್ಯವೇನು?

ತಾಯಿಗೆ ಪುತ್ರಪ್ರೇಮ ಅತಿಯಾದಾಗ ಅಲ್ಲಿ ಸ್ವಾರ್ಥ ಮೇಲುಗೈ ಆಗಬಹುದು. ಆದರೆ ಯಾರಿಗೂ ಎಂದೂ ಕೆಡಕು ಬಯಸುವ ಯೋಚನೆ ಸಹ ಮಾಡದಿರುವ ನಿರಪರಾಧಿಯನ್ನು ಹದಿನಾಲ್ಕು ವರ್ಷ ಕಾಡಿಗೆ ಕಳಿಸುವಂತೆ ಹೆಂಗಸು ಕೇಳುವಳೆಂದರೆ ನಂಬಲಾಗದ ಮಾತು? ಕೈಕೇಯಿ ತಾನೇ ಮುಖಾಮುಖಿ ಬಾಯಿಂದ ಹೇಳಿದ್ದರೂ ಸಹ, ಬಹುಶಃ ದಶರಥನ ಮನಸ್ಸಿಗೆ ಆ ಬೇಡಿಕೆ ನಿಜವೆಂಬ ನಂಬಿಕೆ ಬಂದಿರಲಿಲ್ಲವೇನೋ.

ದಿಗ್ಭ್ರಮೆಗೊಂಡು ನಿಂತಿದ್ದ ದಶರಥ ಹಾಗೆಯೇ ನೆಲಕ್ಕೆ ಕುಸಿದ. "ಕೈಕೇಯಿ, ನೀನು – ನೀನು ರಾಮನನ್ನು ಕಾಡಿಗೆ ಕಳುಹಿಸು ಎಂದು ಹೇಳಿದೆಯಾ? ಇದು ನಿಜವೆ? ಅಥವಾ ನನ್ನ ಕಿವಿಗೆ ಬೇರೊಬ್ಬರು ಆಡಿದ ಮಾತು ಬಿದ್ದು ನಿನ್ನದೆಂದು ಭ್ರಮೆಗೊಂಡಿರುವೆನೆ?" ಎಂದು ಅದೇ ದಿಗ್ಭ್ರಮೆಯಲ್ಲಿಯೇ ನೆಲೆಯಿಲ್ಲದ ಮಾತನ್ನು ದಶರಥ ಆಡಿದ.

ಕೈಕೇಯಿಯು ತನ್ನ ದುಷ್ಟ ಆಲೋಚನೆಗೆ ಸಂಪೂರ್ಣವಾಗಿ ಕೈವಶವಾಗಿದ್ದಳು. ದಶರಥ, ಹೃದಯ ಒಡೆದು ಬಲಕುಗ್ಗಿ ಅಸಹಾಯ ಸ್ಥಿತಿಗೆ ಬಂದು ಮುಟ್ಟುವ ಸ್ಥಿತಿಯಲ್ಲಿದ್ದಾನೆಂಬುದನ್ನು ಅವಳು ಅವನ ಮಾತಿನಲ್ಲಿ, ಅವನ ನೋಟದಲ್ಲಿ ಕಂಡಿದ್ದಳು. ಅವನ ಅಸಹಾಯ ಸ್ಥಿತಿಯೇ ತನ್ನ ಬಲವೆಂದು ಸಹ ಅವಳು ಭಾವಿಸಿದ್ದಳು. ಅದರಿಂದ, "ಹೌದು, ಹಾಗೆಂದು ಹೇಳಿದವಳು ನಾನೇ!" ಎಂದು ಘೋಷಿಸಿದಳು.

"ಅವನೇನು ತಪ್ಪು ಮಾಡಿದ?"

"ಈ ಅರಮನೆಯ ಮಕ್ಕಳಲ್ಲಿ ಹಿರಿಯನಾಗಿ ಹುಟ್ಟಿ ತಪ್ಪು ಮಾಡಿದ. ಇಡೀ ಪ್ರಜಾ ಜನರ ಪ್ರೀತಿಯನ್ನು ಸಂಪಾದಿಸಿ ತಪ್ಪು ಮಾಡಿದ."

"ಅವು ತಪ್ಪು ಹೇಗೆ?"

"ನನ್ನ ದೃಷ್ಟಿಯಲ್ಲಿ ಅವು ತಪ್ಪು. ಎರಡೂ ನನ್ನ ಬೇಡಿಕೆಗೆ ಅಡ್ಡಿ ತರುವ ವಿಷಯಗಳು. ಅದರಿಂದ ಅವನಿಲ್ಲಿರುವುದು ನನ್ನ ಭರತನ ಪ್ರಾಣಕ್ಕೆಂದಿದ್ದರೂ ಅಪಾಯ." ಗಂಟೆ ಬಾರಿಸಿದಂತೆ ಹೇಳಿದಳು ಕೈಕೇಯಿ.

"ಮುಚ್ಚು ಬಾಯಿ ಕುಲಘಾತಕಿ! ಹೋಗು. ನನ್ನಿದಿರಿನಿಂದ ಮರೆಯಾಗಿ ಹೋಗು. ನಾನು ನಿನ್ನ ಮುಖಾವಲೋಕನ ಮಾಡಬಾರದು."

"ನನ್ನ ಮೇಲೇಕೆ ಕೋಪ? ನೀವಾಗಿಯೇ ಕೊಟ್ಟ ವರವನ್ನು ಕೇಳಿದೆ. ಅದು ತಪ್ಪೇನು? ನನ್ನ ಮಗನ ರಕ್ಷಣೆ ಮಾಡಿಕೊಳ್ಳುವುದು ತಪ್ಪೇನು? ತಾವು ಅಡ್ಡದಾರಿಗೆಳೆಸಲು ಪ್ರಯತ್ನಿಸಿ ಇನ್ನೊಬ್ಬರ ಮೇಲೆ ಹೌಹಾರಿದರೆ ಏನು ಪ್ರಯೋಜನ? ಕೊಟ್ಟ ಮಾತನ್ನು ಪಾಲಿಸುವುದು ದೊರೆಗಳ ಪ್ರಧಾನ ಕರ್ತವ್ಯ. ಅದನ್ನು ಪಾಲಿಸದೆ ಅಡ್ಡದಾರಿಗಿಳಿದರೆ ವಚನಭ್ರಷ್ಟತ್ವದಿಂದ ನಿಮ್ಮ ಇಕ್ಷ್ವಾಕು ವಂಶಕ್ಕೇ ಅಪಕೀರ್ತಿ. ಈಗೇನು ಹೇಳಿ. ರಾಮನನ್ನು ಕರೆಸಿ ಅವನಿಗೆ ಅಪ್ಪಣೆ ಕೊಡುತ್ತೀರೊ ಇಲ್ಲವೋ?"

"ಏನೆಂದೆ? ರಾಮನನ್ನು ಕರೆಸಿ ನಾನು ಅಪ್ಪಣೆ ಮಾಡಬೇಕೆ?"

"ಹೌದು."

"ಕೈಕೇಯಿ, ನಿನ್ನ ಈ ಬೇಡಿಕೆಗಳು ನಿನ್ನಂತರಂಗದ ಬಯಕೆ, ಪ್ರೇರಣೆಗಳ ಫಲ ಎಂದು ಈಗಲೂ ನನಗನ್ನಿಸುತ್ತಿಲ್ಲ. ಯಾವುದೋ ಬಾಹ್ಯ ಪ್ರೇರಣೆಗೆ ಒಳಗಾಗಿ ನೀನು ಕುಲಘಾತುಕ ವರಗಳನ್ನು ಕೇಳುತ್ತಿರುವೆ. ನಿನ್ನನ್ನು ಹೀಗೆ ಪ್ರೇರೇಪಿಸಿದವರು ಯಾರು? ಸನ್ಮಾರ್ಗಿಯಾದ ನಿನ್ನನ್ನು ಅಡ್ಡದಾರಿಗೆಳೆದ ಅವರನ್ನು ಕಠಿಣ ಶಿಕ್ಷೆಗೊಳಗುಮಾಡುತ್ತೇನೆ."

"ಬಾಹ್ಯ ಪ್ರೇರಣೆ ಎಂಬ ನಿಮ್ಮ ಭಾವನೆಗೆ ಆಧಾರವೇನಿದೆ? ಅದು ಊಹೆ ಮಾತ್ರ. ನಾನೇನು ತಿಳುವಳಿಕೆ ಇಲ್ಲದವಳೇನು, ಅನ್ಯರ ಪ್ರೇರಣೆಗೆ ಒಳಗಾಗಲು? ಮೇಲಾಗಿ ಪಿಸುಣರಿಗೆ ಸ್ವರ್ಗವೆನಿಸುವ ನಿಮ್ಮದರಂತಹ ಹಿತ್ತಾಳೆ ಕಿವಿಯಲ್ಲ ನನ್ನದು."

"ಏನು ಹಾಗೆಂದರೆ?"

"ನೀವು ನನ್ನ ಬಗೆಗೆ ತೋರುತ್ತ ಬಂದಿರುವ ನಾಟಕೀಯ ಪ್ರೇಮಕ್ಕೆಲ್ಲಾ ಆ ಪಿಸುಣರೇ ಕಾರಣ."

"ಏನೆಂದೆ, ನನ್ನದು ನಾಟಕೀಯ ಪ್ರೇಮವೆ? ನೀನು ಇಂತಹ ದೋಷಾರೋಪಣೆ ಮಾಡುತ್ತಿದ್ದೀಯಾ?"

"ಹೌದು, ನಿಮ್ಮದು ನಿಜವಾದ ಪ್ರೇಮವಾಗಿದ್ದಿದ್ದರೆ ನನ್ನ ಬೇಡಿಕೆಯನ್ನು ನೀವು ಕೂಡಲೇ ಪೂರೈಸುತ್ತಿದ್ದಿರಿ."

"ನೀನು ಕೇಳಬಾರದ್ದನ್ನು ಕೇಳಿ, ನನ್ನನ್ನು ಅಧರ್ಮದ ಕೆಲಸಮಾಡು ಎಂದು ಒತ್ತಾಯಿಸಿ ಧರ್ಮಸಂಕಟದಲ್ಲಿ ತೊಳಲಿಸಿದರೆ ನಾನೇನು ಮಾಡಲಿ?"

"ಈ ಧರ್ಮಸಂಕಟವೆಂಬುದೇ ಬೂಟಾಟಿಕೆ. ನನಗೆಲ್ಲ ಗೊತ್ತು. ನಿಮ್ಮ ಬುದ್ಧಿ, ನಡೆವಳಿಕೆ ಗಳಿಗೆಲ್ಲ ಸೂತ್ರಧಾರರು ಯಾರು ಎಂದು."

"ಯಾಕೆ ಕೈಕೇಯಿ ಏನೇನೋ ಮಾತನಾಡುತ್ತಿರುವೆ? ನಿಜವಾಗಿ ಇಂದು ನಿನ್ನ ಬುದ್ಧಿಗೇನಾಗಿದೆ?"

"ಏನೂ ಆಗಿಲ್ಲ. ಎಲ್ಲ ಸರಿಯಾಗಿದೆ. ನಿಮ್ಮ ರಹಸ್ಯ ಯೋಚನೆ ನನಗೆ ಗೊತ್ತಿಲ್ಲವೆಂದು ತಿಳಿಯಬೇಡಿ."

"ರಹಸ್ಯ ಯೋಚನೆಯೇ? ನನ್ನದೆ? ಅದೇನು?"

"ಅದೇ ಈ ಯೌವರಾಜ್ಯಾಭಿಷೇಕ ಸಮಾರಂಭ. ಇದನ್ನು ಕುರಿತು ಎಂದಾದರೂ ನೀವು ನನ್ನೊಂದಿಗೆ ಮಾತನಾಡಿದ್ದೀರಾ?"

"ಇಲ್ಲ."

"ಏಕೆ ಮಾತನಾಡಲಿಲ್ಲ ಗೊತ್ತೆ? ಮಾತನಾಡಿದರೆ ನಿಮ್ಮ ಯೋಚನೆಗೆ ಕಲ್ಲು ಬೀಳುತ್ತದೆ ಎಂದು ನೀವು ಭಾವಿಸಿದ್ದರಿಂದ."

"ಮಹಾ ಪ್ರಧಾನಿ ವರ್ಗ, ಪುರೋಹಿತ ವರ್ಗ ಮತ್ತು ಪುರ ಪ್ರಮುಖರೊಡನೆ ಕೂಡಿ ಮಾತನಾಡಿಯೇ ಈ ನಿರ್ಣಯ ಕೈಕೊಂಡುದು."

"ಆ ಮುನ್ನವೇ ನೀವು ಈ ಕುರಿತು ಆ ಕೌಸಲ್ಯೆಗೆ ಹೇಳಿರಲಿಲ್ಲವೆ?"

"ಹೇಳಿದ್ದೆ. ಅವಳ ಗರ್ಭ ಸಂಜಾತನಿಗಲ್ಲವೆ ಯೌವರಾಜ್ಯಾಭಿಷೇಕವಾಗಬೇಕಾಗಿದ್ದುದು?"

"ಆ ಸುಮಿತ್ರೆಗೂ ಏಕೆ ಹೇಳಬೇಕಾಗಿತ್ತು?"

"ಅವರಿಬ್ಬರೂ ಜೊತೆಗಿರುತ್ತಾರೆ?"

"ನಿಜ. ಅವರಿಬ್ಬರೂ ಜೊತೆಗಿರುತ್ತಾರೆ. ನನ್ನನ್ನು ಸೇರಿಸಿಕೊಳ್ಳಬಯಸುವುದಿಲ್ಲ, ದೂರವೇ ಇಟ್ಟಿರುತ್ತಾರೆ."

"ನೀನೇ ಬೆರೆಯುವುದಿಲ್ಲ. ವಯಸ್ಸಿನ ಅಂತರ, ಪರಸ್ಪರ ಮೇಳವಾಗುವುದು ಕಷ್ಟ ಎಂದು ಹೇಳುತ್ತಿದ್ದೆ."

"ಹೌದು. ಚಾಡಿ ಹೇಳುವುದು ಒಳ್ಳೆಯದಲ್ಲ ಎಂಬ ಪ್ರಜ್ಞೆಯಿಂದ."

"ಹೌದೆ? ಅಂತಹ ಪ್ರಜ್ಞಾಶೀಲ ಗುಣವಂತೆಯಾದ ನಿನ್ನಿಂದ ಇಂದೇಕೆ ಈ ಬಗೆಯ ಬೇಡಿಕೆಗಳು?"

"ಹೇಳುತ್ತೇನೆ ಕೇಳಿಬಿಡಿ. ನಾನು ನಿಮ್ಮ ಮೇಲೆ ಮೋಡಿ ಮಾಡಿದ್ದೇನಂತೆ. ಅದರಿಂದ ನೀವು ನನ್ನ ಚಂದ್ರವಿಹಾರದಲ್ಲೇ ಹೆಚ್ಚು ಕಾಲ ಕಳೆಯುತ್ತೀರಂತೆ. ನೀವು ಹೇಳಿ ಇದು ನಿಜವೇ? ಇಲ್ಲಿ ಎಷ್ಟು ಕಾಲ ಕಳೆಯಬೇಕೆಂಬುದು ನಿಮ್ಮ ಇಚ್ಛೆಯ ವಿಷಯ. ನೀವೇ ಹೇಳಿದ್ದೀರಿ ಅಲ್ಲಿಗಿಂತ ಮಿಗಿಲಾದ ತೃಪ್ತಿ ಸಂತೋಷಗಳು ನನ್ನ ಚಂದ್ರವಿಹಾರದಲ್ಲಿ ದೊರಕುತ್ತವೆಯೆಂದು. ನಿಮಗೆ ಅವು ದೊರಕಲು ಕಾರಣವೇನು ಎಂಬುದು ನಿಮಗೆ ಗೊತ್ತು. ನಾನೇನು ವಿವರಿಸುವ ಅಗತ್ಯವಿಲ್ಲ. ಆ ತೃಪ್ತಿ ಸಂತೋಷಗಳನ್ನು ಒದಗಿಸಲಾರದ ಅವರು ನನ್ನ ಮೇಲೆ ಕರುಬಿದರೆ ಅದು ನನ್ನ ತಪ್ಪಾಗುತ್ತದೆಯೇನು? ಅಥವಾ ನೀವು ಇಲ್ಲಿಗೆ ಬರುವುದನ್ನು ನಾನು ನಿಷೇಧಿಸಲು ಸಾಧ್ಯವೆ? ಅದು ಸಾಧುವೆ? ಒಟ್ಟಿನಲ್ಲಿ ಇದು ಕೈಯಲ್ಲಿ ಹರಿಯದವರು ಮೈ ಪರಚಿಕೊಂಡರು ಎಂಬ ಸಮಾಚಾರ." ತನಗೊಂದು ಪಾಡಾದ ನೆಲೆ ಸಿಕ್ಕಿದೆ ಎಂಬಂತೆ ಅವಳು ಒತ್ತು ಕೊಟ್ಟು ತನ್ನ ಮನದೆರೆದಳು.

"ನನ್ನಲ್ಲೆಂದೂ ಅವರು ಈ ವಿಷಯದಲ್ಲಿ ಅಸಮಾಧಾನ ಸೂಚಿಸಿಯೇ ಇಲ್ಲ."

"ಗಂಡಸರಿಗೆ ನಿಮಗೆ ಅದೆಲ್ಲಾ ತಿಳಿಯುವುದಿಲ್ಲ. ಅದೆಲ್ಲಾ ಗುಮ್ಮನ ಗುಸಕನ ಸಮಾಚಾರ. ಅರಮನೆಯ ಧಾತ್ರಿಯರೆಲ್ಲಾ ದಿನವಿಡೀ ಅದನ್ನೇ ಪಿಸುಗುಟ್ಟುತ್ತಿರುತ್ತಾರೆ. ಮೇಲಿನವರು ಬಾಯಿ ಬಿಡದೆ ಕೆಳಗಿನವರು ಆಡಿಕೊಳ್ಳುತ್ತಾರೇನು?"

"ಆದರೆ ಅದರಿಂದ ನಿನಗೇನು ತೊಡಕು ಬಂದಿಲ್ಲವಲ್ಲ."

"ಈವರೆಗೆ ಬಂದಿಲ್ಲ. ಆದರೆ ಮುಂದೆ ತೊಡಕು ಬರುವ ಸೂಚನೆಗಳು ಕಂಡು ಬರುತ್ತಿವೆ. ಅದನ್ನು ಈಗಲೇ ಮುಟ್ಟುಗೋಲು ಹಾಕದಿದ್ದರೆ ಮುಂದೆ ನನ್ನ ಬಾಳಿಡೀ ರೋದನಮಯ ವಾಗುತ್ತದೆ."

"ಇಲ್ಲದ್ದೊಂದನ್ನು ಕಲ್ಪಿಸಿಕೊಂಡರೆ ಆಗುವುದೆಲ್ಲ ಹೀಗೆಯೇ!"

"ಇಲ್ಲದ್ದೊಂದೇನಿಲ್ಲ. ನನಗೆ ಆಗ ಹೊಳೆಯಲೇ ಇಲ್ಲ. ನನ್ನ ಸೋದರ ಯುಧಾಜಿತುವಿನೊಂದಿಗೆ ಭರತನನ್ನು ಅಟ್ಟಿದ್ದು ಏಕೆಂದು? ಈಗ ಹೊಳೆಯುತ್ತಿದೆ."

"ಅಟ್ಟಿದರು? ಯಾರು?"

"ಅವರೇ ನಿಮ್ಮ ಅಂತರಂಗದ ಪ್ರೀತಿಯ ಹಿರಿಯ ರಾಣಿ. ಭರತನಿದಿರಿಗೆ ಕೇಕಯ ರಾಜಧಾನಿಯ ಬಗೆಗೆ ವರ್ಣಿಸಿ ವರ್ಣಿಸಿ ಅಲ್ಲಿಗೆ ಹೋಗಬೇಕೆಂಬ ತೀವ್ರ ಬಯಕೆ ಹುಟ್ಟಿಸಿದರು."

"ಹೋಗಲು ನೀನು ಒಪ್ಪಿಗೆ ಕೊಟ್ಟೆಯಲ್ಲ?"

"ಒಪ್ಪಿಗೆ ಕೊಟ್ಟೆ ನಿಜ. ಆದರೆ ಇವರ ವಂಚಕ ಗುರಿ ಆಗ ನನ್ನ ಅರಿವಿಗೆ ಬಂದಿರಲಿಲ್ಲ. ಅವರ ಅಂತರಂಗದ ಗುರಿ ಬೇರೆಯೇ ಇತ್ತು. ಆದರೂ ಬಾಯಲ್ಲಿ ಮಾತ್ರ ಸದಾ ಸವಿಯಾದ ಮಾತು ಉಕ್ಕಿ ಸುರಿಯುತ್ತಿತ್ತು ಎಂಬುದು ಈಗ ಅರ್ಥವಾಯಿತು."

"ಏನು ಗುರಿಯಿತ್ತು ಎಂಬುದು ನಿನ್ನ ಭಾವನೆ?"

"ಅವನನ್ನು ಸೋದರಮಾವನೊಂದಿಗೆ ಅಟ್ಟಿ, ಅವನಿಲ್ಲದಾಗ ಇಲ್ಲಿ ದಡ ದಡಾಂತ ತನ್ನ ಮಗನಿಗೆ ಯೌವರಾಜ್ಯಾಭಿಷೇಕ ಮಾಡಿಸಬೇಕೆಂಬುದು."

"ಛೆ, ಛೆ, ಎಲ್ಲಾದರೂ ಉಂಟೆ? ರಾಮ ಹಿರಿಯ ಮಗ. ಆ ಪದವಿ ಅವನಿಗೆ ಜನ್ಮದಿಂದ ಬಂದುದು."

"ಹಾಗಾದರೆ ಈ ಮುಹೂರ್ತಾದಿಗಳನ್ನು ಕುರಿತು ಈ ಮೊದಲೇ ಯಾರು ನನಗೆ ಏನನ್ನೂ ಏಕೆ ಹೇಳಲಿಲ್ಲ? ಹೋಗಲಿ, ಈ ಸಮಯದಲ್ಲಿ ಉಪಸ್ಥಿತನಿರುವಂತೆ ನನ್ನ ಮಗ ಭರತನನ್ನು ಏಕೆ ಕರೆಸಲಿಲ್ಲ? ವಯಸ್ಸಾದರೂ ನಿಮಗಿನ್ನೂ ತಾರತಮ್ಯ ಜ್ಞಾನ ಮೂಡಿಲ್ಲ. ಬೆಳ್ಳಗಿರುವುದೆಲ್ಲ ಹಾಲೆಂದು ಭಾವಿಸುತ್ತೀರಿ."

"ಏಕೆ ಕೈಕೇಯಿ ಏನೇನೋ ಮಾತನಾಡುತ್ತೀ? ವಿಧಿಸಮ್ಮತವಾದ, ಧರ್ಮಸಮ್ಮತವಾದ, ಸಂಪ್ರದಾಯ ಸಮ್ಮತವಾದ ಶುಭ ಕಾರ್ಯವನ್ನು ಮಾಡುತ್ತಿರುವಾಗ ಹೀಗೆ ಇಲ್ಲದ ಸಲ್ಲದ ಕುಕಲ್ಪನೆಗಳನ್ನು ಮಾಡಬಾರದು."

"ಅಂದರೆ, ಈಗ ನೀವೂ ಆ ಪಕ್ಷವೆಂಬುದು ಖಚಿತವಾಯಿತು. ಇನ್ನು ನನ್ನ ಭಾವನೆಗೆ, ಮಾತಿಗೆ, ಅನಿಸಿಕೆಗೆ ಬೆಲೆ ಯಾರಿಂದ ಸಿಗಲು ಸಾಧ್ಯ? ನೀವು ಏನೇ ಹೇಳಿ ಎಲ್ಲವನ್ನೂ ನನ್ನಿಂದ ಮುಚ್ಚಿಟ್ಟು, ನನ್ನ ಭರತನಿಲ್ಲಿಲ್ಲದಾಗ ಆತುರದಲ್ಲಿ ನೆರವೇರಿಸತೊಡಗಿರುವ ಈ ಅಭಿಷೇಕ ಕುತಂತ್ರದಿಂದಲೇ ಕೂಡಿದುದು ಎಂಬುದು ನನ್ನ ಮನಸ್ಸಿಗೆ ಈಗ ಖಚಿತವಾಯಿತು."

"ಆತುರಕ್ಕೆ ಬೇರೇನು ಕಾರಣವಿಲ್ಲ ಕೈಕೇಯಿ. ನನಗೆ ಕೆಲವು ದುರ್ನಿಮಿತ್ತಗಳು ಕಂಡುಬಂದವು. ದುಷ್ಟ ಸೂಚಕ ಶಕುನಗಳು ಇದಿರಾದವು."

"ಅದಕ್ಕೆ ಇದು ಹೇಗೆ ಪರಿಹಾರ? ಎತ್ತಿಗೆ ರೋಗ ಬಂದರೆ ಎಮ್ಮೆಗೆ ಬರೆ ಹಾಕುವ ಸಮಾಚಾರ ಇದು. ನೋಡಿ, ಈ ವಿಷಯದಲ್ಲಿ ವಾದ ಮಾಡಿ ಪ್ರಯೋಜನವಿಲ್ಲ. ಭರತನಿಲ್ಲದ ಈ ಅರಮನೆಯಲ್ಲಿ ನಾನು ಬರೀ ದಿಕ್ಕು ಕೆಟ್ಟವಳು. ಹೇಳಿಬಿಡಿ. ಕೊಟ್ಟ ವಚನ ಪಾಲಿಸುತ್ತೀರೋ ಇಲ್ಲವೋ?"

"ಕೊಟ್ಟ ವಚನ, ಅದರ ಪಾಲನೆ-ಅವೆಲ್ಲಾ ಒತ್ತಟ್ಟಿಗಿರಲಿ. ಈಗ ಒಂದು ವಿಷಯವನ್ನು ನಾನು ಹೇಳದಿದ್ದರೆ ಆತ್ಮವಂಚನೆ ಮಾಡಿಕೊಂಡ ಹಾಗೇ ಆಗುತ್ತದೆ. ಅದರಿಂದ ಹೇಳಿಬಿಡುತ್ತೇನೆ. ನೀನೂ ಕೇಳಿಬಿಡು. ನನ್ನ ರಾಣಿಯಾಗಿ, ನಿನಗೆ ನನ್ನ ಒಳಿತೂ ಮುಖ್ಯವೆಂದು ಭಾವಿಸಿದ್ದೇನೆ. ಅದರಿಂದ ಹೇಳುತ್ತೇನೆ. ನೀನು ಬಯಸಿರುವ ವರಗಳನ್ನು ನಿನಗೆ ಕೊಟ್ಟರೆ ನಾನಂತೂ

ಬದುಕಿರುವುದು ಸಾಧ್ಯವಿಲ್ಲ. ಇಡೀ ವಿಶ್ವಕ್ಕೇ ಗೊತ್ತು. ದೇವ ದೇವತೆಗಳಿಗೆಲ್ಲಾ ಗೊತ್ತು. ರಾಮನನ್ನಗಲಿ ನಾನು ಬದುಕಲಾರೆ ಎಂಬುದು. ನೀನು ಬೇಡಿರುವ ವರಗಳ ಫಲವಾಗಿ ಸಂಭವಿಸಬಹುದಾದ ದುರ್ಘಟನೆಗಳನ್ನು ತಪ್ಪಿಸಲು ಒಂದೇ ಮಾರ್ಗ. ನೀನು ಬೇಡಿದ ವರಗಳನ್ನು ಹಿಂತೆಗೆದುಕೊ. ನನ್ನನ್ನೂ ಬದುಕಿಸಿಕೊ. ಒಮ್ಮೆ ನನ್ನನ್ನು ಬದುಕಿಸಿ ವರ ಪಡೆದುಕೊಂಡೆ. ಈಗ ವರ ಹಿಂತೆಗೆದುಕೊಂಡು ನನ್ನನ್ನು ಬದುಕಿಸು."

"ನಿಮ್ಮ ಸಂಚನ್ನು ಪೂರೈಸಿಕೊಳ್ಳಲು ನೀವು ಏನೇ ಹೇಳಬಹುದು. ಈ ಸ್ವಕಪೋಲಕಲ್ಪಿತ ದುರ್ನಿಮಿತ್ತ, ದುರ್ಘಟನೆಗಳಿಗೆ ನಾನೆಂದೆಂದಿಗೂ ಬೆಲೆ ಕೊಡುವುದಿಲ್ಲ. ಇದು ಮಾತ್ರ ಖಂಡಿತ. ಬೇಡಿದುದನ್ನು ನಾನೆಂದೆಂದಿಗೂ ಹಿಂತೆಗೆದುಕೊಳ್ಳುವುದಿಲ್ಲ. ಸುಮ್ಮನೆ ಮಾತು ಬೆಳೆಸಿ ಏನೂ ಪ್ರಯೋಜನವಿಲ್ಲ. ನಾನು ಬೇಡಿರುವ ವರಗಳನ್ನಿತ್ತು ಸತ್ಯವ್ರತ ಪಾಲನೆ ಮಾಡುತ್ತೀರೋ? ಇಲ್ಲವೋ?"

"ಕೈಕೇಯಿ, ಕೋಮಲ ಸ್ವಭಾವಕ್ಕೆ ನೀನು ಸಾಂಕೇತಿಕವೆನಿಸಿದ್ದೆ. ಈ ಕಾಠಿಣ್ಯ ಬೇಡ. ಇದರಿಂದ ಯಾರಿಗೂ ಒಳಿತಾಗುವುದಿಲ್ಲ."

"ಉಳಿದವರ ಒಳಿತು ನನಗೆ ಮುಖ್ಯವಲ್ಲ. ನನ್ನ ಒಳಿತು ನನಗೆ ಮುಖ್ಯ."

"ನಿನಗೂ ಇದರಿಂದ ಒಳಿತಾಗುವುದಿಲ್ಲ ಕೈಕೇಯಿ," ದಶರಥ ಒತ್ತುಕೊಟ್ಟು ಹೇಳಿದ.

"ಅದು ನನ್ನ ಹಣೆ ಬರಹ. ಅದಕ್ಕಾಗಿ ಯಾರೂ ಚಿಂತಿಸುವ ಕಾರಣವಿಲ್ಲ. ರಾಮನನ್ನು ಈ ಕೂಡಲೇ ಕರೆಸಿ ಹೇಳಿ. ನಿಮ್ಮ ಆ ಪ್ರೀತಿಯ ರಾಮನ ಮೇಲೆ ಆಣೆಯಿಟ್ಟು ನನ್ನ ಬೇಡಿಕೆಯನ್ನು ಸಲ್ಲಿಸುವುದಾಗಿ ಮಾತು ಕೊಟ್ಟಿದ್ದಿರಲ್ಲ? ಆ ಮಾತಿನಂತೆ ನೀವು ಈಗ ನಡೆಯ ದಿದ್ದರೆ ನಿಮ್ಮ ಪ್ರೀತಿಯ ರಾಮನಿಗೆ ನೀವೇ ಕೇಡನ್ನು ಬಗೆದಂತೆ ಆಗುತ್ತದೆ."

"ಅಯ್ಯೋ ದೇವರೆ, ಇದೆಂತಹ ಧರ್ಮಸಂಕಟ?" ಎಂದು ದಶರಥನ ಅಂತರಂಗ ಪರಿತಪಿಸತೊಡಗಿತು. ಅವನು ಮೌನಧಾರಣೆ ಮಾಡಿದ. ಯೋಚಿಸುತ್ತಿದ್ದ ಅವನು ಇದ್ದಕ್ಕಿದ್ದ ಹಾಗೇ ಒಮ್ಮೆ ಮೈಕೊಡವಿ "ರಾಮ... ರಾಮ... ರಾಮ..." ಎಂದು ಉದ್ಗರಿಸುತ್ತ ಉರುಳಿದ.

ಗಾಬರಿಯಿಂದ ಕೈಕೇಯಿ ಅವನತ್ತ ನೋಡಿದಳು. ಅವನ ಉಸಿರಾಟ ಜೋರಾಗಿ ನಡೆದಿತ್ತು. ಕಣ್ಣುಗಳು ಮುಚ್ಚಿದ್ದವು. ಅವನ ಬಳಿ ಸಾರಿ ಕುಳಿತು ಅವನ ಹಣೆ, ಕೈ, ಕಾಲುಗಳನ್ನು ಅವಳು ಮುಟ್ಟಿ ಮುಟ್ಟಿ ನೋಡಿದಳು. ತನ್ನ ಪತಿಗೆ ಪ್ರಜ್ಞೆ ತಪ್ಪಿದೆ ಎಂದು ಅವಳಿಗನ್ನಿಸಿತು.

ರಾಮನನ್ನು ದಶರಥ ಎಷ್ಟು ಗಾಢವಾಗಿ ಪ್ರೀತಿಸುತ್ತಾನೆಂಬ ವಿಷಯ ಕೈಕೇಯಿಗೆ ಗೊತ್ತಿಲ್ಲದೆ ಇಲ್ಲ. ಗೊತ್ತಿದೆ. ಸಂಭವನೀಯ ಅಗಲಿಕೆಯ ಕಲ್ಪನೆಯ ಕ್ಷಣಿಕ ಆಘಾತದ ಫಲವಾಗಿ ಪ್ರಜ್ಞೆ ತಪ್ಪಿದಂತಾಗಿರಬಹುದು. ಮೈಕಾವು ಸಹಜ ಸ್ಥಿತಿಯಲ್ಲಿದೆ. ಉಸಿರಾಟ ಕ್ರಮವಾಗಿದೆ. ಭಯಕ್ಕೆ ಕಾರಣವಿಲ್ಲ. ವಿಶೇಷ ಗುಲ್ಲೆಬ್ಬಿಸುವುದಕ್ಕಿಂತ ಅರಮನೆಯ ವೈದ್ಯರಿಗೆ ಹೇಳಿ ಕಳಿಸಿದರಾಯಿತು, ಎಂದೆಲ್ಲ ಯೋಚಿಸಿಕೊಂಡು ಧಾತ್ರಿಯನ್ನು ದ್ವಾರದಲ್ಲಿ ಇರಹೇಳಿ ಅವಳು ಕ್ರೋಧಾಗಾರದಿಂದ ಹೊರಬಿದ್ದಳು.

ಚೈತ್ರಶುದ್ಧ ಅಷ್ಟಮಿಯ ಚಂದ್ರನಾಗಲೇ ಅಸ್ತಮಿಸಿ ಕತ್ತಲೆ ಆವರಿಸಿತ್ತು.

* * *

ಬೆಳಗಾಗುವುದಕ್ಕಿಲ್ಲ, ಕೈಕೇಯಿಯ ಕಾರ್ಯ ಯೋಜನೆಯಂತೆ ಪ್ರಧಾನಿ ಸುಮಂತ್ರ ರಾಮನನ್ನು ಕರೆತಂದ. ಕ್ರೋಧಾಗಾರದಲ್ಲಿ ಪ್ರಜ್ಞೆ ತಪ್ಪಿ ಬಿದ್ದಿದ್ದ ದಶರಥನೀಗ ಕೈಕೇಯಿಯ ಚಂದ್ರವಿಹಾರದಲ್ಲಿ ಪವಡಿಸಿದ್ದ.

ರಾಮ ಬಂದವನೇ ಕೈಕೇಯಿ ಹಾಗೂ ದಶರಥರ ಕಾಲಿಗೆರಗಿದ. "ತಂದೆಯೆ ತ್ವರೆಯಿಂದ ಕರೆತರಬೇಕೆಂದು ಅಪ್ಪಣೆಯಾಯಿತಂತೆ. ಗುರು ವಸಿಷ್ಠರ ಆಣತಿಯಂತೆ ಮಂಗಳ ಸ್ನಾನಕ್ಕೆಂದು ಸಿದ್ಧವಾಗಿದ್ದ ನಾನು ಒಡನೆಯೇ ನಿಮ್ಮ ದರ್ಶನಕ್ಕಾಗಿ ಬಂದೆ. ಏನು ವಿಷಯ?" ಎಂದು ವಿನಯವಾಗಿ ಕೇಳಿದ.

ದಶರಥ ತುಸು ಮೇಲಕ್ಕೆ ಸರಿದು ಅರ್ಧ ಶಯನ ಭಂಗಿಯಲ್ಲಿ ಪಲ್ಲಂಗದಲ್ಲಿ ಬೆನ್ನೊರಗಿ ಕುಳಿತ. ರಾಮನತ್ತ ತನ್ನ ದೀನ ದೃಷ್ಟಿಯನ್ನು ಹರಿಸಿದ. ಮಾತನಾಡಲಿಲ್ಲ ಮಾತ್ರ.

ತುಸು ಕಾಲ ಕಾದ ರಾಮ, ಅಲ್ಲಿನ ಆಗಿನ ವಾತಾವರಣದಿಂದ ವಿಸ್ಮಿತನಾಗಿದ್ದರೂ ಅದನ್ನು ತೋರಗೊಡದೆ, "ಅತ್ಯಂತ ಪ್ರಮುಖವಾದುದೇನನ್ನೋ ತಿಳಿಸಬೇಕಾಗಿರಬಹುದು. ಹಾಗಿಲ್ಲದಿದ್ದ ಪಕ್ಷದಲ್ಲಿ ಇಂದು ಈ ರೀತಿ ತ್ವರೆಯ ಕರೆ ಬರಲು ಸಾಧ್ಯವೇ ಇಲ್ಲ. ಅದೇನೆಂದು ಅಪ್ಪಣೆಯಾಗಲಿ" ಎಂದು ತುಸು ಬಾಗಿ ಕೇಳಿದ.

ದಶರಥ, ರಾಮನಿಗೆ ಸನಿಯಕ್ಕೆ ಬರುವಂತೆ, ಪಲ್ಲಂಗದಲ್ಲಿ ತನ್ನ ಬದಿಯಲ್ಲಿ ಕೂಡುವಂತೆ ಸಂಕೇತಿಸಿದ. ಅವನ ನೋಟದಲ್ಲಿ ದೈನ್ಯತೆ ಹೆಪ್ಪುಗಟ್ಟಿ ಅಚಲವಾಗಿ ನಿಂತಿತ್ತು.

ರಾಮ ತಂದೆಯ ಇಂಗಿತವರಿತು ಅವನ ಬದಿಗೆ ಹೋಗಿ ಕುಳಿತ.

ದಶರಥ ಅವನನ್ನು ಬಾಚಿ ತಬ್ಬಿ ಗಳಗಳನೆ ಅಳತೊಡಗಿದ.

ಸ್ವರ್ಗ, ಮರ್ತ್ಯ, ಪಾತಾಳಗಳಲ್ಲಿ ಯಾರಿಗೂ ಎಂದೂ ಹೆದರದ ತನ್ನ ತಂದೆ ಹೀಗೆ ಗಳಗಳನೆ ಅಳುವುದನ್ನು ನೋಡಿ ರಾಮನಿಗೆ ತುಂಬಾ ಕಸಿವಿಸಿಯಾಯಿತು. "ತಂದೆಯೇ ಇದ್ದಕ್ಕಿದ್ದ ಹಾಗೇ ರಾತ್ರಿ ಬೆಳಗಾಗುವುದರಲ್ಲಿ ನಿಮ್ಮನ್ನಾವ ದುಃಖ ಆವರಿಸಿದೆ? ಹೇಳಿ. ಕೂಡಲೇ ನಾನದನ್ನು ನಿವಾರಣೆ ಮಾಡಲು ಪಣತೊಡುತ್ತೇನೆ." ಎಂದು ವಿನಯದಿಂದ ಹೇಳಿದ.

ಆದರೂ ದಶರಥ ಮಾತನಾಡಲಿಲ್ಲ. ಕಣ್ಣೀರು ಹರಿದು ಹರಿದು ನಿಂತಿದ್ದರೂ ಅವನಲ್ಲಿ ಮಾತನಾಡಬೇಕೆಂಬ ಇಚ್ಛೆ ಅಂಕುರಿಸಿದಂತೆ ಕಾಣಲಿಲ್ಲ. ಅವನು ಸುಮ್ಮನೆ ರಾಮನ ಎದೆಯಲ್ಲಿ ತಲೆ ಒರಗಿಸಿ ಅವನ ಬೆನ್ನ ಮೇಲೆ ಕೈಯಾಡಿಸುತ್ತಿದ್ದ ಅಷ್ಟೆ.

ಮುಂದೇನು ಮಾಡಬೇಕೆಂದು ರಾಮನಿಗೆ ತೋರಲಿಲ್ಲ.

ಅವನು ಸುಮಂತ್ರನತ್ತ ನೋಡಿದ. ಆತ ಒಂದು ಬಗೆಯಲ್ಲಿ ಬೆರಗುಗೊಂಡವನಂತೆ ಕಂಡುಬಂದ.

ಕೈಕೇಯಿಯತ್ತ ನೋಡಿದ. ಅವಳ ಮುಖ ಒಂದು ಬಗೆಯಲ್ಲಿ ನಿರ್ಭಾವದಿಂದಿದ್ದರೂ ಅವಳ ಕಣ್ಣುಗಳು ತೀಕ್ಷ್ಣತೆಯನ್ನು ಸೂಸುತ್ತಿದ್ದವು.

ಅವರಿಬ್ಬರೂ ಮೌನವಾಗಿಯೇ ಇದ್ದರು. ರಾಮನಾದರೂ ಬೇರೇನು ಮಾಡಲು ಸಾಧ್ಯ? ಅವನೂ ಮೌನವಾಗಿ ಕುಳಿತ.

ಮೌನವಾಗಿಯೇನೋ ಕುಳಿತ. ಆದರೆ ಬಹಳ ಹೊತ್ತು ಅವನಿಂದ ಹಾಗೇ ಕುಳಿತಿರಲು ಆಗಲಿಲ್ಲ. ತಂದೆಯ ಭುಜ ಕುಲುಕಿ "ತಂದೆಯೇ, ನಾನು ಈ ಪರಿಸ್ಥಿತಿಯನ್ನು ತಾಳಿಕೊಳ್ಳಲಾರೆ. ಈ ಮೌನದಿಂದ ಏನನ್ನೂ ಸಾಧಿಸಲು ಸಾಧ್ಯವಿಲ್ಲ. ಗುರು ವಸಿಷ್ಠರು ಹೇಳಿರುವಂತೆ, ಈ ಪ್ರಪಂಚದಲ್ಲಿ ನಿವಾರಣೆ ಮಾಡಲಾಗದ ಯಾವುದೇ ದುಃಖವಿಲ್ಲ; ಕಷ್ಟವಿಲ್ಲ; ತೊಡಕಿಲ್ಲ. ಆದರಿಂದ ವಿಷಯ ಏನೆಂದು ತಿಳಿಸಿದರೆ ನಿವಾರಣೆಯ ಪ್ರಯತ್ನಕ್ಕೆ ದಾರಿ ಸುಗಮವಾಗುತ್ತದೆ. ಹೃದಯದಲ್ಲಿ ಅಡಗಿಸಿಟ್ಟಿರುವ ಅದು ಹೊರಗೆ ಬರದಂತೆ ಹೃದಯ ಕವಾಟವನ್ನು ಮುಚ್ಚಿಡಲು ಕಾರಣವೇನು? ತಂದೆಯೇ, ನಾನು ನಿಜವಾಗಿಯೂ ನಿಮ್ಮ ನಂಬಿಕೆಗೆ ಅರ್ಹ.

ಹೇಳಿ ತಂದೆಯೇ, ಹೇಳಿ," ಎಂದು ನುಡಿದು ಮೆದುವಾಗಿ ತಂದೆಯನ್ನು ಹಿಂದೆ ಸರಿಸಿ ಅವರ ಮುಖವನ್ನು ತನ್ನತ್ತ ತಿರುಗಿಸಿಕೊಂಡ.

ಪಿಳಿಪಿಳಿ ಕಣ್ಣು ಬಿಟ್ಟಿದ್ದ ದಶರಥ, "ರಾಮ ಅದಕ್ಕೆ ನಿವಾರಣೆಯೇ ಇಲ್ಲ. ಎಂದಿದ್ದರೂ, ಯಾರು ಏನೇ ಮಾಡಿದರೂ ಅದು ಮಾತ್ರ ಆಘಾತದಲ್ಲಿ ಪರ್ಯವಸಾನವಾಗುವುದು ಖಚಿತ. ಅದರಿಂದ ಅದು ಬೇಡ ಮಗು, ಒತ್ತಾಯ ಮಾಡಬೇಡ," ಎಂದ.

"ತಂದೆಯೇ, ಅದು ನನಗೆ ಸಂಬಂಧಿಸಿದ್ದಿರಬೇಕಲ್ಲವೆ? ಇಲ್ಲವಾದರೆ ನನಗೇಕೆ ಈ ಕರೆ ಬರುತ್ತಿತ್ತು? ಹೇಳಿ ತಂದೆ. ಅದು ಎಂತಹ ಕಠಿಣವಾದ ಕೆಲಸವೇ ಆದರೂ ಅದನ್ನು ನಾನು ನಿಮಗಾಗಿ ನಿರ್ವಹಿಸುತ್ತೇನೆ."

"ನನಗಾಗಿ ನೀನು ಏನನ್ನಾದರೂ ನಿರ್ವಹಿಸುತ್ತೀ ಎಂಬುದೇ ನಾನು ಹೇಳದಿರುವುದಕ್ಕೆ ಮುಖ್ಯ ಕಾರಣ" ಎಂದು ಒಂದೊಂದೇ ಮಾತನ್ನು ಬಿಡಿ ಬಿಡಿಯಾಗಿ ಒತ್ತಿಒತ್ತಿ ದಶರಥ ಹೇಳಿದ.

"ಹಾಗಾದರೆ ನನ್ನನ್ನು ಬರಮಾಡಿದ್ದಕ್ಕೇನು ಗುರಿಯಿತ್ತು?"

"ರಾಮ, ವಾಸ್ತವವಾಗಿ ನನಗೇನಾಗುತ್ತಿದೆಯೆಂಬುದು ನನಗೇ ಗೊತ್ತಾಗುತ್ತಿಲ್ಲ. ನಾನು ಬೇರೆ ಯಾವುದೋ ಲೋಕದಲ್ಲಿ ಇದ್ದಂತೆ ಭಾಸವಾಗುತ್ತಿದೆ. ಯಾವ ಕ್ಷಣಕ್ಕೆ ಏನೋ ನಾನೇನು ಬಲ್ಲೇ? ಒಮ್ಮೆ ನಾನು ನಿಮ್ಮನ್ನೆಲ್ಲ ಕಣ್ತುಂಬ ನೋಡಿ ಆನಂದಿಸಬೇಕೆಂದು ಹಾರ್ದಿಕವಾಗಿ ಬಯಸಿದ್ದೆ. ಆ ಬಯಕೆ ಸಹ ನನ್ನಂತರಂಗದಲ್ಲೇ ಮುದುಡಿಕೊಂಡಿತ್ತು. ನಾನು ಬಾಯಿ ಬಿಟ್ಟು ಹೇಳದಿದ್ದರೂ ಅದು ನೆರವೇರಿತು. ಅಷ್ಟೇ ನನ್ನ ಪುಣ್ಯ. ಇನ್ನು ಏನಾದರೂ ಚಿಂತೆಯಿಲ್ಲ," ಎಂದು ಒಂದು ಬಗೆಯ ಉದ್ವೇಗದಿಂದ ದಶರಥ ಹೇಳಿದ.

"ತಂದೆಯೇ, ಏಕೆ ಈ ಬಗೆಯ ತಾಳ ಮೇಳವಿಲ್ಲದ ಮಾತುಗಳು? ನಿಮ್ಮ ಬಾಯಲ್ಲಿ ನಾನೆಂದೂ ಈ ಬಗೆಯ ಮಾತುಗಳನ್ನು ಕೇಳಿರಲಿಲ್ಲ."

ತಂದೆ ಮಗನ ಈ ಬಗೆಯ ಮಾತುಗಳಿಂದ ತನ್ನ ಗುರಿ ತಾಗದೆಂದು ಭಾವಿಸಿದ ಕೈಕೇಯಿ ನಾಲ್ಕು ಹೆಜ್ಜೆ ಮುಂದೆ ಬಂದು, "ಮಗು ರಾಮಚಂದ್ರ, ನಿಮ್ಮ ತಂದೆ ಬಾಯಿ ಬಿಡುವುದಿಲ್ಲ ವೆಂದು ಖಚಿತವಾಯಿತು. ಅದರ ಅರ್ಥ ಇಷ್ಟೆ. ಅವರಿತ್ತ ವಚನವನ್ನು ಪಾಲಿಸಲು ಅವರಿಗಿಷ್ಟವಿಲ್ಲ ಎಂದು. ಆ ವಚನಭ್ರಷ್ಟತ್ವದಿಂದ ಇಡೀ ವಂಶಕ್ಕೆ ಕಳಂಕ ಬರುತ್ತದೆ ಎಂಬುದರತ್ತ ಅವರ ಮನಸ್ಸು ತಿರುಗುತ್ತಿಲ್ಲ. ಏನು ಮಾಡುವುದೆಂದು ತೋಚದೆ, ನಾನೇ ಪ್ರಧಾನಿ ಸುಮಂತ್ರರನ್ನು ಕಳಿಸಿ ನಿನ್ನನ್ನು ಬರಮಾಡಿದೆ" ಎಂದು ತನ್ನ ಗುರಿ ಸಾಧನೆಗೆ ಪೀಠಿಕೆ ಹಾಕಿದಳು

"ತಾಯಿ, ನೀವು ಒಳ್ಳೆಯ ಕೆಲಸವನ್ನೇ ಮಾಡಿದಿರಿ. ಇಕ್ಷ್ವಾಕು ವಂಶಕ್ಕೆ, ರಘುಕುಲಕ್ಕೆ ವಚನಭ್ರಷ್ಟತ್ವದ ಕಳಂಕ ಎಂದೂ ತಟ್ಟಬಾರದು. ವಿಷಯವೇನೆಂದು ನಿಮಗೆ ಗೊತ್ತಿದ್ದರೆ ನೀವೇ ಹೇಳಿ."

"ಬೇಡ ಕೈಕೇಯಿ, ಹೇಳಬೇಡ. ಹೇಳಿ ನನ್ನನ್ನೂ ನನ್ನ ಮಗನನ್ನೂ ಅಗಲಿಸಬೇಡ."

"ನೋಡಿದೆಯಾ ಮಗು. ನಾನೇನು ಮಾಡಲಿ?"

"ತಾಯಿ ಅದೇನೆಂದು ಹೇಳಿ. ಅದರಲ್ಲಿ ಏನೇ ತೊಡಕುಗಳು ಇದ್ದರೂ ಎಲ್ಲರೂ ಕೂತು ಚರ್ಚಿಸಿ ನಿವಾರಣೆ ಮಾಡಿಕೊಳ್ಳೋಣ. ಏನೇ ಆಗಲಿ ವಂಶಕ್ಕೆ ಕಳಂಕ ಬರಬಾರದು."

ದಶರಥ ರಾಮನತ್ತ ಒಂದು ಬಗೆಯ ವಿಚಿತ್ರ ವೇದನೆಯ ನೋಟ ಬೀರಿದ.

ಸುಮಂತ್ರನ ಕಿವಿ ಕುತೂಹಲದಿಂದ ಕೆರಳಿತು.

ಕೈಕೇಯಿ ಒಂದೇ ಉಸುರಿನಲ್ಲಿ ಎಲ್ಲವನ್ನೂ ತಮಟೆ ಬಾರಿಸಿದಂತೆ ಹೇಳಿಬಿಟ್ಟಳು.

ಕುತೂಹಲಗೊಂಡು ಕೇಳಿದ ಸುಮಂತ್ರನಿಗೆ ದುಃಖ ಉಮ್ಮಳಿಸಿ ಬಂತು. ಅವನು ಅಲ್ಲಿ ನಿಲ್ಲಲಾರದೆ ದ್ವಾರ ದಾಟಿ ಹೊರಗೆ ಹೋಗಿ ನಿಂತ.

ದೃಷ್ಟಿಗೆಟ್ಟು ರಾಮನನ್ನೇ ನೋಡುತ್ತಿದ್ದ ದಶರಥನ ಕಣ್ಣುಗಳು ಮಂಜಾದವು. ಅವನ ಕಣ್ಣಿ ಪಟಲದಲ್ಲಿ ಮೂಡಿ ನಿಂತಿದ್ದ ರಾಮನ ಚಿತ್ರ ಅಲ್ಲಿಯೇ ಕರಗಿ ಹೋದಂತಾಯಿತು.

ರಾಮ ಮಾತ್ರ ವಿಚಲಿತನಾಗಲಿಲ್ಲ. ಸ್ಥಿತಪ್ರಜ್ಞನಂತೆ ಕೈಕೇಯಿ ಹೇಳಿದ ಎಲ್ಲ ಮಾತನ್ನೂ ಕೇಳಿದ. ಕೂಡಲೇ ಅವನೂ ಯಾವ ಪ್ರತಿಕ್ರಿಯೆಯನ್ನೂ ಸೂಚಿಸಲಿಲ್ಲ. ತನ್ನ ಅಂತರಂಗದಲ್ಲಿ ವಿಚಾರ ಮಂಥನ ಮಾಡಿಕೊಂಡ.

ಕಡೆಗೆ, "ತಂದೆಯೇ ನಿಮ್ಮ ಪವಿತ್ರವಾದ ಜೀವವನ್ನು ಉಳಿಸಿದ ಸಂದರ್ಭದಲ್ಲಿ ಕೃತಜ್ಞತೆಯಿಂದ ನೀವಾಗಿಯೇ ಕೊಟ್ಟಿದ್ದ ವರಗಳು ಎಂದೂ ಚ್ಯುತಿಗೊಳ್ಳಬಾರದು. ಅದು ನಿಮಗೆ ಅಶ್ರೇಯಸ್ಕರ. ನಿಮ್ಮ ವರಗಳು ಫಲಿಸುವುದು ಬಿಡುವುದು ಕೇವಲ ನನ್ನೊಬ್ಬನ ತೀರ್ಮಾನವನ್ನು ಅವಲಂಬಿಸಿದೆ. ತಂದೆಯ ಮಾತನ್ನು ಪಾಲಿಸುವುದು ಮಗನಾದ ನನ್ನ ಧರ್ಮ, ಆದ್ಯ ಕರ್ತವ್ಯ ಎಂಬ ಅರಿವು ನನಗಿಲ್ಲದೆ ಇಲ್ಲ. ನಿಮ್ಮೀ ವರದಾನದಿಂದ ನನಗೆ ದುಃಖವಾಗುತ್ತದೆ, ನೋವಾಗುತ್ತದೆ, ಅಸಮಾಧಾನವಾಗುತ್ತದೆ ಎಂದು ಏನೋ ಯೋಚಿಸಿ ನೀವು ಹೇಳಲಾರದೆ ಧರ್ಮಸಂಕಟದಲ್ಲಿ ಆತ್ಮ ಸಂಕಟದಲ್ಲಿ ತೊಳಲಿದ್ದೀರಿ. ಆ ತೊಳಲಾಟ ಇನ್ನು ಸಾಕು, ತಾಯಿ ಕೈಕೇಯಿ ದೇವಿಗೆ ನೀವಿತ್ತ ವರಗಳು ಫಲಿಸಲಿ. ನನ್ನ ಪ್ರೀತಿಯ ತಮ್ಮ ಭರತ ಯುವರಾಜನಾಗಲು ನನ್ನ ಸಂತೋಷದ ಸಮ್ಮತಿ ಇದೆ. ಮತ್ತೆ ಇದೇ ಕ್ಷಣದಲ್ಲಿ ನಾನು ನಾರುಬಟ್ಟೆಯುಟ್ಟು ಕಾಡಿಗೆ ಹೋಗುತ್ತೇನೆ. ಇದಕ್ಕೆರಡಿಲ್ಲ. ಮುಂದಿನ ಕೆಲಸಗಳು ಸಾಂಗವಾಗಿ ನೆರವೇರಲಿ" ಎಂದು ಘೋಷಿಸಿದ.

ಕೂಡಲೇ, "ಹಾಗೇ ಮಾಡಬೇಡ ರಾಮ. ನಿನ್ನನ್ನಗಲಿ ನಾನು ಬದುಕಿರುವುದು ಅಸಂಭವ. ನೀನು ರಾಜಧಾನಿಯಿಂದ ನಿರ್ಗಮಿಸಿದರೆ ನನಗೆ ಏನು ಆಗುತ್ತದೆಯೋ ಅದಕ್ಕೆ ನೀನೇ ಕಾರಣನಾಗುತ್ತೀಯೆ." ಎಂದು ದುಃಖತಪ್ತನಾದ ದಶರಥ ಬಿಕ್ಕಳಿಸುತ್ತಲೇ ಹೇಳಿದ.

"ಯಾವ ಆಗು ಹೋಗುಗಳಿಗೂ ನಾನು ಕಾರಣನಾಗುವುದಿಲ್ಲ. ಪಿತೃವಾಕ್ಯ ಪಾಲನೆಯಲ್ಲಿ ನಾನು ಕೇವಲ ಕರಣ ಮಾತ್ರ. ತಂದೆ ಕೊಟ್ಟ ವರ, ಇಟ್ಟ ಆಣೆ ಎರಡೂ ಸಾರ್ಥಕವಾಗ ಬೇಡವೆ? ನನಗೆ ಅಪ್ಪಣೆ ಕೊಡಿ" ಎಂದು ರಾಮ ದಶರಥನ ಕಾಲುಗಳಿಗೆರಗಿದ.

ದಶರಥ ಬಾಯಿ ಕಟ್ಟಿದವನಂತೆ ಪಿಳಿಪಿಳಿ ನೋಡುತ್ತಾ ಮೆದುವಾಗಿ ಮಗನ ತಲೆಯನ್ನು ನೇವರಿಸಿದ.

ನಂತರ ರಾಮ ಕೈಕೇಯಿಗೆ ನಮಸ್ಕರಿಸಿ ಅಲ್ಲಿಂದ ಹೊರಟ.

ದಶರಥ ಪಲ್ಲಂಗದಿಂದ ಎದ್ದು ನಿಂತ. ಕೈಜೋಡಿಸಿ ಮೇಲೆ ದೃಷ್ಟಿ ಬೀರಿ ನಂತರ ರಾಮನ ಬೆನ್ನಿನತ್ತ ದೃಷ್ಟಿ ಹೊರಳಿಸಿದ.

ದ್ವಾರ ದಾಟಿದ ರಾಮ ಕಣ್ಮರೆಯಾದ. ದಶರಥ ವಜ್ರಾಘಾತಕ್ಕೆ ಒಳಗಾದವನಂತೆ ಮತ್ತೆ ಪಲ್ಲಂಗದಲ್ಲಿ ಕುಸಿದ.

ಕೈಕೇಯಿ ಪಲ್ಲಂಗದ ಬಳಿ ಸಾರಿ ಅವನನ್ನು ಸರಿಯಾಗಿ ಸರಿಸಿ ಮಲಗಿಸಿದಳು. ಬದಿಯಲ್ಲಿ ಕುಳಿತಳು. ದಶರಥ ಅವಳಿಗೆ ಬೆನ್ನಾಗಿ ತಿರುಗಿದ. ಅವನ ದೃಷ್ಟಿ ಯಾವುದೋ ಶೂನ್ಯದತ್ತ ನೆಟ್ಟಿತು. ಅವನಂತರಂಗ ತನಗೆ ತಾನೇ ಪಿಟಿಪಿಟಿಸುತ್ತಿತ್ತು.

"ಕೊಟ್ಟ ವರ ಈಡೇರಿಸುವುದಿಲ್ಲ ಎಂದು ಘೋಷಿಸಿದ್ದರೆ ಅದರ ಪಾಪ ನನಗೊಬ್ಬನಿಗೆ

ತಟ್ಟುತ್ತಿತ್ತು. ಯಾವ ಜನ್ಮದ ಪಾಪ ವಿಶೇಷವೋ ರಾಮನ ಮೇಲೆ ಆಣೆಯಿಟ್ಟು ಹಿಂದಿತ್ತಿದ್ದ ವರಕ್ಕೆ ಮರು ಪುಷ್ಟಿ ಕೊಟ್ಟೆ. ಅದರ ಫಲ ನನ್ನ ಧರ್ಮಸಂಕಟ. ಗರಗಸದಂತೆ ಹೋಗಬರ ಕೊಯ್ಯುತ್ತಲೇ ಇದೆ. ಈಡೇರಿಸಿದರೆ ನನಗೂ ಕೇಡು, ರಾಮನಿಗೂ ಕೇಡು. ಈಡೇರಿಸದಿದ್ದರೆ ರಾಮನಿಗೆ ಕೇಡು. ರಾಮನಿಗೆ ಒದಗುವ ಕೇಡನ್ನು ತಪ್ಪಿಸಲಾಗದ ಇಬ್ಬಂದಿಯಲ್ಲಿ ಸಿಕ್ಕಿಕೊಂಡು ತೊಳಲುವಂತಾಯಿತಲ್ಲ. ದೇವರೇ ನನ್ನಿಂದಲೇ ನನ್ನ ರಾಮನಿಗೆ ಕೇಡು ಒದಗಿತಲ್ಲ. ಅವನು ನನ್ನನ್ನು ತೊರೆದು ಅಗಲುವಂತಾಯಿತಲ್ಲ. ಈ ಅಗಲಿಕೆಯನ್ನು ನಾನು ಹೇಗೆ ಸಹಿಸಲಿ. ದೇವರೇ ಬೇಗ ಬಿಡುಗಡೆ ದಯಪಾಲಿಸು." ಹೀಗೆಲ್ಲ ಅವನ ಅಂತರಂಗ ಪಿಟಿಪಿಟಿಸುತ್ತಿತ್ತು.

ಆ ಪಿಟಿಪಿಟಿಗಳ ನಡುವೆಯೇ ಧಡಾರನೇ ದಶರಥನಿಗೆ ಹಳೆಯ ನೆನಪೊಂದು ಮರುಕಳಿಸಿತು. ಅವನು ತಲ್ಲಣಗೊಂಡು ಕಣ್ಣು ಮುಚ್ಚಿದ.

ತನ್ನ ಯೌವನದ ಹುಮ್ಮಸ್ಸಿನಲ್ಲಿ, ತನ್ನ ಶಸ್ತ್ರಾಸ್ತ್ರ ಪ್ರಯೋಗ ಜಾಣ್ಮೆಯ ಹಮ್ಮಿನಲ್ಲಿ ಅರಣ್ಯದಲ್ಲಿ ಸಂಚರಿಸುತ್ತಿದ್ದ ಆ ದುರ್ದಿನದ ನೆನಪಾಯಿತು. ತನಗೆ ಕೇಳಿಬಂದ ನೀರು ಸೆಳೆವ ಗುಳು ಗುಳು ಶಬ್ದ. ಶಬ್ದವೇಧಿಯಲ್ಲಿ ಪ್ರವೀಣನಾದ ತಾನು ಆ ಧ್ವನಿ ಅನುಸರಿಸಿ ಬಾಣಬಿಟ್ಟುದು. ಅದರ ಹಿಂದೆಯೇ ಮಾನವನೊಬ್ಬನ ಆಕ್ರಂದನ. ಅದನ್ನು ಕೇಳಿ ತನಗಾದ ನಡುಕ. ಎಲ್ಲಾ ನೆನಪಾದವು.

ತಾನಾಗ ಹೆದರಿ ಓಡಿಹೋಗಿ ನೋಡಲಾಗಿ ತನ್ನ ಬಾಣಕ್ಕೆ ಆಹುತಿಯಾಗಿ ರಕ್ತಹರಿಸಿ ಬಿದ್ದಿದ್ದ ಯಜ್ಞದತ್ತ. ಅವನ ಬದಿಯಲ್ಲಿ ಉರುಟಿ ಬಿದ್ದಿದ್ದ ನೀರಿನ ಕುಂಭ ಕಣ್ಣಿಗೆ ಕಟ್ಟಿದಂತೆ ಆಯಿತು.

"ಎಲವೋ ಪಾಪಿ, ಅಂಧರಾದ ನಮಗೆ ಆಸರೆಯಾಗಿದ್ದ, ಊರುಗೋಲಾಗಿದ್ದ ಒಬ್ಬನೇ ಮಗನನ್ನು ನೀನು ನಿಷ್ಕಾರಣವಾಗಿ ಕೊಂದಿದ್ದೀಯಲ್ಲ. ನಿರಪರಾಧಿ ನಮ್ಮ ಮಗ. ಅವನಿಗೆ ಸಲ್ಲದ ಶಿಕ್ಷೆಯನ್ನು ನೀನು ಕೊಟ್ಟಿದ್ದೀಯೆ. ಅವನನ್ನು ನಮ್ಮಿಂದ ಅಗಲಿಸಿ ನಮ್ಮ ದಾರುಣ ದುಃಖಕ್ಕೆ ಕಾರಣವಾಗಿದ್ದೀಯೆ. ಅದರಿಂದ ನೀನು, ನಿನ್ನ ನಿರಪರಾಧಿ ಮಗನ ಅಗಲಿಕೆಯಿಂದಲೇ ಸಾಯುವೆ. ನಿನ್ನ ಈ ಅಪರಾಧಕ್ಕೆ ನಿನಗೆ ಶಿಕ್ಷೆ" ಎಂದು ಯಜ್ಞದತ್ತನ ತಂದೆ ಶಪಿಸಿದ್ದು, ಯಜ್ಞದತ್ತನ ತಾಯಿ ಗೋಳಿಟ್ಟು ಉರುಳಾಡಿದುದು ನೆನಪಾಯಿತು.

"ಅಂದು ಎಸಗಿದ ಪಾಪದ ಫಲ ಈಗ ಫಲಿಸುವಂತಾಯಿತು. ಕೈಕೇಯಿ ನಿನ್ನ ಕೈಯಿಂದಲೇ ನೀನು ನಿನ್ನ ವೈಧವ್ಯವನ್ನು ಸ್ವಾಗತಿಸಿದ್ದೀಯೆ. ಆದರೆ ನಿನ್ನಿಂದ ಉಳಿದಿಬ್ಬರು ನಿರಪರಾಧಿಗಳೂ ವೈಧವ್ಯ ಅನುಭವಿಸುವಂತೆ ಮಾಡಿಬಿಟ್ಟೆಯಲ್ಲ. ಈ ನಿನ್ನ ತಪ್ಪಿಗಾಗಿ ನಿನ್ನ ಮಗನೆಂದೂ ನಿನ್ನನ್ನು ಕ್ಷಮಿಸುವುದಿಲ್ಲ." ಎಂದು ಅವನ ಅಂತರಂಗ ಪ್ರತಿಧ್ವನಿಸಿತು.

ದಶರಥ ಸರಕ್ಕನೆ ಕೈಕೇಯಿಯತ್ತ ತಿರುಗಿ, "ಕೈಕೇಯಿ ನಿನ್ನ ಇಂದಿನ ತಪ್ಪನ್ನು ನಿನ್ನ ಮಗನೆಂದೂ ಕ್ಷಮಿಸುವುದಿಲ್ಲ. ಇದನ್ನು ಮಾತ್ರ ಮರೆಯಬೇಡ" ಎಂದು ಅಬ್ಬರಿಸಿಬಿಟ್ಟ.

ಕೈಕೇಯಿ ತನ್ನ ಬಲಗೈಯನ್ನು ದಶರಥನ ಬಾಯಿಯ ಮೇಲೇನೋ ಇಟ್ಟಳು. ಆದರೆ ದಡದಡನೆ ಬಡಿದುಕೊಳ್ಳತೊಡಗಿದ ತನ್ನ ಎದೆಯನ್ನು ತನ್ನ ಎಡಗೈಯಲ್ಲಿ ಭದ್ರವಾಗಿ ಅಮುಕಿದಳು – ಬಡಿದುಕೊಳ್ಳುವುದನ್ನು ತಡೆಯಲೆಂಬಂತೆ. O

ವಾಲಿಯ ವಧೆ

ಪತಿಯ ಉಪಚಾರಕ್ಕೆಂದು ರುಚಿಕಟ್ಟಾದ ಫಲಗಳನ್ನು ಆಯ್ದು ಹರಿವಾಣದಲ್ಲಿಟ್ಟು, ಸಿದ್ಧಪಡಿಸಿದ್ದ ಪಾನೀಯವನ್ನು ಕೋಶಿಕೆಗೆ ಬಗ್ಗಿಸುತ್ತಿದ್ದ ತಾರೆಗೆ ಥಟ್ಟನೆ ಹಳೆಯ ನೆನಪೊಂದು ನುಸುಳಿ ಗುಕ್ಕೆಂದು ನಗು ಬಂತು. ಅವಳ ಇಡೀ ಶರೀರ ರೋಮಾಂಚನಗೊಂಡಿತು.

ಬಹಳ ಹಿಂದಿನ ಘಟನೆ ಅದು. ದಶಶಿರನನ್ನು ಸೋಲಿಸಿ, ಸೋತವನ ಸ್ನೇಹಯಾಚನೆಗೆ ಮನ್ನಣೆ ಇತ್ತು, ಜಯಮಾಲಿಕೆಯನ್ನು ಧರಿಸಿ ಸಂತೋಷೋದ್ರೇಕದಿಂದ ತನ್ನ ಪತಿ ವಾಲಿಯು ಹಿಂತಿರುಗಿದಂದಿನ ಆ ಬಹು ಹಿಂದಿನ ಘಟನೆ. ಅಂದಿನ ಆ ರಾತ್ರಿಯೂ ಇಂದಿನ ರಾತ್ರಿಯಂತೆಯೇ ಪ್ರಶಾಂತವಾಗಿತ್ತು. ಅಂದು ರಾತ್ರಿ ಪತಿಯುಪಚಾರಕ್ಕೆ ಎಲ್ಲವನ್ನೂ ಅಣಿ ಮಾಡಿಕೊಂಡು ಅವನೆಡೆಗೆ ಸಾರಿದಾಗ ನಡೆದುದೆಲ್ಲ ಮತ್ತೆ ಅನುಭವಕ್ಕೆ ಬಂದಂತೆ ಅವಳಿಗೆ ಭಾಸವಾಯಿತು. ಅಂದು ಪತಿ ಸಾನ್ನಿಧ್ಯದಲ್ಲಿ ತಾನು ಪಡೆದುಕೊಂಡ ಆನಂದದಂತಹ ಆನಂದ ಮತ್ತೆ ನನಗೆ ಲಭ್ಯವಾಗಿರಲಿಲ್ಲವೆನ್ನಿಸಿತು. ತನ್ನ ಪತಿ ಆಮೇಲೆ ಸಹ ಎಷ್ಟೋ ವೀರರನ್ನು ಸೋಲಿಸಿ ಜಯಗಳಿಸಿ ಅಜೇಯನಾಗಿ ಉಳಿದಿದ್ದಾನೆ. ಗೆಲವನ್ನು ಪಡೆದು ಹಿಂತಿರುಗಿದಂದು ತನಗೆ ವಿಶೇಷ ಅನಂದಾನುಭವದ ಕ್ರಮ ತಪ್ಪಿಲ್ಲವಾದರೂ ಆ ಅಂದಿನ ಅಮಿತಾನಂದ ಮಾತ್ರ ತನಗೆ ಮತ್ತೆಂದೂ ಲಭ್ಯವಾಗಿಲ್ಲವೆಂಬುದು ಅವಳ ಅನಿಸಿಕೆ.

ಆದರೆ ಎಂದೂ ಇಲ್ಲದ್ದು ಇಂದೇಕೆ ಅವಳಿಗೆ ಆ ನೆನಪು ಬರಬೇಕು? ಅದರ ನೆನಪಿನಿಂದ ಅವಳ ಇಡೀ ಶರೀರ ರೋಮಾಂಚನಗೊಳ್ಳಬೇಕು?

ಕೈಲಿದ್ದ ಕೋಶಿಕೆ, ಕರಂಡಗಳನ್ನು ಅಲ್ಲಿಯೇ ಇಟ್ಟು, ತಾರೆ ಬದಿಯ ಆಸನದ ಮೇಲೆ ಒರಗಿದಳು. ಅಂದು ನಡೆದುದೆಲ್ಲವನ್ನೂ ಒಂದೊಂದಾಗಿ ನೆನಪು ಮಾಡಿಕೊಳ್ಳತೊಡಗಿದಳು. ಅಂದು ಸಹ ಚಂದ್ರ ಹೀಗೆ ನಗುಮುಖದಿಂದ ಬೆಳಗುತ್ತಿದ್ದ. ಅವನ ಸ್ನೇಹ ಕಿರಣಗಳು ಇಡೀ ಶರೀರಕ್ಕೆ ಕಚಗುಳಿ ಇಟ್ಟು ಪುಳಕಗೊಳಿಸುತ್ತಿದ್ದವು. ತನಗೆ ತಾನೇ ಕರುಮಿಕೊಂಡು ಬಂದ ಆ ಪುಳಕ

ಅವಳ ಇಡೀ ಶರೀರವನ್ನು ಹಿಗ್ಗಿಸಿತ್ತು. ಆ ಸ್ಥಿತಿಯಲ್ಲಿ ಅಜೇಯ ಪತಿದೇವ, ವಾನರಾಗ್ರಗಣ್ಯ ವಾಲಿದೇವ ತನ್ನ ಪ್ರೇಮ ವಾಹಿನಿಯಿಂದ ಅವಳ ಇಡೀ ಶರೀರವನ್ನು ಹೂವಾಗಿಸಿ ಅರಳಿಸಿ ಬಿಟ್ಟಿದ್ದ. ಹಿಂದೆಂದೂ ಅನುಭವಕ್ಕೆ ಬರದಿದ್ದ ಒಂದು ಬಗೆಯ ಮಿತಿಮೀರಿದ ದೈಹಿಕ ತೃಪ್ತಿ ತನಗಾಗಿತ್ತು. ಆ ತೃಪ್ತಿಯ ನೆಲೆಯಲ್ಲಿ ತಾನು, ತನ್ನ ಪತಿದೇವನನ್ನು ತನ್ನಲ್ಲಿಯೇ ಅಡಗಿಸಿಕೊಂಡುಬಿಡಬೇಕೆಂಬ ಅನಿರೀಕ್ಷಿತ ಹಂಬಲದಿಂದ, ತನ್ನ ಬುದ್ಧಿ ವಿಚಾರಗಳನ್ನು ಮೀರಿ ಅವನನ್ನು ವಿಚಿತ್ರ ಬಂಧನದಿಂದ ಬಿಗಿದಪ್ಪಿ ಸದಾ ಹೀಗೆಯೇ ಇರಬಾರದೇಕೆ ಎಂಬ ಸ್ಥಿತಿ ಉಂಟಾದುದು, ತನ್ನ ಆ ಬಿಗಿದಾಲಿಂಗನದಲ್ಲಿ, ಬಿಡುಗಡೆಗೆ ಮಿಸುಕಾಡಿದ ತನ್ನಿನಿಯನ ಎಡ ಭುಜವನ್ನು ತಾನು ತಟ್ಟಿದುದು, ಆಗ ಅವನು ತನ್ನ ಆಲಿಂಗನವನ್ನಿನ್ನೂ ಬಿಗಿಗೊಳಿಸಿ ತನ್ನಾಸೆಗೆ ಪೂರಕವಾದುದು, ಎಲ್ಲಾ ನೆನಪಾಯಿತು.

ಆಮೇಲೆ ಅಲ್ಲವೆ ವಾಲಿ ಮೆಲ್ಲಗೆ ಪಕ್ಕಕ್ಕೆ ಜಾರಿ, "ಇದೇನು ಪ್ರಿಯೆ, ಇಂದಿನ ನಿನ್ನ ಈ ಹೊಸ ಪ್ರಚೋದಕ ವರ್ತನೆ?" ಎಂದು ಕೇಳಿದುದು.

"ಹೊಸ ಪ್ರಚೋದಕ ವರ್ತನೆ ಒಮ್ಮುಖವಾದುದಲ್ಲ ಪ್ರಭು. ಅದು ಪರಸ್ಪರ. ನನಗೆ ಅನಿರೀಕ್ಷಿತವಾಗಿ ಆದ ಹೊಸ ಅನುಭವದ ಅನಪೇಕ್ಷಿತ, ಆದರೂ ನಿಗ್ರಹಿಸಲಾಗದ ಪ್ರತಿಕ್ರಿಯೆ ಯಷ್ಟೇ ನನ್ನದು. ನಿಮಗೆ ದೊರೆತ ಮಹಾ ಗೆಲುವಿನ ಸಂತಸದ ಉತ್ಸಾಹದ ಫಲವಲ್ಲವೇ ನಿಮ್ಮ ವರ್ತನೆ?"

"ಓ, ಅಂತಹ ನನ್ನನ್ನು ನೀನಿಂದು ಜಯಿಸುವ ಪ್ರಯತ್ನ ಮಾಡಿದೆಯಾ?"

"ಹಾಗೇನಿಲ್ಲ ಪ್ರಭು. ನಿಮ್ಮ ಗೆಲುವಿನಲ್ಲೇ ನನ್ನ ಆನಂದ ತುಂಬಿ ತುಳುಕಿರುವಾಗ, ನಿಮಗೆ ಸೋತಾಗಲೇ ನನ್ನ ಗೆಲುವಿನಾನಂದ ನನ್ನದಾಗುವಾಗ ಜಯ ಗಳಿಕೆಯ ಆಸೆ ನನಗಿಲ್ಲ."

"ಜಯ ಗಳಿಕೆಯ ಆಸೆ ಮಾನವ ಸಹಜ. ಹೆಣ್ಣಾಗಿ ನಿನಗೆ ಆ ಆಸೆ ಇಲ್ಲದಿದ್ದರೆ ನೀನು ಗಂಡಾಗು. ನಿನಗಾಗಿ ನಾನು ಹೆಣ್ಣಾಗುತ್ತೇನೆ."

"ಅದೆಲ್ಲ ಇನ್ನೊಂದು ಜನ್ಮದಲ್ಲಿ ತಾನೇ? ಈಗೇಕೆ ಆ ಮಾತು?"

"ಇನ್ನೊಂದು ಜನ್ಮವೇಕೆ? ಬಯಸಿದರೆ ಈ ಜನ್ಮದಲ್ಲೇ ಪಡೆದುಕೊಳ್ಳಬಹುದು."

ತಾರೆ ಗಟ್ಟಿಯಾಗಿ ನಕ್ಕಳು.

"ಏಕೆ ನಗುತ್ತಿ? ಅದು ಸಾಧ್ಯವಿಲ್ಲವೆಂದೆ?"

"ಹೇಗೆ ಸಾಧ್ಯ ಪ್ರಭು? ನಾನು ವೈದ್ಯಶ್ರೇಷ್ಠ ಸುಷೇಣರ ಮಗಳು ಎಂಬುದು ನಿಮಗೆ ಗೊತ್ತು. ಅವರು ಜ್ಯೋತಿಷ್ಯದಲ್ಲಿಯೂ ಗಟ್ಟಿಗರು. ನಾನೊಬ್ಬಳೇ ಅವರ ಪ್ರೀತಿಯ ಸಂತಾನ. ನನಗೂ ಅಷ್ಟೋ ಇಷ್ಟೋ ಎರಡನ್ನೂ ಹೇಳಿಕೊಟ್ಟಿದ್ದಾರೆ. ವೈದ್ಯಶಾಸ್ತ್ರದಲ್ಲಿ ಲಿಂಗ ಪರಿವರ್ತನೆ ಸಾಧ್ಯವೆಂದು ಎಲ್ಲೂ ಹೇಳಿದಂತೆ ನೆನಪಿಲ್ಲ ಎಂದಾಗ..."

ನಡುವೆಯೇ ಆಗ ವಾಲಿಯೂ ನಕ್ಕ.

"ನಾನು ನಗು ಬರುವಂತಹ ಯಾವ ಮಾತನ್ನಾಡಿದೆ ಪ್ರಭು?"

"ನೀನು ನಗು ಬರುವಂತಹ ಯಾವ ಮಾತನ್ನಾಡಲಿಲ್ಲ ನಿಜ. ಆದರೆ ನಿನಗೆ ವಸ್ತುಸ್ಥಿತಿ ಮಾತ್ರ ತಿಳಿದಿಲ್ಲ ಎಂದಾಯಿತು."

"ಏನು ಹಾಗೆಂದರೆ?"

"ನಿನ್ನ ತಂದೆ, ನನ್ನ ಬಗೆಗೆ ಎಲ್ಲ ವಿವರ ಹೇಳಿಲ್ಲ ಎಂದಾಯಿತು."

"ಹಾಗೇನಿಲ್ಲ. ಎಲ್ಲ ಹೇಳಿದ್ದಾರೆ. ನಿಮ್ಮ ಶೌರ್ಯ ಸಾಹಸಗಳ ಬಗೆಗಂತೂ ಅವರ

ಬಾಯಿಯಿಂದಲೇ ವರ್ಣನೆ ಕೇಳಬೇಕು. ಕ್ಷೀರಸಾಗರವನ್ನು ಕಡೆಯುವ ಸಂದರ್ಭದಲ್ಲಿ ಕೈ ಸೋತ ದೇವತೆಗಳ ನೆರವಿಗೆ ನಿಮ್ಮನ್ನು ದೇವೇಂದ್ರನ ಮುಖಾಂತರ ಮಹಾವಿಷ್ಣು ಬರಮಾಡಿದರಂತೆ. ಆಗ ನೀವಿತ್ತ ನೆರವಿಗೆ ಸುಪ್ರೀತರಾಗಿ ನಿಮಗೆ ಸ್ವರ್ಣಕಮಲ ಹಾರವನ್ನು ಬಳುವಳಿಯಾಗಿ ಕೊಟ್ಟರಂತೆ. ಬಹಳ ಹಿಂದಿನ ವಿಚಾರವಲ್ಲವೆ ಇದು? ಅದನ್ನೂ ನಮ್ಮ ತಂದೆ ಹೇಳಿರುವಾಗ ನಿಮ್ಮ ಬಗೆಗೆ ಎಲ್ಲವನ್ನೂ ಹೇಳಿಯೇ ಇದ್ದಾರೆ."

"ಅದು ನಿನ್ನ ನಂಬಿಕೆಯಷ್ಟೆ."

"ಅಂದರೆ, ನನಗೆ ತಿಳಿಸಬಾರದ ವಿಷಯಗಳೂ ಇವೆಯೇನು ನಿಮ್ಮ ಬಾಳಿನಲ್ಲಿ?"

"ನಿಮ್ಮ ತಂದೆಗೇ ಎಲ್ಲ ವಿಷಯ ಗೊತ್ತಿಲ್ಲದೆ ಹೋಗಿದ್ದರೆ?"

"ಅದಕ್ಕೆ ನಾನೇನು ತಾನೇ ಉತ್ತರ ಕೊಡಲಿ?"

"ಹೋಗಲಿ, ಈಗ ನಾನು ಕೇಳುವ ಪ್ರಶ್ನೆಗಳಿಗೆ ಉತ್ತರ ಕೊಡುತ್ತ ಹೋದರೆ ಏನೆಲ್ಲ ಗೊತ್ತಿದೆ, ಏನು ಗೊತ್ತಿಲ್ಲ ಎಂಬುದು ಬಯಲಾಗುತ್ತದೆ."

"ಕೇಳಿ."

"ನಾನು ಯಾರ ಮಗ ಗೊತ್ತೆ?"

"ಇದೀಗ ಚೆನ್ನಾಯಿತು! ನನ್ನ ಮಾವಂದಿರು ಕಿಷ್ಕಿಂಧೆಯ ದೊರೆಯಾಗಿದ್ದ ಋಕ್ಷರಜಸರು ಎಂಬುದು ನನಗೆ ಗೊತ್ತಿಲ್ಲವೆಂದುಕೊಂಡಿರಾ?"

"ಸರಿ. ನನ್ನ ತಾಯಿ ಯಾರು ಗೊತ್ತೆ?"

"ನಿಮ್ಮ ತಾಯಿ... ತಾಯಿ..." ತಾರೆ ತಲೆ ಕೆರೆದುಕೊಳ್ಳತೊಡಗಿದಳು.

"ಗೊತ್ತಿಲ್ಲ ಅಲ್ಲದೆ?...ಆ ವಿಷಯ ನಿಮ್ಮ ತಂದೆ ಹೇಳಲಿಲ್ಲ ಅಲ್ಲವೇ?"

"ನಾನು ಕೇಳಲಿಲ್ಲ. ಅವರಿಗೂ ಗೊತ್ತಿಲ್ಲವೇನೋ!"

"ಗೊತ್ತಿರಲಾರದು."

"ನಿಮ್ಮ ತಾಯಿ ಯಾರು?" ಕುತೂಹಲದಿಂದ ಕೇಳಿದಳು ತಾರೆ.

"ನನ್ನ ತಂದೆಯೇ ನನ್ನ ತಾಯಿ ಕೂಡ."

ತಾರೆ ಗಟ್ಟಿಯಾಗಿ ನಗತೊಡಗಿದಳು. ಅದನ್ನು ತಡೆದುಕೊಳ್ಳಲು ಅವಳಿಗೆ ಸ್ವಲ್ಪ ಸಮಯವೇ ಹಿಡಿಯಿತು. ಆಮೇಲೆ, "ತಂದೆಯೇ ತಾಯಿಯೂ ಆಗಲು ಸಾಧ್ಯವೇ? ಒಳ್ಳೆಯ ಮಾತು ಹೇಳಿದಿರಿ. ಇಂತಹ ನಗೆಚಾಟಲು ಮಾತನ್ನು ನಂಬುವುದಾದರೂ ಹೇಗೆ?" ಎಂದು ಕೇಳಿದಳು.

"ಇದ್ದುದನ್ನು ಹೇಳಿದರೆ ನಂಬದಿದ್ದರೆ ಹೇಗೆ?"

"ನಾನೇ ಅಂಗದನಿಗೆ ತಂದೆಯೂ ಹೌದೆಂದು ಹೇಳಿದರೆ ನಂಬಲು ಸಾಧ್ಯವೆ ಪ್ರಭು? ಅದು ಸತ್ಯವಾಗುತ್ತದೆಯೇ ಪ್ರಭು?"

"ಅಂದರೆ ನನ್ನ ಮಾತು ಸುಳ್ಳು ಎಂದು ತಾನೇ ನಿನ್ನ ಭಾವನೆ?"

"ಎಲ್ಲೋ ನೀವು ತೀರ ಎಳೆಯವರಿದ್ದಾಗ, ನಿಮ್ಮ ತಾಯಿ ತೀರಿಕೊಂಡು, ನಿಮ್ಮ ತಂದೆಯೇ ನಿಮ್ಮನ್ನು ಪೋಷಿಸಿ, ನಾನೇ ನಿನಗೆ ತಾಯಿ ತಂದೆ ಎರಡೂ ಎಂದು ಹೇಳಿರಬೇಕು ಅಷ್ಟೆ."

"ಹಾಗಲ್ಲ ತಾರಾ. ವಿಷಯ ನಂಬುಗೆಗೆ ಕ್ಲಿಷ್ಟವೆಂದು ಕಂಡುಬಂದರೂ ಸತ್ಯ ಸತ್ಯವೇ ಅಲ್ಲವೇ? ನಿಮ್ಮ ತಂದೆಗೂ ಗೊತ್ತಿಲ್ಲದ ಆ ವಿಷಯವನ್ನು ಇಂದು ನಿನಗೆ ಹೇಳುತ್ತೇನೆ. ವಿಷಯ ಮಾತ್ರ ಅದ್ಭುತವೂ ಹೌದು. ವಿಸ್ಮಯಕಾರಕವೂ ಹೌದು. ನಮ್ಮ ತಂದೆ ಜನ್ಮ ಧರಿಸಿದ್ದು ಹೇಗೆ ಗೊತ್ತೆ?"

"ನಿಮ್ಮ ಅಜ್ಜಿಯ ಹೊಟ್ಟೆಯಲ್ಲಿ ಹುಟ್ಟಿರುತ್ತಾರೆ. ಬೇರೆ ಹೇಗೆ ಹುಟ್ಟುತ್ತಾರೆ ?"

"ಸೃಷ್ಟಿಕರ್ತ ಇಷ್ಟಪಟ್ಟರೆ ಹೇಗೆ ಹೇಗೆ ಬೇಕಾದರೂ ಜನ್ಮಧಾರಣೆ ಸಾಧ್ಯ. ಬಹಳ ಹಿಂದೆ ಬ್ರಹ್ಮದೇವರು ಮೇರು ಪರ್ವತದಲ್ಲಿ ತಪಸ್ಸನ್ನಾಚರಿಸುತ್ತಿದ್ದಾಗ ಅವರ ಕಣ್ಣಿಂದ ಜಲ ಉಕ್ಕಿ ಬಂತು. ತಪೋನಿರತ ಬ್ರಹ್ಮ ದೇವನ ಸುಪ್ತ ಚೇತನದ ಸಂಕಲ್ಪದಂತೆ ಅವನ ಕಣ್ಣಿಂದ ಉಕ್ಕಿಬಂದ ಜಲ ನನ್ನ ತಂದೆಯ ವಾನರ ರೂಪವನ್ನು ಧರಿಸಿತು."

"ಹಾಗೇನು? ನನಗೆ ಗೊತ್ತೇ ಇರಲಿಲ್ಲ. ಯೌವನಕ್ಕೆ ಬಂದ ಮೇಲೆ ನಿಮ್ಮ ತಂದೆ ಯಾರನ್ನು ಲಗ್ನವಾದರು?"

"ಅವರು ಲಗ್ನವಾಗಲೇ ಇಲ್ಲ."

"ಮತ್ತೆ ನಿಮ್ಮ ಹಾಗು ಸುಗ್ರೀವರ ಜನ್ಮ ಹೇಗೆ?"

"ಹೇಳುತ್ತೇನೆ ಕೇಳು. ಬ್ರಹ್ಮದೇವರ ಅಪ್ಪಣೆಯ ಮೇರೆಗೆ ನಮ್ಮ ತಂದೆ ಈ ಕಿಷ್ಕಿಂಧಾರಣ್ಯಕ್ಕೆ ಬಂದು ನೆಲೆಸಿದರು. ಒಂದು ದಿನ ಅವರು ಅರಣ್ಯದಲ್ಲಿ ಆಹಾರಕ್ಕಾಗಿ ಸಂಚರಿಸುತ್ತಿದ್ದಾಗ ಅವರ ಕಣ್ಣಿಗೆ ಒಂದು ಸುಂದರ ಸರೋವರ ಕಂಡು ಬಂತು. ನಮ್ಮ ತಂದೆ ಅದರ ಬಳಿ ಹೋಗಿ ನಿಂತು ಸರೋವರದ ನೀರಿನತ್ತ ಕಣ್ಣು ಹಾಯಿಸಿದಾಗ ನೀರಿನಲ್ಲಿ ತನ್ನಂತಹದೇ ರೂಪದ ಇನ್ನೊಂದು ವಾನರ ವ್ಯಕ್ತಿ ಇರುವುದು ಅವರ ಗಮನಕ್ಕೆ ಬಂತು. ಅವರಿಗೆ ಬೇರೊಬ್ಬರನ್ನು ಕಂಡರಿಯದ ನಮ್ಮ ತಂದೆ ಅನಪೇಕ್ಷಿತವಾಗಿ ಕೈ ಎತ್ತಿದರಂತೆ. ನೀರಿನೊಳಗಿನಿಂದ ಕಂಡು ಬಂದ ವಾನರ ವ್ಯಕ್ತಿಯೂ ಅದೇ ರೀತಿ ಕೈ ಎತ್ತಿದನಂತೆ. ನಮ್ಮ ತಂದೆಗೆ ಕೋಪ ಬಂತಂತೆ. ನೀರೊಳಗಿನ ಆ ವ್ಯಕ್ತಿಗೆ ಬುದ್ಧಿ ಕಲಿಸಬೇಕೆನ್ನಿಸಿತಂತೆ, ಮೇಲೆ ನೋಡಿದರಂತೆ. ಆಕಾಶದಲ್ಲಿ ಸೂರ್ಯ ಪ್ರಖರವಾದ ತನ್ನ ಕಿರಣಗಳನ್ನು ಹರಡಿದ್ದನಂತೆ. ಆ ಪ್ರಖರ ಕಿರಣಗಳ ಕಾವು ನೇರವಾಗಿ ಮುಖಕ್ಕೆ ಬಿದ್ದಾಗ ಕೋಪ ಉಲ್ಬಣಗೊಂಡು ಹಲ್ಲು ಮಡಿ ಕಚ್ಚಿ ಕೆಂಗಣ್ಣು ಮಾಡಿಕೊಂಡು ಮತ್ತೆ ನಮ್ಮ ತಂದೆ ನೀರಿನತ್ತ ನೋಡಿದರಂತೆ. ನೀರಿನೊಳಗಿದ್ದ ವ್ಯಕ್ತಿ ಸಹ ಹಾಗೇ ಹಲ್ಲು ಮುಡಿ ಕಚ್ಚಿ ಕೆಂಗಣ್ಣು ಮಾಡಿಕೊಂಡು ತನ್ನನ್ನು ನೋಡುತ್ತಿರುವುದು ಕಂಡು ಬಂತಂತೆ. ನಮ್ಮ ತಂದೆಯ ಕೋಪ ಮಿತಿ ಮೀರಿ ಅವರು ರುದ್ರಭೀಷಣರಾಗಿ ಒಂದೇ ಹಾರಿಗೆ ನೀರಿಗೆ ಧುಮುಕಿದರಂತೆ. ಇಡೀ ಸರೋವರವನ್ನೆಲ್ಲ ಶೋಧಿಸಿಬಿಟ್ಟರಂತೆ, ಒಳಗಿದ್ದ ಆ ವಾನರ ವ್ಯಕ್ತಿಗಾಗಿ. ಆ ವ್ಯಕ್ತಿ ಮಾತ್ರ ಅವರಿಗೆ ಪತ್ತೆಯಾಗಲಿಲ್ಲವಂತೆ. ನಿರಾಶೆಯಿಂದ ನಮ್ಮ ತಂದೆ ಮೇಲೆ ಬಂದಾಗ ಸೂರ್ಯ ಇಳಿಮುಖನಾಗಿ ಉದ್ದೀಪನಗೊಂಡವನಂತೆ ಕೆಂಪಾಗಿ ಕಂಡು ಬಂದನಂತೆ. ಅದೇ ವೇಳೆಗೆ ಆಕಾಶ ಮಾರ್ಗದಲ್ಲಿ ಬ್ರಹ್ಮದೇವರ ದರ್ಶನ ಮಾಡಿಕೊಂಡು ಹಿಂತಿರುಗುತ್ತಿದ್ದ ದೇವೇಂದ್ರನೂ ಬಂದನಂತೆ. ಅವರಿಬ್ಬರ ಕಾಮ ದೃಷ್ಟಿ ಒಟ್ಟಿಗೆ ನಮ್ಮ ತಂದೆಯ ಮೇಲೆ ಬಿತ್ತಂತೆ."

"ಏನಂದಿರಿ ವಾನರ ಗಂಡಿನ ಮೇಲೆ ಆ ಸೂರ್ಯ, ದೇವೇಂದ್ರರ ಕಾಮದೃಷ್ಟಿಯೆ?"

"ವಾನರ ಗಂಡಿನ ಮೇಲೆ ಅಲ್ಲ. ಸುಂದರ ವಾನರಿಯ ಮೇಲೆ."

ತಾರೆ ಒಂದು ತರಹ ದಿಗ್ಭ್ರಮೆಗೊಂಡವಳಂತೆ ಕಣ್ಣರಳಿಸಿದಳು.

"ಹಾಗೇಕೆ ಚಕಿತಳಂತೆ ಕಣ್ಣರಳಿಸುತ್ತೀಯೆ. ಸರೋವರದಿಂದ ಮೇಲೆದ್ದು ಬಂದಾಗ ನಮ್ಮ ತಂದೆ ತಮ್ಮ ಪುರುಷತ್ವವನ್ನು ಕಳೆದುಕೊಂಡು ಸ್ತ್ರೀತ್ವ ಪಡೆದುಕೊಂಡು ತುಂಬ ಮೋಹಕವಾಗಿ ಪರಿವರ್ತಿತರಾಗಿದ್ದರಂತೆ !"

"ಆಮೇಲೆ?"

"ಹೆಣ್ಣಾದ ನಮ್ಮ ತಂದೆಗೆ ದೇವೇಂದ್ರನಿಂದ ನಾನೂ ಸೂರ್ಯನಿಂದ ಸುಗ್ರೀವನೂ ಜನಿಸಿದೆವಂತೆ. ನಮ್ಮಿಬ್ಬರ ಜನನವಾದ ಮೇಲೆ ನಮ್ಮನ್ನು ಹೆತ್ತ ಸ್ತ್ರೀರೂಪದ ನಮ್ಮ ತಂದೆ ಬ್ರಹ್ಮನಲ್ಲಿ ಪ್ರಾರ್ಥನೆ ಸಲ್ಲಿಸಿ ಮತ್ತೆ ತಮ್ಮ ನಿಜರೂಪವನ್ನು ಪಡೆದರಂತೆ."

"ಹೌದೆ!...ಅಬ್ಬ ಇದೆಂತಹ ರೋಮಾಂಚಕ ವಿಷಯ. ಹೀಗೆ ಆಗಲು ಸಾಧ್ಯವೆಂದು ಊಹೆ ಮಾಡಲೂ ಆಗಲಾರದು. ನೀವೇ ಹೇಳಿದರೂ ನಂಬುವುದು ಕಷ್ಟ."

"ಅದಕ್ಕೆ ನಾನು ಹೇಳಿದ್ದು. ನೀನೇ ಪರಿವರ್ತನಗೊಂಡರೆ ನಂಬುತ್ತೀಯೆಂದು. ಹೆಣ್ಣಾಗಿ ಸೋತು ಗೆದ್ದೆ ಎಂದು ನೀನು ಹೇಳಿದೆಯಲ್ಲವೆ. ಪರಿವರ್ತನಗೊಂಡು ಗಂಡಾಗಿ, ಗೆದ್ದು ಸೋಲುವುದನ್ನೂ ನೀನು ಅರಿವುಗೊಳ್ಳಬಹುದು. ಏನೆನ್ನುತ್ತೀ?"

"ಬೇಡಪ್ಪ ಸದ್ಯಃ! ಇದ್ದ ಹಾಗೇ ನನಗೆ ಎಲ್ಲ ತೃಪ್ತಿಕರವಾಗಿದೆ. ಇಷ್ಟಕ್ಕೂ ನನಗೆ ಗಂಡಾಗಬೇಕೆಂಬ ಆಸೆಯೂ ಇಲ್ಲ."

"ಮತ್ತೆ ಗೆಲ್ಲುವುದು ಬೇಡವೆ?"

"ಗೆಲುವು, ಸೋಲು ಎರಡೂ ಮಾನಸಿಕ ಅನುಭವಗಳು. ಆ ಅನುಭವದಲ್ಲಿ ತೃಪ್ತಿ ಇದೆಯೇ ಇಲ್ಲವೇ ಎಂಬುದು ವಾಸ್ತವವಾಗಿ ಸೋಲು, ಗೆಲುವುಗಳಿಗಿಂತ ಮುಖ್ಯ. ನನ್ನ ಮಟ್ಟಿಗೆ ಸಂಪೂರ್ಣ ತೃಪ್ತಿ ಇದೆ."

ಈ ಎಲ್ಲ ಮಾತು, ಚರ್ಚೆಗಳು ಅವಳ ಮನದಾಳದಲ್ಲಿ ಮರುಕಳಿಸಿ ಸ್ಪಂದಿಸಿದುವು. ಅವಳು ಧಿಡಂಗನೆ ಎದ್ದು, ಫಲಪಾನೀಯಗಳನ್ನು ತೆಗೆದುಕೊಂಡು ತನ್ನಿನಿಯನ ಬಳಿಗೆ ಸಾರಿದಳು.

ವಾಲಿ ಅರ್ಧಶಯನದ ಭಂಗಿಯಲ್ಲಿ ಶಯನಾಸನದಲ್ಲಿ ಒರಗಿ ವಾಯು ಕಿಂಡಿಯಿಂದ ಒಳಕ್ಕೆ ನುಗ್ಗಿಬರುತ್ತಿದ್ದ ಚಂದ್ರನ ಶೀತಲ ಕಿರಣಗಳನ್ನು ನೋಡುತ್ತಿದ್ದ.

ಅಲ್ಲಿಗೆ ಬಂದ ತಾರೆ, ತನ್ನಿನಿಯನನ್ನು ಫಲಪಾನೀಯಗಳಿಂದ ಉಪಚರಿಸುತ್ತಾ, "ಪ್ರಭು, ಯುದ್ಧಕ್ಕೆ ಕರೆ ನೀಡಿದ ನಿಮ್ಮನುಜ ಸುಗ್ರೀವನ ಕಥೆ..." ಎಂದು ಕೇಳತೊಡಗಿದಳು.

ನಡುವೆಯೇ "ಹೆದರಿ ಓಡಿ ಹೋಗಿ ಅಡಗಿಕೊಂಡ ಆ ಋಷ್ಯಮೂಕದಲ್ಲಿ. ಇಲ್ಲದಿದ್ದರೆ ಈ ಸಲ ಅವನನ್ನು ಮುಗಿಸಿಯೇ ಬಿಡಬೇಕೆಂದಿದ್ದೆ." ಎಂದು ವಾಲಿ ಹೇಳಿದ.

"ಹೋಗಲಿ ಬಿಡಿ. ಒಳಿತಾಯಿತು. ಭ್ರಾತೃಹತ್ಯಾದೋಷ ನಿಮಗೆ ಬರಲಿಲ್ಲವಲ್ಲ. ಗೆಲುವಂತೂ ಹೇಗೂ ನಿಮ್ಮದೇ ಅಲ್ಲವೆ?"

"ಗೆಲುವು ನನ್ನದೇ. ಆದರೂ ಏಕೋ ಇಂದು ನನಗೆ ತೃಪ್ತಿ ಸಿಗಲಿಲ್ಲ. ಪ್ರಿಯೆ, ಹಿಂದೆ ನಾನು ಹೇಳಿದ ಮಾತೊಂದು ಈಗ ಥಟ್ಟನೆ ನನ್ನ ನೆನಪಿಗೆ ಬರುತ್ತಿದೆ."

"ಯಾವ ಮಾತು?"

"ಗೆಲುವು, ಸೋಲು ಎರಡೂ ಮಾನಸಿಕ ಅನುಭವಗಳು. ಅದರಲ್ಲಿ ತೃಪ್ತಿ ಇದೆಯೇ ಇಲ್ಲವೆ ಎಂಬುದು ಮುಖ್ಯ ಎಂದು ನೀನು ಹೇಳಿದ್ದ ಮಾತು."

"ಓ, ಆ ಮಾತನಾಡಿದ್ದ ದಿವಸ ನನಗೆ ದೊರೆತ ಅಮಿತಾನಂದ ತೃಪ್ತಿಗಳ ನೆನಪು ಇಂದು ನನಗೆ ಅದೇಕೋ ಇದ್ದಕ್ಕಿದ್ದ ಹಾಗೇ ಬಂತು ಪ್ರಭು. ಅದರ ಹಿಂದೆ, ಅಂದಿನ ಆ ಬಯಕೆ ಸಹ ಇಂದು ಮುಗುಳಾಗಿ ಮೂಡಿನಿಂತಿತು. ಈಗ ಆ ಮುಗುಳನ್ನು ಅರಳಿಸುವ ಕೆಲಸ..." ನಾಚಿ ತಾರೆ ಮಾತನ್ನು ನಿಲ್ಲಿಸಿದಳು.

"ಅರಳಿಸುವ ಕೆಲಸ ನನ್ನದೆಂದು ಸೂಚಿಸುತ್ತಿದ್ದೀಯಲ್ಲವೆ? ನನಗೆ ಅಂದಿದ್ದ ತೃಪ್ತಿ

ಇಂದಿಲ್ಲವಲ್ಲ ತಾರಾ," ಎಂದೇನೋ ವಾಲಿ ಹೇಳಿದ. ಆದರೆ ಅವನ ಬಾಹುಗಳು ಆಗಲೇ ತಾರೆಯನ್ನು ಬಳಸಿ ಬಿಗಿದುಕೊಂಡಿದ್ದವು.

ಆಗ ಇದ್ದಕ್ಕಿದ್ದ ಹಾಗೇ ಮತ್ತೆ ಸುಗ್ರೀವನ ಸಿಂಹನಾದ – ಯುದ್ಧ ಕರೆ – ವಾಯುಕಿಂಡಿಯಿಂದ ನುಸುಳಿ ಬಂತು.

ವಾಲಿ ತಾರೆಯನ್ನು ಹಿಂದಕ್ಕೆ ತಳ್ಳಿ ಸಿಟಮ್ಮನೆ ಎದ್ದು ನಿಂತ. ಅವನ ಕಣ್ಣುಗಳು ಕೆಂಡ ಕಾರತೊಡಗಿದವು.

ಸಾವರಿಸಿಕೊಂಡು ತಾರೆ ಎದ್ದು ನಿಂತು, "ಪ್ರಭು, ಇದೇನು ಮತ್ತೆ ಈ ಕರೆ? ಅದೂ ರಾತ್ರಿಯಲ್ಲಿ!" ಎಂದು ತುಸು ಆತಂಕದಿಂದ ಕೇಳಿದಳು.

ವಾಲಿ ಮೌನವಾಗಿ ದ್ವಾರದತ್ತ ಹೆಜ್ಜೆಹಾಕತೊಡಗಿದ.

ಮತ್ತೆ ತಾರೆ, "ಪ್ರಭು, ಎಲ್ಲಾದರೂ ರಾತ್ರಿ ವೇಳೆ ಯುದ್ಧವೇ? ಬೇಡ ಪ್ರಭು. ರಾತ್ರಿ ಕಳೆಯಲಿ. ಬೆಳಗ್ಗೆ ಹೋದರಾಯಿತು" ಎಂದು ಹೇಳುತ್ತ ಅವನ ಬಳಿಗೆ ಬಂದು ಅವನ ಕೈಹಿಡಿದಳು.

"ವೀರರಿಗೆ ರಾತ್ರಿ ಹಗಲುಗಳ ಭೇದವಿಲ್ಲ ತಾರಾ. ನಾನು ಎಂದೂ ಯಾರ ರಣಕರೆಗೂ ಹಿಂಜರಿದದ್ದಿಲ್ಲ. ನಿನಗೆ ಗೊತ್ತಿಲ್ಲವೆ? ಸಮುದ್ರರಾಜನೊಡನೆ ಯುದ್ಧ ಬಯಸಿ ಹೋದ ಮಯಾಸುರ – ಹೇಮೆಯರ ಮಗ ದುಂದುಭಿ, ಅವನ ಸಲಹೆಯಂತೆ ಹಿಮವಂತನ ಬಳಿಗೆ ಹೋಗಿ ಅಲ್ಲಿ ಅವನಿತ್ತ ಸಲಹೆಯಂತೆ ನನ್ನ ಬಳಿ ಬಂದು ಯುದ್ಧಕ್ಕೆ ಕರೆದು ಪ್ರಾಣ ಕಳೆದುಕೊಂಡ ಪ್ರಸಂಗ. ಆಗ ಮುಚ್ಚಂಜೆ ಆಗಿತ್ತು. ಯುದ್ಧ ಕತ್ತಲಾದ ಮೇಲೂ ಜರಗಿತು. ಗೆಲುವು ನನ್ನದೇ ಆಗಿರಲಿಲ್ಲವೇ?"

"ಗೆಲುವು ನಿಮ್ಮದಾದರೂ ಅದರಲ್ಲಿ ಲಭ್ಯವಾಗಬೇಕಾಗಿದ್ದ ತೃಪ್ತಿಗಿಂತ ನಿಮ್ಮಲ್ಲಿ ಅಹಂಕಾರ ಹುಟ್ಟಿ ತಾನೇ ನೀವು ಅವನ ಶರೀರವನ್ನು ಕತ್ತಲಲ್ಲಿ ಎಸೆದು ಅದು ಮತಂಗಾಶ್ರಮಕ್ಕೆ ಬಿದ್ದು ಮತಂಗಮುನಿಯ ಶಾಪಕ್ಕೆ ಒಳಗಾದುದು?"

"ನೀನೆಂದ ಮಾತು ನಿಜ ತಾರಾ. ನನ್ನ ಅಹಂಕಾರದಿಂದಲೇ ನನಗೆ ಶಾಪ ಬಂತು. ನನಗೆ ಬಂದ ಶಾಪವೇ ಆ ಸುಗ್ರೀವನಿಗೆ ವರವಾಯಿತು. ಅವನು ಓಡಿ ಹೋಗಿ ಆ ಶಾಪ ತಾಣ ಋಷ್ಯಮೂಕದಲ್ಲಿ ಅಡಗಿ ಕುಳಿತ. ನಾನಲ್ಲಿ ಹೋದರೆ ಆ ಶಾಪದ ಫಲವಾಗಿ ನನ್ನ ತಲೆ ಹೋಳಾಗುತ್ತದೆ."

"ನಿಮ್ಮ ತಮ್ಮ ಅಲ್ಲಿ ಹೋಗಿ ಅಡಗಿ ಕೂಡುವ, ನೀವು ಶಾಪ ಪಡೆದು ಅಂಜಬೇಕಾದ ಪ್ರಸಂಗವೇ ಬರುತ್ತಿರಲಿಲ್ಲ. ಇದಕ್ಕೆಲ್ಲ ಆ ದುಂದುಭಿಯ ತಮ್ಮ ಮಾಯಾವಿ ತಾನೇ ಕಾರಣ. ಅವನೊಡನೆ ಹೋರಾಡುತ್ತಾ ಅವನ ಬೆನ್ನಟ್ಟಿ ಬಿಲದೊಳಕ್ಕೆ ಹೋದುದೇ ತಾನೇ ಕಾರಣ?"

"ಅಣ್ಣ, ತಮ್ಮ ಇಬ್ಬರೂ ನನ್ನಿಂದಲೇ ಸತ್ತರು. ಆ ತೃಪ್ತಿ ನನಗಿದೆಯಲ್ಲ."

"ಈ ನಿಮ್ಮ ನೋಟ ಒಪ್ಪರ ಹಾಕಿದ ಕುದುರೆಯ ನೋಟದಂತೆ. ಒಬ್ಬರನ್ನೊಬ್ಬರು ಅಚಲವಾಗಿ ಪ್ರೀತಿಸಿದ ಅಣ್ಣತಮ್ಮಂದಿರನ್ನು ಕೊಂದುದರ ಫಲವೇ ಅಲ್ಲವೇ ನಿಮ್ಮ, ಸುಗ್ರೀವನ ಪರಸ್ಪರ ದ್ವೇಷಕ್ಕೆ ಕಾರಣ.?"

ವಾಲಿ ಒಂದು ಬಗೆಯಾಗಿ ತಾರೆಯನ್ನು ನೋಡಿದ. ತನಗೆ ಹೊಳೆಯದಿದ್ದ ಒಂದು ಹೊಸ ನೋಟ ತಾರೆಗೆ ಹೊಳೆದಿದೆ ಎನ್ನಿಸಿತು ವಾಲಿಗೆ. ಪತ್ನಿಯ ಈ ವಿಚಾರಶೀಲ ಗುಣ ಅವನ ಮೆಚ್ಚಿಕೆಗೆ ಸಹ ಪಾತ್ರವಾಯಿತು.

"ತಾರಾ ನೀನು ಇಷ್ಟೆಲ್ಲ ಆಳವಾಗಿ ವಿಚಾರ ಮಾಡುವವಳೆಂದು ನನಗೆ ಹೊಳೆದೇ ಇರಲಿಲ್ಲ."

"ಅದು ಹೋಳೆದಿದ್ದಿದ್ದರೆ ಬಹುಶಃ ನೀವು ಸೋದರರು ಶತ್ರುತ್ವ ಬೆಳೆಸಿಕೊಳ್ಳುತ್ತಿರಲಿಲ್ಲವೇನೋ. ಹು, ಈಗ ಆ ವಿಚಾರವೇಕೆ? ಪ್ರಭು ಈಗ, ಈ ರಾತ್ರಿ ಮಾತ್ರ ನೀವು ಯುದ್ಧಕ್ಕೆ ಹೋಗಬೇಡಿ."

"ನಾನು ಸಾಯುತ್ತೇನೆಂದು ಭಯವೆ ತಾರಾ?"

"ಸಾವಿಗೆ ರಾತ್ರಿ ಹಗಲಿನ ಭೇದವಿಲ್ಲವೆಂಬುದು ನನಗೆ ಗೊತ್ತು ಪ್ರಭು. ನಾನು ವೀರಾಗ್ರಣಿಯ ಪತ್ನಿ. ವೀರನಂತೇ ನನಗೂ ಸಾವಿನ ಅಂಜಿಕೆಯಿಲ್ಲ."

"ಮತ್ತೆ ಈಗ ನೀನೇಕೆ ಈ ಅಡ್ಡ ಮಾತನಾಡುತ್ತಿದ್ದೀಯೆ?"

"ಅಗಕ್ಕೆ ಕಾರಣವಿಲ್ಲದೆ ಇಲ್ಲ. ನನ್ನದು ಸಮಯಾಸಮಯದ ದೃಷ್ಟಿ. ನನಗೆ ತೋಚಿದುದನ್ನು ನಾನು ಹೇಳಿಬಿಡುತ್ತೇನೆ. ಅದನ್ನು ಕೇಳಿ ನಂತರ ನೀವು ನಿರ್ಣಯ ಕೈಕೊಳ್ಳಿ."

"ಹಾಗೇ ಆಗಲಿ."

"ನಿಮ್ಮನ್ನೆಂದೂ ಗೆಲ್ಲುವ ಶಕ್ತಿ ತನಗಿಲ್ಲವೆಂಬ ಅರಿವಿನಿಂದಲೇ ಅಲ್ಲವೇ ಸುಗ್ರೀವ, ನೀವು ಕಾಲಿಡಲಾಗದ ಋಷ್ಯಮೂಕ ಪರ್ವತದಲ್ಲಿ ಅಡಗಿ ಕುಳಿತಿದ್ದುದು?"

"ಹೌದು."

"ಅಂತಹವನು, ಇಂದು ಹಗಲಿನಲ್ಲಿ ನಿಮ್ಮನ್ನು ಯುದ್ಧಕ್ಕೆ ಕರೆದು ಸೋತು ಹೆದರಿ ಓಡಿ ಹೋಗಿದ್ದವನು, ಪೆಟ್ಟು ತಿಂದು, ಆ ನೋವು ಇನ್ನೂ ಮಾಯದಿರುವ ಮುನ್ನವೇ ಮತ್ತೆ ಯುದ್ಧ ಕರೆ ನೀಡುತ್ತಿದ್ದಾನೆ ಎಂದರೆ ಅದಕ್ಕೆ ಬೇರೆ ಏನೋ ಕಾರಣವಿರಬೇಕಲ್ಲವೆ?"

"ಕಾರಣ ಕಟ್ಟಿಕೊಂಡು ನನಗೇನು ತಾರಾ? ನಾನು ವೀರ. ಕರೆ ಬಂದಾಗ ಯುದ್ಧಕ್ಕೆ ಹೋಗುವುದು ನನ್ನ ಧರ್ಮ. ಅದಕ್ಕೆ ಹಗಲೇನು? ರಾತ್ರಿಯೇನು?"

"ಪ್ರಭು ಅಡ್ಡ ಮಾತನಾಡುತ್ತಿದ್ದೇನೆಂದು ಬೇಸರಿಸಬೇಡಿ. ನಾನು ಹಿಂದೆಂದೂ ಹೀಗೆ ಅಡ್ಡ ಮಾತನಾಡಿದವಳಲ್ಲ ಎಂಬುದೂ ನಿಮಗೆ ಗೊತ್ತಿದೆ. ತೆರೆದ ಯುದ್ಧದಲ್ಲಿ ನೀವು ಅಜೇಯರೆಂಬ ನಂಬಿಕೆ ನನಗಿದೆ. ಆದರೆ ನಿಮ್ಮ ಸೋದರನ ಈಗಿನ ಈ ಅಸಮಯದ ಕರೆ ಅನಿರೀಕ್ಷಿತ ಊಹಾತೀತ ಆತುರದ ಎರಡನೆಯ ಕರೆ. ಅವನು ತನ್ನ ನೆರವಿಗೆಂದು ಬೇರೆ ವ್ಯವಸ್ಥೆ ಮಾಡಿಕೊಂಡಲ್ಲದೆ ಈ ಬಗೆಯ ಕರೆಗೆ ಸಾಹಸ ಮಾಡುತ್ತಿರಲಿಲ್ಲ ಎಂಬುದು ನನ್ನ ಅಭಿಪ್ರಾಯ."

"ಏನು ವ್ಯವಸ್ಥೆ ಮಾಡಿಕೊಳ್ಳಬಲ್ಲ ಅವನು? ಅವನೊಂದಿಗೆ ಬೆಂಬಲಕ್ಕಿರುವವರು ಕೇವಲ ಬೆರಳೆಣಿಕೆಯ ಜನ. ಹೆಸರಿಗೆ ವಾನರಸೇನಾಧಿಪತಿ, ಸುಗ್ರೀವನ ಮಾವ, ಅವನೊಂದಿಗಿದ್ದಾನೆ. ಆದರೆ ಅವನು ಸೇನೆ ಇಲ್ಲದ ಅಧಿಪತಿ. ಮಗಳನ್ನು ಕೊಟ್ಟ ತಪ್ಪಿಗೆ ಅಳಿಯನೊಂದಿಗೆ ವಿಧಿಯಿಲ್ಲದೆ ಇದ್ದಾನೆ. ಅವನನ್ನು ಬಿಟ್ಟರೆ ಇರುವವರು ಆ ಮುದಿ ಜಾಂಬವಂತ, ನೀಲ, ಹನುಮರು. ಅಷ್ಟೆ. ಅಂದಿನಿಂದ ಸಾಗದ ವ್ಯವಸ್ಥೆ ಈಗ ಅವರುಗಳಿಂದ ಹೇಗೆ ಸಾಧ್ಯ?"

"ಪ್ರಭು, ನಿಮ್ಮ ಕುಮಾರ ಅಂಗದ ಈಗ ಪ್ರಬುದ್ಧನಾಗಿದ್ದಾನೆ. ಅವನಿಗೆ ಈಗಿನಿಂದಲೇ ರಾಜ್ಯಾಡಳಿತದಲ್ಲಿ ಆಸಕ್ತಿ ಮೂಡಿದೆ. ಅವನ ಅನುಚರರು ತಿಳಿಸಿದ ವಿಷಯವನ್ನು ಅವನು ನನಗೆ ಹೇಳಿದ."

"ಏನದು? ನನಗೇಕೆ ಹೇಳಲಿಲ್ಲ?"

"ಅವನು ಯಾವಾಗ ಹೇಳಬೇಕು? ನೀವು ಹಗಲಲ್ಲಿ ಯುದ್ಧಕ್ಕೆ ಹೋಗಿದ್ದಾಗ ಅವನಿಗೆ ಆ ವಿಷಯ ತಿಳಿಯಿತಂತೆ, ಕೂಡಲೇ ನನಗೆ ಬಂದು ಹೇಳಿದ. ಅದನ್ನು ಕೇಳಿ ನನಗೆ ಗಾಬರಿಯೂ ಆಗಿತ್ತು. ಆದರೆ ನೀವು ಎಂದಿನಂತೆ ಗೆಲುವನ್ನು ಸಂಪಾದಿಸಿ ಸುರಕ್ಷಿತವಾಗಿ ಹಿಂತಿರುಗಿದ್ದರಿಂದ ಅವನಿಗೆ ತಿಳಿದ ವಿಷಯಕ್ಕೆ ಹೆಚ್ಚು ಬೆಲೆಕೊಡದೆ ಅದನ್ನು ಅಲ್ಲಿಗೇ

ಕೈಬಿಟ್ಟಿದ್ದೆ. ಆದರೆ ಈಗ ಎರಡನೆಯ ಬಾರಿ, ರಾತ್ರಿಯ ಸಮಯದಲ್ಲಿ ನಿಮ್ಮ ಹೇಡಿ ತಮ್ಮ ಯುದ್ಧಕ್ಕೆ ಕರೆ ಕೊಡುತ್ತಿದ್ದಾನೆಂದು ತಿಳಿದ ಮೇಲೆ ಅಂಗದ ನನಗೆ ತಿಳಿಸಿದ ವಿಷಯಕ್ಕೆ ಬೆಲೆ ಕೊಡಬೇಕೆನ್ನಿಸಿತು, ಹೇಳಲೆ?"

"ಹೇಳಿಬಿಡು. ಹೇಳಿದರೆ ನಿನ್ನ ಆತಂಕವೂ ತಗ್ಗುತ್ತದೆ. ನಾನು ಅವಶ್ಯವೆನಿಸಿದರೆ ಮೈಯೆಲ್ಲ ಕಣ್ಣಾಗಿ ಇರುತ್ತೇನೆ ಯುದ್ಧ ಸಮಯದಲ್ಲಿ."

"ಅಯೋಧ್ಯೆಯ ದೊರೆ ದಶರಥನ ಮಕ್ಕಳಾದ ರಾಮಲಕ್ಷ್ಮಣರು ಸುಗ್ರೀವನ ಸ್ನೇಹ ಮಾಡಿಕೊಂಡು ಅವನಿಗೆ ಬೆಂಬಲ ನೀಡುವುದಾಗಿ ಪ್ರತಿಜ್ಞೆ ಮಾಡಿದ್ದಾರಂತೆ."

"ಹಾಗೆ ಪ್ರತಿಜ್ಞೆ ಮಾಡಿದ್ದರೆ ಇಂದು ಹಗಲಿನಲ್ಲಿ ಏಕೆ ಸುಗ್ರೀವನ ಬೆಂಬಲಕ್ಕೆ ಬರಲಿಲ್ಲ?"

"ಏನು ಕಾರಣವೋ ನಾನೇನು ಬಲ್ಲೆ? ಒಟ್ಟಿನಲ್ಲಿ ಏನೋ ನಿಗೂಢತೆ ಇದೆ. ಅದರಿಂದ..."

"ನೋಡು ತಾರಾ, ಸೋಲಿನಲ್ಲೇ ತೃಪ್ತಿ ಕಾಣುವ ನಿನಗೆ ಇಲ್ಲದ ಭಯ ಮೂಡಿದೆ, ನೀನು ಹೇಳಿದ ವಿಷಯ ನಿಜವಿದ್ದರೆ ಹಗಲಿನಲ್ಲೇ ಅವರು ಪ್ರಕಟವಾಗಬೇಕಾಗಿತ್ತು. ಅದರಿಂದ ಅವರು ಬಂದಿರುವ ವಿಷಯವೇ ಅನುಮಾನಾಸ್ಪದ. ಅದು ಕೇವಲ ತಪ್ಪು ಗ್ರಹಿಕೆ ಇರಬಹುದು."

"ಹಾಗಲ್ಲ ಪ್ರಭು. ಅಂಗದ ಕುಮಾರ ನಿಖರವಾಗಿ ವಿಷಯವನ್ನೆಲ್ಲ ಸಂಗ್ರಹಿಸಿದ್ದಾನೆ. ರಾಮಲಕ್ಷ್ಮಣರು ಬಂದು ಅಗ್ನಿಸಾಕ್ಷಿಯಾಗಿ ಸ್ನೇಹದ ಒಡಂಬಡಿಕೆ ಮಾಡಿಕೊಂಡಿರುವುದು ಸತ್ಯ. ಅದರಿಂದ..."

"ತಾರಾ ನೀನು ತಿಳಿಸಿದಂತೆ ಒಡಂಬಡಿಕೆ ಮಾಡಿಕೊಂಡಿದ್ದರೂ ಹೆದರುವ ಕಾರಣವಿಲ್ಲ. ನನಗೆ ತಿಳಿದ ಮಟ್ಟಿಗೆ ದಶರಥ ಕುಮಾರರು ನ್ಯಾಯ ಪಕ್ಷಪಾತಿಗಳು, ಧರ್ಮಶೀಲರು. ಯುದ್ಧವೇ ಆದರೂ ಅಧರ್ಮ ಮಾರ್ಗಗಳಲ್ಲಿ ತೊಡಗುವವರಲ್ಲ. ಅದರಿಂದ ನೀನು ಚಿಂತಿಸಬೇಡ."

"ನನ್ನದೊಂದು ವಿಚಾರವಿದೆ ಪ್ರಭು. ಏಕೋ ಹಿಂಜರಿದು ಹಿಂಜರಿದು ಅದನ್ನು ಮನಸ್ಸಿನೊಳಗೇ ಅಡಗಿಸಿಟ್ಟುಕೊಂಡಿದ್ದೇನೆ. ಅದನ್ನಿನ್ನು ಅಡಗಿಸಿಟ್ಟುಕೊಂಡಿರಲು ನನ್ನಿಂದ ಸಾಧ್ಯವಿಲ್ಲ, ಹೇಳಿಬಿಡುತ್ತೇನೆ. ಆಮೇಲೆ ನಿಮಗೆ ಯಾವುದು ಸರಿಯೆನಿಸಿದರೆ ಹಾಗೇ ಮಾಡಿ. ಹೇಳು, ಎಂದರೆ ಹೇಳುತ್ತೇನೆ."

ಮತ್ತೊಮ್ಮೆ ಸುಗ್ರೀವನ ಸಿಂಹನಾದ ನುಗ್ಗಿಬಂತು.

"ಹೇಳುವುದನ್ನು ಬೇಗ ಹೇಳು ತಾರಾ. ವಿಳಂಬ ಮಡಿದರೆ ಅವನು ನನ್ನನ್ನು ಹೇಡಿ ಎಂದು ಭಾವಿಸಿಯಾನು!"

"ಪ್ರಭು, ಹೆಣ್ಣು ಮನೆ ಕಟ್ಟುವವಳು–ಮುರಿಯುವವಳಲ್ಲ. ಸೋದರ ದ್ವೇಷದ ಕಿಚ್ಚಿಗೆ ಗಾಳಿ ಹಾಕುವುದು ಹೆಣ್ಣಿನ ಕೆಲಸವಲ್ಲ. ಆ ಕಿಚ್ಚನ್ನು ಆರಿಸುವ ಪ್ರಯತ್ನ ಹೆಣ್ಣಿನದಾಗಬೇಕು. ನೀವೆಂದಂತೆ ದಶರಥ ಕುಮಾರರು ನ್ಯಾಯ ಪಕ್ಷಪಾತಿಗಳೂ ಧರ್ಮಶೀಲರೂ ಆಗಿದ್ದರೆ ಅಂತಹವರ ಸ್ನೇಹ ನಮಗೂ ಒಳಿತು. ಅವರ ಸ್ನೇಹ ಸಂಪಾದಿಸಿದರೆ ನಮ್ಮ ಈ ಕಿಷ್ಕಿಂಧೆಯ ಪ್ರಭು ಸಂತತಿಯಲ್ಲಿನ ದ್ವೇಷ ದೂರವಾಗಿ ಸೋದರಭಾವ ಬೆಳೆದೀತೆಂದು, ಬೆಳೆಯಬೇಕೆಂದು ನನ್ನ ಭಾವನೆ. ಸೋದರ ಕೊಲೆ ಆಗದಿರುವುದು ಒಳಿತು."

"ಏನೆಂದೆ? ಸುಗ್ರೀವನೊಂದಿಗೆ ದ್ವೇಷದೂರ ಸೋದರ ಭಾವವೆ? ಸಾಧ್ಯವಿಲ್ಲ ತಾರಾ ಸಾಧ್ಯವಿಲ್ಲ. ಯುದ್ಧ ಉಂಟು. ಅದಕ್ಕೆ ಅಡಿಯಿಟ್ಟು ಮುನ್ನಡೆವ ಈ ಗಳಿಗೆಯಲ್ಲಿ ನೀನು ಸೋದರ ಕೊಲೆ ಬೇಡವೆಂದು ಸೂಚಿಸಿದ್ದೀಯೆ. ಅದರಿಂದ ನಿನ್ನ ಮೈದುನನನ್ನು

ಸೋಲಿಸಿದರೂ ಕೊಲ್ಲುವುದಿಲ್ಲವೆಂದು ಬೇಕಾದರೆ ನಿನಗೆ ಮಾತು ಕೊಡುತ್ತೇನೆ."

"ಪ್ರಭು, ಸೋದರರಿಬ್ಬರ ಪರಸ್ಪರ ಪ್ರೇಮದ ಫಲ, ಬೇರೆ ಸೋದರರಿಬ್ಬರ ದ್ವೇಷದಲ್ಲಿ ಪರ್ಯವಸಾನವಾಗಿದೆ ಎಂದು ನಾನು ಹೇಳಿದ್ದನ್ನು ನೀವು ಮೆಚ್ಚಿಕೊಂಡಿದ್ದೀರಿ. ಈಗ ಅದರ ತಿರುವು ಮುರುವಿಗೆ ಅವಕಾಶ ಒದಗಿದೆ ಪ್ರಭು. ರಾಮಲಕ್ಷ್ಮಣರ ಸೋದರ ಪ್ರೇಮ ಆದರ್ಶಯುತವಂತೆ. ಆ ಆದರ್ಶ ಸೋದರ ಪ್ರೇಮದಲ್ಲಿ ನಿಮ್ಮ ಸುಗ್ರೀವರ ದ್ವೇಷ ದೂರ ವಾದರೆಷ್ಟು ಚೆನ್ನ."

"ತಾರಾ, ಮತ್ತೆ ಮತ್ತೆ ಅದೇ ಮಾತು ಬೇಡ. ವೀರನಿಗೆ ಎರಡು ನಾಲಿಗೆ ಇಲ್ಲ. ಈಗ, ಈ ಯುದ್ಧ ನಡೆದೇ ನಡೆಯುತ್ತದೆ. ಸಂಧಾನಕ್ಕೆಡೆಯಿಲ್ಲ."

"ಆದರೂ ಈ ರಾತ್ರಿಯ... ಈ ಯುದ್ಧ..." ಎಂದು ಆತಂಕ ತುಂಬಿ ಹೇಳುತ್ತಿದ್ದ ತಾರೆಯ ಮಾತನ್ನು ನಡುವೆಯೇ ವಾಲಿ ತಡೆದು, "ತಾರಾ, ನೀನು ವೀರಪತ್ನಿ. ಹೆದರ ಬಾರದು, ಶಿವಧನುಸ್ಸನ್ನು ಭೇದಿಸಿದ, ಪರಶುರಾಮನನ್ನು ಭಂಗಿಸಿದ ರಾಮ ನನಗಿದಿರಾದರೆ ಎಂಬ ಭಯ ನಿನ್ನಿಂದ ಈ ಪರ್ಯಾಯ ಸಲಹೆ ಬರುವಂತೆ ಮಾಡಿದೆ. ಹೆದರಬೇಡ ತಾರಾ. ಧರ್ಮ ಪ್ರಜ್ಞೆಯುಳ್ಳ ಅವನು ಖಂಡಿತವಾಗಿ ಇದಿರಾಗಲಾರ. ಒಂದು ವೇಳೆ ಇದಿರಾದರೂ ಭಯವಿಲ್ಲ. ನನಗೆ ವಿಷ್ಣುದತ್ತವಾದ ವರವಿದೆ. ಅದು ಅನ್ಯರಾರಿಗೂ ಗೊತ್ತಿಲ್ಲ."

"ನನಗೂ ಗೊತ್ತಿಲ್ಲ."

"ನನಗೆ ದತ್ತವಾಗಿರುವ ವರದ ಫಲವಾಗಿ ನನ್ನ ಇದಿರಿಗೆ ಯಾರೇ ಯುದ್ಧಕ್ಕೆ ನಿಂತರೂ ಅಂತಹವರ ಶಕ್ತಿ ತನಗೇ ತಾನೇ ಅರ್ಧಕ್ಕೆ ಕುಸಿಯುತ್ತದೆ. ಅದರಿಂದ ನಾನು ಅಜೇಯ. ಹೆದರಬೇಡ," ಎಂದು ವಾಲಿ ದುಡುದುಡನೆ ಹೊರಟೇಬಿಟ್ಟ.

ತಾರೆ ಅವನು ಹೋದ ಮಾರ್ಗವನ್ನೇ ನಿಟ್ಟಿಸುತ್ತ ಶಿಲಾಪ್ರತಿಮೆಯಂತೆ ನಿಂತುಬಿಟ್ಟಳು.

ಅಂದು ಹಗಲಿನಲ್ಲಿ ಸುಗ್ರೀವನನ್ನು ಸೋಲಿಸಿ ಬಂದಿದ್ದ ತನ್ನಿನಿಯನೊಂದಿಗೆ ತಾನು ಕಳೆಯಬಯಸಿದ್ದ ಸುಮಧುರ ರಾತ್ರಿಯತ್ತಣ ನಡೆ ಇದ್ದಕ್ಕಿದ್ದಂತೆ ಬೇರೆತ್ತಲೋ ತಿರುಗಿ ಬಿಟ್ಟಿತಲ್ಲ, ನೀರವವಾಯಿತಲ್ಲ ಎಂದು ಅವಳ ಹೃದಯ ಪ್ರತಿಧ್ವನಿಸಿತು.

ಎಷ್ಟೋ ವೇಳೆ ಬಯಸಿದ ಫಲ ಕರಗತವಾಯಿತೆಂದೆನಿಸಿದಾಗ ಕಣ್ಣು ಚಿತ್ರ ಕಣ್ಣುಮಾಯ ಎಂಬಂತೆ ಫಲ ತನಗೆ ತಾನೇ ದೂರ ಸರಿದು ಕಣ್ಮರೆಯಾಗಿ ಬಿಡುತ್ತದೆ.

* * *

ಹೋರಾಟಕ್ಕೆ ಸಿದ್ಧನಾಗಿ ನಿಂತ ಸುಗ್ರೀವನಿದ್ದ ತಾಣಕ್ಕೆ ವಾಲಿ ಬಿರುಗಾಳಿಯಂತೆ ನುಗ್ಗಿಬಂದ.

ಎದೆ ಚಾಚಿ ನಿಂತಿದ್ದ ಸುಗ್ರೀವ ವಾಲಿಯನ್ನು ಕಂಡು ತನ್ನ ಭುಜ ತಟ್ಟಿದ; ತೊಡೆ ತಟ್ಟಿದ.

ವಾಲಿ ಅವನನ್ನು ನೋಡಿದ. ಅವನ ಕೊರಳಲ್ಲಿ ವಿಕಸಿತ ಗಜಪುಷ್ಪಗಳನ್ನು ಹೊತ್ತ ಗಜಪುಷ್ಪಲತಾ ಮಾಲೆ ಕಂಗೊಳಿಸಿತು. "ಎಲಾ ಇವನ ಪೊಗರೆ? ಒದೆ ತಿಂದು ಹೋಗಿ ಇನ್ನೂ ಪ್ರಹರ ಸರಿಯಾಗಿ ಕಳೆದಿಲ್ಲ. ಆಗಲೇ ಗೆಲುವು ತನ್ನದೆಂಬಂತೆ ಈ ಮಾಲೆ ಧರಿಸಿ ಬಂದಿದ್ದಾನೆ. ಈ ಸಲ ಇವನನ್ನು ಮುಗಿಸಿಯೇ ಬಿಡಬೇಕು" ಎಂದಿತು ಅವನ ಮನಸ್ಸು. ಮರುಕ್ಷಣದಲ್ಲಿ ತಾರೆಗೆ ತಾನಿತ್ತ ವಚನ ನೆನಪಾಯ್ತು. "ಅಂದರೆ ಇವನು ಸಾಯಬಾರದು. ಆದರೆ ಮತ್ತೆ ತಲೆ ಎತ್ತಿ ಎದೆ ಚಾಚಿ ನಿಲ್ಲಬಾರದು. ಹಾಗೇ ಮಾಡುವುದೇ ಸರಿ" ಎಂದು ನಿರ್ಧರಿಸಿಕೊಂಡ.

ಆದರೂ, "ಎಲವೋ ಸುಗ್ರೀವ ನಿನಗೆ ಬದುಕುವ ಆಸೆಯಿಲ್ಲವೇನೋ? ಮತ್ತೇಕೆ ಈ

ರಾತ್ರಿಯ ಸಮಯದಲ್ಲಿ ಈ ಹುಚ್ಚಾಟಕ್ಕೆ ತೊಡಗಿದೆ? ಈಗಲೂ ಬೆನ್ನ ತಿರುಗಿಸಿ ಹೊರಟು ಹೋಗು. ಬದುಕಿಕೊಳ್ಳಲಿ ಎಂದು ಬಿಟ್ಟುಬಿಡುತ್ತೇನೆ" ಎಂದು ಎಚ್ಚರಿಕೆಯ ನುಡಿ ಹೇಳಿದ ವಾಲಿ.

"ಇದು ಬುದ್ಧಿವಾದಕ್ಕೆ ಸಮಯವಲ್ಲ. ವೀರರು ವೀರರ ಹಾಗೇ ನಡೆದುಕೊಳ್ಳಬೇಕು" ಎಂದ ಸುಗ್ರೀವ.

ವಾಲಿ ಗಹಗಹಿಸಿ ನಕ್ಕು, "ನಿನ್ನಿಂದ ನಾನು ವೀರ ವರ್ತನೆ ಕಲಿತುಕೊಳ್ಳಬೇಕಲ್ಲವೆ? ಪ್ರಾಣಭಯದಿಂದಲೇ ಅಲ್ಲವೇ ನೀನು ಋಷ್ಯಮೂಕದ ಆಶ್ರಯ ಪಡೆದುದು. ಹೇಡಿ," ಎಂದು ಛೇಡಿಸಿದ ವಾಲಿ.

"ಇರಬಹುದು. ನಾನು ಋಷ್ಯಮೂಕದ ಆಶ್ರಯವನ್ನು ಪಡೆದಿರಬಹುದು. ಅದಕ್ಕೆ ಕಾರಣ ಹೇಡಿತನವಲ್ಲ. ನ್ಯಾಯ ದೊರಕಲಿ, ಧರ್ಮದ ಕಣ್ಣು ತೆರೆಯಲಿ ಎಂದು ನಾನು ಬದುಕಿರಬೇಕಾಯ್ತು. ಎಂತಲೇ ನೀನು ಕಾಲಿಡಲಾಗದ ಆ ತಾಣದಲ್ಲಿ ಆಶ್ರಯವನ್ನು ಪಡೆಯಬೇಕಾಯಿತು."

"ನ್ಯಾಯ, ಧರ್ಮ ಎಂಬ ಮಾತುಗಳು! ಅದೂ ನಿನ್ನ ಬಾಯಲ್ಲಿ? ನಾನು ಸತ್ತರೆ ಸಾಕೆಂದು ನೀನು ಅಂತರಂಗದಲ್ಲಿ ಬಯಸಿದ್ದೆ. ಎಂತಲೇ ನಾನು ಮಾಯಾವಿಯನ್ನು ಅಟ್ಟಿ ನುಸುಳಿ ಹೋದ ಬಿಲದ ಬಾಯಿಗೆ ಅಡ್ಡ ಬಂಡೆ ಇಟ್ಟೆ. ಅಧರ್ಮದಿಂದ ಸಿಂಹಾಸನವೇರಿದೆ. ಪರಮ ನೀಚ ಭ್ರಾತೃದ್ರೋಹಿ ನೀನು, ನನಗೆ ನ್ಯಾಯ, ಧರ್ಮದ ಪಾಠ ಹೇಳಹೊರಟೆಯ?"

"ನಡೆದ ಘಟನೆಯನ್ನು ಸರಿಯಾಗಿ ಅರ್ಥ ಮಾಡಿಕೊಳ್ಳಲಾಗದ, ಅಹಂಪ್ರಮತ್ತನಾದ ನಿನ್ನಂತಹವನಿಗೆ ನ್ಯಾಯ, ಧರ್ಮ ಅಷ್ಟು ಸುಲಭವಾಗಿ ಅರ್ಥವಾಗುವುದಿಲ್ಲ. ಇದರ ಮೇಲೆ ಧರ್ಮ, ನೀತಿ ಬೇಡದವನು ನೀನು ಎಂದು ಲೋಕಕ್ಕೆ ಸಾಕ್ಷಿ ಮಾಡಿಕೊಟ್ಟಿದ್ದೀಯೆ."

"ಏನದು ನೀನು ಹೇಳುವ ಆ ಸಾಕ್ಷಿ?"

"ನನ್ನನ್ನೇಕೆ ಕೇಳುತ್ತೀಯೇ? ನಿನ್ನ ಕಾಮತೃಷ್ಣೆಗೆ ಬಲಿಯಾಗಿ ನಿನ್ನ ನಿವಾಸದಲ್ಲಿ ತೊಳಲುತ್ತಿರುವ ನನ್ನ ಪತ್ನಿ, ರುಮೆಯ ನಿಟ್ಟುಸಿರುಗಳನ್ನು ಕೇಳು ಹೋಗು. ಅಸಹಾಯ ಹೆಣ್ಣಿನ ಇಚ್ಛೆಗೆ ವಿರುದ್ಧವಾಗಿ ವರ್ತಿಸುವ ನಿನ್ನಂತಹ ಕಾಮುಕನನ್ನು ವೀರನೆಂದು ಭಾವಿಸುವುದು ಸಾಧ್ಯವೇ ಇಲ್ಲ. ನೀನೊಬ್ಬ ಪಾಣ್ಬ; ಪರಳಿಗ."

"ಮುಚ್ಚು ಬಾಯಿ. ಬಾಯಿಗೆ ಬಂದಂತೆ ಹರಟಬೇಡ!" ವಾಲಿ ಅಬ್ಬರಿಸಿದ.

"ಮಾತು ಯಾರಿಗೆ ಬೇಕು? ಬಾ," ಎಂದು ಸುಗ್ರೀವ ತನ್ನ ಭುಜ ತೊಡೆಗಳನ್ನು ತಟ್ಟಿದ. ವಾಲಿಯೂ ಭುಜ, ತೊಡೆಗಳನ್ನು ತಟ್ಟಿ ಸುಗ್ರೀವನ ಮೇಲೇರಿ ಬಂದ.

ಇಬ್ಬರಿಗೂ ಮಲ್ಲಯುದ್ಧ ಆರಂಭವಾಯಿತು.

ಆಕಾಶದಲ್ಲಿ ಚಂದ್ರ ನಗುತ್ತಿದ್ದ. ಎಲ್ಲರಿಗೂ ಎಲ್ಲವೂ ಕಾಣದಿದ್ದರೂ ಅವನಿಗೆ ಮಾತ್ರ ಎಲ್ಲ ಕಾಣುತ್ತಿತ್ತು. ಅವನಿಗೆ ಕಂಡುಬಂದ ವೈಚಿತ್ರ್ಯ ಅವನಲ್ಲಿ ನಗು ಮೂಡಿಸಿರಬೇಕು.

ತನ್ನ ಪತಿಯ ಗೆಲುವಿನಿಂದ ಪುಳಕಿತಳಾಗಿ, ತನ್ನಲ್ಲಿ ಉದ್ಭವಿಸಿದ ಕಾಮನೆ ತೀರಿಸಿಕೊಳ್ಳಬೇಕೆಂಬ ಹಂಬಲ ಹೊತ್ತು ಬಂದು ನಿರಾಶಳಾಗಿ ನಿಂತ ತಾರೆ ಒಂದು ಕಡೆ.

ತನ್ನ ಶಕ್ತಿಗೆ ಇದಿರಿಲ್ಲ, ತಾನು ಅಜೇಯ, ತಾನು ಮಾಡಿದ್ದೇ ಧರ್ಮ ಎಂಬ ಹಮ್ಮಿನಲ್ಲಿ ಮಲ್ಲಯುದ್ಧಕ್ಕೆ ತೊಡಗಿದ್ದ ವಾಲಿ ಇನ್ನೊಂದು ಕಡೆ.

ಪರ ಬೆಂಬಲದಿಂದ ಈ ಸಲದ ಗೆಲುವು ತನ್ನದೇ ಎಂಬ ಸಂತಸದಲ್ಲಿ ಉಬ್ಬಿ ನಿಂತಿದ್ದ ಸುಗ್ರೀವ ಮತ್ತೊಂದು ಕಡೆ.

ಇವುಗಳ ಪರಿವೆ ಇಲ್ಲದೇ ಏಕಾಂತದಲ್ಲಿ ತನ್ನ ಬವಣೆಗಾಗಿ ನಿಟ್ಟುಸಿರಿಡುತ್ತಿದ್ದ ರುಮೆ ಮಗದೊಂದು ಕಡೆ.

ತನ್ನ ಪತ್ನಿಯನ್ನು ಮೋಸದಿಂದ ಹಾರಿಸಿಕೊಂಡು ಹೋದವನನ್ನು ಅರಸುತ್ತ ಬಂದ ರಾಮ, ತನ್ನಂತೆಯೇ ಪತ್ನೀ ದೂರನಾದ ಇನ್ನೊಬ್ಬನ ನೆರವಿಗಾಗಿ ನಿಂತು, ತನಗೆ ನೇರವಾಗಿ ಯಾವುದೇ ಅನ್ಯಾಯವೆಸಗದ ವಾಲಿಯ ಎದೆಗೆ, ಮರೆಯಲ್ಲಿ ನಿಂತು, ಬಾಣವನ್ನು ಗುರಿಯಿಟ್ಟು ನಿಂತಿರುವ ಸತ್ಯ ಪರಾಕ್ರಮಿ ರಾಮ ಬೇರೊಂದು ಕಡೆ.

ಈ ಸತ್ಯ ಪರಾಕ್ರಮಿಯ ಒಂದೇ ಒಂದು ಬಾಣ ಪ್ರಯೋಗದಿಂದ ಉಳಿದ ನಾಲ್ವರ ಮೇಲೆ ಏಕ ಕಾಲಕ್ಕೆ ಆಗಬಹುದಾದ ವಿಭಿನ್ನ ಪರಿಣಾಮಗಳ ವೈಚಿತ್ರ್ಯವನ್ನು ನೆನೆದು ಚಂದ್ರ ನಕ್ಕಿದ್ದರೆ ಅದರಲ್ಲಿ ಆಶ್ಚರ್ಯವೇನಿದೆ?

ಆಶ್ಚರ್ಯವಿಲ್ಲದೆ ಇರಬಹುದು. ಆದರೆ ಅದು ನಿಜವಾಗಿ ಸಹ್ಯವೆನಿಸುವ ನಗುವೇನು? ಒಬ್ಬರ ವರ ಮತ್ತೊಬ್ಬರಿಗೆ ಶಾಪ. ಒಬ್ಬರ ಆನಂದ ಮತ್ತೊಬ್ಬರ ದುಃಖಕ್ಕೆ ಕಾರಣ. ಎಂದಾಗ ಚಂದ್ರನ ಈ ನಗು ಹೇಗೆ ತಾನೇ ಸಹ್ಯವಾದೀತು? ಎಂತಲೇ ಆ ನಗುವನ್ನು ಸಹಿಸಲಾಗದ ವರ್ಷಾಕಾಲದ ಕಾರ್‌ಮುಗಿಲೊಂದು ಎಲ್ಲಿಂದಲೋ ನುಗ್ಗಿ ಬಂದು ಚಂದ್ರನನ್ನು ಮುಸುಗಿತು. ಚಂದ್ರನ ನಗುಮುಖ ಕಪ್ಪಿಟ್ಟಿತು.

ಹಾಲು ಚೆಲ್ಲಿದ ಬೆಳದಿಂಗಳು ಮಾಯವಾಗಿ ಮಬ್ಬುಗತ್ತಲೆ ಆವರಿಸಿತು.

ಸಿಂಜಿನಿಯ ಟಂಕಾರವೊಂದು ಝೇಂಕರಿಸಿತು.

ಅದರ ಹಿಂದೆಯೇ ಆಕ್ರಂದನ ಧ್ವನಿಯೊಂದು ದಿಕ್ ದಿಗಂತವನ್ನು ವ್ಯಾಪಿಸಿತು.

ಆ ಆಕ್ರಂದನ ಇಡೀ ಕಿಷ್ಕಿಂಧಾ ಪಟ್ಟಣವನ್ನು ಬಡಿದೆಬ್ಬಿಸಿರಬೇಕು. ವಾನರ ಪ್ರಜೆಗಳ ಸಮೂಹವೇ ಒಂದು ಮೈಯಾಗಿ ಶಬ್ದ ಬಂದತ್ತ ಹೆಜ್ಜೆ ಹಾಕತೊಡಗಿತು.

ಸದಾ ಚಂಚಲವಾದ ಮುಗಿಲು ಸರಿದು ಮುಂದೆ ಸಾಗಿತು. ಚಂದ್ರ ಮತ್ತೆ ಬೆಳಗತೊಡಗಿದ. ಅವನ ಪ್ರಶಾಂತ ಕಿರಣಗಳನ್ನು ಹೊತ್ತ ದಶರಥ ಕುಮಾರ ರಾಮ ವೃಕ್ಷಗಳ ನಡುವಿನಿಂದ ಈಚೆಗೆ ಧನುರ್ಧಾರಿಯಾಗಿ ನಡೆದು ಬಂದ.

ವಾಲಿ, ಸುಗ್ರೀವನ ಶತ್ರು, ಈಗ ಅನ್ಯನ ಬಾಣಾಘಾತದಿಂದ ನೆಲಕ್ಕೆ ಉರುಳಿದ್ದ.

ಆದರೂ ಶತ್ರು ನಿವಾರಣೆ ಆಯ್ತೆಂಬ ಸಂತೋಷ ತಾಳಲಾರದ ಸುಗ್ರೀವ ನೋವುಂಡವನಂತೆ ಮುಖ ಹಿಂಡಿಕೊಂಡು ಅವನತಶಿರನಾಗಿ ಅಲ್ಲಿಯೇ ಬದಿಯಲ್ಲಿ ನಿಂತಿದ್ದ.

ಇಡೀ ವಾತಾವರಣ ಒಂದು ಬಗೆಯ ರುದ್ರ ಮೌನದಿಂದ ಹೆಪ್ಪುಗಟ್ಟಿದಂತಾಯಿತು. ಆ ಮೌನವನ್ನು ಭೇದಿಸಿಕೊಂಡು, "ಯಾರವನು ಹೇಡಿ, ಮರೆಯಿಂದ ಬಾಣ ಹೂಡಿದವ?" ಎಂಬ ವಾಲಿಯ ಭರ್ತ್ಸನೆಯ ಮಾತುಗಳು ಹೊಮ್ಮಿ ಬಂದವು.

ರಾಮನಿನ್ನೂ ಅವನ ಹತ್ತಿರಕ್ಕೆ ಬಂದಿರಲಿಲ್ಲ. ಮುಂದೇನೇನಾಗುವುದೆಂಬುದನ್ನು ಮೌನವಾಗಿ ವೀಕ್ಷಿಸಲೆಂದು ದೂರಾಂತರದಲ್ಲಿಯೇ ನಿಂತಿದ್ದ.

ತನ್ನ ಇದಿರಿಗೆ ಅವನತಶಿರನಾಗಿ ನಿಂತಿದ್ದ ಸುಗ್ರೀವನನ್ನು ಕಂಡು, "ನೀನು ಹೇಡಿಯಷ್ಟೇ ಅಲ್ಲ, ಮೋಸಗಾರರಲ್ಲಿ ಮೋಸಗಾರ, ದೂರ ಹೋಗು. ನಿನ್ನ ಮುಖಾವಲೋಕನ ಪಾಪಕರ," ಎಂದು ಗದರಿ ತನ್ನ ಮುಖವನ್ನು ತಾನೇ ಮುಚ್ಚಿಕೊಂಡ ವಾಲಿ.

ಅವನಿಗೆ ತಾರೆ ಹೇಳಿದ ಮಾತುಗಳು ನೆನಪಾದವು. ತಾನು ಯುದ್ಧಕ್ಕೆಂದು ಹೊರಟಾಗ ಎಂದೂ ಈಗ ಬೇಡವೆಂದು ಅಡ್ಡಮಾತನ್ನು ಹೇಳಿದವಳಲ್ಲ ಅವಳು. ಇಂದು ಹೇಳಿದಳೆಂದರೆ

ಅವಳಿಗೆ ತನ್ನ ಈ ಭವಿಷ್ಯ ಗೊತ್ತಿತ್ತೆ? "ರಾತ್ರಿ ಯುದ್ಧ ಬೇಡ, ಬೆಳಗಾಗಲಿ" ಎಂದು ಹೇಳಿದ್ದ ಅವಳ ಮಾತಿನಲ್ಲಿ ಈ ವಿಷ ಗಳಿಗೆ ದಾಟಬೇಕೆಂಬುದು ಅಡಗಿತ್ತೆ? ತಾನೇಕೆ ಅವಳ ಮಾತನ್ನು ಕೇಳಲಿಲ್ಲ? ಅಜೇಯ ತಾನು, ವರಪ್ರಸಾದ ಉಳ್ಳವನು ಎಂಬ ಅಹಂಕಾರವೇ ತನ್ನ ವರ್ತನೆಗೆ ಕಾರಣವಿರಬೇಕು. ಅವಳ ಮಾತನ್ನು ಕೇಳಿದ್ದಿದ್ದರೆ ? ಏನೋ ಬಯಕೆ ಹೊತ್ತು ಬಂದ ಅವಳ ಬಯಕೆಯನ್ನು ತೀರಿಸಿದ್ದರೆ? ಎಂದು ಮುಂತಾಗಿ ಏನೇನೋ ಯೋಚನೆಗಳು ವಾಲಿಯ ಮನದಲ್ಲಿ ತೊಳಲಾಡಿದವು.

ಸುಗ್ರೀವನಿನ್ನೂ ಹಾಗೆಯೇ ಅಲ್ಲೇ ನಿಂತಿದ್ದ. ರಾಮ ಸನಿಯಕ್ಕೆ ಬಂದು ಸುಗ್ರೀವನ ಬಳಿ ನಿಂತು, "ವಾಲಿ, ಮರೆಯಲ್ಲಿ ನಿಂತು ಬಾಣ ಹೊಡೆದ ಹೇಡಿ ನಾನೇ! ಬೇರಾರೂ ಅಲ್ಲ. ನಾನು ಈಗ ನಿನ್ನಿದಿರಿಗೆ ನಿಂತಿದ್ದೇನೆ. ಮುಖ ಮುಚ್ಚಿಕೊಂಡಿರುವ ನಿನ್ನ ಕೈಗಳನ್ನು ತೆರೆದು ನನ್ನನ್ನು ನೋಡು," ಎಂದು ಸಹಜ ಗಂಭೀರತೆಯಿಂದ ಹೇಳಿದ.

ವಾಲಿಯ ಕೈಗಳು ತಾನಾಗಿಯೇ ಸರಿದವು. ಸುಗ್ರೀವ ಕಣ್ಣಿಗೆ ಬಿದ್ದ. "ಓ, ನೀನಿನ್ನೂ ಇಲ್ಲೇ ಇದ್ದೀಯಾ? ಏಕೆ ತೊಲಗಿ ಹೋಗಲಿಲ್ಲ?" ಎಂದು ಕಟುವಾಗಿ ನುಡಿದ.

"ವಾಲಿ, ಮುಖಾವಲೋಕನ ಪಾಪ ಎಂದು ನೀನು ಹೇಳಿದ್ದೆಯಲ್ಲವೆ? ಆಗಲೇ ಮುಖವನ್ನು ನೀನು ನೋಡಿದ್ದೆಯಲ್ಲವೆ? ನೀನೆಂದಂತೆ ಅದರಿಂದ ಪಾಪ ಲೇಪವಾಗುವುದಿದ್ದರೆ ಅದು ಆಗಲೇ ಆಗಿ ಹೋಗಿರುತ್ತದೆ. ಮತ್ತೆ ಮುಖಾವಲೋಕನ ಮಾಡುವುದರಿಂದ ಪಾಪದ ಪ್ರಮಾಣವೇನೂ ಹೆಚ್ಚುವುದಿಲ್ಲ. ಆ ವಿಚಾರ ಬಿಡು," ಎಂದು ರಾಮ ಹೇಳಿದ.

"ನಿನ್ನ ಬುದ್ಧಿವಾದ ನನಗೆ ಬೇಡ. ನೀನು ಯಾರು ಹೇಳು."

"ಆಗಲೇ ಹೇಳಿದೆನಲ್ಲ. ಬಾಣ ಬಿಟ್ಟು ನಿನ್ನ ಮರಣವನ್ನು ಹತ್ತಿರ ತಂದವನು."

"ಆ ಕ್ರಿಯೆ ಮಾಡಿದವನು ನೀನೆಂಬುದು ತಿಳಿಯಿತು. ಅದರೆ ನೀನು ಯಾರೆಂಬುದು ತಿಳಿಯಲಿಲ್ಲ."

"ಓ, ಅದೇ! ಕೇಳು. ನಾನು ಅಯೋಧ್ಯಾಧಿಪತಿ ದಶರಥ ಮಹಾರಾಜನ ಜ್ಯೇಷ್ಠ ಪುತ್ರ ರಾಮ."

ಕೂಡಲೇ ವಾಲಿ ವಿಕಟನಗೆ ಬೀರಿ, "ರಾಮನಂತೆ, ರಾಮ! ಛಿ, ಹಾಗೆಲ್ಲಾ ಗಣ್ಯರಾದವರ ಹೆಸರನ್ನು ಅಕ್ರಿಯೆಗೆ ಬಳಸಿಕೊಳ್ಳಬಾರದು ಎಂಬುದು ನಿನಗೆ ತಿಳಿಯದೆ? ಹು, ನಾಚಿಕೆಗೆಟ್ಟವರಿಗೆ ಬಹುಶಃ ಅದೊಂದು ಅಸ್ತ್ರವೇನೋ?"

"ನಿನ್ನದು ತಪ್ಪು ಗ್ರಹಿಕೆ. ನಾನು ಸತ್ಯವಾಗಿ ನನ್ನ ನಿಜ ಗುರುತನ್ನು ಹೇಳಿದ್ದೇನೆ. ಎಂದಾಗ ಅನ್ಯರ ಹೆಸರನ್ನು ಹೇಳಿಕೊಳ್ಳುವ ಕಾರಣವೇನಿದೆ ಇದರಲ್ಲಿ? ನನ್ನನ್ನು ನೀನೇ ಮೋಸಗಾರನೆಂದೆ. ನಾಚಿಕೆಗೆಟ್ಟವನೆಂದೆ. ಅದು ಆರೋಪಣೆ ಆಗುತ್ತದೆಯೇ ವಿನಾ ಆ ಮಾತುಗಳಿಗೆ ಸಮರ್ಥನೆ ಯಾವುದಿದೆ? ನೀನು ತಪ್ಪು ಗ್ರಹಿಕೆಯಿಂದ ಸಲ್ಲದ ಆರೋಪ ಮಾಡಿದ್ದರೂ ನಿನ್ನ ಮಾತಿನಲ್ಲಿ ನಮ್ಮ ಮನೆತನದ ಬಗೆಗೆ ನಿನಗೆ ಸದ್ಭಾವನೆ ಇರುವುದನ್ನು ಸೂಚಿಸಿದ್ದೀಯೆ. ಅದಕ್ಕೆ ನಾನು ಕೃತಜ್ಞ. ವಾಲಿ, ನಾನು ದಶರಥ ಕುಮಾರನಲ್ಲವೆಂಬ ಭಾವನೆ ನಿನಗೇಕೆ ಬಂತು?"

"ದಶರಥನ ವಂಶದ, ಏಕೆ ಇಡೀ ರಘುಕುಲದ ಎಲ್ಲರ ಬಗೆಗೆ ನಾನು ಕೇಳಿದ್ದೇನೆ. ರಾಮನ ಬಗೆಗೂ ಕೇಳಿದ್ದೇನೆ. ಎಲ್ಲರೂ ಧರ್ಮ ಪರಾಯಣರು, ಶೂರಾಗ್ರಣಿಗಳು. ಶತ್ರುಗಳನ್ನು ಧೈರ್ಯವಾಗಿ ಇದಿರಿಸಿ ಹೋರಾಡುವವರು. ನಿನ್ನ ಹಾಗೇ ಮರೆಯಲ್ಲಿ ನಿಂತು ಬಾಣ ಹೂಡುವ ನೀಚತನ ಅವರಲ್ಲಿ ಹುಟ್ಟಲು ಸಾಧ್ಯವಿಲ್ಲ ಎಂಬ ಯುಕ್ತಾಯುಕ್ತ ಜ್ಞಾನವಿರುವುದರಿಂದ..."

"ಯುಕ್ತಾಯುಕ್ತ ಜ್ಞಾನವಿದೆಯೆಂದು ನಿನ್ನ ಬಗೆಗೆ ನೀನೇ ಹೇಳಿಕೊಳ್ಳುವುದೇ? ನಿಜವಾಗಿ ಅಂತಹ ಜ್ಞಾನ ಇರುವವರು ಬಾಯಲ್ಲಿ ಹೇಳಿಕೊಳ್ಳುವುದಿಲ್ಲ. ಅದಿಲ್ಲದ ನೀನು ನನ್ನದು ನೀಚತನ ಎಂದು ಹೇಳುವೆಯಲ್ಲ. ಅದೀಗ ಆಶ್ಚರ್ಯ."

"ಏನು ನನಗೆ ಯುಕ್ತಾಯುಕ್ತ ಜ್ಞಾನವಿಲ್ಲವೆ? ನಿನ್ನದು ನೀಚ ವರ್ತನೆಯಲ್ಲವೆ?"

"ನಿನಗೆ ಆ ಜ್ಞಾನ ಇದ್ದಿದ್ದರೆ, ಸುಗ್ರೀವನನ್ನು ನೀನು ಗಡಿಪಾರು ಮಾಡುತ್ತಿರಲಿಲ್ಲ. ಅವನ ಪತ್ನಿಯನ್ನು ನಿನ್ನ ಕಾಮತೃಷ್ಣೆಗೆ ಬಲಿಗೊಡುತ್ತಿರಲಿಲ್ಲ. ಪೂರ್ವಾಪರ ಜ್ಞಾನವಿಲ್ಲದ ಪ್ರಾಣಿಯಂತೆ ಆವೇಶದಲ್ಲಿ ನೀನು ವರ್ತಿಸಿದ್ದೀಯೆ. ನಿನ್ನ ಕ್ರಿಯೆಗಳು ಧರ್ಮದೂರವಾದವು; ದೌಷ್ಟ್ಯದಿಂದ ಕೂಡಿದವು; ನೀತಿಬಾಹಿರವಾದವು. ಎಂತಲೇ ನೀನು ಪಾಪಗ್ರಸ್ತನಾಗಿರುವೆ. ಅದರಿಂದ ಶಿಕ್ಷಾರ್ಹ. ಸೋದರನ ಪತ್ನಿಯೊಡನೆ ಕಾಮತೃಷ್ಣೆಯನ್ನು ತೀರಿಸಿಕೊಳ್ಳುವ ದುಷ್ಟನಿಗೆ ಮರಣವೇ ಶಿಕ್ಷೆಯೆಂದು ಧರ್ಮಶಾಸ್ತ್ರದಲ್ಲಿ ಉಕ್ತವಾಗಿದೆ. ನಾನು ಕ್ಷತ್ರಿಯ. ದುಷ್ಟ ಶಿಕ್ಷಣ, ಶಿಷ್ಟ ಪರಿಪಾಲನ ಕ್ಷತ್ರಿಯನಾದ ನನ್ನ ಧರ್ಮ. ಆ ನನ್ನ ಧರ್ಮವನ್ನು ನಾನು ಯಥಾವತ್ ಪರಿಪಾಲಿಸಿದ್ದೇನೆ. ಅದರಿಂದ ನಿನ್ನ ಆರೋಪ ಸಾಧುವಲ್ಲ."

"ಅದು ನಿನ್ನ ವಾದ. ನೀನು ಸುಗ್ರೀವನೊಡನೆ ಸ್ನೇಹ ಪ್ರತಿಜ್ಞೆ ಮಾಡಿಕೊಂಡಿರುವೆಯೆಂಬ ವಿಷಯ ನನಗೆ ಪರ್ಯಾಯವಾಗಿ ಇಲ್ಲಿಗೆ ಹೊರಟು ಬರುವ ಕ್ಷಣದಲ್ಲಿ ಮಾತ್ರ ತಿಳಿಯಿತು. ನೀನು ನಿಜ ಕ್ಷತ್ರಿಯನಾಗಿದ್ದರೆ, ರಾಜನಾಗಿದ್ದರೆ, ನಿನಗೆ ನೆರವು ಬೇಕಿದ್ದರೆ, ರಾಜನಾದ ನನ್ನೊಡನೆ ನೀನು ಮೈತ್ರಿ ಬೆಳಸಬೇಕಾಗಿತ್ತು. ಅದು ಬಿಟ್ಟು..."

"ಗಡಿಪಾರಾದ, ಅಸಹಾಯನಾದವನ ಸ್ನೇಹ ಬೆಳೆಸಿದ್ದೇನೆಂದು ನಿನ್ನ ಆರೋಪವೇನು?"

"ಅವನಿಂದ ನಿನಗೆ ದೊರೆಯಬಹುದಾದ ನೆರವಿಗೆ ಸಾವಿರ ಮಡಿ ನೆರವು ನನ್ನಿಂದ ನಿನಗೆ ಲಭ್ಯವಾಗುತ್ತಿತ್ತು."

"ವಾಲಿ, ನಿನ್ನ ದೃಷ್ಟಿಕೋನ ಸ್ವಾರ್ಥದ ದೃಷ್ಟಿಕೋನ. ಪಾಪಿಯ ನೆರವಿನಿಂದ ದೊರೆವ ಲಾಭ ಪಾಪ ಪೂರಿತವಾದುದಾಗುತ್ತದೆ. ಅಲ್ಲದೆ ನಾನು ಕ್ಷತ್ರಿಯ. ಯಾರು ನನ್ನ ನೆರವನ್ನು ಕೇಳಿ ಸ್ನೇಹ ಹಸ್ತವನ್ನು ಚಾಚುತ್ತಾರೆಯೋ ಅವರ ಬೇಡಿಕೆ ಧರ್ಮಯುತವಾಗಿದ್ದರೆ, ನ್ಯಾಯ ಸಮ್ಮತವಾಗಿದ್ದರೆ ಅಂತಹವರ ಸ್ನೇಹ ಊರ್ಜಿತವಾಗುವ ಸ್ನೇಹ. ಅದು ಕ್ಷತ್ರಿಯ ಧರ್ಮವೂ ಹೌದು. ಅದರಿಂದ ನಾನು ಸುಗ್ರೀವನೊಡನೆ ಸ್ನೇಹ ಪ್ರತಿಜ್ಞೆ ಮಾಡಿದ್ದೇನೆ. ಆಶ್ರಿತ ರಕ್ಷಣೆಯೂ ಇದರಿಂದ ಪಾಲಿತವಾಗುತ್ತದೆ."

"ಲಿಖಿತ ಪ್ರಮಾಣಗಳನ್ನು ಬಾಯಲ್ಲಿ ಆಡುವವರು ಹಾಗೇಕೆ ನಡೆಯುವುದಿಲ್ಲ? ನೀನು ಕ್ಷತ್ರಿಯ ಧರ್ಮದ ಮಾತನ್ನು ಹೇಳುತ್ತೀಯಲ್ಲ. ಮರೆಯಲ್ಲಿ ನಿಂತು, ಸುಳುವು ಕೊಡದೆ, ನಿನಗೆ ಯಾವುದೇ ಬಗೆಯ ಕೇಡನ್ನು ಬಗೆಯದ ವ್ಯಕ್ತಿಯನ್ನು ಕೊಲ್ಲುವುದು ಕ್ಷತ್ರಿಯ ಧರ್ಮವೇ? ಇದು ಮೋಸವಲ್ಲವೆ? ನೀಚತನವಲ್ಲವೆ?"

"ನೀನು ನನಗೆ ನೇರವಾಗಿ ಕೇಡು ಮಾಡಿಲ್ಲದಿರಬಹುದು. ಆದರೆ ನೀನು ಸಮಾಜ ಕಂಟಕ. ಸಮಾಜ ಪರಿಪಾಲನೆ ಮಾಡುವವ ನಾನು. ಯಾವುದೇ ಸಾಮಾಜಿಕರ ಮೇಲೆ ಎಸಗಿದ ಕೇಡು ಆ ಸಮಾಜದ ಮೇಲೆ, ಸಮಾಜ ಪರಿಪಾಲಕನ ಮೇಲೆ ಎಸಗಿದ ಕೇಡೆಂದೇ ಬಗೆಯಲಾಗುತ್ತದೆ. ಅದರಿಂದ ಅದು ದಂಡಾರ್ಹ. ನನ್ನ ಪರಿಪಾಲನಾ ಧರ್ಮ ನಾನು ಮಾಡಿದ್ದೇನೆ. ಅಪರಾಧಕ್ಕೆ ಶಿಕ್ಷೆ ಇಂತಹುದೇ ಎಂದು ನಿರ್ಣಯವಿರುವಾಗ ಇಂತಹುದೇ ಮಾರ್ಗದಲ್ಲಿ ಶಿಕ್ಷೆ ವಿಧಿಸಬೇಕೆಂದೇನಿಲ್ಲ. ನನಗೆ ನಿನಗೆ ಪರಸ್ಪರ ಯುದ್ಧ ಘೋಷಣೆ

ಆಗಿದ್ದಿದ್ದರೆ ಆಗ ನಾವಿಬ್ಬರೂ ಇದಿರುಬದಿರು ನಿಲ್ಲಬೇಕಾಗಿತ್ತು. ಸಾಧು ಜಿಂಕೆಯ ಮೇಲೆ ಹಾರುವ ಸಿಂಹವನ್ನು ಮರೆಯಲ್ಲಿ ಕೊಲ್ಲುವ ಬೇಡ ನೀತಿ ಸಾಧುವಾದ ನೀತಿ. ನಿನ್ನಂತಹ ಶಾಖಾಮೃಗದ ವಧೆಗೆ ಇದೇ ಸಾಧುವಾದ ಮಾರ್ಗ. ಇಲ್ಲಿ ಮೋಸವೇನಿಲ್ಲ."

"ಓಹೋ ದೊರೆಯ ಧರ್ಮ ನಿನಗೊಬ್ಬನಿಗೇ ಮೀಸಲೇನು? ನಾನೂ ದೊರೆಯೆ. ರಾಜದ್ರೋಹಿಗೆ ನಾನು ಶಿಕ್ಷೆ ವಿಧಿಸಿದ್ದೇನೆ. ಅದು ಹೇಗೆ ದೌಷ್ಟ್ಯ? ಅದು ಹೇಗೆ ಪಾಪ?"

"ಪೂರ್ವಾಗ್ರಹ ಪೀಡಿತನಾದ ನೀನು, ಘಟನೆಯನ್ನು ನಿನ್ನ ಪೂರ್ವಾಗ್ರಹ ಭಾವನೆಗೆ ಪೂರಕವಾಗಿ ಅರ್ಥೈಸಿ, ನಿನ್ನ ಸೋದರನಿಗೆ ನೀನು ಶಿಕ್ಷೆ ಕೊಟ್ಟೆ, ಅದು ರಾಜಧರ್ಮ ಎನ್ನುತ್ತಿದ್ದೀಯೆ. ರಾಜಧರ್ಮ ಎಂದೂ ಏಮ್ಮುಖ ತೀರ್ಮಾನ ಮಾಡುವುದಿಲ್ಲ. ಹಿಂದಿನದನ್ನು ಮರೆತು ಈಗ ಅದನ್ನೆಲ್ಲ ಮತ್ತೆ ಕೋಪದೂರನಾಗಿ, ಶಾಂತವಾಗಿ ತೆರೆದ ಮನದಿಂದ ಆಲೋಚಿಸು. ಆಗ ನೀನೆಸಗಿದ ಪಾಪ ನಿನಗೆ ಅರ್ಥವಾಗುತ್ತದೆ. ನೀನು ಮಾಯಾವಿಯೊಂದಿಗೆ ಬಿಲ ಪ್ರವೇಶ ಮಾಡಿದ ಮೇಲೆ ಒಳಗೆ ಎಷ್ಟು ಕಾಲವಿದ್ದೆ?"

"ಸಂವತ್ಸರವಿಡೀ ಇರಬಹುದು."

"ನಿನ್ನ ತಮ್ಮನಿಗೆ ರಾಜ್ಯಾಭಿಷೇಕವಾದುದು ಯಾವಾಗ?"

"ನಾನು ಹಿಂತಿರುಗುವ ವೇಳೆಗೆ ಅವನ ರಾಜ್ಯಾಭಿಷೇಕವಾಗಿ ಒಂದು ಮಾಸ ಉರುಳಿತ್ತು ಎಂದು ತಿಳಿಸಲಾಯ್ತು."

"ತಿಳಿಸಿದವರು ಯಾರು?"

"ಸುಗ್ರೀವ."

"ನೀನವನ ಮಾತನ್ನು ನಂಬಿದೆಯಾ?"

"ಇಲ್ಲ."

"ನಿನ್ನ ನಂಬಿಕೆಗೆ ಅರ್ಹರಾದವರು ಯಾರೂ ನಿನ್ನ ರಾಜ್ಯದಲ್ಲಿ ಇರಲಿಲ್ಲವೆ?"

"ಇದ್ದರು."

"ಅವರನ್ನು ನೀನು ಕೇಳಲಿಲ್ಲವೆ?"

"ಇಲ್ಲ. ಏನು ಕೇಳಬೇಕಾಗಿತ್ತು?"

"ಸುಗ್ರೀವನ ಮಾತಿನಲ್ಲಿ ನಿನಗೆ ನಂಬಿಕೆ ಇಲ್ಲದಾಗ ಅವನು ಹೇಳಿದುದರ ಸತ್ಯಾಸತ್ಯತೆಯನ್ನು ನೀನು ತಿಳಿದುಕೊಳ್ಳುವುದು ನಿನ್ನ ಕರ್ತವ್ಯವಾಗಿರಲಿಲ್ಲವೆ?"

"ಸುಗ್ರೀವ ನಿನ್ನೊಂದಿಗೆ ಏನು ಹೇಳಿದ್ದಾನೆ?"

"ಆಗ ನಿನ್ನೊಂದಿಗೆ ಏನು ಹೇಳಿದ್ದನೋ ಅದನ್ನೇ ಹೇಳಿದ್ದಾನೆ."

"ಅಂದರೆ, ನಾನು ಹಿಂತಿರುಗುವುದರಲ್ಲಿ ದೀರ್ಘ ವಿಳಂಬವಾದುದರಿಂದ ನಾನು ಬಹುಶಃ ಸತ್ತಿರಬಹುದೆಂದು ಶಂಕಿಸಿ, ಆ ಮಾಯಾವಿ ಮತ್ತೆ ಬರದಿರಲಿ ಎಂದು ಬಿಲದ ಬಾಯಿಗೆ ಬಲವಾದ ಬಂಡೆಯಿಟ್ಟು ರಾಜಧಾನಿಗೆ ಹಿಂತಿರುಗಿ, ಜನಗಳ ಒತ್ತಾಯಕ್ಕೆ ರಾಜ್ಯಾಭಿಷೇಕ ಮಾಡಿಕೊಂಡ ಎಂದು ತಾನೇ?"

"ಹೌದು, ಅವನ ಆ ಹೇಳಿಕೆ ಸರಿಯೇ, ತಪ್ಪೇ ಎಂದು, ನೀನು ಪರೀಕ್ಷಿಸಬೇಕಾಗಿತ್ತು."

"ಅಧಿಕಾರ ಉಳ್ಳವರ ಬಾಲ ಹಿಡಿದು ನಡೆವವರ ಮಾತು ಹೇಗೆ ನಂಬಿಕೆಗೆ ಅರ್ಹವಾಗಲು ಸಾಧ್ಯ?"

"ನಿನ್ನ ಪತ್ನಿ ತಾರೆಯನ್ನಾದರೂ ಕೇಳಿದೆಯ?"

"ಇಲ್ಲ."

"ತಾರೆಯನ್ನು ಸುಗ್ರೀವ ಹೇಗೆ ನಡೆಸಿಕೊಂಡನಂತೆ?"

"ಸುಗ್ರೀವನ ಬಗೆಗೆ ತಾರೆ ನನಗೇನೂ ದೂರಿಕೊಂಡಿಲ್ಲ!"

"ನೀನು ಹಿಂತಿರುಗಿದಾಗ ಸುಗ್ರೀವ ಅಧಿಕಾರದಲ್ಲಿದ್ದ, ಉಳಿದವರೆಲ್ಲ ಅವನ ಬಾಲಬಡಕರಾಗಿದ್ದರು ಎಂದೆಯಲ್ಲವೆ?"

"ಹೌದು."

"ಎಂದಾಗ ಸುಗ್ರೀವ ನಿನ್ನಲ್ಲಿ ಕ್ಷಮಾಯಾಚನೆ ಯಾಕೆ ಮಾಡಬೇಕಾಗಿತ್ತು? ಸಹಜ ಸಮಯ ಮಿತಿಮೀರಿದುದರಿಂದ, ಆ ಸಮಯದ ಅವನ ಗ್ರಹಿಕೆ ತಪ್ಪಾಗಿದ್ದರೂ ಕ್ಷಮಾರ್ಹವಲ್ಲವೆ? ಅದೂ ನಿನ್ನ ಹಿಂತಿರುಗುವಿಕೆಗೆ, ಅವನಿಂದ ಪ್ರತಿಭಟನೆ ಇಲ್ಲದ ಸಹಜ ಸ್ವಾಗತವಿದ್ದರೂ ಅವನಾಗಿ ಕ್ಷಮೆ ಕೇಳಿದರೂ ನೀನು ಅದನ್ನು ನೀಡದೆ ಅವನನ್ನು ಗಡಿಪಾರು ಮಾಡಿದೆ. ಅವನ ಪತ್ನಿಯನ್ನು ನಿನ್ನ ಹಿಡಿತದಲ್ಲಿ ಬಲಾತ್ಕಾರವಾಗಿ ಇಟ್ಟುಕೊಂಡೆ. ಇದು ನ್ಯಾಯವೇ? ವಾಲಿ, ದೊರೆ ಯಾವಾಗಲೂ ಕುಪಿತನಾಗದೆ ಶಾಂತವಾಗಿ ವಿಚಾರ ಮಾಡುವವನಾಗಬೇಕು. ನೀನು ಆ ಕೆಲಸ ಮಾಡದೆ ಒಮ್ಮುಖ ತೀರ್ಮಾನ ಕೈಕೊಂಡು ಧರ್ಮಬಾಹಿರ ಕೆಲಸ ಮಾಡಿ ಪಾಪಗ್ರಸ್ತನಾದೆ. ಅಲ್ಲವೆ ? ಯೋಚಿಸಿ ಹೇಳು."

"ನಿಜ. ನಾನು ಶಾಂತವಾಗಿ ಯೋಚಿಸಲಿಲ್ಲ. ಆದರೆ ನಿನ್ನಂತಹ ಶೂರ ಮರೆಯಲ್ಲಿ ನಿಂತು ಬಾಣ ಹೂಡಬೇಕೆ ?"

"ನೀನು ದಂಡನೆಗೆ ಅರ್ಹ. ದಂಡಿಸುವ ಮಾರ್ಗ ಇಂತಹುದೇ ಆಗಬೇಕೆಂದಿಲ್ಲ ಎಂಬುದನ್ನು ನಾನು ಆಗಲೇ ಹೇಳಿದ್ದೇನೆ. ಅದರ ಮೇಲೆ ಇನ್ನೊಂದು ವಿಷಯವೂ ಇದೆ. ಅದು ಬಹುಶಃ ನಿನ್ನನ್ನು ಬಿಟ್ಟು ಅನ್ಯರಿಗೆ ಗೊತ್ತಿಲ್ಲವೆಂಬುದು ನನ್ನ ಭಾವನೆ. ನಿನಗೊಂದು ವರವಿದೆ. ನಿನ್ನೆದುರಿಗೆ ನಿಂತು ಹೋರಾಡುವ ಯಾವನೇ ಅಗಲಿ, ಅವನ ಶಕ್ತಿ ನಿನ್ನ ದೃಷ್ಟಿ ಬಿದ್ದ ಒಡನೆಯೇ ಕುಗ್ಗುತ್ತದೆ – ಆ ವರದ ಫಲವಾಗಿ, ವರ ಉಂಟೆಂಬ ಹಮ್ಮು ನಿನ್ನನ್ನು ಅಡ್ಡದಾರಿಗೆ ಎಳೆದು ಶಿಕ್ಷಾರ್ಹನನ್ನಾಗಿ ಮಾಡಿತು. ನಿನ್ನನ್ನು ಶಿಕ್ಷಿಸುವಲ್ಲಿ ಸಾಫಲ್ಯ ನನ್ನದಾಗಬೇಕಾದಾಗ ಆ ನಿನ್ನ ವರ ನಿನಗೆ ಫಲಿಸದಿರಬೇಕಾಯ್ತು. ವಾಲಿ, ನ್ಯಾಯ ನಿಷ್ಠುರವಾದುದು. ಅದರಿಂದ ನಿನ್ನ ದೃಷ್ಟಿ ತಪ್ಪಿಸದೆ ನನಗೆ ಅನ್ಯ ಮಾರ್ಗವೇನಿತ್ತು."

"ರಾಮ ನಿನ್ನ ಮಾತು ಸತ್ಯವಾದುದಾಗಿದ್ದರೆ ಹಗಲಿನ ಯುದ್ಧದಲ್ಲೇ ನೀನೇಕೆ ಈ ಕೆಲಸ ಮಾಡಲಿಲ್ಲ ? ರಾತ್ರಿಗಾಗಿ ಕಾಯುವಂತಹ ತಂತ್ರ ಏಕೆ ಹೂಡಿದೆ ?"

"ಬಹುಶಃ ನಿನ್ನ ಗಳಿಗೆ ಬಂದಿರಲಿಕ್ಕಿಲ್ಲ. ವಾಸ್ತವವಾಗಿ ಆಗಲೇ ನೀನು ನನ್ನ ಬಾಣಕ್ಕೆ ಆಹುತಿಯಾಗಬೇಕಾಗಿತ್ತು. ಆದರೆ ಆಗ ಸನ್ನದ್ಧನಾಗಿ ನಾನು ನಿಂತಿದ್ದರೂ ನೀನಾರು, ಸುಗ್ರೀವನಾರು ಎಂದು ಗುರುತಿಸಲು ಸಾಧ್ಯವಾಗಲಿಲ್ಲ. ನಿಮ್ಮಿಬ್ಬರ ರೂಪಸಾಮ್ಯ ಅಂತಹುದು. ತಪ್ಪು ಗುರಿಯಿಂದ ಅನಾಹುತವಾಗಬಾರದೆಂದು ಆಗ ಸುಮ್ಮನಿರಬೇಕಾಯಿತು."

"ಓ! ಅದಕ್ಕೇ ಎರಡನೇ ಸಲ ಅವನು ಗಜಪುಷ್ಪ ಮಾಲೆ ಧರಿಸಿ ಬಂದನೆ?"

"ಹೌದು, ಅವನನ್ನು ಗುರುತಿಸಲು ಅನ್ಯ ಮಾರ್ಗವಿರಲಿಲ್ಲ."

ವಾಲಿ ಕೂಡಲೇ ಮಾತನಾಡಲಿಲ್ಲ. ಕ್ಷಣ ಕಾಲ ಕಣ್ಣುಮುಚ್ಚಿ ಸುಮ್ಮನಿದ್ದ. ಆಮೇಲೆ ಕಣ್ಣುಬಿಟ್ಟು, "ರಾಮ, ನನಗೆ ಲಭ್ಯವಾಗಿದ್ದ ವರ ಕೊಟ್ಟವರಿಗೆ ಗೊತ್ತಿತ್ತು ಮತ್ತು ಪಡೆದುಕೊಂಡ ನನಗೆ ಗೊತ್ತಿತ್ತು. ಆ ಕುರಿತು ನಾನು ಯಾರಿಗೂ ಈವರೆಗೆ ಬಾಯಿ ಬಿಟ್ಟಿರಲಿಲ್ಲ. ನೀನು

ಬಂದಿರುವ ವಿಷಯವನ್ನು ನನ್ನ ಪತ್ನಿ ತಾರೆ ನನ್ನ ಕಿವಿಯಲ್ಲಿ ಉಸುರಿ ಆತಂಕ ಪ್ರಕಟಿಸಿ ನನ್ನನ್ನು ಹಿಮ್ಮೆಟ್ಟಿಸಲು ಈ ಯುದ್ಧಕ್ಕೆ ಹೊರಡುವ ಮುನ್ನ ಪ್ರಯತ್ನಿಸಿದಳು. ಆಗ ಅವಳ ಆತಂಕ ದೂರವಾಗಿ ಅವಳಲ್ಲಿ ಧೈರ್ಯ ಮೂಡಲಿ ಎಂದು ನನಗೆ ದತ್ತವಾಗಿರುವ ವರಪ್ರಸಾದದ ವಿಷಯ ಅವಳಿಗೆ ಹೇಳಿದ್ದೆ. ಅಂದರೆ ಈಗ ಕೆಲವು ಕ್ಷಣಗಳ ಮುಂಚೆ ನಾನು ಕಣ್ಣುಮುಚ್ಚಿದ್ದಾಗ, ನನ್ನ ಅಂತರಂಗ ನುಡಿದ ಹಾಗೇ ವರವಿತ್ತ ನೀನೇ ಅದನ್ನು ಕಸಿಯಲು ಈ ರೂಪದಿಂದ ಬಂದಿರಬೇಕು. ನೀನು ಆಶ್ರಿತ ವತ್ಸಲನೆಂಬುದನ್ನು ನಾನು ಒಪ್ಪುತ್ತೇನೆ. ನನ್ನ ಅಂಗದನ ಜೀವ ಭದ್ರವಾಗಿರುವಂತೆ, ಅವನ ಬಾಳಿನಲ್ಲಿ ಯಾವ ಲೋಪವೂ ಉಂಟಾಗದಂತೆ ದಯವಿಟ್ಟು ನೋಡಿಕೊ. ಈ ರಾತ್ರಿ ಯುದ್ಧ ಬೇಡವೆಂದು ತಾರೆ ಅನುನಯದಿಂದ ನನಗೆ ಹೇಳಿದರೂ ಕೇಳದೆ ಅಹಂಕಾರದಿಂದ ಬಂದೆ. ಅವಳು ಕಂಡಿರಬಹುದಾದ ಭವಿಷ್ಯಕ್ಕೆ ಸ್ವಸ್ತಿ ಹಾಡಿದೆ. ಅವಳಿಗೆ ಅವಮಾನವಾಗದಂತೆ ನೋಡಿಕೊ. ಈ ನನ್ನ ಬೇಡಿಕೆಗಳನ್ನು ನಡೆಸಿಕೊಡು. ಇನ್ನು ನನ್ನ ಕಡೇ ಆಸೆ – ಪತ್ನೀ ಪುತ್ರರನ್ನು ಒಮ್ಮೆ ಕಡೆ ಉಸಿರೆಳೆಯುವ ಮುನ್ನ ನೋಡಬೇಕು– ಈಡೇರಿಸಿ ನೆರವಾಗು."

"ಅದೋ ನೋಡು, ಹನುಮಂತ ಅವರಿಬ್ಬರನ್ನೂ ಕರೆದು ತರುತ್ತಿದ್ದಾನೆ."

ರಾಮ ಬೆರಳು ಮಾಡಿ ತೋರಿಸಿದತ್ತ ವಾಲಿ ಕಣ್ಣರಳಿಸಿ ನೋಡಿದ. ಅವನ ಮುಖದ ಮೇಲಿದ್ದ ನೋವು ಮಾಯವಾಗಿ ತೃಪ್ತಿಯ ಛಾಯೆ ಮೂಡಿತು. ಎರಡೂ ಕೈಗಳನ್ನು ಮೇಲಕ್ಕೆತ್ತಿದ.

ಓಡಿಬಂದ ತಾರೆ, ಅಂಗದರು ವಾಲಿಯ ಮೇಲೆ ಉರುಳಿದರು. ವಾಲಿಯ ಕೈಗಳು ತಾರೆ, ಅಂಗದರ ಮೇಲೆ ಆಡತೊಡದವು.

ಸುಗ್ರೀವ ದುಃಖಿಸುತ್ತ ಕುಸಿದು ಕುಳಿತ.

○ 'ಮಹಾಭಾರತ'

ದ್ರೌಪದಿಯ ಶಪಥ

ಶಕುನಿಯ ಮನದಾಳವನ್ನು ಅಳೆಯಲು ಯಾರಿಗೂ ಸಾಧ್ಯವಿರಲಿಲ್ಲ.

ಕ್ಷಣಕ್ಕೊಂದು ಸಲ ಅವನ ಸಲಹೆಯನ್ನು ಕೇಳಿ, ಅವನೆಂದಂತೆ ಚಾಚೂ ತಪ್ಪದೆ ನಡೆಯುತ್ತಿದ್ದ, ಎಲ್ಲಕ್ಕೂ ಅವನನ್ನೇ ಅವಲಂಬಿಸಿದ್ದ, ನಂಬಿ ಕೂತಿದ್ದ ದುರ್ಯೋಧನನಿಗೆ ಸಹ ಅರಿಯಲು ಸಾಧ್ಯವಾಗಿರಲಿಲ್ಲ.

ಎಂದಾಗ, ರಾಜಸೂಯ ಯಾಗ ಸಮಯದಲ್ಲಿ ದುರ್ಯೋಧನನಿಗೆ ಆದ ಪರಾಭವ ಕಂಡು ಶಕುನಿ ಮನದೊಳಗೇ ಹಿಗ್ಗಿದ್ದ ಎಂದು ಹೇಳಿದರೆ ಯಾರಾದರೂ ನಂಬುತ್ತಾರೆಯೇ ?

ಉಹು, ಯಾರೂ ನಂಬುವುದಿಲ್ಲ.

ಆದರೆ ಶಕುನಿ ಮನದಲ್ಲೇ ಹಿಗ್ಗಿದ್ದ ಎಂಬುದಂತೂ ನಿಜ. ತನ್ನ ಗುರಿ ಸಾಧಿಸಲು ಅಲ್ಲಿ ನಡೆದುದೆಲ್ಲವೂ ತನಗೆ ಬೆಂಬಲ ನೀಡುವವೇ ಎಂದು ಅವನು ಲೆಕ್ಕಾಚಾರ ಮಾಡಿದ. ಅದರಲ್ಲಿಯೂ ಭೀಮ, ದ್ರೌಪದಿಯರು ದುರ್ಯೋಧನನ ಅವಿವೇಕಕ್ಕೆ ವ್ಯಂಗ್ಯವಾಗಿ ನಕ್ಕದ್ದು ತನಗೆ ಅತ್ಯಂತ ಪ್ರಬಲ ಅಸ್ತ್ರವೆನಿಸಿತು.

ಕುರು ಪಾಂಡವರು ಒಂದಾಗುವುದು ಅವನಿಗೆ ಬೇಕಿಲ್ಲ. ಆದರೆ ತನ್ನ ಸೋದರಳಿಯ ದುರ್ಯೋಧನನ ಕಡೆ ಇರುವ ಭೀಷ್ಮ, ವಿದುರಾದಿಗಳೆಲ್ಲ ಪಾಂಡವ ಪಕ್ಷಪಾತಿಗಳು. ಅವರು ಎಂದು ಯಾವ ಬಗೆಯ ಒತ್ತಡ ತರುವರೋ ಹೇಳಲು ಬರುವಂತಿಲ್ಲ. ಅವರ ಮಾತನ್ನು ಮೀರಿ ನಡೆಯಲಾಗದ ಪರಿಸ್ಥಿತಿ ಸಹ ದುರ್ಯೋಧನನಿಗೆ ಆ ಕಾರಣದಿಂದ ಒದಗಿ ಬರಬಹುದು. ಅದರಿಂದ ದಾಯಾದಿ ಮತ್ಸರವೆಂಬ ಜ್ವಾಲೆಗೆ ಆಗಾಗ ಗಾಳಿ ಹಾಕುತ್ತಿರಬೇಕು. ಇಲ್ಲವೆ ಆಜ್ಯ ಹುಯ್ಯುತ್ತಿರಬೇಕು ಎಂಬ ತೀರ್ಮಾನಕ್ಕೂ ಅವನು ಬಂದಿದ್ದ. ಎಂತಲೇ ಅವನು ರಾಜಸೂಯ ಯಾಗದ ಎಲ್ಲವನ್ನೂ ಕಣ್ಣಲ್ಲಿ ಕಣ್ಣಿಟ್ಟು ಗಮನಿಸಿದ್ದ.

ಮನೆಯವನೇ ಎಂಬ ಕಾರಣದಿಂದ ದುರ್ಯೋಧನನೂ ಕರ್ತರಲ್ಲಿ ಒಬ್ಬನಂತೆ ಪರಿಗಣಿಸಲ್ಪಟ್ಟಿದ್ದ. ಯಾಗ ಸಂದರ್ಭದಲ್ಲಿ ಬರುವ ಕಾಣಿಕೆ, ಬಳುವಳಿಗಳನ್ನು ಸ್ವೀಕರಿಸುವ, ಅವನ್ನು ಒಪ್ಪಮಾಡುವ, ಮುಖ್ಯವಾದ ಭಂಡಾರಾಧಿಪತ್ಯದ ಹೊಣೆಯನ್ನು

ಅವನಿಗೆ ವಹಿಸಲಾಗಿತ್ತು. ತನಗೆ ಇಂತಹ ಪ್ರಧಾನ ಹೊಣೆಗಾರಿಕೆಯನ್ನು ಯುಧಿಷ್ಠಿರ ವಹಿಸಿದನಲ್ಲಾ ಎಂದು ದುರ್ಯೋಧನ ಮೊದಲು ಹಿಗ್ಗಿದ್ದ ಸಹ. ಆದರೆ ಅನ್ಯರಾಜರು ತಂದೊಪ್ಪಿಸಿದ ಕಾಣಿಕೆಗಳನ್ನು ಸ್ವೀಕರಿಸಿ, ಜೋತೆಮಾಡಿ, ಸುರಕ್ಷಿತವಾಗಿ ಶೇಖರಿಸಿಡುವಲ್ಲಿಯೇ ಅವನಿಗೆ ಸಾಕುಸಾಕಾಗಿ ಹೋಯಿತು. ಧನ, ಕನಕಗಳು ರಾಶಿ ರಾಶಿ ಬಿದ್ದವು, ದುರ್ಯೋಧನ ಅವನ್ನು ನೋಡಿ ನೋಡಿ ಕರುಬುವಷ್ಟು, ಆರಂಭದ ಅವನ ಹಿಗ್ಗು ಕೊನೆಗೆ ಅಸೂಯೆಯಲ್ಲಿ ಪರ್ಯವಸಾನಗೊಂಡಿತು. ಇದರ ಜೊತೆಗೆ ಎಲ್ಲ ರಾಜರಿಗೆ ಯುಧಿಷ್ಠಿರನ ಬಗೆಗೆಷ್ಟು ಗೌರವವಿದೆಯೆಂಬುದನ್ನು ಅವನು ಕಣ್ಣಾರೆ ಕಂಡ. ಮತ್ತವರ ಬೆಂಬಲವೆಲ್ಲ ಯುಧಿಷ್ಠಿರನಿಗೇ ಮೀಸಲು ಎಂಬ ಭಾವನೆಯುಂಟಾಯಿತು. ಇಷ್ಟೇ ಸಾಲದೆಂಬಂತೆ ಇಡೀ ರಾಜ ಸಮೂಹ ಯುಧಿಷ್ಠರನನ್ನು ಚಕ್ರವರ್ತಿ ಎಂದು ಸಹ ಘೋಷಿಸಿಬಿಟ್ಟಿತು ಎಂದಾಗ ಯುಧಿಷ್ಠಿರನ ಬಲ ಮುರಿಯಬೇಕೆಂಬ ತನ್ನ ಬಯಕೆ ಸಾಧ್ಯವಾಗದಂತಾಯಿತಲ್ಲಾ ಎಂಬ ಚಿಂತೆ ದುರ್ಯೋಧನನನ್ನಾವರಿಸಿತು. ಭಯ ಮೂಡಿತು.

ದುರ್ಯೋಧನನ ಆರಂಭದ ಸಂತಸ, ನಂತರದ ಅಸೂಯೆ, ಚಿಂತೆ, ಭಯಗಳನ್ನೆಲ್ಲವನ್ನೂ ಶಕುನಿ ಸೂಕ್ಷ್ಮವಾಗಿ ಕಂಡುಕೊಂಡಿದ್ದ.

ಯಾಗ ಮುಗಿಯುವವರೆಗೂ ಯಾಗಮಂಟಪವನ್ನು ಪೂರ್ಣವಾಗಿ ವೀಕ್ಷಿಸಲು ದುರ್ಯೋಧನನಿಗೆ ಸಮಯ ಸಿಕ್ಕಿರಲಿಲ್ಲ, ತನಗೆ ವಹಿಸಿದ ಹೊಣೆಗಾರಿಕೆಯ ಕೆಲಸ ಪೂರ್ತಿ ಮುಗಿಯುವವರೆಗೆ ರಾಕ್ಷಸರ ಮಹಾ ಶಿಲ್ಪಿ ಮಯ ತನ್ನ ಕೃತಜ್ಞತೆಯ ಕಾರಣವಾಗಿ ಲೋಕ ಬೆರಗಾಗುವಂತಹ ಯಾಗ ಮಂಟಪವನ್ನು ನಿರ್ಮಿಸಿದ್ದನಷ್ಟೇ ಅಲ್ಲ, ತಾನು ಬಿಂದು ಸರೋವರದಿಂದ ತಂದಿದ್ದ ಗದೆಯನ್ನು ಭೀಮನಿಗೂ ಶಂಖವನ್ನು ಅರ್ಜುನನಿಗೂ ತನ್ನ ವಿಶೇಷ ಕಾಣಿಕೆಯಾಗಿ ಕೊಟ್ಟಿದ್ದ. ಯಾಗ ಮಂಟಪದ ಬಗೆಗೆ ಎಲ್ಲರಿಂದ ವಿಶೇಷ ಮೆಚ್ಚಿಕೆಯ ವರ್ಣನೆಗಳನ್ನು ಕೇಳಿದ್ದ ದುರ್ಯೋಧನ ಅದನ್ನು ನೋಡಿ ಬರಬೇಕೆಂಬ ತನ್ನ ಬಯಕೆಯನ್ನು ಮಾವ ಶಕುನಿಯೊಂದಿಗೆ ಪ್ರಕಟಿಸಿದ್ದ. ಅದರ ಫಲವಾಗಿ ಭೀಮನೇ ಅವರಿಬ್ಬರನ್ನೂ ಕರೆದೊಯ್ದು, ಯಾಗ ಮಂಟಪವನ್ನು ತೋರಿಸಲು.

ಆ ಯಾಗ ಮಂಟಪ ಭ್ರಮೆಯ ಪ್ರತಿರೂಪ. ನೀರಿದೆ ಎಂದು ಭಾವಿಸಿದ ತಾಣದಲ್ಲಿ ನೀರಿಲ್ಲ. ನೀರಿಲ್ಲ ಎಂದು ಭಾವಿಸಿದ ತಾಣದಲ್ಲಿ ನೀರು. ಬಾಗಿಲಿದೆ ಎಂದೆನಿಸಿದ ಭಿತ್ತಿಯಲ್ಲಿ ಬಾಗಿಲೇ ಇಲ್ಲ. ಈ ಕಾರಣಗಳಿಂದಾಗಿ ದುರ್ಯೋಧನನ ರೀತಿ ನಗೆಪಾಟಲಿಗೆ ಎಡೆಕೊಟ್ಟಿತು. ಆ ನಗುವಿನಲ್ಲಿ ಭೀಮ ದ್ರೌಪದಿಯರೂ ಪಾಲುಗೊಂಡುದು ದುರ್ಯೋಧನನಿಗೆ ಬಹಳ ಅಪಮಾನಕರವೆನಿಸಿತು. ಯಾಗ ಮಂಟಪವನ್ನು ತೋರಿಸಹೊರಟಿದ್ದ ಭೀಮ ತನಗೆ ಮುನ್ನೆಚ್ಚರಿಕೆ ನೀಡಬೇಡವೆ? ಎಂದರೆ ಇದು ಉದ್ದೇಶಪೂರ್ವಕ ನಡೆಸಿದ ವ್ಯವಸ್ಥೆ ಎಂದು ದುರ್ಯೋಧನನ ಮನಸ್ಸು ಸಿಡಿದೆದ್ದಿತು. ಆದರೂ ಆಗ ಅವನು ಬಾಯಿ ಬಿಡುವಂತಿರಲಿಲ್ಲ. ಆದ ಅಪಮಾನವನ್ನು ತಾತ್ಕಾಲಿಕವಾಗಿ ಅದುಮಿ ತಡೆದುಕೊಂಡ – ಪ್ರತಿಕ್ರಿಯೆ ಹೊರಗೆ ಬರದಂತೆ.

ಇವೆಲ್ಲ ಶಕುನಿಗೆ ಒಳಗೊಳಗೇ ಸಂತಸ ಉಕ್ಕೇರಿಸುತ್ತಿತ್ತು. ದುರ್ಯೋಧನನನ್ನು ಕೆರಳಿಸಲು ತನಗೆ ಸಾಕಷ್ಟು ಒತ್ತಾಸೆಗಳು ಒದಗಿ ನಿಂತಿವೆಯೆಂದು ಅವನು ಭಾವಿಸಿಕೊಂಡ. ಅವನೆಣಿಸಿದ್ದಂತೆ ದುರ್ಯೋಧನ ಏಕಾಂತದಲ್ಲಿ, ತನ್ನಲ್ಲಿ ಅಂಕುರಿಸಿದ್ದ ಮತ್ಸರಾದಿಗಳನ್ನು, ತನಗುಂಟಾದ ದುರವಸ್ಥೆಯ ಅಳಲನ್ನು ತೋಡಿಕೊಂಡ. ಬರೀ ಅಳಲನ್ನು ತೋಡಿಕೊಂಡ ಅಷ್ಟೇ ಅಲ್ಲ, ದುರ್ಯೋಧನ ಗಳಗಳನೆ ಅತ್ತುಬಿಟ್ಟ.

ದುರ್ಯೋಧನನ ಅಳು ಸಹ ಅವನ ಸಂತಸವೇರಲು ಸಾಧನವಾಯಿತು. ಆದರೂ ಶಕುನಿ ತನ್ನಂತರಂಗವನ್ನು ಬಯಲು ಮಾಡದೆ ಮೌನವಾಗಿ ಕುಳಿತಿದ್ದ.

"ಏಕೆ ಮಾವ ಸುಮ್ಮನಿದ್ದೀರಿ? ನನಗೀಗಾದ ಅಪಮಾನಗಳಿಗೆ ಪ್ರತೀಕಾರವಿಲ್ಲವೆ? ಪಾಂಡವರ ಈ ಕೊಬ್ಬನ್ನು ಮುರಿಯದಿದ್ದರೆ ಹೇಗೆ? ಹಸ್ತಿನಾವತಿಗೆ ಹಿಂತಿರುಗಿ ಸೈನ್ಯ ಕಟ್ಟಿ ಇವರಿಗೆ ಬುದ್ಧಿ ಕಲಿಸಬೇಕು" ಎಂದು ದುರ್ಯೋಧನ ತನ್ನಂತರಂಗದ ವಿಚಾರ ಬಹಿರಂಗಪಡಿಸಿದ.

"ದುರ್ಯೋಧನ, ಅವರ ಈ ಕೊಬ್ಬನ್ನು ಈಗ ಬಲದಿಂದ ಮುರಿಯಲು ಸಾಧ್ಯವಿಲ್ಲ."

"ಮತ್ತೆ ನನ್ನ ಗತಿ ಏನು ಮಾವ? ಚಕ್ರವರ್ತಿಯಾಗಬೇಕೆಂದಿದ್ದ ನನ್ನ ಆಸೆಯ ಗತಿಯೇನು ಮಾವ? ಅವರಲ್ಲ ಸತ್ತು ಬೂದಿಯಾದರೆಂದು ಹಿಗ್ಗಿ ಕೂತಿದ್ದೆ. ಅವರೀಗ ಬದುಕಿಕೊಂಡಿರುವುದಷ್ಟೇ ಅಲ್ಲ, ನಮ್ಮ ತಲೆಯ ಮೇಲೆ ಬಂದು ಕೂತಿದ್ದಾರೆ. ನಾನಿದನ್ನು ಹೇಗೆ ಸಹಿಸಲಿ ಮಾವ?"

ಶಕುನಿ ಕೂಡಲೇ ಉತ್ತರಿಸಲಿಲ್ಲ. ಅವನು ತನ್ನ ಮನಸ್ಸಿನಲ್ಲಿಯೇ ಏನೇನೋ ಲೆಕ್ಕ ಹಾಕಿದ. ಕಡೆಗೆ, "ದುರ್ಯೋಧನ, ಈ ರಾಜಸೂಯ ಯಾಗದ ನೆಪದಲ್ಲಿ ನಿನಗೆ ಭಯ ಹುಟ್ಟಿಸಬೇಕೆಂಬ, ನಿನಗೆ ಅಪಮಾನ ಮಾಡಬೇಕೆಂಬ ಸಂಚು ಇಲ್ಲಿ ನಡೆದಿದೆ. ಆ ವಿಷಯದಲ್ಲಿ ಏನೇನೂ ಅನುಮಾನವಿಲ್ಲ. ಏಕೆಂದರೆ ಆ ಪಾಂಡವರಿಗೆ ನಮ್ಮ ಅರಗಿನ ಮನೆಯ ಸಂಚಿನ ಎಲ್ಲ ವಿವರ ಗೊತ್ತಾಗಿ ಬಿಟ್ಟಿದೆ. ಅದರ ಪ್ರತೀಕಾರವೇ ಇದೆಲ್ಲ. ಯಾಗದ ನೆಪದಲ್ಲಿ ಧನಕನಕಗಳ ಸಂಗ್ರಹಣೆ. ಅನ್ಯ ರಾಜರ ಸ್ನೇಹ ವರ್ಧನೆ. ಪರ್ಯಾಯವಾಗಿ ತಮ್ಮ ಬಲವರ್ಧನೆ. ಅಷ್ಟು ಸಾಲದೆಂಬಂತೆ ನಿನಗೆ ನೇರವಾಗಿ ಅಪಮಾನ. ದುರ್ಯೋಧನ ಇದರಲ್ಲಿ ಆ ಭೀಮ ದ್ರೌಪದಿಯರದೇ ಮುಖ್ಯ ಕೈವಾಡ. ಅವರಿಬ್ಬರು ಬಿದ್ದು ಬಿದ್ದು ನಕ್ಕಿದ್ದನ್ನು ನೋಡಲಿಲ್ಲವೇ ನೀನು? ಭೀಮ ಹೋಗಲಿ, ಹುಂಬ ನಕ್ಕುಬಿಟ್ಟ ಎನ್ನೋಣ. ಆದರೆ ಅವಳು, ಆ ದ್ರೌಪದಿ ಗಾಂಭೀರ್ಯವಿಲ್ಲದವಳ ಹಾಗೇ ತನ್ನ ಸಖಿಯರೊಡಗೂಡಿ ಭೂಮಿ ಆಕಾಶ ಒಂದಾಗುವಂತೆ ಕಿಲಕಿಲನೆ ನಕ್ಕಿದ್ದನ್ನು ನೆನಸಿಕೊಂಡರೆ ನನಗೇ ಮೈ ಉರಿದೇಳುತ್ತದೆ. ಎಂದಾಗ ಪಾಪ, ನಿನಗೆ ಹೇಗಾಗಿರಬೇಡ?"

"ಮಾವ, ಅವಳಿಗೂ ಪ್ರತೀಕಾರದ ಕಾವು ಮುಟ್ಟುವಂತಾಗಲೇಬೇಕು. ಅವಳಿಗೆ ನನ್ನ ಮೇಲೇಕೆ ಮೊದಲಿನಿಂದ ದುರ್ಭಾವನೆ?"

"ಮೊದಲಿನಿಂದ ಅಂದರೆ?"

"ಅವಳ ಸ್ವಯಂವರ ಕಾಲದಿಂದ ಅವಳು ಹಾಗೆಯೇ. ಸ್ವಯಂವರಕ್ಕೆ ಎಲ್ಲರಂತೆ ನಾವೂ ಹೋಗಿರಲಿಲ್ಲವೆ? ಆ ಸ್ವಯಂವರ ಮಂಟಪದಲ್ಲಿ ಅವಳಣ್ಣ ಧೃಷ್ಟದ್ಯುಮ್ನ ಅಲ್ಲಿಗೆ ಅಭ್ಯರ್ಥಿಗಳಾಗಿ ಬಂದಿದ್ದ ಒಬ್ಬೊಬ್ಬ ರಾಜಕುಮಾರರನ್ನೂ ದ್ರೌಪದಿಗೆ ಪರಿಚಯ ಮಾಡುವಲ್ಲಿ ನನ್ನನ್ನು ಪರಿಚಯಿಸಿದಾಗ ಅವಳು ಮುಖ ಸಿಂಡರಿಸಿಕೊಂಡು ಮುಂದುವರಿದ ರೀತಿ ಅಸಭ್ಯವಾಗಿತ್ತು. ನನ್ನಿಂದ ಅವರ ಈ ಮೋಸದ ಮತ್ಸ್ಯಯಂತ್ರ ಭೇದಿಸಲಾಗದೆ ಹೋದಾಗ ಅವಳು ನನ್ನತ್ತ ಬೀರಿದ ತುಚ್ಛ ನೋಟ. ಸ್ವಯಂವರವಾದ ಮೇಲಿನ ಹೋರಾಟ ಸಮಯದಲ್ಲಿ ಸಹ ಅವಳು ಅರ್ಜುನನೊಂದಿಗೆ ರಥದಲ್ಲಿ ಇದ್ದಳಲ್ಲ. ಆಗ ಅರ್ಜುನನಿಗೆ ಬಾಣವನ್ನು ಒಂದಾಗುತ್ತಲೂ ಒಂದನ್ನು ಅವಳೇ ಭರಭರನೆ ನೀಡುತ್ತಿದ್ದಳಲ್ಲ. ಅಗ ನಮಗಾದ ಪರಾಭವ ಕಂಡು ಅವಳು ವ್ಯಂಗ್ಯವಾಗಿ ನಕ್ಕ ರೀತಿ ನೆನಸಿಕೊಂಡರೆ ಕೋಪ ಉಕ್ಕೇರುತ್ತದೆ. ನನ್ನಾಸೆಯಂತೆ ನನಗೆ ದಕ್ಕಬೇಕಾಗಿದ್ದ ಅವಳು ನನ್ನ ದಾಯಾದಿಗಳ ಪಾಲಾದಳಷ್ಟೇ ಅಲ್ಲ, ಮುಖಾಮುಖಿಯಾದ

ನಂತರ ಒಂದೊಂದು ಸಂದರ್ಭದಲ್ಲಿಯೂ ಅವಳು ನನ್ನತ್ತ ಬೀರುವ ಕೀಳುನೋಟ ನನ್ನ ಮನಸ್ಸನ್ನು ಕಲಕಿ ಬಿಟ್ಟಿದೆ. ಅವಳಿಗೆ ತಕ್ಕ ಶಿಕ್ಷೆ ಆಗಲೇಬೇಕು ಮಾವ."

"ಚಿಂತಿಸಬೇಡ. ನೀನು ನನ್ನನ್ನು ನಂಬಿದರೆ ಯುಕ್ತ ಸಮಯದಲ್ಲಿ ಅದಕ್ಕೆ ಸೂಕ್ತ ಸೂಚನೆಯನ್ನು ನೀಡುತ್ತೇನೆ. ನನ್ನ ಮನಸ್ಸಿನಲ್ಲೇನಿದೆ ಎಂದು ನಿನಗೆ ಹೇಳಿಬಿಡುತ್ತೇನೆ. ಕೇಳು. ಮೊದಲು ಯುಧಿಷ್ಠಿರಾದಿಗಳ ಬಲ ಮುರಿಯಬೇಕು. ಅನಂತರ ಪದೇ ಪದೇ ನಿನ್ನನ್ನು ಹೀಯಾಳಿಸಿದ ಅವಳಿಗೆ ಅವಮಾನವಾಗಬೇಕು, ಮತ್ತೆ ನಿಮ್ಮ ಅವರ ದಾಯಾದಿ ದ್ವೇಷ ಸದಾ ಜೀವಂತ ಜ್ವಾಲೆಯಾಗಿರಬೇಕು. ಹಾಗೆ ಮಾಡದಿದ್ದರೆ ನಾನು ಶಕುನಿಯೇ ಅಲ್ಲ."

"ಅದು ಅಷ್ಟು ಸುಲಭವೇ ಮಾವ?"

"ಹೋರಾಟದಿಂದ ಸಾಧ್ಯವಾಗದುದು ತಂತ್ರಜಾಲದಿಂದ ಸಾಧಿಸಲು ಸುಲಭಸಾಧ್ಯ ಎಂಬುದನ್ನು ಮರೆಯಬೇಡ. ನೀನೇನೂ ಚಿಂತಿಸಬೇಡ. ಹಸ್ತಿನಾವತಿಗೆ ಹಿಂತಿರುಗಿದ ಮೇಲೆ ಮುಂದಿನ ಕಾರ್ಯಕ್ರಮವನ್ನು ನಿಶ್ಚಯಿಸೋಣ. ಇಲ್ಲಿರುವವರೆಗೆ ತೋರಿಕೆಗೆ ನಗುನಗುತ್ತ ಇದ್ದು ಬಿಡೋಣ."

"ಯುಧಿಷ್ಠಿರಾದಿಗಳ ಅಟ್ಟಹಾಸವನ್ನು ನೋಡುತ್ತ ಇಲ್ಲಿ ನಾನು ಹೇಗೆ ಇರಲು ಸಾಧ್ಯ ಮಾವ? ನಮ್ಮ ಹಿರಿಯರ ಜೊತೆಗೇ ನಾನು ಹಸ್ತಿನಾವತಿಗೆ ಹಿಂತಿರುಗಿದ್ದಿದ್ದರೆ ಎಷ್ಟು ಚೆನ್ನವಿರುತ್ತಿತ್ತು! ಇಲ್ಲಿ ಆ ಭೀಮ, ದ್ರೌಪದಿಯರಿಂದ ಅಪಮಾನಪಟ್ಟುಕೊಂಡು ಹಳೇ ಹುಣ್ಣಿನ ಮೇಲೆ ಬರೆ ಎಳೆಸಿಕೊಳ್ಳಬೇಕಾಗಿರಲಿಲ್ಲ. ನಿನ್ನಿಂದ ಇಲ್ಲಿ ನಿಂತೆ – ಈ ಮಹಾಮಂಟಪ ನೋಡಲೆಂದು. ಅಲ್ಲ ಮಾವ ನೀನಿಷ್ಟು ಬುದ್ಧಿವಂತ. ನನಗೆ ಹೀಗೆ ಅಪಮಾನವಾಗ ಬಹುದೆಂದು ನೀನೇಕೆ ಯೋಚಿಸಲಿಲ್ಲ?"

"ದುರ್ಯೋಧನ, ನಾನು ಏನೇ ಮಾಡಿದರೂ ಅದರ ಮುಂದಿನ ಫಲದ ಗುರಿ ಇಟ್ಟುಕೊಂಡೇ ಮಾಡುತ್ತೇನೆ. ಸುಮ್ಮನೆ ನಾಲ್ಕು ದಿನವಿದ್ದು ಹೊರಟುಬಿಡೋಣ. ಸದ್ಯಕ್ಕೆ ಇದನ್ನೆಲ್ಲ ಮರೆತವನಂತೆ ವರ್ತಿಸು ಅಷ್ಟೆ."

"ಸರಿ ಮಾವ."

* * *

ಧೃತರಾಷ್ಟ್ರನ ಆಹ್ವಾನಕ್ಕೆ ಮನ್ನಣೆಯಿತ್ತು ಪಾಂಡುನಂದನರು ದ್ರೌಪದಿ ಸಮೇತರಾಗಿ ಹಸ್ತಿನಾವತಿಗೆ ಬಂದಿದ್ದರು.

ದ್ರೌಪದಿಗೆ ಈ ಪ್ರವಾಸ ಇಷ್ಟವಿರಲಿಲ್ಲ. ಈ ಆಹ್ವಾನದ ಹಿಂದೆ ಏನೋ ದುಷ್ಟಾಲೋಚನೆ ಇದೆ. ಅದರಿಂದ ಹೋಗುವುದು ಬೇಡ ಎಂದು ತನಗನ್ನಿಸುತ್ತದೆ ಎಂದು ಅವಳು ಯುಧಿಷ್ಠಿರನಿಗೆ ಹೇಳಿಯೂ ಇದ್ದಳು. ಆದರೂ ಅವಳ ಅನಿಸಿಕೆಗೆ ಮನ್ನಣೆ ಸಿಕ್ಕಿರಲಿಲ್ಲ. ಅದರಿಂದ ಅವಳ ಮನಸ್ಸಿಗೆ ಬೇಸರವೂ ಆಗಿತ್ತು. ಆ ಬೇಸರವನ್ನು ಹೊತ್ತುಕೊಂಡೇ ಅವಳು ಹಸ್ತಿನಾವತಿಗೆ ಬಂದಿದ್ದಳು.

ಹಿರಿಯರಿಂದ ಬಂದ ಆಹ್ವಾನವನ್ನು ಮನ್ನಿಸದಿದ್ದರೆ ಅದು ತಪ್ಪಾಗುವುದಿಲ್ಲವೆ? ಕಡೆಯ ಗುರಿ ಏನೇ ಇರಲಿ. ಅದರಿಂದ ಯಾವುದೇ ತೊಡಕು ಉದ್ಭವಿಸಲಿ ಬಿಡಲಿ. ಕರೆ ಹಿರಿಯರಿಂದ ಎಂದ ಮೇಲೆ ಒಂದು ತುಟಿ ಎರಡು ಮಾಡದೆ ಆ ಕರೆಗೆ ಮನ್ನಣೆಯನ್ನು ನೀಡಬೇಕು. ಇದು ನಡವಳಿಕೆಯ ಧರ್ಮಕ್ಕೆ ಸೇರಿದ ವಿಚಾರ. ಎಂದಾಗ, ಯುಧಿಷ್ಠಿರನ ನಿಲುವು ಅದಕ್ಕೆ ಭಿನ್ನವಾದ ನಿಲುವಾಗಿ ಇರಲು ಹೇಗೆ ಸಾಧ್ಯ?

ಉಳಿದವರು ಏನುಯೋಚಿಸಿದರೋ ಬಿಟ್ಟರೋ ದ್ರೌಪದಿಗಂತೂ ಹಸ್ತಿನಾವತಿಗೆ ಬಂದುದು ಸರಿಯಲ್ಲವೆಂಬ ಅನಿಸಿಕೆಗೆ ಹೊಂದಿಕೊಳ್ಳುವ ಘಟನೆಗಳೇ ಜರುಗುತ್ತವೆ ಎನಿಸಿತು. ಇದರ ಜೊತೆಗೆ ಅವಳು ರಜಸ್ವಲೆಯಾಗಿಬಿಟ್ಟಳು.

ಅದಕ್ಕೆ ಯಾರು ಹೊಣೆ? ಅದೊಂದು ದೈಹಿಕ ಕ್ರಿಯೆ. ಮಾಸಕ್ಕೊಮ್ಮೆ ಜರಗುವ ಸ್ತ್ರೀ ಶರೀರ ಕ್ರಿಯೆ. ಸಂಪ್ರದಾಯದ ಕಾರಣವಾಗಿ ಏಕವಸ್ತ್ರ ಏಕಾಂತದಲ್ಲಿ ಇರಬೇಕಾದ ಪರಿಸ್ಥಿತಿ ಬೇರೆ.

ಕೂತಲ್ಲಿಯೇ ಯೋಚನೆಗಳು ಅವಳ ತಲೆಯನ್ನು ಮುತ್ತಿದವು.

"ದ್ಯೂತಕ್ಕೆ ಕರೆದರೆ ರಾಜರು ಒಲ್ಲೆ ಎನ್ನಬಾರದಂತೆ." ಇದು ಯಾವ ನ್ಯಾಯ? ದ್ಯೂತ ಮಾಡುವುದು ವ್ಯಕ್ತಿಗತ ಬಯಕೆ. ಅದನ್ನು ಸ್ವೀಕರಿಸುವ ಬಿಡುವ ಸ್ವಾತಂತ್ರ್ಯ ವ್ಯಕ್ತಿಯುದಲ್ಲವೆ? ರಾಜ ಒಲ್ಲೆ ಎನ್ನಬಾರದಂತೆ. ಅವನಿಗೆ ವೈಯಕ್ತಿಕ ಬೇಕು ಬೇಡಗಳ ಸ್ವಾತಂತ್ರ್ಯವಿಲ್ಲವೆ? ದ್ಯೂತದಲ್ಲಿನ ತನ್ನ ಶಕ್ತಿ, ಪರಿಣತೆಗಳನ್ನು ತೂಗಿ ನೋಡದೆ ರಾಜನಾದಾಕ್ಷಣ ಒಪ್ಪಿಕೊಂಡು ಬಿಡಬೇಕೆ? ಮತ್ತಿದೇನೂ ಹವ್ಯಾಸಿ ದ್ಯೂತವಲ್ಲ. ಪಣ ಒಡ್ಡಿ ಆಡುವ ಮಾರಕ ದ್ಯೂತ. ದ್ಯೂತವಾಡುವವನಿಗೆ ಸತ್ಯವೇಕೆ ಎಂಬ ನಾಣ್ನುಡಿಯ ಹಿನ್ನೆಲೆಯಲ್ಲಿ, ಪಣ ಒಡ್ಡಿ ಆಡುವ ಈ ದ್ಯೂತದ ಪರಿಣಾಮವೇನಾದೀತೆಂದು ಯಾರಾದರೂ ಯೋಚಿಸುತ್ತಾರೆಯೇ? ಅದರ ಅಮಲೇರಿದರೆ ದ್ಯೂತ ಮಾಡುವವರಿಗೆ ಸುತ್ತಲಿನ ಪ್ರಪಂಚವೇ ಕಾಣೆಯಾಗುತ್ತದೆ. ನಮ್ಮ ಚಕ್ರವರ್ತಿಗೆ ದಾಳದ ಗುಟ್ಟು ಗೊತ್ತಿಲ್ಲ. ಸುಳ್ಳು ಹೇಳುವ ನಾಲಗೆಯೂ ಇಲ್ಲ. ಮರ್ಯಾದೆಗೆ ಕಟ್ಟು ಬಿದ್ದು ಆಡುತ್ತಿರುವ ನಮ್ಮ ಚಕ್ರವರ್ತಿ ಒಂದು ಘಟ್ಟದಲ್ಲಿ ಬಿಟ್ಟು ಬಂದರೆ ಸಾಕು ದೇವರೆ. ಆದಷ್ಟು ಬೇಗ ಇಂದ್ರಪ್ರಸ್ಥಕ್ಕೆ ಹಿಂತಿರುಗುವಂತೆ ಪ್ರಯತ್ನಿಸಬಹುದು."

ಹೀಗೆ ದ್ರೌಪದಿಯ ಯೋಚನೆ ಯಾವುದೋ ಜಾಡು ಹಿಡಿದು ಸಾಗಿತ್ತು. ಅವಳ ಆ ಯೋಚನೆಗೆ ಅಡ್ಡಿ ಬಂತು. ಅರಮನೆಯ ಧಾತ್ರಿ ಬಂದು, "ದೇವಿ ಮಂತಣಸಾಲೆಯಿಂದ ಪ್ರಾತಿಕಾಮಿ ಎಂಬ ಸೂತ ಬಂದಿದ್ದಾನೆ. ದೊರೆ ದುರ್ಯೋಧನರಿಂದ ದೇವಿಯವರಿಗೊಂದು ಸಂದೇಶ ತಂದಿದ್ದಾನಂತೆ. ತಮ್ಮ ಸಂದರ್ಶನವನ್ನು ಆಪೇಕ್ಷಿಸುತ್ತಿದ್ದಾನೆ. ಏನು ಮಾಡಲಿ?" ಎಂದು ಕೇಳಿದಳು.

"ನಾನೀಗ ಇರುವುದು ಏಕ ವಸ್ತ್ರದಲ್ಲಿ. ಅನ್ಯ ಪುರುಷರ ದರ್ಶನ ಹೇಗೆ ಮಾಡಲಿ ಧಾತ್ರಿ? ಸಂದೇಶವೇನೆಂಬುದನ್ನು ನೀನೇ ತಿಳಿದು ಬಾ" ಎಂದಳು ದ್ರೌಪದಿ. ಆದರೆ ಅವಳ ಮನಸ್ಸಿನಲ್ಲಿ ಅವ್ಯಕ್ತ ಅಳುಕೊಂದು ತಲೆದೋರಿತು.

ಆದರೂ, "ಅವನಿಂದ ನನಗೇತರ ಸಂದೇಶ? ಸಂಭವವೇ ಇಲ್ಲವಲ್ಲ?" ಎಂದೇನೋ ಸಮಾಧಾನ ಮಾಡಿಕೊಳ್ಳಲು ಅವಳ ಮನಸ್ಸು ಪ್ರಯತ್ನಿಸಿತು.

ಬೇಗಲೇ ಹಿಂತಿರುಗಿದ ಧಾತ್ರಿ, "ಅನ್ಯರಿಗೆ ಹೇಳುವಂತಿಲ್ಲವಂತೆ. ದೇವಿಯರಿಗೇ ನೇರವಾಗಿ ಅರುಹಬೇಕೆಂದು ದೊರೆಯ ಅಪ್ಪಣೆಯಾಗಿದೆಯಂತೆ. ಏನು ಮಾಡಲಿ?" ಎಂದು ಕೇಳಿದಳು.

ಆತಿಥೇಯರ ಮನೆಯಲ್ಲಿ ಅತಿಥಿಗಳ ಸ್ವಾತಂತ್ರ್ಯ ಯಾವಾಗಲೂ ಮೊಟಕು.

"ಹು, ಏನು ಮಾಡುವುದು? ಹೋಗಿ ಆತನನ್ನು ಕರೆದು ತಾ" ಎಂದಳು ದ್ರೌಪದಿ.

ಧಾತ್ರಿ ಹೊರಟು ಹೋದಳು.

ದುರ್ಯೋಧನನ ಸಂದೇಶ ಏನಿರಬಹುದು ಎಂದು ಅವಳು ಯೋಚಿಸುತ್ತ ಕುಳಿತಳು. ಅವಳ ಮನಸ್ಸಿಗೆ ಯಾವ ಹೊಳವೂ ಮೂಡಲಿಲ್ಲ. ಅಷ್ಟರಲ್ಲಿ ಸೂತ ಪ್ರಾತಿಕಾಮಿಯೊಂದಿಗೆ ಆ ಧಾತ್ರಿ ಅಲ್ಲಿಗೆ ಬಂದಳು.

"ಇವರೇ ಸೂತ ಪ್ರಾತಿಕಾಮಿ" ಎಂದು ಪರಿಚಯಿಸಿದಳು ಧಾತ್ರಿ.

ಅವನು ಕೈಮುಗಿದು ಶಿರಬಾಗಿದ. ಕೂಡಲೇ ಏನನ್ನೂ ಹೇಳಲಿಲ್ಲ. ಹಾಗೆಯೇ ನಿಂತುಕೊಂಡಿದ್ದ.

"ಪ್ರಾತಿಕಾಮಿ ನಿಮ್ಮ ದೊರೆಯಿಂದ ನನಗೇಕೆ ಸಂದೇಶ?" ಎಂದು ದ್ರೌಪದಿಯೇ ಪ್ರಶ್ನಿಸಿದಳು.

"ದೇವಿಯವರು ಮನ್ನಿಸಬೇಕು. ದೊರೆಯ ಅಪ್ಪಣೆ ಪಾಲಿಸುವುದಷ್ಟು ನನ್ನ ಕರ್ತವ್ಯ. ನಿಮ್ಮ ಪ್ರಶ್ನೆಗೆ ನನ್ನಲ್ಲಿ ಉತ್ತರವಿಲ್ಲ."

"ಚಿಂತೆಯಿಲ್ಲ. ಅದೇನು ಸಂದೇಶ?"

"ನೀವು ಈಗ ನಮ್ಮ ದೊರೆಯ ಸ್ವತ್ತು. ಅದರಿಂದ ನಿಮ್ಮನ್ನು ಸಭೆಗೆ ಕರೆದು ತರುವಂತೆ ಅಪ್ಪಣೆಯಾಗಿದೆ."

"ಏನೆಂದೆ? ನಾನು ನಿಮ್ಮ ದೊರೆಯ ಸ್ವತ್ತೆ? ಅದು ಹೇಗೆ?"

"ನನಗೇನು ಗೊತ್ತು ದೇವಿಯವರೆ. ಯುಧಿಷ್ಠಿರ ಚಕ್ರವರ್ತಿಗಳು ನಿಮ್ಮನ್ನು ದ್ಯೂತದಲ್ಲಿ ಪಣವಾಗಿ ಇಟ್ಟು ಸೋತಿದ್ದಾರಂತೆ."

"ನನ್ನನ್ನೇಕೆ ಪಣವಾಗಿ ಇಡುತ್ತಾರೆ? ಅವರಿಗೆ ಪಣವಿಡಲು ಬೇಕಾದಷ್ಟು ಅನ್ಯ ಅಗತ್ಯ ವಸ್ತುಗಳಿವೆ."

"ಅಂದರೆ ದೇವಿಯವರಿಗೆ ದ್ಯೂತದ ಯಾವುದೇ ವಿಷಯವಾಗಲಿ, ವಿವರವಾಗಲಿ, ಗೊತ್ತಿಲ್ಲವೆಂದು ಭಾವಿಸಬೇಕಾಗಿದೆ."

"ನನಗೇನೂ ಗೊತ್ತಿಲ್ಲ. ಏನೆಲ್ಲ ನಡೆಯಿತು?"

"ಯುಧಿಷ್ಠಿರ ಚಕ್ರವರ್ತಿಗಳು ಒಂದು ಕಡೆ. ಇನ್ನೊಂದು ಕಡೆ ನಮ್ಮ ದೊರೆ. ಆದರೆ ಈ ದ್ಯೂತದಲ್ಲಿ ಒಂದು ವಿಶೇಷವಿತ್ತು."

"ಏನದು?"

"ನಮ್ಮ ದೊರೆಯ ಪರವಾಗಿ ಅವರ ಮಾವ ಆಡುವುದಕ್ಕೆ ಚಕ್ರವರ್ತಿಗಳು ಒಪ್ಪಿದುದು."

"ಅಂದರೆ ಇದು ಪೂರ್ವಯೋಜಿತ ಮೋಸ," ಎಂದು ದ್ರೌಪದಿಯ ಮನಸ್ಸು ಒಡನೆಯೇ ಭಾವಿಸಿತು. ಜೊತೆಗೆ ಈ ಮೋಸದ ಜಾಲದಲ್ಲಿ ಏನೆಲ್ಲ ನಡೆದಿದೆ ಎಂಬುದನ್ನು ಅರಿಯುವ ಬಯಕೆ ಉಂಟಾಯಿತು. ಕೂಡಲೇ ದ್ರೌಪದಿ, "ದ್ಯೂತ ನಡೆದಾಗ ನೀನು ಅಲ್ಲಿಯೇ ಇದ್ದೆಯಾ?" ಎಂದು ಪ್ರಶ್ನಿಸಿದಳು.

"ಆರಂಭದಿಂದ ಕಡೆಯವರೆಗೆ ಇದ್ದೆ ದೇವಿಯವರೆ."

"ಅಲ್ಲಿ ಏನೆಲ್ಲಾ ನಡೆಯಿತೆಂಬುದನ್ನು ತಿಳಿಸಬಾರದೆಂದು ನಿನಗೇನಾದರೂ ಅಪ್ಪಣೆ ಮಾಡಿದ್ದಾರೇನು?"

"ಹೇಳಿದಷ್ಟನ್ನು ಮಾಡುವ ನಮ್ಮ ಮುಂದೆ ಆ ವಿಚಾರವೆಲ್ಲ ಬರುವುದೇ ಇಲ್ಲ."

"ನಿನಗೇನು ಹೇಳಬಾರದೆಂದು ಅಪ್ಪಣೆ ಮಾಡಿಲ್ಲವಲ್ಲ."

"ಇಲ್ಲ."

"ಹಾಗಾದರೆ ಅಲ್ಲಿ ನೀನು ನೋಡಿದ್ದನ್ನೆಲ್ಲಾ ಹೇಳುತ್ತೀಯಾ?"

"ವಿಳಂಬವಾದರೆ ದೊರೆಗಳು ಸಿಟ್ಟಾಗಬಹುದು."

"ನಾನು ಬರುವುದಿಲ್ಲವೆಂದು ಹೇಳಿದರೆ ಏನು ಮಾಡುತ್ತೀಯೆ?"

"ಹೋಗಿ ಆ ಮಾತನ್ನೇ ನಿವೇದಿಸುತ್ತೇನೆ."

"ಅಂದರೆ ಬಲಪ್ರಯೋಗದಿಂದಾದರೂ ನನ್ನನ್ನು ಕರೆದು ತಾ ಎಂದೇನು ನಿನಗೆ ಅಪ್ಪಣೆ ಮಾಡಿಲ್ಲ ಎಂದಾಯಿತು."

"ಕರೆದು ತಾ ಎಂದಷ್ಟೇ ಅಪ್ಪಣೆಯಾಗಿದೆ. ಎಳೆದುಕೊಂಡು ಬಾ ಎಂದಲ್ಲ."

"ಸರಿ ಹಾಗಾದರೆ, ನಿನಗೆ ಹಿಂತಿರುಗುವಲ್ಲಿ ವೃಥಾ ತಡವಾಗುವುದು ಬೇಡ. ಏನೆಲ್ಲ ನಡೆಯಿತೆಂಬುದನ್ನು ಹ್ರಸ್ವದಲ್ಲಿ ಹೇಳು. ದ್ಯೂತಕ್ಕೆ ಕರೆ ಕೊಟ್ಟವರು ಯಾರು?"

"ನಮ್ಮ ದೊರೆಗೆಯು ಮಾವಂದಿರು. ಅದರ ಬಗೆಗೆ ಚರ್ಚೆಯಾಗಿ ಕಡೆಗೆ ಯುಧಿಷ್ಠಿರ ಚಕ್ರವರ್ತಿ ಒಪ್ಪಿದರು. ಚಕ್ರವರ್ತಿ ತಮ್ಮ ನಿಧಿ, ನಿಕ್ಷೇಪ, ಧನ, ಕನಕ, ಭಂಡಾರ, ಸೈನ್ಯ, ರಾಜ್ಯ, ಎಲ್ಲವನ್ನೂ ಒಂದೊಂದಾಗಿ ನಮ್ಮ ದೊರೆಗೆ ಸೋತರು. ವಿದುರ ದೇವರು ಮೊದಲಿನಿಂದ ಈ ದ್ಯೂತಕ್ಕೆ ವಿರೋಧ. ಆದರೆ ಅವರಿಗೆ ಬೆಂಬಲವಾಗಿ ಧೃತರಾಷ್ಟ್ರ ಮಹಾರಾಜರು ಒಂದೇ ಒಂದು ಮಾತನ್ನಾಡಲಿಲ್ಲ. ದ್ಯೂತ ನಡೆದೇ ನಡೆಯಿತು. ನಮ್ಮ ದೊರೆಯ ಮಾವ ಉರುಳಿಸಿದ ದಾಳಕ್ಕೆ ಗೆಲವೇ ಗೆಲವು. ಚಕ್ರವರ್ತಿಗಳು ಯಾವ ಒಂದು ದ್ಯೂತದಲ್ಲೂ ಗೆಲ್ಲಲೇ ಇಲ್ಲ. ಪಣ ಒಡ್ಡಲು ಏನೂ ಉಳಿದಿರಲಿಲ್ಲವಾಗಿ ಚಕ್ರವರ್ತಿಗಳು ತಮ್ಮ ಸೋದರರು ನಕುಲ ಸಹದೇವರನ್ನು ಪಣವಾಗಿ ಒಡ್ಡಿ ಸೋತರು. ಅದೇ ರೀತಿ ಭೀಮಾರ್ಜುನರನ್ನೂ ಸೋತರು. ಆಮೇಲೆ ತಮ್ಮನ್ನೇ ತಾವು ಪಣವಾಗಿ ಒಡ್ಡಿ ಸೋತರು. ಅಲ್ಲಿಗೂ ದ್ಯೂತ ನಿಲ್ಲಲಿಲ್ಲ. ನಮ್ಮ ದೊರೆಯ ಮಾವನವರ ಪ್ರೋತ್ಸಾಹ. ಈಗಲೂ ಗೆಲುವು ದೊರೆಯಬಹುದೆಂದು – ಸೋತುದೆಲ್ಲವನ್ನೂ ಮರಳಿ ಗೆಲ್ಲಬಹುದೆಂದು, ಆಗ ಚಕ್ರವರ್ತಿಗಳು ಪಣವಾಗಿ ನಿಮ್ಮನ್ನು ಒಡ್ಡಿ ಅದರಲ್ಲೂ ಗೆಲ್ಲಲಾರದೆ ಸೋತರು. ಅದರಿಂದ ಈಗ ಅವರೈವರೂ ಮತ್ತು ನೀವೂ ನಮ್ಮ ದೊರೆಗಳ ಸ್ವತ್ತು."

"ಎಂದರೆ ಈಗ ನಮ್ಮನ್ನು ಆಳುಗಳಂತೆ ನಡೆಸಿಕೊಳ್ಳುವ ಆಸೆಯೇ ನಿಮ್ಮ ದೊರೆಗೆ?"

"ದೊಡ್ಡವರ ಆಸೆಯನ್ನು ನಾನೇನು ಬಲ್ಲೆ ದೇವಿಯವರೆ. ವಾಸ್ತವವಾಗಿ ವಿದುರ ದೇವರನ್ನು ನಮ್ಮ ದೊರೆ ಕೇಳಿಕೊಂಡರು ನಿಮ್ಮನ್ನು ದ್ಯೂತ ಭವನಕ್ಕೆ ಕರೆತರುವಂತೆ. ಅವರು ನಿರಾಕರಿಸಿದರಷ್ಟೇ ಅಲ್ಲ. ಇದೆಲ್ಲ ಮೋಸ, ಅನ್ಯಾಯ, ಅಧರ್ಮದಿಂದ ಕೂಡಿದುದು; ಇಂತಹ ಕೆಲಸ ಮಾಡಬಾರದು ಎಂದು ಬುದ್ಧಿವಾದ ಹೇಳಿದರು. ಅಮೇಲೆ ನನಗೆ ಅಪ್ಪಣೆಯಾಯಿತು. ದೇವಿಯವರು ಬೇಗ ನನ್ನೊಡನೆ ಬಂದರೆ ಉಪಕಾರವಾಗುತ್ತದೆ."

"ಪ್ರಾತಿಕಾಮಿ, ಅರಮನೆಯ ಸೂತನಾದ ನಿನಗೂ ಧರ್ಮ ಸೂಕ್ಷ್ಮಗಳು ಗೊತ್ತಿವೆ. ಕ್ಷತ್ರಿಯರು ಯಾರಾದರೂ ಪತ್ನಿಯನ್ನು ಪಣವಾಗಿ ಇಡುತ್ತಾರೆಯೇ? ಅದು ಧರ್ಮವೇ ಹೇಳು."

"ದೇವಿಯವರೆ, ಪ್ರಭುವಿನಾಜ್ಞೆಯ ಮುಂದೆ ನಮ್ಮ ಧರ್ಮಪ್ರಜ್ಞೆಗೆ ಜಾಗವಿಲ್ಲ. ಪಣವಿಟ್ಟು ಸೋತಿರುವುದಂತೂ ನಿಜ. ಅದರಿಂದ ತಾವೀಗ ಬರುವುದೊಳಿತು."

"ಪ್ರಾತಿಕಾಮಿ ಈಗ ನಿನ್ನೊಂದಿಗೆ ನಾನು ಬರುವುದಿಲ್ಲ. ನೀನೊಬ್ಬನೇ ಹಿಂತಿರುಗಿ ಆ ದ್ಯೂತ ತಾಣದಲ್ಲಿ ನಿಂತು ದೇವಿಯವರದೊಂದು ಪ್ರಶ್ನೆ ಇದೆ, ಆ ಪ್ರಶ್ನೆಗೆ ಉತ್ತರ ದೊರೆತ ಮೇಲೆ ಅವರು ಬರುತ್ತಾರಂತೆ ಎಂದು ಹೇಳು."

"ಪ್ರಶ್ನೆಯೇನು ದೇವಿಯರೇ?"

"ದ್ಯೂತವಾಡಿದವರು ಮೊದಲು ತನ್ನನ್ನು ಒಡ್ಡಿಕೊಂಡರೋ ಇಲ್ಲ ಪತ್ನಿಯನ್ನು ಒಡ್ಡಿದರೋ ಎಂಬುದಕ್ಕೆ ನಿಖರವಾದ ಉತ್ತರ ಪಡೆದು ಬಾ."

ಅವಳ ಮಾತಿನಂತೆ ಪ್ರಾತಿಕಾಮಿ ಒಪ್ಪಿಕೊಂಡು ದ್ಯೂತ ಭವನಕ್ಕೆ ಹೋಗಿ ಬಂದ.

"ಏನೆಂಬ ಉತ್ತರ ಬಂತು?" ದ್ರೌಪದಿ ಸೂತನನ್ನು ಕೇಳಿದಳು.

"ಯುಧಿಷ್ಠಿರ ಚಕ್ರವರ್ತಿಗಳು ಉಭ ಎನ್ನಲಿಲ್ಲ. ಶುಭ ಎನ್ನಲಿಲ್ಲ. ಅದರಿಂದ ದೇವಿಯವರೇ ಸ್ವತಃ ಬಂದು ಸಭೆಯಲ್ಲೇ ಪ್ರಶ್ನೆ ಹಾಕಿ ಉತ್ತರ ಪಡೆದುಕೊಳ್ಳಬಹುದು ಎಂದಪ್ಪಣೆ ಆಯಿತು" ಎಂದ. "ಆ ಸಭೆಯಲ್ಲಿ ಮಹಾ ಪ್ರಾಜ್ಞರೂ ಧರ್ಮಪರರೂ ನ್ಯಾಯನಿಷ್ಠರೂ ಹಿರಿಯರೂ ಅನೇಕರಿದ್ದಾರೆ. ಅವರಲ್ಲಿ ಯಾರಾದರೂ ಸರಿ, ನನ್ನ ಪ್ರಶ್ನೆಗೆ ಉತ್ತರ ಹೇಳಲಿ, ಸಾಕು. ಏಕೆಂದರೆ ನನ್ನ ಪ್ರಶ್ನೆಯಲ್ಲಿ ಒಂದು ಧರ್ಮ ಸೂಕ್ಷ್ಮವಿದೆ. ಮತ್ತೆ ಹೋಗಿ ಬಾ" ಎಂದಳು ದ್ರೌಪದಿ.

ಸೂತ ಪ್ರಾತಿಕಾಮಿ ಮತ್ತೆ ಸಭೆಗೆ ಹೋದ.

"ಯುಧಿಷ್ಠಿರ ಚಕ್ರವರ್ತಿ ಏನೂ ಮಾತನಾಡಲಿಲ್ಲವಂತೆ. ಅಲ್ಲಿ ಸಭೆಯಲ್ಲಿ ಮಾತನಾಡದಿದ್ದರೆ ಹೋಗಲಿ, ತನ್ನ ವತಿಯಿಂದಲಾದರೂ ಬೇರೆ ಸಂದೇಶವನ್ನು ನನಗೆ ಕಳುಹಿಸಿದ್ದಿದ್ದರೆ ಎಷ್ಟು ಚೆನ್ನಾಗಿತ್ತು? ರಜಸ್ವಲೆಯಾಗಿ, ಏಕವಸ್ತ್ರಧಾರಿಣಿಯಾಗಿರುವ ನಾನು ಆ ಸಭೆಗೆ ಹೇಗೆ ಹೋಗಲಿ? ಓ, ಕೃಷ್ಣ, ಇದೆಂತಹ ಪರಿಸ್ಥಿತಿ ನನಗೊದಗಿತು?" ಎಂದು ಮತ್ತೆ ಮತ್ತೆ ಅದನ್ನೆ ನೆನೆನೆನೆದು ವಿಹ್ವಲಳಾಗಿ ದ್ರೌಪದಿ ಕುಳಿತಿದ್ದಳು.

ಯುಧಿಷ್ಠಿರನ ಆಪ್ತ ದೂತನೊಬ್ಬ ಬಂದು, "ವಿಧಿಯನ್ನು ಮೀರಲು ಯಾರಿಗೂ ಸಾಧ್ಯವಾಗುವುದಿಲ್ಲ. ಅದರಿಂದ ದೇವಿಯವರೇ ಸಭೆಗೆ ಬಂದು ಹಿರಿಯರಲ್ಲಿ ಕೇಳಲಿ ಎಂದು ಚಕ್ರವರ್ತಿ ತಿಳಿಸಿ ಬಾ ಎಂದಿದ್ದಾರೆ" ಎಂದ.

ಅವನೊಂದಿಗೆ ಬಂದ ದ್ರೌಪದಿ ಸಭಾ ಮಧ್ಯಕ್ಕೆ ಬರದೆ ನೇರವಾಗಿ ಧೃತರಾಷ್ಟ್ರನ ಬಳಿ ಸಾರಿದಳು.

ಅದನ್ನು ಗಮನಿಸಿದ ದುರ್ಯೋಧನ, "ಏ ಪ್ರಾತಿಕಾಮಿ ಆ ತೊತ್ತನ್ನು ಈ ಸಭಾ ಮಧ್ಯಕ್ಕೆ ಕರೆದು ತಾ" ಎಂದು ದನಿ ಏರಿಸಿ ಅಪ್ಪಣೆ ಮಾಡಿದ.

ಪ್ರಾತಿಕಾಮಿ ಪಾಂಡವರತ್ತ ನೋಡಿದ. ತನ್ನ ದೊರೆಯತ್ತ ಅನಂತರ ದೃಷ್ಟಿ ಹೊರಳಿಸಿ ಅತ್ತ ಇತ್ತ ನೋಡಿ ನಿಂತಲ್ಲೇ ನಿಂತಿದ್ದ. ಅಲ್ಲಿಂದ ಕದಲಲಿಲ್ಲ.

"ದುಶ್ಶಾಸನ, ಅವನೆಷ್ಟಾದರೂ ಸೂತ. ಹೆದರಿರಬೇಕು. ನಿನಗಾರ ಹೆದರಿಕೆ? ಹೋಗಿ ನೀನೇ ಅವಳನ್ನು ಸಭಾಮಧ್ಯಕ್ಕೆ ಕರೆದು ತಾ. ಏನು ಕೇಳಬೇಕೋ ಕೇಳಿಕೊಳ್ಳಲಿ. ಯಾರೇನು ಉತ್ತರಿಸುತ್ತಾರೋ ಅದನ್ನು ನೋಡೋಣ" ಎಂದ ದುರ್ಯೋಧನ.

ಅಂತಹ ಅವಕಾಶ ತನಗೆ ಸಿಕ್ಕೀತೆ ಎಂದು ಬಾಯಿ ಬಿಡುತ್ತಿದ್ದವನಂತೆ ಕೂಡಲೇ ದುಶ್ಶಾಸನ ದ್ರೌಪದಿ ಇದ್ದಲ್ಲಿಗೆ ಬಂದು, "ಎಲಗೆ, ನಡಿ. ನೀನೀಗ ಪಣವಾಗಿ ಸೋತ ಸ್ವತ್ತು. ಸಭಾಮಧ್ಯಕ್ಕೆ ನಡಿ" ಎಂದು ಗುಡುಗಿದ.

ದುಶ್ಶಾಸನನನ್ನು ನೋಡಿದ ದ್ರೌಪದಿಯಲ್ಲಿ ಒಂದು ಬಗೆಯ ಕಂಪನ ಹುಟ್ಟಿತು. ಮುಖ ಮೈಗಳು ಬೆವರತೊಡಗಿದವು. ವಿಪರೀತ ಗಾಬರಿಗೊಂಡವಳಂತೆ ಧೃತರಾಷ್ಟ್ರನ ರಾಣೀವಾಸದತ್ತ ಅವಳು ಓಡಿದಳು.

ತನ್ನ ಮಾತಿಗೆ ಬೆಲೆ ಕೊಡದೆ ಓಡಿದಳಲ್ಲಾ ಇವಳು ಎಂದು ದುಶ್ಶಾಸನನಿಗೆ ಕೋಪ ಉಕ್ಕೇರಿತು. ಅವನೂ ಅವಳ ಹಿಂದೆಯೇ ರಾಣಿ ವಾಸಕ್ಕೆ ನುಗ್ಗಿದ. ಎಲ್ಲ ಬಗೆಯ ನಯವಿನಯಗಳನ್ನು ಗಾಳಿಗೆ ತೂರಿದವನಂತೆ, "ಎಲೆ ತೊತ್ತೆ, ನೀನು ಓಡಿ ಹೋಗಿ ಪಾರಾಗಲಾರೆ" ಎಂದು ದ್ರೌಪದಿಯ ಮುಡಿ ಹಿಡಿದ.

"ಅಯ್ಯೋ ಇದೆಂತಹ ಅನ್ಯಾಯ!" ಎಂದು ರಾಣೀವಾಸದವರಿಗೆ ಒಡನೆಯೇ ದುಃಖ ಒತ್ತರಿಸಿ ಬಂತು. ಆದರೂ ಆ ದುಶ್ಯಾಸನನ ಉಗ್ರ ರೂಪ ಕಂಡ ಅವರೆಲ್ಲ ತುಟಿ ಬಿಗಿದು ತೆಪ್ಪನೆ ಕೂತಿದ್ದರು.

ತಾನು ಬರಲೊಲ್ಲೆನೆಂಬಂತೆ ದ್ರೌಪದಿ ಗಟ್ಟಿ ನಿಲ್ಲಲು ಪ್ರಯತ್ನಿಸಿದಳು. ಅದಕ್ಕಾಗಿ ತನ್ನ ಶಕ್ತಿ ಮೀರಿ ಸೆಣಸಿದಳು. ಆ ಸೆಣಸಾಟದಲ್ಲಿ ಅವಳ ಮುಡಿ ಬಿಚ್ಚಿ ಕೂದಲು ಚೆಲ್ಲಾಪಿಲ್ಲಿಯಾಗಿ ಹರಡಿಕೊಂಡಿತು. ಅದನ್ನೇ ತೆಕ್ಕೆ ಮಾಡಿ ಬಲವಾಗಿ ಹಿಡಿದು ದುಶ್ಯಾಸನ ಅವಳನ್ನು ಸಭಾ ಮಧ್ಯಕ್ಕೆ ಎಳೆಯು ತರತೊಡಗಿದ.

"ದುಶ್ಯಾಸನ, ನಿನ್ನ ವರ್ತನೆ ಚಂದ್ರವಂಶದ ಅರಸು ಮನೆತನಕ್ಕೆ ತಕ್ಕುದಲ್ಲ. ನಾನು ರಜಸ್ವಲೆ. ಏಕ ವಸ್ತ್ರದಲ್ಲಿರುವವಳು. ನನ್ನ ಈ ಸ್ಥಿತಿಯಲ್ಲಿ ನಾನು ಸಭಾ ಮಧ್ಯಕ್ಕೆ ಬರುವುದು ಮರ್ಯಾದೆಯಲ್ಲ. ಬಿಡು, ನನ್ನನ್ನು ಬಲಾತ್ಕಾರದಿಂದ ಸೆಳೆದೊಯ್ಯಬೇಡ" ಎಂದು ದ್ರೌಪದಿ ಧೈರ್ಯವಾಗಿಯೇ ಹೇಳಿದಳು.

"ನೀನು ರಜಸ್ವಲೆಯಾಗಿರಬಹುದು. ಏಕ ವಸ್ತ್ರದಲ್ಲಿರಬಹುದು. ಅಥವಾ ವಿವಸ್ತ್ರಳಾಗಿರ ಬಹುದು, ಅದರಿಂದ ನನಗೇನು? ಪರಾಜಿತಳಾದ ನೀನು ಈಗ ನನ್ನಣ್ಣನ ಸ್ವತ್ತು. ಅವನ ಅಪ್ಪಣೆಯಂತೆ ನಿನ್ನನ್ನು ಎಳೆದೊಯ್ಯುತ್ತಿರುವ ನನಗೆ ಯಾರದೂ ಅಡ್ಡಿಯಿಲ್ಲ." ಎಂದು ಅವನು ಹಿಡಿತವನ್ನು ಇನ್ನೂ ಬಿಗಿ ಮಾಡಿ ಅವಳನ್ನು ಸಭಾ ಮಧ್ಯಕ್ಕೆ ಎಳೆದು ತಂದೇ ಬಿಟ್ಟ.

ಅವಳ ಸೆಣಸಾಟದಲ್ಲಿ ಉಟ್ಟಿದ್ದ ಏಕವಸ್ತ್ರ ಸಹ ಸಡಿಲವಾಗಿತ್ತು. ತಲೆಗೂದಲು ಬೆನ್ನಮೇಲೆ ಹರಡಿಕೊಂಡಿತ್ತು. ಸಭಾ ಮಧ್ಯಕ್ಕೆ ಬಂದುದಂತೂ ಆಗಿಬಿಟ್ಟಿತ್ತು. ಸ್ತ್ರೀ ಸಹಜ ಲಜ್ಜೆ, ತನ್ನನ್ನು ಎಳೆದು ತಂದುದರಿಂದ ಹುಟ್ಟಿದ ಕೋಪ, ತನ್ನ ಆಗಿನ ಅಸಹಾಯ ಸ್ಥಿತಿಯಿಂದ ಉಕ್ಕಿದ ಶೋಕ ಸಂತಾಪಗಳು ಒಟ್ಟಿಗೇ ಅವಳಲ್ಲಿ ಮೂಡಿಬಂದವು. ಕಣ್ಣಿನಿಂದ ನೀರು ಹರಿದು ಬರುತ್ತಿದ್ದರೂ ಆ ನೀರು ಅಲ್ಲಿನ ಕೋಪ ಜ್ವಾಲೆಯನ್ನು ತಗ್ಗಿಸಲು ಅಸಮರ್ಥವಾಗಿತ್ತು. ಅವಳ ಎದೆ ವೇಗದ ಉಸಿರಾಟದಿಂದ ಬಡಬಡನೆ ಏರಿಳಿಯುತ್ತಿತ್ತು. ಇಡೀ ಸಭಾಭವನವನ್ನು ಅವಳು ಕೆಂಗಣ್ಣಿನಿಂದ ನೋಡಿದಳು.

ದುರ್ಯೋಧನ, ಶಕುನಿ, ಕರ್ಣರು ತಾವೇನೋ ಮಹತ್ತರವಾದುದನ್ನು ಸಾಧಿಸಿದ್ದೇವೆ ಎಂಬ ಹಮ್ಮಿನವರಂತೆ ಬೀಗಿ ಕುಳಿತಿದ್ದರು. ಅವರ ಮುಖದಲ್ಲಿ ಅಟ್ಟಹಾಸದ ದುಷ್ಟ ನಗೆ ತಾಂಡವವಾಡುತ್ತಿತ್ತು.

ತಮ್ಮ ಪತ್ನಿಗಾಗುತ್ತಿರುವ ಮಾನಹಾನಿಯನ್ನು ಕಣ್ಣಿಂದ ನೋಡಲಾರದವರಾಗಿ ಯಾವುದೋ ವಿಧಿಯ ಸೂತ್ರಕ್ಕೆ ಕಟ್ಟುಬಿದ್ದು ಪಾಂಡವರು ತಲೆ ತಗ್ಗಿಸಿ ಕುಳಿತಿದ್ದರು.

ದ್ಯೂತದ ಈ ಹಾಳು ಗೆಲುವು ಸೋಲುಗಳನ್ನು ನಿರ್ಧರಿಸುವ ಅವ್ಯಕ್ತ ಶಕ್ತಿಯನ್ನು ಪಡೆದ ನಿರ್ಜೀವ ನೆತ್ತ ಸಾಮಗ್ರಿ, ದಾಳಗಳು ಈಗ ದಿಕ್ಕಿಲ್ಲದವರಂತೆ ದ್ಯೂತ ವೇದಿಕೆಯ ಮೇಲೆ ಅಸ್ತವ್ಯಸ್ತವಾಗಿ ಹರಡಿ ಬಿದ್ದಿದ್ದವು.

ಇನ್ನುಳಿದ ಭೀಷ್ಮ, ವಿದುರ, ದ್ರೋಣಾದಿ ಹಿರಿಯರು, ಶಾಸ್ತ್ರವೇತ್ತರು, ಧರ್ಮಜ್ಞರು ಅಸಹಾಯರಂತೆ ಮೂಕ ಪ್ರೇಕ್ಷಕರಾಗಿ ಕುಳಿತಿದ್ದರು. ಆದರೆ ಅವರ ವದನಾರವಿಂದಗಳು ಮಾತ್ರ ನೋವುಂಡು ಬಾಡಿದಂತೆ ಕಂಡು ಬಂದವು.

ಒಂದು ಬಗೆಯ ರುದ್ರಮೌನ ಆ ಸಭಾಭವನದಲ್ಲಿ ಆ ಕ್ಷಣದಲ್ಲಿ ಆವರಿಸಿತ್ತು.

ಹಲವು ಕ್ಷಣ ಹಾಗೆಯೇ ನಿಂತಿದ್ದ ದ್ರೌಪದಿ ತನ್ನಂತರಂಗದ ಶಕ್ತಿಯನ್ನೆಲ್ಲ

ಕ್ರೋಡೀಕರಿಸಿಕೊಂಡು, "ಇಲ್ಲಿ ಭವ್ಯ ಚಂದ್ರವಂಶದ ಅರಸುಮನೆತನದವರು, ಧರ್ಮಜ್ಞರು, ಶಾಸ್ತ್ರವೇತ್ತರು, ಕರ್ಮನಿಷ್ಠರು, ನ್ಯಾಯ ಪಕ್ಷಪಾತಿಗಳು, ಜ್ಞಾನಿಗಳು, ಎಲ್ಲರೂ ಇದ್ದೀರಿ. ಇಂತಹ ಒಂದು ಗೌರವಾನ್ವಿತ ಸಭಾಮಧ್ಯದಲ್ಲಿ ನಾನು ಈಗಿರುವ ಸ್ಥಿತಿಯಲ್ಲಿ ನಿಲ್ಲುವಂತಾದುದು ನ್ಯಾಯವೇ? ಧರ್ಮವೇ? ಈ ವರ್ತನೆ ಕೀಳುತನದ ಪರಮಾವಧಿಯಲ್ಲವೇ? ಹೇಳಿ" ಎಂದು ಕೇಳಿದಳು. ಅವಳ ಮಾತುಗಳು ಉದ್ವೇಗಪೂರ್ಣವಾಗಿದ್ದವು.

ಎತ್ತಲಿಂದಲೂ ಚಕಾರ ಬರಲಿಲ್ಲ.

"ಹಾಗಾದರೆ ಇಲ್ಲಿರುವವರಾರಲ್ಲಿಯೂ ಹೃದಯವಂತಿಕೆ ಎಂಬುದಿಲ್ಲವೆ? ದಯೆ, ಅನುಕಂಪ ಎಂಬವಿಲ್ಲವೆ? ಹೆಂಗಸಿನ ಮಾನವೆಂಬುದಕ್ಕೆ ಬೆಲೆ ಇಲ್ಲವೆ?" ದ್ರೌಪದಿಯ ಮಾತಿನಲ್ಲಿ ಈಗ ಉದ್ವೇಗ ತಗ್ಗಿತ್ತು. ಆದರೆ ಅವಳ ವಾಣಿ ಗಂಭೀರವಾಗಿತ್ತು. ಧೀರವಾಗಿತ್ತು.

ತಲೆ ತಗ್ಗಿಸಿದ್ದ ಭೀಮ ಸಿಟಮ್ಮನೆ ತಲೆಯೆತ್ತಿ ದ್ರೌಪದಿಯತ್ತ ದೃಷ್ಟಿ ಹಾಯಿಸಿದ. ಅವನ ತುಟಿಗಳು ಕೋಪದಿಂದ ಅದುರುತ್ತಿದ್ದವು.

"ಯಾಕೆ ಈ ಮೌನ ? ಇಷ್ಟು ಜನರಲ್ಲಿ ನನಗೆ ಉತ್ತರ ಹೇಳುವ, ಮಾನವ ಧರ್ಮ ಬಲ್ಲವರು ಇಲ್ಲಿ ಯಾರೂ ಇಲ್ಲವೆ ?" ದ್ರೌಪದಿ ಮತ್ತೆ ಪ್ರಶ್ನಿಸಿದಳು.

ಯುಧಿಷ್ಠಿರ, ಅರ್ಜುನ, ನಕುಲ, ಸಹದೇವರು ಮೆಲ್ಲನೆ ತಲೆಯೆತ್ತಿ ದ್ರೌಪದಿಯತ್ತ ನೋಡಿದರು. ಅವರ ನೋಟದಲ್ಲಿ ಕೋಪವಡಗಿದ್ದುದು ಸ್ಪಷ್ಟವಾಗಿತ್ತು. ಭೀಮ ತನ್ನ ಗದೆಗೆ ಕೈ ಹಾಕಿದ. ಅದನ್ನು ಕಂಡು ಅರ್ಜುನ ಅವನ ಆ ಕೈ ಹಿಡಿದ. ಅವರಿಬ್ಬರ ದೃಷ್ಟಿ ಪರಸ್ಪರ ಮಾತನಾಡಿಕೊಂಡವು. ಭೀಮ ಗದೆ ಕೆಳಗಿಟ್ಟ.

"ಒಬ್ಬ ಹೆಂಗಸು ಇಷ್ಟು ಜನ ಪ್ರಾಜ್ಞರ ಇದಿರಿಗೆ ನಿಂತು, ಅಸಹಾಯ ಸ್ಥಿತಿಯಲ್ಲಿದ್ದರೂ ತಾನಾಗಿಯೇ ಬಾಯಿ ಬಿಟ್ಟು ನಡೆದ ಘಟನೆಗೆ ಸಮಾಧಾನ ಕೇಳಬೇಕಾದ ಪರಿಸ್ಥಿತಿ ಒದಗಿದೆಯೆಂದರೆ ಅದು ನಾಚಿಕೆಗೇಡಿನ ಕೆಲಸವಲ್ಲವೆ? ಸುಹೃದ್ದ್ಯೂತವೆಂದು ಕರೆಸಿಕೊಂಡು, ಹೋರಾಡಿ ಗೆಲ್ಲಲಾರದ ಹೇಡಿತನ ಮನೆಮಾಡಿಕೊಂಡಿದ್ದರೂ ಕಪಟ ದ್ಯೂತದಲ್ಲಿ ಅದನ್ನು ಗೆಲ್ಲುವ ಪೂರ್ವ ನಿಯೋಜಿತ ತಂತ್ರ ಹೂಡುವುದು ನ್ಯಾಯವೇ?"

"ಏಯ್, ಮುಚ್ಚು ಬಾಯಿ! ಗೆಲ್ಲಲಾರದ ಹೇಡಿತನವಂತೆ" ಎಂದು ಬುಸುಗುಟ್ಟಿದ ದುಶ್ಯಾಸನ.

"ಹೌದಲ್ಲವೆ! ಇದ್ದುದನ್ನು ಇದ್ದಂತೆ ಹೇಳಿದರೆ ಕೆಂಡದಂತಹ ಕೋಪವಂತೆ!

ದ್ರೌಪದಿಗೆ ದುಶ್ಯಾಸನನ ಮಾತಿನತ್ತ ಲಕ್ಷ್ಯವೇ ಹೋಗಲಿಲ್ಲ. ಅವಳ ಮಾತು ನಿಲ್ಲದೆ ಸಾಗಿಯೇ ಇತ್ತು. "ದ್ಯೂತಕ್ಕೆ ಪಣ ಒಡ್ಡುವುದಕ್ಕೆ ಪ್ರತಿ ಸ್ಪರ್ಧಿಯ ಒಪ್ಪಿಗೆಯಿತ್ತು ಎಂದು ಹೇಳಿ ಸಮರ್ಥಿಸಿಕೊಳ್ಳಲು ಅನುವಾಗಲೆಂದು ಧರ್ಮಸಂಕಟದಲ್ಲಿ ಸಿಕ್ಕಿಸಿ ಪಣವೊಡ್ಡಿಸಲಿಲ್ಲವೆ? ಇವೆಲ್ಲ ಇರಲಿ ಒಂದು ಕಡೆ. ತನ್ನನ್ನು ತಾನು ಸೋತುಕೊಂಡ ವ್ಯಕ್ತಿಗೆ ತನ್ನ ಪತ್ನಿಯನ್ನು ಪಣಕ್ಕೊಡ್ಡುವ ಅಧಿಕಾರವಿದೆಯೇ? ಅಸ್ವತಂತ್ರನಾದವನಿಗೆ ಆ ಅಧಿಕಾರ ಎಲ್ಲಿಂದ ಬರುತ್ತದೆ? ಅದರಲ್ಲಿ ಯಾವ ಧರ್ಮ ಅಡಗಿದೆ? ಯಾರಾದರೂ ಸರಿ ಉತ್ತರ ಹೇಳಿ," ಎಂದು ದ್ರೌಪದಿ ಸುತ್ತಲೂ ನೋಡಿದಳು.

ಭೀಷ್ಮ, ದ್ರೋಣ, ಕೃಪ, ವಿದುರ ಇವರಲ್ಲಿ ಯಾರೊಬ್ಬರಾದರೂ ಉತ್ತರಿಸಿಯಾರೆಂದು ದ್ರೌಪದಿ ನಿರೀಕ್ಷಿಸಿದ್ದಳು. ಅವಳ ನಿರೀಕ್ಷೆ ಬುಡಮೇಲಾಯಿತು. ಯಾರೊಬ್ಬರೂ ತುಟಿಪಿಟಕ್ಕೆನ್ನಲಿಲ್ಲ.

ತನ್ನ ಪಕ್ಕದಲ್ಲಿದ್ದ ಮಾವ ಶಕುನಿಯ ಕಿವಿಯಲ್ಲಿ ದುರ್ಯೋಧನ ಏನನ್ನೋ ಪಿಸುಗುಟ್ಟಿದ. ಅವನು ತಡೆ, ತಡೆ ಎಂಬಂತೆ ಸನ್ನೆ ಮಾಡಿದ ಅಷ್ಟೆ.

"ಹಾಗಾದರೆ ನನ್ನ ಪ್ರಶ್ನೆಗೆ ಉತ್ತರ ಹೇಳುವವರು ಈ ಗೌರವಾನ್ವಿತರ ಮಹಾಸಭೆಯಲ್ಲಿ ಯಾರೂ ಇಲ್ಲವೆ?" ಎಂದು ದ್ರೌಪದಿ ಮತ್ತೆ ಕೇಳಿದಳು.

ಆಗ ದುರ್ಯೋಧನನ ತಮ್ಮ ವಿಕರ್ಣ ಎದ್ದು ನಿಂತ.

ಇವನೇಕೆ ಎದ್ದು ನಿಂತನೆಂದು ಶಕುನಿ, ದುರ್ಯೋಧನಾದಿಗಳು ಅವನತ್ತ ನೋಡಿ ಕಣ್ಸನ್ನೆ ಮಾಡಿ, "ಸುಮ್ಮನಿರು, ಕೂಡು" ಎನ್ನುವಂತೆ ಸಂಕೇತಿಸಿದರು.

ಅವನದಕ್ಕೆ ಮನ್ನಣೆ ಕೊಡಲಿಲ್ಲ. "ಸಭಾಸದರು ಮೊದಲು ನನ್ನನ್ನು ಮನ್ನಿಸಬೇಕು. ಹಸ್ತಿನಾವತಿಯ ಈ ಮಹಾ ಗೌರವಾನ್ವಿತ ರಾಜ ಸಭೆಯಲ್ಲಿ ಒಬ್ಬ ಹೆಂಗಸಿನ ನ್ಯಾಯಸಮ್ಮತವಾದ ಪ್ರಶ್ನೆಗೆ ಉತ್ತರವಿಲ್ಲವೆ? ರಾಜ್ಯದ ಯಾರೇ ಬಂದು ಬೇಡಿದರೂ ನ್ಯಾಯ ದೊರಕಿಸಿಕೊಡುವಲ್ಲಿ ನಿಷ್ಠೆ ಇರುವ ಈ ಕುರುವಂಶದಲ್ಲಿ ಇಂದು ಮನೆಯ ಸೊಸೆಯೇ ಬಂದು ನ್ಯಾಯ ಬಯಸಿದ್ದರೂ ಇಲ್ಲಿ ಈ ಬಗೆಯ ಮೌನವಾವರಿಸಿರುವುದು ನನಗೆ ಆಶ್ಚರ್ಯವೆನಿಸಿದೆ. ನಾನು ಕಿರಿಯನಾದರೂ ನನ್ನ ಅಭಿಪ್ರಾಯವನ್ನು ಹೇಳದಿರಲಾರೆ. ಯಾರೊಬ್ಬರನ್ನು ಮೆಚ್ಚಿಸುವುದಕ್ಕಾಗಿಯೂ ನಾನು ಈ ಮಾತನ್ನು ಆಡುತ್ತಿಲ್ಲ. ಅಲ್ಲದೆ ಈ ಮಾತನ್ನಾಡುವಾಗ ಯಾರೊಬ್ಬರ ಭಯವೂ ನನಗಿಲ್ಲ. ನನಗಿರುವ ಧರ್ಮ ಶ್ರದ್ಧೆಯೊಂದೇ ಅದಕ್ಕೆ ಕಾರಣ. ಈಗಲೂ ಸರಿ, ಹಿರಿಯರು ಯಾರಾದರೂ ಇಲ್ಲಿ ಎದ್ದಿರುವ ಧರ್ಮ ಸೂಕ್ಷ್ಮಕ್ಕೆ ಸರಿಯಾದ ಮಾರ್ಗದರ್ಶನ ನೀಡುವುದಾದರೆ ನಾನು ಏನೂ ಹೇಳುವುದಿಲ್ಲ.," ಎಂದು ಹೇಳಿದ ವಿಕರ್ಣ ಹಿರಿಯರತ್ತ ನೋಡಿದ.

ಅವರುಗಳು ಮೌನ ಮುರಿಯಲಿಲ್ಲ. ಇದ್ದ ಸ್ಥಳದಲ್ಲಿ ಮಿಸುಕಾಡಲಿಲ್ಲ ಸಹ.

"ಸಭೆ ಮೌನ ಎಂದ ಮೇಲೆ ನಾನೇ ಹೇಳಲಿ ಎಂದಾಯಿತು. ಹೇಳಿ ಬಿಡುತ್ತೇನೆ. ನನಗೆ ತಿಳಿದಂತೆ ಬೇಟೆ, ಕುಡಿತ, ದ್ಯೂತ ಇವು ಮಹಾ ವ್ಯಸನಗಳು. ಇವುಗಳಲ್ಲಿ ಆಸಕ್ತನಾದವನಿಂದ ಧರ್ಮರಕ್ಷಣೆ ಎಂದಿಗೂ ಸಾಧ್ಯವಿಲ್ಲ. ಅದರಿಂದ ಅಂತಹ ದುರ್ವ್ಯಸನಿಗಳ ಕಾರ್ಯಗಳನ್ನು ಲೋಕ ಮೆಚ್ಚುವುದಿಲ್ಲ. ಈ ಕಾರಣದಿಂದ ಈಕೆಯನ್ನು ಪಣವಾಗಿ ಇಟ್ಟುದೇ ಧರ್ಮವಲ್ಲ ಎಂಬುದು ನನ್ನ ಭಾವನೆ. ಅಲ್ಲದೆ ಈಕೆ ದ್ಯೂತಕ್ಕೆ ಕುಳಿತಿದ್ದವನೊಬ್ಬನಿಗೇ ಪತ್ನಿಯಲ್ಲ. ಈಕೆಗೆ ಅವನಲ್ಲದೆ ಇನ್ನೂ ನಾಲ್ವರು ಪತಿಗಳಿದ್ದಾರೆ. ಆಕೆಯನ್ನು ಪಣಕ್ಕೆ ಒಡ್ಡಲು ಒಬ್ಬನಿಗೆ ಯಾವ ಧರ್ಮದ ಪ್ರಕಾರ ಹಕ್ಕಿದೆಯೆಂಬುದನ್ನು ನಾನರಿಯೆ. ಅದರ ಜೊತೆಗೆ ತನ್ನನ್ನೇ ಒಡ್ಡಿಕೊಂಡು ಸೋತುಕೊಂಡವನಿಗೆ ಮೊದಲು ತನ್ನ ಅಸ್ತಿತ್ವವೇ ಇಲ್ಲ. ಎಂದಾಗ ಅನ್ಯ ಪಣ ಇಡಲು ಅವನು ಎಂದೂ ಸಮರ್ಥನಲ್ಲ. ಅದರಿಂದ ಈಕೆ ಗೆಲ್ಲಲ್ಪಟ್ಟವಳಲ್ಲ" ಎಂದು ವಿಕರ್ಣ ಘೋಷಿಸಿದ.

ಸಭೆಯಲ್ಲಿದ್ದವರು ಕೂಡಲೇ ಮೌನ ಮುರಿದರು.

"ವಿಕರ್ಣ ಹೇಳಿದ್ದು ನ್ಯಾಯ."

"ದ್ರೌಪದಿ ಗೆಲ್ಲಲ್ಪಟ್ಟವಳಲ್ಲ."

"ಧರ್ಮಶ್ರದ್ಧೆ ಇದ್ದವರಲ್ಲಿ ಅಲ್ಲದೆ ಬೇರೆ ಯಾರಿಂದ ಈ ನ್ಯಾಯ ಹೇಳಲು ಸಾಧ್ಯ?"

"ವಿಕರ್ಣ ಹೇಳಿದ್ದೇ ಸರಿ."

"ಇದೆಲ್ಲಾ ಶಕುನಿಯ ತಂತ್ರ."

"ಈ ದ್ಯೂತದ ತುಂಬ ಬರೀ ಕಪಟ ಅಡಗಿದೆ."

"ಶಕುನಿ ಮಾಡಿದ್ದೆಲ್ಲಾ ಅನ್ಯಾಯ."

ಹೀಗೆ ಒಬ್ಬೊಬ್ಬರು ಒಂದೊಂದು ಮಾತು ಹೇಳತೊಡಗಿದರು. ಇಡೀ ವಾತಾವರಣ ಕಲಕಿಹೋಯಿತು.

ಕರ್ಣ ಎದ್ದು ನಿಂತ. "ಸ್ವಲ್ಪ ನಿಶ್ಶಬ್ದವಾಗಿರಿ. ಒಬ್ಬರು ಹೇಳಿದ್ದೇ ಧರ್ಮ ಎಂದು ನಿರ್ಣಯಿಸುವಂತಿಲ್ಲ. ಅದೂ ಅಲ್ಲದೆ ನೀವೆಲ್ಲ ಇಡೀ ದ್ಯೂತವನ್ನು ಆರಂಭದಿಂದ ಕಡೆಯವರೆಗೆ ನೋಡಿದ್ದೀರಿ. ಅನಂತರ ಏನೇನು ಆಯಿತೆಂಬುದೆಲ್ಲವನ್ನೂ ಕಂಡಿದ್ದೀರಿ. ದ್ರೌಪದಿಯೇ ನೇರವಾಗಿ ನಿಮ್ಮನ್ನು ಪ್ರಶ್ನಿಸಿದಾಗಲೂ ನೀವೆಲ್ಲ ಮೌನವಾಗಿ ಕುಳಿತಿದ್ದೀರಿ. ಇದರ ಅರ್ಥ ಏನು? ಇಲ್ಲಿ ನಡೆದದ್ದಕ್ಕೆಲ್ಲ ನಿಮ್ಮ ಒಪ್ಪಿಗೆ ಇತ್ತು ಎಂದು ತಾನೆ? ಈಗೇಕೆ ಈ ಪಡ್ಡೆ ಹುಡುಗನ ಮಾತಿನಿಂದ ನಿಮಗೆ ಈ ಆವೇಶ? ವಾಸ್ತವವಾಗಿ ವಿಕರ್ಣನಿಗೇನು ಧರ್ಮ ಸೂಕ್ಷ್ಮ ಗೊತ್ತಿದೆ? ಇಲ್ಲಿ ಯಾವುದೂ ಮುಚ್ಚು ಮರೆಯಿಂದ ನಡೆದಿಲ್ಲ. ಎಲ್ಲವೂ ಎಲ್ಲರ ಸಮಕ್ಷಮದಲ್ಲಿಯೇ ನಡೆದಿದೆ. ಧರ್ಮವಾಗಿಯೇ ನಡೆದಿದೆ. ಯುಧಿಷ್ಠಿರ ಎಲ್ಲವನ್ನೂ ಸೋತುದು ಅವನು ಸೋತುದೆಲ್ಲವೂ ದುರ್ಯೋಧನನ ಸ್ವತ್ತಾಗುವುದು ಧರ್ಮ ಸಮ್ಮತ. ನ್ಯಾಯ ಸಮ್ಮತ. ದುಶ್ಶಾಸನ, ಸೋತವರ ವಸ್ತ್ರಾಭರಣಗಳನ್ನು ತೆಗೆದುಕೋ" ಎಂದು ಕರ್ಣ ಹೇಳಿದ.

ಕೂಡಲೇ ಯುಧಿಷ್ಠಿರಾದಿಗಳು ತಮಗಾಗಲೇ ದತ್ತವಾಗಿದ್ದ ಮಲಿನ ವಸ್ತ್ರ ಧರಿಸಿ ತಮ್ಮ ರಾಜೋಚಿತ ಆಭರಣ, ವಸ್ತ್ರ ಉತ್ತರೀಯಾದಿಗಳನ್ನು ಸಭಾಮಧ್ಯಕ್ಕೆ ಎಸೆದರು. ದುಶ್ಶಾಸನ ಅದನ್ನು ಕಂಡು ಹಿಗ್ಗಿ ಏಕವಸ್ತ್ರಧಾರಿಯಾಗಿದ್ದ ದ್ರೌಪದಿಯತ್ತ ನೋಡಿ ವಿಕಟ ನಗೆ ಬೀರಿದ. ಅನಂತರ ಅವಳತ್ತ ಅಡಿಯಿಡತೊಡಗಿದ.

ತನ್ನ ಪತಿಗಳು ಮಾಡಿದ್ದನ್ನು ದ್ರೌಪದಿಯೂ ನೋಡಿದ್ದಳು. ತನ್ನತ್ತ ಅಡಿಯಿಡುತ್ತಿರುವ ದುಶ್ಶಾಸನನನ್ನೂ ನೋಡಿದಳು. ಮುಂದೇನಾಗಬಹುದೆಂಬುದನ್ನು ಊಹಿಸುತ್ತ ದ್ರೌಪದಿ ಅದನ್ನೆದುರಿಸಲು ಮನಃಸ್ಥೈರ್ಯವನ್ನು ಮೈಗೂಡಿಸಿಕೊಳ್ಳಲು ಕಣ್ಣು ಮುಚ್ಚಿದ್ದಳು.

ಆವರೆಗೆ ಸುಮ್ಮನಿದ್ದ ಭೀಷ್ಮ ಎದ್ದು ನಿಂತ.

ಅದನ್ನು ನೋಡಿದ ದುಶ್ಶಾಸನ ಇದ್ದಲ್ಲೇ ನಿಂತ.

"ವಿಕರ್ಣ ತನ್ನ ಅಭಿಪ್ರಾಯ ಹೇಳಿದ. ಅದೊಂದು ಬಗೆಯ ಆಧಾರವನ್ನು ಅವಲಂಬಿಸಿತ್ತು. ಕರ್ಣ ಹೇಳಿದ್ದು ಮತ್ತೊಂದು ಬಗೆಯ ಆಧಾರವನ್ನು ಅವಲಂಬಿಸಿತ್ತು. ಎರಡೂ ಅಭಿಪ್ರಾಯ ಹಾಗಿರಲಿ. ಮಹಾ ಸಾಧ್ವಿಯಾದ ದ್ರೌಪದಿ ಕೇಳಿರುವ ಪ್ರಶ್ನೆ ಸಾಮಾನ್ಯವಾದುದಲ್ಲ. ಅರಿಷಡ್ವರ್ಗಗಳಿಂದ ಪ್ರಭಾವಿತರಾಗಿರುವವರು, ಅನುಕಂಪಾದಿಗಳಿಂದ ಪ್ರೇರಿತರಾದವರು ಧರ್ಮ ಸೂಕ್ಷ್ಮದ ಈ ಪ್ರಶ್ನೆಗೆ ಸರಿಯಾದ ಉತ್ತರ ಹೇಳಿಯಾರೆಂಬ ನಂಬುಗೆಯಿಲ್ಲ. ಆದರೂ ಈ ಪ್ರಶ್ನೆಗೆ ಉತ್ತರ ದೊರಕಬೇಕಾದುದು ಅತ್ಯಂತ ಅವಶ್ಯ. ಧರ್ಮವನ್ನು ಧರ್ಮವಾಗಿಯೇ ನೋಡುವ, ಯವುದೇ ಬಾಹ್ಯ ಆಂತರಂಗಿಕ ಒತ್ತಡಗಳಿಗೆ ಪ್ರಭಾವಗಳಿಗೆ ಒಳಗಾಗದ ವ್ಯಕ್ತಿಯೇ ಉತ್ತರ ಹೇಳಬೇಕಾದೀತು," ಎಂದು ಭೀಷ್ಮ ಹೇಳಿದ.

"ಈ ದ್ರೌಪದಿ ನ್ಯಾಯವಾಗಿ ಜಯಿಸಲ್ಪಟ್ಟವಳಲ್ಲ ಎಂದು ಅವಳನ್ನು ಪಣಕ್ಕೆ ಇಟ್ಟ ಯುದ್ಧಿಷ್ಠಿರ ಹೇಳಿ ಬಿಡಲಿ. ಅದನ್ನು ಅಂಗೀಕರಿಸಲು ನಾನು ಸಿದ್ಧ" ಎಂದು ದುರ್ಯೋಧನ ಘೋಷಿಸಿ ಶಕುನಿಯ ಕಡೆಗೆ ತಿರುಗಿ "ಸರಿ ತಾನೇ?" ಎಂಬಂತೆ ಪ್ರಶ್ನಾರ್ಥಕವಾಗಿ ನೋಡಿದ.

ಅವನದೇ ಸಲಹೆ ತಾನೇ? ಭೀಷ್ಮನ ಮಾತಿನಲ್ಲಿ ಯುಧಿಷ್ಠಿರನಲ್ಲದೆ ಬೇರೆ ಯಾರಿಂದಲೂ ನ್ಯಾಯಬದ್ಧವಾದ ಉತ್ತರ ಸಾಧ್ಯವಿಲ್ಲ ಎಂಬ ಧ್ವನಿ ಅಡಗಿದೆ ಎಂಬುದನ್ನು ಗ್ರಹಿಸಿದ್ದ ಶಕುನಿ ಆಗಲೇ ದುರ್ಯೋಧನನಿಗೆ ಆ ಸಲಹೆಯನ್ನು ಪಿಸುಗುಟ್ಟಿದ್ದ.

"ಯುಧಿಷ್ಠಿರನ ಮಾತಿಗೆ ಮನ್ನಣೆ ಕೊಡುವ ನಿರ್ಧಾರ ಅತ್ಯಂತ ಯುಕ್ತ" ಎಂದು ಭೀಷ್ಮ ನಿರ್ಣಯ ಕೊಟ್ಟ.

"ಈವರೆಗೆ ನಡೆದ ಚರ್ಚೆಯಲ್ಲಿ ಅಡಗಿರುವ ಧರ್ಮಸೂಕ್ಷ್ಮವನ್ನು ನೋಡಲು ಹಲವು ಮುಖಗಳಿವೆ: ತಮ್ಮನ್ನು ತಾವು ಸೋತವರು ಇನ್ನೊಬ್ಬರನ್ನು ಪಣ ಇಡಲು ಏನು ಅಧಿಕಾರ ಎಂದು ನೋಡಿದಾಗ ವಿಕರ್ಣನ ದೃಷ್ಟಿಕೋನ ಸರಿಯಾದುದೆ. ಆದರೆ ಪತಿಗೆ ಪತ್ನಿಯ ಮೇಲೆಷ್ಟು ಅಧಿಕಾರವಿದೆ? ಆ ಅಧಿಕಾರ ಆಜೀವ ಪರ್ಯಂತವೇ? ಅಥವಾ ಸೀಮಿತವೆ? ಎಂದು ಯೋಚಿಸಿದಾಗ ಧರ್ಮದ ಮುಖ ಬೇರತ್ತ ತಿರುಗುತ್ತದೆ. ನಾನೂ ನನ್ನ ತಮ್ಮಂದಿರೂ ಈಗ ನಡೆದುಕೊಂಡಿರುವುದು ನನ್ನ ದೃಷ್ಟಿಯಿಂದ ಧರ್ಮದ ಮಾರ್ಗ," ಎಂದು ಯುಧಿಷ್ಠಿರ ಹೇಳಿದ.

ಆ ಮಾತನ್ನು ಕೇಳಿ ದ್ರೌಪದಿ ದಾರಿಗಾಣದಾದಳು. ಪ್ರತಿಭಟಿಸದಾದಳು. ಮುಚ್ಚಿದ್ದ ಕಣ್ಣು ಮುಚ್ಚಿಯೇ ಇತ್ತು. ಮೂಗುವೆಟ್ಟವಳಂತೆ ಅವಳು ನಿಂತಿದ್ದಳು.

"ಎಲಗೆ, ಇನ್ನಾದರೂ ನಿನ್ನ ರಾಜವಸ್ತ್ರ ಕಳಚಿ ಈ ದಾಸಿವಸ್ತ್ರ ಧರಿಸು" ಎಂದು ಅಬ್ಬರಿಸಿ ದುಶ್ಶಾಸನ ಅವಳತ್ತ ವಸ್ತ್ರ ಎಸೆದ.

ಅವನ ಅಬ್ಬರಕ್ಕೆ ಯಾವ ಪ್ರತಿಕ್ರಿಯೆಯನ್ನೂ ಸೂಚಿಸದೆ ದ್ರೌಪದಿ ಅಚಲವಾಗಿ ಹಾಗೆಯೇ ಕಣ್ಮುಚ್ಚಿ ನಿಂತಿದ್ದಳು. ಸಿಟ್ಟು ಬಂದ ದುಶ್ಶಾಸನ ಅವಳತ್ತ ಅಡಿ ಇಡತೊಡಗಿದ.

ಆಗ ಅವಳಿಗೆ ಚಿಕ್ಕಂದಿನಲ್ಲಿ ನಡೆದ ಘಟನೆಯೊಂದು ಸ್ಮರಣೆಗೆ ಬಂತು. ತನ್ನ ಸರ್ವಸ್ವವನ್ನೂ ಚೋರರು ಅಪಹರಿಸಿ ವಿವಸ್ತ್ರನನ್ನಾಗಿ ಮಾಡಿದ್ದ ಒಬ್ಬ ಮಾನವನಿಗೆ, ತನ್ನ ನಗ್ನತೆಯನ್ನು ಮುಚ್ಚಿಕೊಂಡು ಮಾನ ಕಾಪಾಡಿಕೊಳ್ಳುವುದು ಹೇಗೆ ಎಂದು ಪರದಾಡುತ್ತಿದ್ದ ಆತನಿಗೆ ಅಪ್ರಾರ್ಥಿತವಾಗಿ, ತನ್ನಲ್ಲಿ ಹುಟ್ಟಿದ ಅನುಕಂಪದ ಕಾರಣವಾಗಿ ತಾನು ಉಟ್ಟಿದ್ದ ಸೀರೆಯ ಸೆರಗನ್ನೇ ಹರಿದುಕೊಟ್ಟು ಆತನ ಮಾನರಕ್ಷಣೆಗೆ ನೆರವಾದುದು ಅವಳಿಗೆ ನೆನಪಾಯಿತು. 'ಆ ಪುಣ್ಯ ನನಗಿಂದು ನೆರವನ್ನೊದಗಿಸುವಂತಾಗಲಿ' ಎಂದ ಅವಳ ಮನಸ್ಸು ಬಯಸಿತು.

ಅವಳ ಸನಿಯಕ್ಕೆ ಬಂದ ದುಶ್ಶಾಸನ ಅವಳನ್ನು ವಿವಸ್ತ್ರಳನ್ನಾಗಿ ಮಾಡಲು ಸಿದ್ಧನಾದವನಂತೆ ಅವಳ ಸೆರಗಿಗೆ ಕೈ ಹಾಕಿದ.

ಆದರೂ ದ್ರೌಪದಿ ಹಾಗೆಯೇ ಅಚಲವಾಗಿ ನಿಂತಿದ್ದಳು. ತನ್ನ ಮಾನವನ್ನು ಕಾಪಾಡು ಎಂದು ಅಂತರಂಗದಲ್ಲಿ ಅವಳು ದೇವರಿಗೆ ಮೊರೆಯಿಡುತ್ತಿದ್ದಳು.

"ಎಲಾ ಇವಳ ಹಮ್ಮೆ!" ಎಂದು ದುಶ್ಶಾಸನ ಆಕ್ರೋಶಗೊಂಡು ತಾನು ಹಿಡಿದಿದ್ದ ಸೆರಗನ್ನು ಸೆಳೆದ. ಸೆಳೆಯುತ್ತಲೇ ಇದ್ದ. ಸೆಳೆದು ಸೆಳೆದು ಅವನ ಕೈಗಳೇ ಸೋತು ಅವನು ಕುಸಿದನೇ ವಿನಾ ದ್ರೌಪದಿಯನ್ನು ಸಂಪೂರ್ಣ ವಿವಸ್ತ್ರಳನ್ನಾಗಿ ಮಾಡಲು ಅವನಿಂದ ಆಗಲೇ ಇಲ್ಲ.

ಮಾನನಿಧಿಯಾದ ದ್ರೌಪದಿಗೆ ಅಕ್ಷಯಾಂಬರದ ರಕ್ಷಾ ಕವಚ ಒದಗಿ ಬಂದಿತ್ತೆಂಬ ಪ್ರಜ್ಞೆ ಶೀಘ್ರಕೋಪಿಯಾದ, ಧರ್ಮವಿಹೀನನಾದ ಆ ದುಶ್ಶಾಸನನಿಗೇನು ಗೊತ್ತು?

ಆ ಸಭಾಭವನದಲ್ಲಿ ನೆರೆದಿದ್ದ ಇಡೀ ಸ್ತೋಮ ಬೆಕ್ಕಸ ಬೆರಗಾಗಿ ಈ ಅಕ್ಷಯಾಂಬರ ವಿಲಾಸವನ್ನು ಕಂಡು ಮಾನಿನಿಗೆ ಧರ್ಮ ರಕ್ಷೆಯನ್ನು ನೀಡಿದ ಆ ದೈವವನ್ನು ಹೊಗಳಿದರು.

ಕೈಲಾಗದ ಭಟ್ಟಂಗಿಗಳು.

ಅನ್ಯರು ಮಾಡಿದ ಉಪಕಾರ ಕಂಡು ಮೆಚ್ಚಿಕೆಯ ಚಪ್ಪಾಳೆ ತಟ್ಟುವರು.

ಆದರೆ ಮಾತ್ರ ತಾವಾಗಿಯೇ ಏನೂ ಮಾಡುವವರಲ್ಲ.

ದುರ್ಯೋಧನ, ಶಕುನಿ, ಕರ್ಣರಿಗೆ ಅಂತರಂಗ ಚುರುಗುಟ್ಟಿತು, ತಮ್ಮ ಮಾನವ ಬಲ ಸೋತಿತಲ್ಲಾ ಎಂದು. ಆದರೂ ಅವರು ಪಡೆದುಕೊಂಡಿದ್ದ ಐಹಿಕ ಲಾಭದಿಂದಾಗಿ ಅವರಲ್ಲಿ ಇನ್ನೂ ಆ ಹಮ್ಮು ಹಾಗೆಯೇ ಉಳಿದಿತ್ತು.

"ಎಲಗೆ, ದಾಸಿ, ನೀನೀಗ ಅಸ್ವತಂತ್ರಳು. ದುರ್ಯೋಧನನ ಸ್ವತ್ತು, ನಮ್ಮ ಸೂತ ನಿನಗೆ ದಾರಿ ತೋರಿಸುತ್ತಾನೆ. ಅಂತಃಪುರದ ದಾಸಿಯರ ಗುಂಪಿಗೆ ಹೋಗಿ ಸೇರಬಹುದು. ಇಲ್ಲವೆ, ನಿನ್ನ ಪತಿಗಳು ನಿನ್ನ ಕೈಬಿಟ್ಟು ಪರರ ದಾಸರಾಗಿ ತಮ್ಮ ಸ್ವಾತಂತ್ರ್ಯವನ್ನು ಕಳೆದುಕೊಂಡಿರುವುದರಿಂದ ನೀನೀಗ ನಮ್ಮ ದುರ್ಯೋಧನನೊಡನೆ ಸಹಭಾಗಿನಿಯಾಗಿ ಸಂತೋಷವನ್ನೂ ಪಡಬಹುದು" ಎಂದು ಕರ್ಣ ಹೇಳಿದ.

ಕೂಡಲೇ ದುರ್ಯೋಧನ ಸಂತೋಷೋದ್ರೇಕದಿಂದ ತಾನುಟ್ಟಿದ್ದ ಪೀತಾಂಬರವನ್ನು ಸರಿಸಿ ತನ್ನ ತೊಡೆಯನ್ನು ತೋರಿಸಿ ಅದನ್ನು ತಟ್ಟುತ್ತಾ, "ಇದು ನೀನು ಅಲಂಕರಿಸಲು ಸರಿಯಾದ ಜಾಗ. ಕರ್ಣ ಹೇಳಿದುದು ಬಹಳ ಯುಕ್ತ," ಎಂಬಂತೆ ದ್ರೌಪದಿಯತ್ತ ದೃಷ್ಟಿ ಬೀರಿದ.

ಥಟ್ಟನೆ ದ್ರೌಪದಿ ಕಣ್ಣು ಬಿಟ್ಟಳು. ಅಗ್ನಿಪುತ್ರಿಯಲ್ಲವೆ ಅವಳು. ಜ್ವಾಲೆ ಭುಗಿಲ್ಲೆಂದಿತು. ಬಿದ್ದಿದ್ದ ಅಕ್ಷಯಾಂಬರ ರಾಶಿ ಕ್ಷಣಾರ್ಧದಲ್ಲಿ ಉರಿದು ಬೂದಿಯಾಯಿತು. "ಛಿ, ಮಾನಗೇಡಿ. ನಿನ್ನ ನೀಚತನ ಇನ್ನೂ ಹೋಗಲಿಲ್ಲವೆ? ನೀನು ಯಾವ ಲಾಲಸೆಯಿಂದ ನನಗೆ ನಿನ್ನ ತೊಡೆಯನ್ನು ತೋರಿಸಿದೆಯೋ ಆ ತೊಡೆ ಮುರಿದುಕೊಂಡೇ ನೀನು ಸಾಯುವೆ. ಆವರೆಗೆ ನಾನು ನನ್ನ ಈ ಬಿರಿಹುಯ್ದ ಕೂದಲನ್ನು ಮುಡಿಕಟ್ಟುವುದಿಲ್ಲ. ಮರೆಯಬೇಡ" ಎಂದು ಶಪಥ ಮಾಡಿದಳು.

"ಪ್ರಿಯೆ, ನಾನೇ ಅವಳ ಆ ತೊಡೆಯನ್ನು ಮುರಿಯುತ್ತೇನೆ. ಅವನ ಅಹಂಕಾರಕ್ಕೆ ಕಾರಣವಾದ ಆ ಕಿರೀಟವನ್ನು ಕಾಲಿನಿಂದ ಒದೆಯುತ್ತೇನೆ. ನಿನ್ನ ಮುಡಿ ಬಿಚ್ಚಿದ ಪಾಪಿ ದುಶ್ಶಾಸನನ ಹೊಟ್ಟೆ ಬಗೆದು ಅವನ ರಕ್ತದಲ್ಲಿ ನಿನ್ನ ಮುಡಿ ಕಟ್ಟುತ್ತೇನೆ," ಎಂದು ನೆಗೆದೆದ್ದು ನಿಂತ ಭೀಮ ಎದೆತಟ್ಟಿ ಪ್ರತಿಜ್ಞೆ ಮಾಡಿದ.

ಅವರಿಬ್ಬರ ಪ್ರತಿಜ್ಞೆಗಳು ಸಭಾಸದರೆಲ್ಲರ ಎದೆಯನ್ನು ನಡುಗಿಸಿಬಿಟ್ಟವು.

ಅಟ್ಟಹಾಸದಿಂದ ಬೀಗುತ್ತಿದ್ದ ದುರ್ಯೋಧನನಿಗೆ ಗಾಬರಿ ಆವರಿಸಿ ಅವನು ಥಟ್ಟನೆ ತನ್ನ ತೊಡೆಯನ್ನು ಪೀತಾಂಬರದಿಂದ ಮುಚ್ಚಿಕೊಂಡ.

"ದುರ್ಯೋಧನ, ನನ್ನ ಬುದ್ಧಿವಾದವನ್ನು ನೀನು ಕೇಳಲಿಲ್ಲ. ಶಕುನಿ ಎಳೆದತ್ತ ಸಾಗಿ ಈಗ ನೀನು ಬೆಂಕಿ, ಗಾಳಿಗಳ ಶಾಶ್ವತ ದ್ವೇಷವನ್ನು ಸೆರಗಿಗೆ ಕಟ್ಟಿಕೊಂಡಿದ್ದೀಯೆ. ನಿನ್ನ ಅಂತ್ಯಕ್ಕೆ ನೀನೇ ದಾರಿಮಾಡಿಕೊಂಡೆ" ಎಂದು ವಿದುರ ಹೇಳಿದ.

"ದಾಸೀಪುತ್ರನಿಗೆ ದಾಸಿಯಾದವಳಲ್ಲಿ ಅನುಕಂಪವೆಂದು ಕಾಣುತ್ತೆ. ಹೇಳಿಕೊಳ್ಳಲಿ ಬಿಡು. ಕೈಯಲ್ಲಿ ಹರಿಯದವರೆಲ್ಲ ಶಪಥಮಾಡುವವರೇ! ನೀನು ಅಂಜಬೇಡ" ಎಂದು ಶಕುನಿ ದುರ್ಯೋಧನನ ಕಿವಿಯಲ್ಲಿ ಪಿಸುಗುಟ್ಟಿದ.

"ಭೀಮ ದ್ರೌಪದಿಯರ ಈ ಶಪಥ ಕುರು ಪಾಂಡವರ ಶಾಶ್ವತ ದ್ವೇಷಕ್ಕೆ ಭದ್ರ ಅಡಿಪಾಯ" ಎಂದುಕೊಂಡು ಶಕುನಿ ಮನದಲ್ಲೇ ಹಿಗ್ಗಿದ. O

ವೀರ ಅಭಿಮನ್ಯು

ಕಿರಿ ವಯಸ್ಸು.

ಪ್ರಥಮ ಗರ್ಭ.

ಜೊತೆಗೆ ನವದಾಂಪತ್ಯ ಜೀವನದ ಉತ್ಸಾಹ ಸಂತೋಷಗಳು.

ಹುಟ್ಟುವ ಕಲ್ಪನೆಗಳು. ಕಟ್ಟುವ ಕನಸುಗಳು.

ಒಂದೇ! ಎರಡೇ!

ಅವನ್ನೆಲ್ಲ ತನ್ನಿನಿಯನಿದಿರಿಗೆ ತೋಡಿಕೊಂಡಾಗಲೇ ಅವಳಿಗೊಂದು ತೃಪ್ತಿ. ಅವಳ ಬಯಕೆಗಳಿಗೆ ಅವನು ಅಸ್ತು ಎಂದಾಗಲೇ ಅಮಿತಾನಂದ. ಅದರಿಂದ ತನ್ನ ಪತಿ ಸದಾ ತನ್ನ ಬಳಿಯೇ ಇರಲಿ ಎಂಬ ಆಂತರಂಗಿಕ ಆಸೆ ಉತ್ತರೆಯದು.

ಈವರೆಗೆ ಅವಳು ಎಂದೂ ಯಾವ ಬಗೆಯ ಮಾನಸಿಕ ವೇದನೆಯನ್ನೂ ಕಂಡರಿಯಳು. ತನ್ನ ತಂದೆ ವಿರಾಟ ರಾಯನ ಮನೆಯಲ್ಲಿದ್ದಾಗ, ತಿಳಿವಳಿಕೆ ಬಂದ ಮೇಲೆ ಅವಳು ಅರಿತ ಯುದ್ಧವೆಂಬುದು ಗೋಗ್ರಹಣ ಕಾಲದ್ದು. ಆ ಮೊದಲು ತನ್ನ ತಂದೆ ಮಾಡಿದ್ದ ಯುದ್ಧ ತ್ರಿಗರ್ತರೊಡನೆ ಆಗಿದ್ದುದು. ಅದು ತಮ್ಮ ರಾಜಧಾನಿಗೆ ಸನಿಯದಲ್ಲಿ ಜರಗಲಿಲ್ಲವಾಗಿ ಅದರ ಬಗೆಗೆ ಅವಳ ಕುತೂಹಲ ಅಷ್ಟಿರಲಿಲ್ಲ. ಆದರೂ ತಮ್ಮ ತಂದೆ ಸೆರೆ ಸಿಕ್ಕಿದ್ದಾಗ ತನ್ನ ದೊಡ್ಡ ಮಾವ ಭೀಮಸೇನರು ಅವರನ್ನು ಬಿಡಿಸಿ ತಂದ ವಿಷಯ, ಆಗಿನಿಂದ ಪಾಂಡವರಿಗೂ ಮತ್ಸ್ಯದೇಶ ದವರಾದ ತಮಗೂ ಸ್ನೇಹ ಸಂಬಂಧ ಇದ್ದ ವಿಷಯ ತಿಳಿದಿತ್ತು.

ವಾಸ್ತವವಾಗಿ ಗೋಗ್ರಹಣದ ಕಾಲದ ಯುದ್ಧ ಅಂತಹ ಭಾರೀಯಲ್ಲದಿದ್ದರೂ ಅದರ ಬಗೆಗೆ ತನ್ನಣ್ಣನಿಂದಾಗಿ ಅಂತಃಪುರದ ಸ್ತ್ರೀ ಸಮೂಹದಲ್ಲಿಯೇ ವರ್ಣಿತವಾಗಿದ್ದುದರಿಂದ, ತನ್ನಣ್ಣ ತನ್ನ ಶೌರ್ಯಸಾಹಸಗಳ ಬಗೆಗೆ ವಿಶೇಷವಾಗಿ ಕೊಚ್ಚಿಕೊಂಡಿದ್ದುದರಿಂದ, ತನ್ನ ನಾಟ್ಯ ಗುರುವೇ ತನ್ನಣ್ಣನಿಗೆ ಸಾರಥಿಯಾಗಲೊಪ್ಪಿದುದ್ದರಿಂದ ಹೆಚ್ಚು ವಿಷಯ ತಿಳಿದಿತ್ತು.

ಮತ್ತೆ ಆ ಯುದ್ಧದ ಮಾತೇನೂ ಬಂದಿರಲಿಲ್ಲ. ತನ್ನ ಬಾಳಿನಲ್ಲಿ ಮತ್ತೆ ಯುದ್ಧ ಸಂಭವನೀಯವೆಂದು ಸಹ ಅವಳ ಮನಸ್ಸಿನಲ್ಲಿ ಇರಲಿಲ್ಲ.

ತನ್ನ ಲಗ್ನಾನಂತರ ಉಪಪ್ಲಾವ್ಯದಲ್ಲಿ ಬಂದು ನೆಲೆಯೂರಿದ

ಮೇಲೆ ತಾನೂ ತನ್ನಿನಿಯ ಅಭಿಮನ್ಯುವೂ ಜೊತೆಗೆ ಕಳೆದ ದಿನಗಳು, ತಮ್ಮಿಬ್ಬರದೇ ಬೇರೊಂದು ಪ್ರಪಂಚವೆಂಬ ಭಾವ ತಾಳಲು ಅವಳಿಗೆ ಅನುವುಂಟುಮಾಡಿಕೊಟ್ಟಿತ್ತು.

ಅವಳಿಗೆ ಹಿಂದಿನ ಕಥೆಯೆಲ್ಲಾ ತಿಳಿದಿತ್ತು. ತನ್ನ ಅತ್ತೆ ದ್ರೌಪದೀದೇವಿ ಮಾಡಿದ್ದ ಶಪಥದ ವಿಷಯವೂ ತಿಳಿದಿತ್ತು. ತನ್ನ ದೊಡ್ಡ ಮಾವ ಭೀಮಸೇನರು ಮಾಡಿದ್ದ ಶಪಥದ ವಿಷಯವೂ ತಿಳಿದಿತ್ತು. ಆದರೆ ಆ ಶಪಥಗಳ ಗುರಿಯೇನು ಎಂಬ ವಿಷಯ ಅವಳ ಮನಸ್ಸಿನಲ್ಲಿ ಉಳಿದಿರಲಿಲ್ಲ. ಎಷ್ಟೋ ಜನ ತಾವು ಮಾಡಿದ ಶಪಥವನ್ನು ತಾವೇ ಮರೆತಿರುತ್ತಾರೆಂದ ಮೇಲೆ ಅನ್ಯರು ಎಂದೋ ಮಾಡಿದ್ದ ಶಪಥದ ವಿಷಯ ಮನಸ್ಸಿನಲ್ಲಿ ಉಳಿದಿರಲು ಹೇಗೆ ಸಾಧ್ಯ?

ಹೀಗಿರುವಾಗ ಒಂದು ದಿವಸ ತನ್ನ ತಂದೆ, ಸೋದರರು ಬಂದರು. ದ್ರುಪದರಾಜ, ಧೃಷ್ಟದ್ಯುಮ್ನರು ಬಂದರು. ಪಾಂಡವ ಪಕ್ಷಪಾತಿಗಳು ಅನೇಕರು ಬಂದರು. ಅವರೆಲ್ಲ ಅವರವರ ಸೈನ್ಯ ಸಮೇತ ಬಂದಿದ್ದರು. ಜೊತೆಗೆ ಕೃಷ್ಣನೂ ಬಂದ. ಅದನ್ನೆಲ್ಲ ತಿಳಿದ ಉತ್ತರೆ ಏಕಾಂತದಲ್ಲಿ "ಇಷ್ಟೆಲ್ಲ ಜನ ಏಕೆ ಬಂದಿದ್ದಾರೆ?" ಎಂದು ಅಭಿಮನ್ಯುವನ್ನು ಕೇಳಿದಳು.

"ನಮಗೂ ಕೌರವರಿಗೂ ಯುದ್ಧವಾಗಲಿದೆ" ಎಂದು ಉತ್ತರಿಸಿದ ಅಭಿಮನ್ಯು.

"ಯುದ್ಧವೇಕೆ? ಪಣ ಸೋತುದಕ್ಕೆ ಹನ್ನೆರಡು ವರ್ಷದ ವನವಾಸ ಮತ್ತು ಒಂದು ವರ್ಷದ ಅಜ್ಞಾತವಾಸ ಅನುಭವಿಸಿ ಮಾತುಳಿಸಿಕೊಂಡಾಗಿದೆ. ಅವರು ಮಾತಿನಂತೆ ಅರ್ಧ ರಾಜ್ಯ ಕೊಡಬೇಕು. ಎಂದಾಗ ಯುದ್ಧವೇಕೆ?"

"ಯುದ್ಧಕ್ಕೆ ಅನೇಕ ಕಾರಣಗಳಿವೆ. ಮೊದಲು ಅವರು ಕೊಡಬೇಕಾದ ಅರ್ಧರಾಜ್ಯ ಕೊಡಲು ಆ ದುರ್ಯೋಧನ ಇಚ್ಛಿಸುತ್ತಿಲ್ಲ. ಕಾಲು ಕೆರೆದು ಯುದ್ಧಕ್ಕೆ ಕರೆ ಕೊಟ್ಟಿದ್ದಾನೆ. ವೀರರು ಅಂಗಲಾಚುತ್ತಾರೆಯೇ? ಭುಜ ತಟ್ಟಿ ಇದಿರಾಗುತ್ತಾರೆ. ಈಗ ನಾವು ಮಾಡುವುದೂ ಅದನ್ನೇ!"

"ಅಯ್ಯೋ ಹೌದೇ? ಯುದ್ಧ ಯಾವಾಗಿನಿಂದ?" ಉತ್ತರೆ ತುಸು ಗಾಬರಿಯಿಂದ ಕೇಳಿದಳು.

"ಯುದ್ಧವಾದರೆ ನಿನಗೇಕೆ ಗಾಬರಿ ಉತ್ತರಾ? ವೀರರು ನಾವಿದ್ದೇವೆ. ಉತ್ತರ ಕೊಡುತ್ತೇವೆ."

"ನಿಜ. ವೀರರು ನೀವಿದ್ದೀರಿ. ಉತ್ತರ ಕೊಡಲು ಹೊರಟೂ ಬಿಡುತ್ತೀರಿ. ಆದರೆ ಇಲ್ಲಿ ನಾಲ್ಕು ಭಿತ್ತಿಗಳೊಳಗೆ ಕುಳಿತಿರುವ ನಮ್ಮ ಪಾಡೇನು?"

"ಅಯ್ಯೋ ಈ ಪ್ರಶ್ನೆ ಎಲ್ಲ ಕಾಲಕ್ಕೂ ಇದ್ದದ್ದೇ. ಅವರು ದಾಳ ಉರುಳಿಸುವುದರಲ್ಲಿ ಗಟ್ಟಿಗರಿರ ಬಹುದು. ಆದರೆ ನಮ್ಮ ತೋಳ್ಬಲದ ಮುಂದೆ ಅವರ ಆಟವೇನೂ ನಡೆಯುವುದಿಲ್ಲ."

"ತೋಳ್ಬಲ ಸರಿಯೇ ಆದರೂ ದೈವಬಲವೂ ಇರಬೇಕಲ್ಲವೆ?"

"ಧರ್ಮಬಲವಿರುವ ಕಡೆ ದೈವಬಲವಿದ್ದೇ ತೀರುತ್ತದೆ ಉತ್ತರಾ. ನನ್ನ ಮಾವನೂ ಬಂದಿದ್ದಾರೆ ಎಂಬುದು ಗೊತ್ತಲ್ಲ."

"ಅವರ ಜೊತೆಗೆ ಕೃತವರ್ಮರು, ಯಾದವ ಸೈನ್ಯ ಎಲ್ಲಾ ಬಂದಿವೆಯೇ?"

"ಇಲ್ಲ. ಅವೆಲ್ಲ ಅವರ ಕಡೆ. ಮಾವನೊಬ್ಬ ಮಾತ್ರ ನಮ್ಮ ಕಡೆ."

"ನಿಮ್ಮ ಮಾವ ಹೀಗೇಕೆ ಮಾಡಿದರು? ಇದು ನ್ಯಾಯವೆ? ಅವರೊಬ್ಬರು ಇಲ್ಲಿದ್ದು ಏನು ಮಾಡುತ್ತಾರೆ?"

"ನನ್ನ ತಂದೆಗೆ ಸಾರಥಿಯಾಗಿ ನೆರವಾಗುತ್ತಾರೆ."

"ಅಷ್ಟು ಸಾಕೆ?"

"ನಮ್ಮ ತಂದೆಯೊಬ್ಬರೇ ನಿಮ್ಮ ರಾಜಧಾನಿಯ ಬಳಿ ಆ ಕೌರವರಿಗೆ ಏನು ಪಾಡುಪಡಿಸಿದ ರೆಂಬುದನ್ನು ನೀನು ಮರೆತೆಯಾ?"

"ಮರೆತಿಲ್ಲ. ಆದರೂ ಜನಬಲ ಕಡಿಮೆ ಎನಿಸಿದಾಗ ಆತಂಕವಾಗುವುದು ಸಹಜವಲ್ಲವೆ? ಅದರಿಂದ ಕೇಳಿದೆ. ಬಲಾಬಲದ ವಿಷಯ ಇರಲಿ. ಯುದ್ಧ ಯಾವಾಗ?"

"ನಮ್ಮ ಮಾವ ಹಸ್ತಿನಾವತಿಗೆ ಸಂಧಾನಕ್ಕೆ ಹೊರಟಿದ್ದಾನೆ. ಅವನು ಹಿಂತಿರುಗಿದ ನಂತರ ಉಳಿದುದು ನಿಶ್ಚಯವಾಗಬೇಕು."

"ಸಂಧಾನವೇನು ಇದರಲ್ಲಿ?"

"ನಮ್ಮ ಹಿರಿಯ ದೊಡ್ಡಪ್ಪನವರ ವಿಶಾಲ ಮನೋಭಾವ ನಿನಗೆ ಗೊತ್ತಿಲ್ಲವೆ? ಸೋದರ ಸೋದರರಲ್ಲಿ ಯುದ್ಧ ಬೇಡ. ಅರ್ಧ ರಾಜ್ಯ ಕೊಡದಿದ್ದರೆ ಬೇಡ. ಐದು ಊರುಗಳನ್ನು ಕೊಟ್ಟರೆ ಸಾಕೆಂದು ಹೇಳಿಕಳಿಸಿದ್ದಾರೆ."

"ನೀಚರ ಜೊತೆಗೆ ಎಂತಹ ಸಂಧಾನ? ಅವರು ನಿಮ್ಮ ದೊಡ್ಡಮ್ಮನವರಿಗೆ ಮಾಡಿದ ಅಪಮಾನ ನೆನಸಿಕೊಂಡರೆ, ಆ ವಿಷಯ ಬರೀ ಕೇಳಿದ ನಮಗೇ ಮೈ ಉರಿದು ಬೀಳುತ್ತೆ. ಅಂತಹವರೊಂದಿಗೆ ಸಂಧಾನ ಮಾಡುವುದಕ್ಕೆ ಬದಲು ಅವರುಗಳನ್ನು ಜೀವ ಸಹಿತ ಅಗ್ನಿಕುಂಡಕ್ಕೆಸೆಯಬೇಕು."

"ಅದು ನಿನ್ನ ಅಭಿಪ್ರಾಯ."

"ಸರಿಯಲ್ಲವೇನು?"

"ಧರ್ಮ, ಧರ್ಮ ಅಂತ ಕಟ್ಟುಬಿದ್ದವರಿಗೆ ನನ್ನ ನಿನ್ನ ಅಭಿಪ್ರಾಯ ಹುಡುಗುತನದ ಅಭಿಪ್ರಾಯವಾಗುತ್ತೆ."

"ಹೋಗಲಿ ಬಿಡಿ, ಹೇಗೂ ಯಾರೂ ನಮ್ಮ ಅಭಿಪ್ರಾಯವನ್ನು ಕೇಳಿ ನಿರ್ಣಯ ಮಾಡುವುದಿಲ್ಲವಲ್ಲ. ಈಗ ಮುಂದೇನು?"

"ಮುಂದೆ, ಸಂಧಾನ ವಿಫಲವಾದರೆ ಯುದ್ಧವೇ ಗತಿ. ಯುದ್ಧ ಎಂದರೆ ನಿನಗೆ ಆತಂಕ ಎಂದು ಆಗಲೇ ಸೂಚಿಸಿದ್ದೀಯೆ."

"ಬರೀ ಗಂಡಸರೇ ಯುದ್ಧ ಮಾಡುವರೆಂದಾಗ ಆ ಆತಂಕ ಹೆಂಗಸರಿಗೇ ಮೀಸಲು. ಅದು ಹಾಗಿರಲಿ, ಒಂದು ವಿಷಯ..." ಉತ್ತರೆ ಥಟ್ಟನೆ ಮಾತು ನಿಲ್ಲಿಸಿದಳು.

"ಏನದು? ಮಾತು ನಿಲ್ಲಿಸಿದೆಯೇಕೆ?"

"ಈಗ ನಿಮ್ಮ ಮಾವ ಹೋಗಿದ್ದಾರಲ್ಲ. ಆ ಕೌರವರು ಸಂಧಾನಕ್ಕೆ ಒಪ್ಪಿ ಐದು ಊರುಗಳನ್ನು ಕೊಟ್ಟುಬಿಟ್ಟರೆ ಏನು ಗತಿ?"

"ನಿನಗನ್ನಿಸಿದ ಹಾಗೇ ನಮ್ಮ ದೊಡ್ಡಮ್ಮನಿಗೂ ಅನ್ನಿಸಿತು, ನಮ್ಮ ಸಹದೇವ ಚಿಕ್ಕಪ್ಪನಿಗೂ ಅನ್ನಿಸಿತು. ಚಿಕ್ಕಪ್ಪ ಯುದ್ಧವೇ ನಿರ್ಣಯವಾಗಲಿ ಎಂದು ಘೋಷಿಸಿದರು."

"ಮತ್ತೆ ಈ ಸಂಧಾನವೇಕೆ?"

"ಅದು ರಾಜಕಾರಣವಂತೆ."

"ನಿಮ್ಮ ದೊಡ್ಡಮ್ಮ ಸುಮ್ಮನಿದ್ದರೆ?"

"ಅವರು ಹಾಗೆಲ್ಲ ಸುಮ್ಮನಿರುವ ಚೇತನವಲ್ಲ. ಅವರು ನೇರವಾಗಿ ನಮ್ಮ ಮಾವನ ಬಳಿಗೆ ಬಂದು, 'ಅಣ್ಣಾ, ನನ್ನ ಮುಡಿ ಕಳಚಿ, ಸಭಾ ಮಧ್ಯದಲ್ಲಿ ನನ್ನನ್ನು ವಿವಸ್ತ್ರಳನ್ನಾಗಿ ಮಾಡಲೆಳಸಿದ ಆ ಚಂಡಾಲರ ಜೊತೆಗೆ ಸಂಧಾನವೇ? ನನ್ನ ನೆರವಿಗೆ ಬಂದಿರುವ ನೀನು, ನೀನೇ ಈಗ ಈ ಸಂಧಾನಕ್ಕೆ ಹೊರಟಿರುವೆಯಾ? ಇದು ವಿಪರ್ಯಾಸವೇ ಸರಿ. ಇನ್ನು ನೀವೆಲ್ಲ ಏನಾದರೂ ಮಾಡಿಕೊಳ್ಳಿ, ನನಗೂ ಅದಕ್ಕೂ ಸಂಬಂಧವಿಲ್ಲ. ಆದರೆ ನೀನು

ಹೊರಡುವ ಮುನ್ನ ನನ್ನ ಒಂದು ಮಾತನ್ನು ನಿನಗೆ ಖಂಡತುಂಡವಾಗಿ ಹೇಳದೆ ವಿಧಿಯಿಲ್ಲ. ಕೇಳು. ನನ್ನ ನಿರ್ಣಯ ಯುದ್ಧ. ಯಾರು ನನ್ನ ನೆರವಿಗೆ ಬರಲಿ ಬಿಡಲಿ, ನನ್ನ ಮಕ್ಕಳು ಪ್ರತಿವಿಂಧ್ಯ, ಶ್ರುತಸೋಮ, ಶ್ರುತಕೀರ್ತಿ, ಶತಾನೀಕ ಮತ್ತು ಶ್ರುತಸೇನರು, ನನ್ನ ಪತಿ ಸಹದೇವ, ನನ್ನ ಸೋದರಿಯರು ಹಿಡಿಂಬಾ, ಸುಭದ್ರೆಯರ ಮಕ್ಕಳು ಘಟೋತ್ಕಚ, ಅಭಿಮನ್ಯು, ನಮ್ಮ ತಂದೆ, ಅಣ್ಣ ಅವರ ಮೂರು ಅಕ್ಷೋಹಿಣಿ ಸೇನೆ... ಯುದ್ಧ ಮಾಡುವುದೇ ಸರಿ. ದುಶ್ಶಾಸನನ ರಕ್ತ ಕುಡಿದು ದುರ್ಯೋಧನನ ತೊಡೆ ಮುರಿಯಲಾಗುತ್ತದೆ' ಎಂದು ಘಂಟಾಘೋಷವಾಗಿ ಹೇಳಿಬಿಟ್ಟರು. ನನ್ನ ಹೆಸರನ್ನು ಅವರ ಬಾಯಿಂದ ಕೇಳಿ ನನ್ನ ಮೈ ನವಿರೆದ್ದಿತು. ಉತ್ಸಾಹ ಉಕ್ಕಿ ನಾನು ಅವರತ್ತ ನೋಡಿದೆ. ಉತ್ತರಾ, ಆಗಿನ ಅವರ ಮುಖ ನೀನು ನೋಡಬೇಕಾಗಿತ್ತು. ಹಿಂದೆ ಅವರು ಶಪಥ ಮಾಡಿದ ದಿವಸವೂ ಅವರ ನೇತ್ರಗಳು ಇದೇ ರೀತಿ ಜ್ವಾಲೆ ಹೊಮ್ಮಿಸಿರಬೇಕು. ಅವರ ಮಾತನ್ನು ಕೇಳಿ ಭೀಮಸೇನ ದೊಡ್ಡಪ್ಪನವರೂ ಸಿಡಿದೆದ್ದು ಗುಡುಗಿದರು."

"ಆದರೂ ನಿಮ್ಮ ಮಾವ ಸಂಧಾನಕ್ಕೆ ಹೋದುದೇಕೆ?"

"ಆಗಲೇ ಹೇಳಿದೆನಲ್ಲ, ರಾಜಕಾರಣ."

"ನಿಮ್ಮ ದೊಡ್ಡಮ್ಮ ದೊಡ್ಡಪ್ಪರ ಶಪಥ ಪೂರ್ಣವಾಗುವುದು ಬೇಡವೆ?"

"ಉತ್ತರಾ ನಮ್ಮ ಮಾವ ಸಂಧಾನ ಚತುರ. ಭೂತ ಭವಿಷ್ಯತ್ತುಗಳನ್ನು ಬಲ್ಲವ. ಅವನೇನು ಮಾಡಿದ ಗೊತ್ತೆ? 'ತಂಗಿ ದ್ರೌಪದಿ, ಅಸಮಾಧಾನ ಪಡಬೇಡ. ನಾನು ಸಂಧಿಯ ನೆಪದಲ್ಲಿ ಹೋಗಿ ಅವರ ಕೋಪ ಮತ್ಸರಗಳನ್ನು ಕೆರಳಿಸಿ ಯುದ್ಧವನ್ನೇ ನಿರ್ಣೈಸಿಕೊಂಡು ಬರುತ್ತೇನೆ. ನಿನ್ನಾಣೆ, ನಮ್ಮಮ್ಮನಾಣೆ ಇದು ಸತ್ಯ' ಎಂದು ನಮ್ಮ ದೊಡ್ಡಮ್ಮನಿಗೆ ಮಾತುಕೊಟ್ಟು ಹೋದರು."

"ಸರಿ, ರಾಜಕಾರಣ ಎಂಬುದರ ಅರ್ಥ ನನಗೆ ಈಗ ಗೊತ್ತಾಯಿತು. ನನ್ನ ದೃಷ್ಟಿಯಲ್ಲಿ ಈಗ ಈ ರಾಜಕಾರಣ ಒಳಿತೇ. ಇದರ ಫಲವಾಗಿ ನಿಮ್ಮ ದೊಡ್ಡಮ್ಮನವರ ಮ್ಲಾನವದನ ಸಂತಸವದನವಾದರೆ ಸಾಕು."

"ಹಾಗೆ ಆಗೇ ಆಗುತ್ತದೆ. ಅಷ್ಟು ಗಟ್ಟಿ ನಮ್ಮ ದೊಡ್ಡಮ್ಮನ ಮನಸ್ಸು. ತಾವು ನುಡಿದುದನ್ನು ಅವರು ಆಗಮಾಡುವ ಧೈರ್ಯಶಾಲಿಯೂ ಹೌದು. ಎಲ್ಲ ಗಂಡಸರೂ ಅವರಂತೆ ಗಟ್ಟಿ ಮನಸ್ಸಿನವರಾದರೆ, ಧೈರ್ಯಶಾಲಿಗಳಾದರೆ ಗೆಲವು ನಮಗೆ ಸಿದ್ಧ."

"ಬಾಯಲ್ಲಿ ಗೆಲುವು ಎಂದು ಜಪಿಸಿದರೆ ಅದು ಲಭ್ಯವಾಗುತ್ತದೆಯೇ? ಧೀರ ಹೋರಾಟಕ್ಕೆ ನಮ್ಮವರನ್ನು ಪ್ರಚೋದಿಸಬೇಕಲ್ಲವೆ?"

"ಹೌದು, ಜಪಿಸಿದರೆ ಗೆಲುವು ಸಾಧ್ಯವಿಲ್ಲ. ಧೀರ ಹೋರಾಟವಾಗಬೇಕು. ದೊಡ್ಡಮ್ಮನ ಶಪಥ ಪೂರ್ಣವಾಗಿ, ಅವರದು ಆನಂದವದನವಾಗಲು ನಾನು ಪ್ರಾಣ ಕೊಡಲೂ ಸಿದ್ಧ ಉತ್ತರಾ. ನಿನ್ನ ಕೈ ಹಿಡಿದವನೆಂತಹ ವೀರನೆಂಬುದನ್ನು ನೀನೇ ಕಾಣುತ್ತೀಯೆ."

"ನಿಮ್ಮ ಶೌರ್ಯದ ಬಗೆಗೆ, ನಿಷ್ಠೆಯ ಬಗೆಗೆ ನೀವೇ ಹೇಳಿಕೊಳ್ಳಬೇಕಾಗಿಲ್ಲ, ಅದೂ ನನ್ನ ಮುಂದೆ. ನನಗೆಲ್ಲ ಗೊತ್ತಿದೆ. ನೀವು ವಿಶ್ವದ ಏಕೈಕ ಸವ್ಯಸಾಚಿಯ ಮಗ. ಅವರ ಪ್ರೇಮ ದಾಂಪತ್ಯದ ಸುಮಧುರ ಫಲ."

"ಸುಮಧುರ ಫಲವಷ್ಟೇ ಅಲ್ಲ ಉತ್ತರಾ, ವೀರಫಲ. ತನ್ನ ಹಿರಿಯಣ್ಣನ ಇಚ್ಛೆ ತನ್ನ ಸ್ವಂತ ಇಚ್ಛೆಗೆ ವಿರೋಧವಾಗಿತ್ತೆಂದು ತಿಳಿದ ನನ್ನ ತಾಯಿ, ತನ್ನ ಚಿಕ್ಕಣ್ಣನ ನೆರವಿನಿಂದ ತಾನು ಮನಸಾ ಮೆಚ್ಚಿದ್ದ ನನ್ನ ತಂದೆಯನ್ನು ಲಗ್ನವಾದಾಗ ದಂಪತಿಗಳಿಬ್ಬರೇ ಸ್ಥಳಬಿಟ್ಟು ರಥದಲ್ಲಿ

ಪರಾರಿ ಆಗಬೇಕಾಗಿತ್ತು. ಏಕೆಂದರೆ ಅವರಿಬ್ಬರು ಬಲರಾಮ ದೇವರ ಕೋಪದಿಂದ ರಕ್ಷಿತವಾಗಬೇಕಾಗಿತ್ತು. ಆಗ ನನ್ನ ತಾಯಿ ಆ ರಥದ ಸಾರಥ್ಯ ಮಾಡಿದ ವೀರ ರಮಣಿ."

"ಓ ಹಾಗೇನು? ನನಗೆ ಈ ವಿಷಯ ಗೊತ್ತೇ ಇರಲಿಲ್ಲ."

"ಈಗ ಗೊತ್ತಾಯಿತಲ್ಲ. ನಿನ್ನ ಹೊಟ್ಟೆಯಲ್ಲಿ ಹುಟ್ಟುವ ಮಗನಲ್ಲೂ, ಪೀಳಿಗೆ ಪೀಳಿಗೆಯಿಂದ ಹರಿದು ಬಂದ ಚಂದ್ರವಂಶದ ವೀರ ರಕ್ತವೇ ಇರುತ್ತದೆ. ಆಗ ನೀನೂ ವೀರಮಾತೆ ಎನಿಸುತ್ತೀಯೆ."

"ಅಂದರೆ ಅಲ್ಲಿಯವರೆಗೆ...?"

"ನಿಮ್ಮಣ್ಣನ ತಂಗಿ!"

ಉತ್ತರೆಗೆ ಕೂಡಲೇ ಅಸಮಾಧಾನವಾಯಿತು – ಇವರು ವೀರ ವಂಶದವರಿರಬಹುದು. ಹಾಗೆಂದು ನಮ್ಮ ವಂಶವನ್ನೇಕೆ ಪರ್ಯಾಯವಾಗಿ ಎತ್ತಿ ಆಡಬೇಕು ಎಂದು. ಅವಳು ಮುಖ ಸಿಂಡರಿಸಿದಳು.

ಅದನ್ನು ಅಭಿಮನ್ಯು ಗಮನಿಸಿದ.

"ಓಹೋ! ಮುನಿಸು ಆಗಲೇ ಮೂಗಿನ ತುದಿಯ ಮೇಲೆ ಪಟ್ಟವೇರಿತು!"

"ಏರದೆ ಏನು ಮಾಡೀತು? ಏರುವಂತೆ ಮಾಡಿ ಈಗ ಅದಕ್ಕೂ ಟೀಕೆಯೇ?"

"ನೋಡು ಉತ್ತರಾ, ಮುನಿಸು ಕೋಪಗಳ ಕೈಗೆ ನಮ್ಮ ಮನಸ್ಸು ಸಿಕ್ಕಾಗ ಮಾಡಬಾರದ ಕೆಲಸವನ್ನು ಮಾಡಿಸುತ್ತೆ. ಆಡಬಾರದ ಮಾತನ್ನು ಆಡಿಸುತ್ತೆ."

"ಅದೇ ತಾನೇ ನೀವು ಮಾಡಿದ್ದು."

"ನಾನು ಕೇವಲ ವಿನೋದಕ್ಕೆಂದು ಹೇಳಿದ ಮಾತನ್ನು ನೀನು ಅಪಾರ್ಥ ಮಾಡಿಕೊಂಡಿದ್ದೀಯೆ. ಸಿಟ್ಟಾಗಬೇಡ. ನನ್ನ ಮಾತನ್ನು ಕೇಳು. ಅತ್ತ ನಮ್ಮ ಮಾವ ಹಸ್ತಿನಾವತಿಗೆ ಪ್ರಯಾಣ ಬೆಳೆಸಿದ ಮೇಲೆ ಏನಾಯಿತು ಗೊತ್ತೆ?"

"ಏನಾಯಿತು?" ಮುನಿಸು ತಗ್ಗಿದ್ದರೂ ಪೂರ್ತಿ ಮಾಯವಾಗಿರಲಿಲ್ಲ.

"ನಾನು, ನಿಮ್ಮಣ್ಣ ಯುದ್ಧದ ವಿಷಯವನ್ನು ಮಾತನಾಡುತ್ತಿದ್ದೆವು. ಅವರು ಗೋಗ್ರಹಣದ ಕಾಲದಲ್ಲಿ ನಡೆದುಕೊಂಡ ರೀತಿಗೆ ಕಾರಣ ಬೇರೆ ಇತ್ತಂತೆ."

"ರಣ ಹೇಡಿ ಎಂದು ಬಿರುದು ಸಂಪಾದಿಸಲು ಕಾರಣ ಬೇಕೆ?"

"ನೋಡಿದೆಯಾ, ಈಗ ನಿನ್ನ ಬಾಯಲ್ಲಿ ಸಲ್ಲದ ಮಾತು ಹೇಗೆ ಬಂತು? ಸ್ವಲ್ಪ ತಾಳ್ಮೆಯಿಟ್ಟು ಕೇಳು. ನಿಮ್ಮಣ್ಣನಿಗೆ ಹೇಗೋ ನನ್ನ ತಂದೆ ಅಲ್ಲಿ ರೂಪಾಂತರದಲ್ಲಿ ನಾಟ್ಯಾಚಾರ್ಯ ನಾಗಿರುವುದು ಪತ್ತೆಯಾಗಿತ್ತಂತೆ. ಆದರೆ ನಿಜಸಂಗತಿ ಬಯಲಾಗದಂತೆ ನಿಮ್ಮಣ್ಣ ಅವರನ್ನು ರಣರಂಗಕ್ಕೆ ಒಯ್ಯಬೇಕಾಯಿತಂತೆ."

"ಅದೇಕೆ?"

"ಅಜ್ಞಾತವಾಸದ ಅವಧಿ ಮುಗಿದಿರಲಿಲ್ಲ. ನಿಮ್ಮ ಮಾವ ಕೀಚಕನ ವಧೆಯ ಸುದ್ದಿ ಅಲ್ಲಿಗೆ ಮುಟ್ಟಿ ಕೌರವರು ಪಾಂಡವರಿಲ್ಲಿರಬಹುದೆಂಬ ಅನುಮಾನದಿಂದ, ಅವರ ಪತ್ತೆಹಚ್ಚಲು ನಮ್ಮ ಗೋವುಗಳನ್ನು ಕದ್ದಿದ್ದರು. ಅದರಿಂದ..."

ನಡುವೆಯೇ, "ನಿಮ್ಮ ಈ ಮಾತನ್ನು ನಂಬುವುದೇ ಕಷ್ಟ. ನನ್ನನ್ನು ಸಂತೋಷಪಡಿಸಲು ನೀವು ಕಥೆ ಕಟ್ಟುತ್ತಿದ್ದೀರಿ ಅಷ್ಟೆ." ಎಂದಳು ಉತ್ತರೆ.

"ನಿಜವಾಗಿ ನಾನು ಕಟ್ಟಿದ ಕಥೆಯಲ್ಲ ಉತ್ತರಾ. ನಿಮ್ಮಣ್ಣನೇ ಹೇಳಿದುದು."

"ನನಗೆ ನಂಬಿಕೆಯಾಗುತ್ತಿಲ್ಲ."

"ಇಲ್ಲಿ ಕೇಳು. ನಿಮ್ಮಲ್ಲಿ ಯಾರೂ ಸಾರಥಿಗಳಿರಲಿಲ್ಲವೆ? ಯಾರಾದರೂ ನಾಟ್ಯಾಚಾರ್ಯ ನಪುಂಸಕ ಬೃಹನ್ನಳೆಯನ್ನು ಸಾರಥಿಯಾಗಿ ಕರೆದೊಯ್ಯುತ್ತಾರೆಯೇ?"

"ಹೌದಲ್ಲವೆ? ಅಂದರೆ ನಮ್ಮಣ್ಣನೂ ನಿಜವಾದ ವೀರ ಎಂದು ಹೇಳುತ್ತೀರೇನು?"

"ಯುದ್ಧ ಆರಂಭವಾಗಲಿ. ಆಗ ನಿನಗೇ ತಿಳಿಯುತ್ತದೆ. ಹೆಂಗಸರು ಸಹ 'ಆಹಾ! ಉತ್ತರನ ಪೌರುಷ ಒಲೆ ಮುಂದೆ' ಎಂದು ಆಡಿಕೊಳ್ಳುವಂತಾಗಿ, ಉತ್ತರಕುಮಾರರ ಮುದ್ದು ಹೆಸರಿಗೆ ಕಳಂಕ ಹಚ್ಚಿದಂತಾಗಿದೆಯಲ್ಲಾ, ಅದು ಮುಂಬರುವ ಯುದ್ಧದಲ್ಲಿ ತೊಡೆದುಹೋಗಿ, ಅವರ ನಿಜ ನಾಮಧೇಯಕ್ಕೆ ಅನ್ವರ್ಥವಾಗುವಂತಹ ಕೈಚಳಕವನ್ನು ಅವರು ತೋರಿಸುತ್ತಾರೆ. ನೋಡುತ್ತಿರು."

"ಇದು ನಿಜವಾ? ನಮ್ಮಣ್ಣ ಹಾಗಾದರೆ ಎಲ್ಲರಂತೆ ವೀರನೆ?"

"ನಿನ್ನಾಣೆಗೂ ವೀರ. ಈ ಕಾರಣದಿಂದ ಆ ಅಣ್ಣನ ತಂಗಿ ನೀನು ಎಂದೆ, ಸರಿತಾನೆ?"

ಮುನಿಸಿಗೆ ಹೆದರಿ ಮೂಲೆಯಲ್ಲಿ ಮುದುರಿಕೊಂಡಿದ್ದ ಕಿರುನಗೆ ಪುಟನೆಗೆದು ಮುನ್ನುಗ್ಗಿ ಬಂತು.

"ಒಂದು ವಿಷಯ..." ಏನನ್ನೋ ಕೇಳಬೇಕೆಂಬ ತನ್ನ ಬಯಕೆಯ ಫಲವಾಗಿ ಮಾತನ್ನು ಆರಂಭಿಸಿದ ಉತ್ತರೆ ಥಟ್ಟನೆ ಮಾತನ್ನು ನಿಲ್ಲಿಸಿದಳು.

"ಏಕೆ ಅರ್ಧಕ್ಕೇ ಮಾತನ್ನು ನಿಲ್ಲಿಸಿದೆ?"

"ಏನನ್ನೋ ಕೇಳಬೇಕೆಂದುಕೊಂಡೆ. ಅಮೇಲೆ ಕೇಳುವುದು ಸರಿಯೋ ಇಲ್ಲವೋ ಎಂದು ಅನುಮಾನಿಸಿ ಸುಮ್ಮನಾದೆ. ಏಕೆಂದರೆ ಯುದ್ಧ ಎಂದರೆ ಗಂಡಸರಿಗೆ ಮನೆ – ಮಡದಿಯರ ನೆನಪು ಸಹ ಆಗುವುದಿಲ್ಲವಲ್ಲ."

"ನಿನ್ನ ಈ ಮಾತು ನಿಜವಾದರೂ ನಾನು ರಾತ್ರಿಯ ವೇಳೆ ನಿನ್ನನ್ನು ಬಿಟ್ಟು ದೂರ ಎಲ್ಲಿರುತ್ತೇನೆ? ಅಂದರೆ ನಿನ್ನ ಬಯಕೆಯನ್ನು ಪೂರೈಸುತ್ತೇನೆಂದು ತಾನೇ ಅದರ ಅರ್ಥ."

"ನನ್ನಲ್ಲಿ ಹುಟ್ಟಿರುವ ಬಯಕೆಯನ್ನು ನೀವು ರಾತ್ರಿ ಸಮಯದಲ್ಲಿ ಪೂರೈಸಿದರೂ ಆದೀತು. ಆದರೆ ನಿಮ್ಮ ಮನಸ್ಸಿನಲ್ಲಿರುವ ಬಯಕೆಗೂ ನನ್ನ ಬಯಕೆಗೂ ಸಂಬಂಧ ಮಾತ್ರ ಇಲ್ಲ."

"ಹಾಗೇನು? ಚಿಂತೆಯಿಲ್ಲ. ಅದು ಏನೇ ಆದರೂ ನಿನ್ನ ಬಯಕೆಯನ್ನು ನಾನು ರಾತ್ರಿ ಸಮಯದಲ್ಲಿ ಶತಾಯ ಗತಾಯ ತೀರಿಸಿಯೇ ತೀರುತ್ತೇನೆ. ಅದೇನು ಹೇಳು."

"ಇನ್ನೇನು ಈ ಯುದ್ಧ ನಡೆದೇ ನಡೆಯುತ್ತದೆ ಎಂದು ನೀವು ಹೇಳಿದಿರಲ್ಲ. ಅದು ನಡೆವಷ್ಟು ಕಾಲವೂ ಪ್ರತಿ ದಿನ ರಾತ್ರಿ, ಅಂದಂದು ನಡೆದ ಯುದ್ಧದ ವಿವರ, ನಮ್ಮವರು ಶೌರ್ಯ ಪ್ರದರ್ಶನ ಮಾಡಿದ ರೀತಿ, ಅವುಗಳನ್ನೆಲ್ಲ ನೀವು ವರ್ಣಿಸಬೇಕು. ನಾನು ಆಲಿಸಬೇಕು."

"ಇಷ್ಟೇನೆ? ಅದಕ್ಕೇನು ಕಷ್ಟ. ಹೇಳುತ್ತೇನೆ. ನಿನ್ನ ಗರ್ಭದಲ್ಲಿರುವ ಭಾವೀ ಪುತ್ರನೂ ಆ ವೀರ ಪ್ರತಾಪಗಳ ವೈಖರಿಯನ್ನು ಗರ್ಭವಾಸದಲ್ಲಿಯೇ ಕೇಳಿ ಅದನ್ನೆಲ್ಲ ಮೈಗೂಡಿಸಿಕೊಳ್ಳಲಿ. ಉತ್ತರಾ ನಿನ್ನ ಈ ಬಯಕೆ ವೀರಮಾತೆಯ ಸಹಜ ಬಯಕೆ. ಆದರೆ ಒಂದು ವಿಷಯವನ್ನು ನೀನು ತಿಳಿದಿರಬೇಕು. ಯುದ್ಧದ ಎಲ್ಲ ವಿಷಯ ಅಂದಂದೇ ತಿಳಿಯಲು ಸಾಧ್ಯವೇ ಇಲ್ಲ. ತಿಳಿದಷ್ಟನ್ನು ಹೇಳಲು ಅಡ್ಡಿಯಿಲ್ಲ. ಆಗಬಹುದು ತಾನೇ?"

"ಹಾಗೇ ಮಾಡಿ. ನಿಮ್ಮ ಮಾವ ಹಿಂತಿರುಗುವುದು ಯಾವಾಗ?"

"ನಾನು ಹೇಗೆ ಹೇಳಲಿ ಉತ್ತರಾ? ಅವನು ಹಿಂತಿರುಗಿ ಬರುವಷ್ಟರಲ್ಲಿ ನಮ್ಮ ಕಡೆಯ

ಯುದ್ಧಸಿದ್ಧತೆಗಳು ಮುನ್ನಡೆದಿರುತ್ತವೆ. ಅವನು ಹಿಂತಿರುಗಿದ ಮಾರನೆಯ ದಿವಸವೇ ನಮ್ಮ ಸೇನೆ ಶತ್ರುಗಳ ಮೇಲೇರಿ ಹೋಗಲು ಪ್ರಯಾಣ ಆರಂಭಿಸುತ್ತದೆ ಎಂಬುದನ್ನು ಮರೆಯಬೇಡ."

"ಯುದ್ಧವಾರಂಭವಾಗುವ ದಿನವನ್ನು ನಾನು ಚಾತಕ ಪಕ್ಷಿಯಂತೆ ಇದಿರು ನೋಡುತ್ತಿರುತ್ತೇನೆ."

"ಆದರೆ?..."

"ಏನು ಆದರೆ?"

"ಯುದ್ಧ ಈ ಉಪಪ್ಲಾವ್ಯದಲ್ಲಿ ನಡೆಯುವುದಿಲ್ಲ."

"ಅಂದರೆ ದಿನಾ ರಾತ್ರಿ ಯುದ್ಧದ ವಿವರಣೆ ಸಾಧ್ಯವಿಲ್ಲವೆಂಬ ಸೂಚನೆಯೋ ಇದು. ಮತ್ತಾಗ ಯಾಕೆ ಹಾಗೆ ಹೇಳಿದ್ದಿರಿ? ರಾತ್ರಿ ವೇಳೆ ನಮ್ಮಿಬ್ಬರಿಗೇ ಮೀಸಲು ಎಂಬಂತೆ? ಈಗ ಮಾತ್ರ ಹೀಗೆ?"

"ಆ ಮಾತನ್ನು ಹೇಳಿದರೆ ನೀನೇನು ಪ್ರತಿಕ್ರಿಯೆ ತೋರಿಸುತ್ತೀಯೋ ನೋಡೋಣ ಎಂದು ಹಾಗೆ ಹೇಳಿದ್ದೆ."

"ಅಂದರೆ ನೆವ ಸಿಕ್ಕರೆ ನನ್ನನ್ನು ಪೀಡಿಸುವುದೆಂದು ತಾನೇ ಅದರ ಅರ್ಥ."

"ನಿನ್ನನ್ನು ಪೀಡಿಸಿದರೆ, ನಿನ್ನ ಮುಖ ಕೆಂದಾವರೆಯಂತೆ ಅರಳುತ್ತದೆ, ಅದು ನೋಡಲು ಬಲು ಚೆನ್ನ."

"ಅಂದರೆ ನಮ್ಮನ್ನೂ ಜೊತೆಗೆ ಕರೆದೊಯ್ಯುತ್ತೀರಾ? ಅದಕ್ಕೆ ನಿಮ್ಮ ದೊಡ್ಡಪ್ಪ ಒಪ್ಪಿದ್ದಾರೆಯೇ?"

"ಇಲ್ಲಿ ದೊಡ್ಡಪ್ಪನವರ ಒಪ್ಪಿಗೆ ಉದ್ಭವಿಸುವುದಿಲ್ಲ. ಯುದ್ಧದ ಮಹಾ ಸೇನಾನಾಯಕರು ಹೇಳಿದಂತೆ ಎಲ್ಲರೂ ಕೇಳಲೇಬೇಕು. ಈ ಯುದ್ಧದ ನಮ್ಮ ಸೇನಾನಾಯಕರು ಧೃಷ್ಟದ್ಯುಮ್ನ ರಾಜರು. ಅವರ ತಂಗಿ ಅವರೊಂದಿಗೆ ಇರಬೇಕೆಂಬುದು ಅವರ ತೀರ್ಮಾನ. ಆದ್ದರಿಂದ ಉಳಿದ ನೀವಿಬ್ಬರೂ ಅಂದರೆ ನೀನು, ನನ್ನ ತಾಯಿ ಅವರೊಂದಿಗಿರಬೇಕೆಂದು ನಿರ್ಣಯ."

"ಧೃಷ್ಟದ್ಯುಮ್ನರ ತೀರ್ಮಾನಕ್ಕೆ ಕಾರಣವೇನು?"

"ಈ ಯುದ್ಧವಾಗುತ್ತಿರುವುದೇ ನಮ್ಮ ದೊಡ್ಡಮ್ಮನ ಶಪಥ ಪೂರೈಕೆಗಾಗಿ. ಬಿಚ್ಚಿದ ಅವರ ಮುಡಿಯನ್ನು ದುಷ್ಟರ ಬಿಸಿ ರಕ್ತದಲ್ಲಿ ಅದ್ದಿಕಟ್ಟಬೇಡವೆ? ಅವರದು ಆನಂದವದನ ವಾಗಬೇಡವೆ?"

"ಅದೇನೋ ಸರಿ. ಯುದ್ಧ ಶಿಬಿರದಲ್ಲಿ ಹೆಂಗಸರು ಇದ್ದರೆ ತೊಡಕಲ್ಲವೆ?"

"ನಮ್ಮ ಪರವಾದ ಒಂದೇ ಒಂದು ಗಂಡು ಪಿಳ್ಳೆಯೂ ಇಲ್ಲಿ ಇರುವುದಿಲ್ಲ. ಎಲ್ಲರೂ ಯುದ್ಧದಲ್ಲಿ ಕಾರ್ಯಪ್ರವೃತ್ತರಾಗಿರುತ್ತಾರೆ. ಅಂತಹ ಸಮಯದಲ್ಲಿ ದೂರದಲ್ಲಿರುವ ನಿಮ್ಮ ಸಂರಕ್ಷಣೆ, ಅದರಲ್ಲಿಯೂ ಇದಿರು ಪಕ್ಷದವರು ಮಹಾ ಕಪಟಿಗಳೆಂದು ಪ್ರಸಿದ್ಧವಾಗಿರುವಾಗ, ಕಷ್ಟವಾಗುತ್ತದೆ. ನಿಮ್ಮ ಉಪಸ್ಥಿತಿಯಿಂದ ಯುದ್ಧರಂಗದಲ್ಲಿ ಏನೇ ತೊಡಕು ಉದ್ಭವಿಸಿದರೂ, ಸಾಮೀಪ್ಯದ ಕಾರಣವಾಗಿ ನಿಮ್ಮ ರಕ್ಷಣೆ ನಮಗೆ ಸುಲಭ."

"ಕಾರಣಗಳು ಏನೇ ಇರಲಿ, ಇದರಿಂದ ನನಗಂತೂ ಮಿತಿಮೀರಿ ಆನಂದವಾಗಿದೆ" ಎಂದು ಉತ್ತರೆ, ಅಭಿಮನ್ಯುವನ್ನು ಬಿಗಿಯಾಗಿ ಆಲಿಂಗಿಸಿ ಚುಂಬಿಸಿದಳು.

* * *

ಯುದ್ಧ ಆರಂಭವಾಗಲಿದ್ದ ಹಿಂದಿನ ರಾತ್ರಿ ಅಭಿಮನ್ಯು ಯುದ್ಧದಲ್ಲಿನ ಬಲಾಬಲಗಳ ಬಗೆಗೆ ಪತ್ನಿಗೆ ವಿವರಿಸತೊಡಗಿದ್ದ. ತಮ್ಮ ಸೇನಾಬಲ ಒಟ್ಟು ಏಳು ಅಕ್ಷೋಹಿಣಿ ಎಂದು ಅವನು ಹೇಳಿದಾಗ ಉತ್ತರೆ, "ಅಕ್ಷೋಹಿಣಿ ಸೇನೆ ಎಂದರೆ ಎಷ್ಟು?" ಎಂದು ಕೇಳಿದಳು.

"ನಿನಗೆ ಗೊತ್ತಿಲ್ಲವೆ? ಹೇಳುತ್ತೇನೆ ಕೇಳು. ಸೇನೆ ಚತುರಂಗ ಬಲವನ್ನೊಳಗೊಂಡಿರುತ್ತದೆ. ಗಜ, ತುರಗ, ರಥ, ಕಾಲಾಳು – ಈನಾಲ್ಕೇ ಸೇನೆಯ – ನಾಲ್ಕು ಅಂಗ. ಒಂದು ಗಜ, ಒಂದು ತುರಗ, ಒಂದು ರಥ ಮತ್ತು ಐದು ಕಾಲಾಳುಗಳು – ಇವಿಷ್ಟು ಸೇರಿದ ಸೇನೆಯ ಅತ್ಯಂತ ಕನಿಷ್ಠ ಘಟಕವನ್ನು ಪತ್ತಿ ಎಂದು ಕರೆಯುತ್ತಾರೆ. ಅಂತಹ ಮೂರು ಪತ್ತಿಗಳು ಒಟ್ಟು ಸೇರಿದ ಸೇನಾ ಘಟಕವನ್ನು ಸೇನಾಮುಖವೆಂದು ಕರೆಯುತ್ತಾರೆ. ಇಂತಹ ಐದು ಸೇನಾಮುಖಗಳ ಒಟ್ಟು ಘಟಕಕ್ಕೆ ಗುಲ್ಮವೆಂದೂ, ಮೂರು ಗುಲ್ಮಗಳ ಒಟ್ಟು ಘಟಕವನ್ನು ಗಣವೆಂದೂ, ಮೂರು ಗಣಗಳ ಒಂದು ಘಟಕವನ್ನು ವಾಹಿನಿ ಎಂದೂ ಮೂರು ವಾಹಿನಿಗಳ ಒಟ್ಟು ಘಟಕವನ್ನು ಚಮೂ ಎಂದೂ, ಮೂರು ಚಮೂಗಳ ಒಟ್ಟು ಘಟಕವನ್ನು ಅನೀಕಿನಿ ಎಂದೂ ಹತ್ತು ಅನೀಕಿನಿಗಳ ಒಂದು ಘಟಕವನ್ನು ಒಂದು ಅಕ್ಷೋಹಿಣಿ ಎಂದೂ ಕರೆಯಲಾಗುತ್ತದೆ."

"ಅಬ್ಬಾ! ಅಂದರೆ ಅದರ ಏಳರಷ್ಟು ನಮ್ಮ ಸೈನ್ಯ ಎಂದಾಯಿತು."

"ಆದರೆ ಅವರದು ಅದರ ಹನ್ನೊಂದರಷ್ಟಿದೆ."

"ಹಾಗಾದರೆ ಅವರ ಸೈನ್ಯ ಬಲ ನಮ್ಮದಕ್ಕಿಂತ ಭಾರಿ?"

"ಸೈನ್ಯ ಎಷ್ಟು ಎನ್ನುವುದಕ್ಕಿಂತ ಅದರ ರಚನೆ ಹೇಗೆ ಎಂಬುದು ಮುಖ್ಯವಾಗುತ್ತದೆ ಯುದ್ಧದಲ್ಲಿ. ಈಗ ನೋಡು ನಮ್ಮ ಸೈನ್ಯದ ಅಕ್ಷೋಹಿಣಿ ಘಟಕಗಳ ನಾಯಕತ್ವ ಹೀಗೆ ಇದೆ. ನಿಮ್ಮ ತಂದೆ, ದ್ರುಪದ ರಾಜರು, ಶಿಖಂಡಿ, ಶಿನಿರಾಜ, ದೃಷ್ಟಕೇತು ಮತ್ತು ಜರಾಸಂಧನ ಮಗ ಸಹದೇವ ನಮ್ಮ ಸೇನೆಯ ಒಂದೊಂದು ಅಕ್ಷೋಹಿಣಿಗೂ ನಾಯಕರಾಗಿದ್ದಾರೆ."

"ದ್ರುಪದರಾಜರು, ಮಗನ ಕೈಕೆಳಗೆ ನಿಂತು ಅವನ ಅಪ್ಪಣೆಯಂತೆ ಯುದ್ಧ ಮಾಡಬೇಕೆ?"

"ರಣರಂಗದಲ್ಲಿ ತಂದೆ–ಮಕ್ಕಳು, ಅಣ್ಣ–ತಮ್ಮಂದಿರು, ಮಾವ–ಅಳಿಯಂದಿರು ಎಂಬ ಸಂಬಂಧಗಳಿಗೆ ಜಾಗವಿಲ್ಲ. ಮಹಾ ಸೇನಾನಾಯಕರು ಯಾರೇ ಆಗಿರಲಿ ಅವರು ನಿಯೋಜಿಸಿ ದಂತೆಯೇ ಕಾರ್ಯ. ಅದಕ್ಕೆ ಬದಲಿಲ್ಲ."

"ಆಯಿತು ನಮ್ಮವರಿಗೆ ಅಕ್ಷೋಹಿಣೀ ನಾಯಕತ್ವ ಕೊಡುವುದು ಸರಿ. ಆದರೆ ಮಾಗಧ ಜರಾಸಂಧ ನಮ್ಮ ಪರಮಶತ್ರು, ಅವನ ಮಗನನ್ನು ಅಕ್ಷೋಹಿಣೀ ನಾಯಕನನ್ನಾಗಿ ಮಾಡುವುದೇ? ಅದು ಸರಿಯೇ?"

"ಜರಾಸಂಧನನ್ನು ನಮ್ಮ ದೊಡ್ಡಪ್ಪ ಕೊಂದ ಮೇಲೆ, ಮಾಗಧ ಸಹದೇವ, ನಮ್ಮ ಮಾವನ ಸಲಹೆಯಂತೆ ನಮ್ಮ ಸ್ನೇಹ ಬಯಸಿದ, ತಂದೆಯಂತೆ ಅವನೂ ಮಹಾಶೂರ."

"ಅಂದರೆ ಈಗ ಮಾಗಧರೆಲ್ಲ ನಮ್ಮ ಪರವೆ?"

"ಎಲ್ಲ ಇಲ್ಲ. ಈ ಸಹದೇವನ ಸೋದರ ಅತ್ತ ಸೇರಿಕೊಂಡಿದ್ದಾನೆ. ಅದಕ್ಕೆ ನಾನು ಹೇಳಿದ್ದು. ಯುದ್ಧದಲ್ಲಿ ರಕ್ತ ಸಂಬಂಧ ಗೌಣ; ಪರ–ವಿರೋಧ. ಅಷ್ಟೇ ಮುಖ್ಯಾಂಶ."

"ಸದಾ ನಾಲ್ಕು ಭಿತ್ತಿಗಳೊಳಗೆ ಇರುವ ನಮಗೆ ಈ ಕೊಲೆಯಾಟದ ನೀತಿ ನೇಮಗಳೇ ಗ್ರಹಿಕೆಗೆ ಬರುವುದಿಲ್ಲ."

"ಆದರೆ ಇದು ನಡೆಯುತ್ತಿರುವುದೆಲ್ಲ ಆ ನಾಲ್ಕು ಭಿತ್ತಿಯೊಳಗಿರುವ ಹೆಣ್ಣಿನ ಮಾನ ಅಪಮಾನಗಳ ಸಲುವಾಗಿ ಎಂಬುದನ್ನು ಮರೆಯಬೇಡ."

"ನಾಳಿನ ಯುದ್ಧದಲ್ಲಿ ನಿಮ್ಮ ಪಾತ್ರವೇನು?"

"ನಾಳೆ ನಮ್ಮ ಸೇನಾನಾಯಕರು, ಸೈನ್ಯವನ್ನು ವಜ್ರವ್ಯೂಹದಲ್ಲಿ ರಚಿಸುವರು. ವಜ್ರಕಾಯದ ನಮ್ಮ ದೊಡ್ಡಪ್ಪ ಭೀಮಸೇನರು ಯುದ್ಧಾರಂಭ ಮಾಡಲು ಮೊದಲು ಹೆಜ್ಜೆ ಇಡುವರು. ನಾನು, ನನ್ನ ಚಿಕ್ಕಪ್ಪಂದಿರು, ಘಟೋತ್ಕಚ, ನಿನ್ನ ಸೋದರರು ಅವರಿಗೆ ಬೆಂಗಾವಲಾಗಿ ಅವರೊಂದಿಗೆ ಮುನ್ನುಗ್ಗುವೆವು."

"ಅಂದರೆ ವ್ಯೂಹದ ಮುಂದಿನ ಸಾಲಿನಲ್ಲೇ ನೀವು ಇರುತ್ತೀರಾ?" ತುಸು ಆತಂಕ ಅವಳ ಧ್ವನಿಯಲ್ಲಿ ಕಂಡು ಬಂತು.

ಅದನ್ನು ಅಭಿಮನ್ಯು ಗುರುತಿಸಿದ. "ಉತ್ತರಾ, ವೀರಪತ್ನಿಯರು ಯುದ್ಧಕ್ಕೆ ಹೊರಡುವ ಮುನ್ನ ಆತಂಕವನ್ನು ವ್ಯಕ್ತಪಡಿಸಬಾರದು, ವೀರೋಚಿತ ಸಂತಸದ ಬೀಳ್ಕೊಡುಗೆ ವೀರರಿಗೆ ರಕ್ಷಾ ಕವಚವಿದ್ದಂತೆ ಅಲ್ಲಿ ನಾನೊಬ್ಬನೇ ಇರುತ್ತೀನೇನು? ಅಲ್ಲದೆ ನಾವುಗಳೆಲ್ಲ ರಥಾರೂಢ ರಾಗಿರುತ್ತೇವೆ. ನನಗೆ ಬಹಳ ಚಾಣಾಕ್ಷನಾದ ಸುಮಿತ್ರ ಸಾರಥಿಯಾಗಿರುತ್ತಾನೆ. ನಮ್ಮ ಯುದ್ಧಗಳಲ್ಲಿ ಸಾರಥಿಯ ಚಾಕಚಕ್ಯತೆ ಹೋರಾಡುತ್ತಿರುವ ಯೋಧನಿಗೆ ಬಲವಾದ ರಕ್ಷಣೆ. ನನ್ನ ಮಾವ ಆ ಕಾರಣದಿಂದಲೇ ನನ್ನ ತಂದೆಗೆ ಸಾರಥಿಯಾಗಿರುವುದು. ನೀನು ಈ ರೀತಿ ಆತಂಕವನ್ನು ವ್ಯಕ್ತ ಪಡಿಸುವುದಾದರೆ ನಾನು ಯುದ್ಧ ಮುಗಿಯುವವರೆಗೆ ನಿನ್ನ ಬಳಿ ಯುದ್ಧದ ಮಾತನ್ನೇ ಆಡುವುದಿಲ್ಲ."

"ಏನೋ ಒಂದು ಕ್ಷಣ ಮನಸ್ಸು ಆತಂಕಗೊಂಡಿತು ಅಷ್ಟೆ. ನಾನೀಗಿರುವ ಸ್ಥಿತಿಯಲ್ಲಿ ಅದು ಸಹಜ. ಇನ್ನುಮೇಲೆ, ನಿಮ್ಮಾಣೆ, ನಾನು ಆತಂಕ ವ್ಯಕ್ತಪಡಿಸುವುದಿಲ್ಲ."

"ಯಾಕೆ ಉತ್ತರಾ, ಅಷ್ಟು ಬೇಗ ಉದ್ವೇಗಗೊಂಡೆ? ಆಣೆ ಪ್ರಮಾಣದವರೆಗೆ ನೀನು ಹೋಗಬೇಕಾಗಿತ್ತೆ?"

"ಉದ್ವೇಗವೇನಿಲ್ಲ. ನನ್ನ ಈ ಆಣೆ ನಿಮಗೆ ರಕ್ಷಾಕವಚವಿದ್ದಂತೆ. ನಿಮ್ಮ ಮಾವ ಸಂಧಾನಕ್ಕೆ ಹೋಗುವ ಮುನ್ನ ಆಣೆ ಇಡಲಿಲ್ಲವೇನು?"

"ಸಂಧಾನ ಬೇರೆ, ಯುದ್ಧ ಬೇರೆ ಉತ್ತರಾ. ಆ ಮಾತನ್ನಲ್ಲಿಗೆ ಬಿಡು. ಬೆಳಗ್ಗೆ ಬೇಗ ಏಳಬೇಕು. ಈಗ ಮಲಗಿಕೊ. ನಿನ್ನ ಮೈಗಾವಿನಿಂದ ಮಾಗಿಯ ಚಳಿ ಅನುಭವಕ್ಕೆ ಕಂಡುಬರದಂತಾಗಲಿ."

* * *

ಎಂದಿಗೆ ಸೂರ್ಯಾಸ್ತಮಾನವಾಗುತ್ತದೆಯೋ ಎಂದಿಗೆ ತನ್ನ ವೀರಪತಿ ಬಿಡಾರಕ್ಕೆ ಹಿಂತಿರುಗುತ್ತಾನೋ ಎಂದು ಯುದ್ಧದ ಆರಂಭದ ದಿವಸ ತುಂಬಾ ಕಾತರದಿಂದ ಉತ್ತರೆ ಕಾದಿದ್ದಳು.

ಕಾಯುವುದು ಕಾರ್ಯಸಾಧನೆಗಿಂತ ಕಷ್ಟಕರವಲ್ಲವೆ?

ಉಪಾಹಾರ, ಭೋಜನಾದಿಗಳನ್ನು ಬಿಟ್ಟು ಉಳಿದ ಕಾಲದಲ್ಲಿ ಅವಳು ಯುದ್ಧದ ಬಗೆಗೆ ಏನೇನೋ ಕಲ್ಪನೆಗಳನ್ನು ಕಟ್ಟಿಕೊಳ್ಳತೊಡಗಿದಳು.

ಕೆಲಸದಲ್ಲಿ ತೊಡಗಿರುವವರಿಗೆ ಸಮಯ ಕಳೆದುದೇ ಅರಿವಾಗಿರುವುದಿಲ್ಲ. ಕೆಲಸವಿಲ್ಲ ದವರಿಗೆ ಗಳಿಗೆ ಗಳಿಗೆ ದಾಟುವುದೂ ಪ್ರಯಾಸಕರವೆನಿಸುವುದು ಸಹಜ. ಆದರೂ ಮುಂದೆ ಸಾಗುವ ಕಾಲ ಯಾರ ಸಲುವಾಗಿಯೂ ತನ್ನ ಗತಿಯನ್ನು ಬದಲಾಯಿಸದೆ ಸದಾ ಒಂದೇ ವೇಗದಲ್ಲಿ ಮುಂದೆ ಸಾಗುತ್ತಿರುತ್ತದೆ. ಆ ಕಾರಣದಿಂದ ಅಂದಿನ ಸೂರ್ಯಾಸ್ತಮಾನವೂ ಮಾಗಿ ಕಾಲಕ್ಕೆ ಅನುಗುಣವಾಗಿ ಆಯಿತು.

ಸೂರ್ಯಾಸ್ತಮಾನವಾದ ತುಸು ಸಮಯಾನಂತರದಲ್ಲಿ ಅಭಿಮನ್ಯು ಉತ್ತರೆಯ ಬಳಿಗೆ ಬಂದ.

ಅವನನ್ನು ಕಂಡ ಕೂಡಲೇ ಉತ್ತರೆ ಸಂತಸದಿಂದ ಉಬ್ಬಿ. "ಸದ್ಯ ಬಂದಿರಲ್ಲ. ಇವತ್ತು ಸೂರ್ಯ ಮುಳುಗುತ್ತಾನೋ ಇಲ್ಲವೋ ಎನಿಸಿಬಿಟ್ಟಿತ್ತು" ಎಂದಳು.

"ಅವನು ಹುಟ್ಟುವುದೇ ಇಲ್ಲ, ಮುಳುಗುವುದೇ ಇಲ್ಲ ಎಂಬುದೆಲ್ಲ ನಮ್ಮ ನಮ್ಮ ಮನಸ್ಸಿನ ಸಮಯಾಸಮಯದ ಭಾವನೆಗಳು. ಅವನ ಕ್ರಮಣಗತಿ ಮಾತ್ರ ಸದಾ ಒಂದೇ ರೀತಿ; ಅಚ್ಚುಕಟ್ಟು; ಕ್ರಮಪ್ರಾಪ್ತ."

ಇಬ್ಬರೂ ಪಲ್ಲಂಗದ ಬಳಿ ಸಾರಿದರು. ಕುಳಿತರು.

"ಏನಾದರೂ ಪಾನೀಯ ಬೇಕೆ?" ಎಂದು ಉತ್ತರೆ ಕೇಳಿದಳು.

ಅವನು ಕೂಡಲೇ ಉತ್ತರೆಯನ್ನು ಆಲಿಂಗಿಸಿ ಚುಂಬಿಸಿ, "ಈ ಅಧರಾಮೃತಕ್ಕಿಂತ ಉತ್ತಮವಾದ ಪಾನೀಯ ಬೇರೆ ಯಾವುದಿದೆ ಉತ್ತರಾ?" ಎಂದ.

"ಅದು ಇದ್ದದ್ದೆ ತಾನೆ? ಬೇರೆ ಏನಾದರೂ ನಿಮ್ಮ ಆಸರಿಕೆಯ ಪರಿಹಾರಕ್ಕಾಗಿ?"

"ಏನೂ ಬೇಡ."

"ಸರಿ. ಈಗ ಹೇಳಿ ಇಂದಿನ ಯುದ್ಧದಲ್ಲಿ ಏನೆಲ್ಲ ಆಯಿತು?"

"ನಮ್ಮ ಹಿರಿಯ ದೊಡ್ಡಪ್ಪನವರಿಗೆ ಕೆಲವು ನಂಬಿಕೆಗಳಿವೆ. ಅದನ್ನು ಅವರು ನಡೆಸುವವರೇ. ಯಾರಿಗೆ ಅದು ಸಂತೋಷವಾಗುತ್ತಿದೆ, ಯಾರಿಗೆ ಅದು ಬೇಸರ ತರುತ್ತದೆ ಎಂದು ಅವರು ಯೋಚಿಸುವುದೇ ಇಲ್ಲ."

"ಇಂದೂ ಹಾಗೇನಾದರೂ ಮಾಡಿದರೇನು?"

"ಅದನ್ನೆ ನಾನು ಹೇಳಹೊರಟದ್ದು. ನಮ್ಮ ಯುಧಿಷ್ಠಿರ ಚಕ್ರವರ್ತಿ ಸದಾ ಧರ್ಮ ಕಾಪಾಡುವವರಲ್ಲವೆ? ಯಾವುದೇ ಕೆಲಸಕ್ಕೆ ತೊಡಗುವ ಮುನ್ನ ಗುರುಹಿರಿಯರ ಆಶೀರ್ವಾದ ಪಡೆಯುವುದು ಧರ್ಮವಂತೆ. ತಮಗೆ ಜಯ ಸಿದ್ಧಿಸಬೇಕಾದರೆ ಅವರಾಶೀರ್ವಾದಗಳು ಮುಖ್ಯವಂತೆ. ಅದಕ್ಕೆ ಯುದ್ಧೋಪಕ್ರಮಕ್ಕೆ ಮುಂಚೆ ಶತ್ರು ಪಾಳೆಯಕ್ಕೆ ನಿರಾಯುಧರಾಗಿ ಹೋಗಿ ತಾತ ಭೀಷ್ಮರು ಮತ್ತು ಗುರು ದ್ರೋಣರ ಆಶೀರ್ವಾದ ಪಡೆದು ಬಂದರು."

"ಶತ್ರು ಶಿಬಿರಕ್ಕೆ ಹೀಗೆ ಹೋಗುವುದು ಸರಿಯೆ?"

"ನಮ್ಮ ಕಡೆಯವರಿಗೆಲ್ಲ ನಿನ್ನದೇ ಭಾವನೆ. ಇವರು ಹೋದುದಕ್ಕೆ ಅಸಮಾಧಾನ ಗೊಂಡರು. ಅತ್ತ ಆ ಶತ್ರು ಶಿಬಿರದಲ್ಲಿ ಆಶ್ಚರ್ಯವೋ ಆಶ್ಚರ್ಯವಂತೆ. ಅವರ ಈ ಆಶ್ಚರ್ಯಕ್ಕೆ ಕಳಶವಿಟ್ಟಂತೆ ಮತ್ತೊಂದು ಆಶ್ಚರ್ಯವೂ ಜರಗಿತು."

"ಏನದು?"

"ಗುರುಹಿರಿಯರ ಆಶೀರ್ವಾದ ಪಡೆದು ಹಿಂತಿರುಗುವ ಮುನ್ನ ನಮ್ಮ ದೊಡ್ಡಪ್ಪ ಶತ್ರು ಸೈನ್ಯವನ್ನು ಉದ್ದೇಶಿಸಿ, "ನಾವು ಕೈಕೊಂಡಿರುವ ಈ ಯುದ್ಧ ನಾವಾಗಿ ಸಾರಿದ ಯುದ್ಧವಲ್ಲ. ನ್ಯಾಯಕ್ಕೆ, ಧರ್ಮಕ್ಕೆ ಮನ್ನಣೆ ದೊರೆಯದುದರಿಂದ ಈ ಧರ್ಮ ಯುದ್ಧ ನಡೆಯಲಿದೆ. ನ್ಯಾಯ ಧರ್ಮಗಳ ಪರವಾದವರು ಯಾರಾದರೂ ನಮ್ಮ ಪಕ್ಷಕ್ಕೆ ಬರುವುದಾದರೆ ಅವರಿಗಲ್ಲಿ ಸ್ಥಾನವಿದೆ, ರಕ್ಷಣೆಯಿದೆ" ಎಂದು ಘೋಷಿಸಿದರಂತೆ.

"ಅದಕ್ಕೇನು ಪ್ರತಿಕ್ರಿಯೆ ಬಂತು?"

"ಧೃತರಾಷ್ಟ್ರ ಮಹಾರಾಜನ ದಾಸೀಪುತ್ರ ಯುಯುತ್ಸು, 'ನಾನು ನ್ಯಾಯ ಧರ್ಮಗಳ ಪರ'

ಎಂದು ಘೋಷಿಸಿ ಇತ್ತ ಬಂದನಂತೆ. ಉಳಿದವರಿಗಿಲ್ಲದ ಪ್ರಜ್ಞೆ ಆ ದಾಸೀಪುತ್ರನಿಗೆ ಇದೆ ನೋಡು."

"ಧರ್ಮ ಪ್ರಜ್ಞೆ ದಾಸೀಪುತ್ರರಿಗೆ ಇರಬಾರದೇನು?"

"ಹಾಗೆ ಯಾರು ಹೇಳಿದರು? ಮಹಾನುಭಾವ ವಿದುರರಿಗಿಂತ ಬೇರಾವ ನಿದರ್ಶನ ಬೇಕು?"

"ಅಂದರೆ ಹುಟ್ಟಿಗೂ ಧರ್ಮ ಪ್ರವೃತ್ತಿಗೂ ಸಂಬಂಧವಿಲ್ಲ ಎಂದಾಯಿತಲ್ಲವೆ?"

"ಧರ್ಮ ಎಲ್ಲಿದ್ದರೂ ಧರ್ಮವೇ!"

"ಈ ಧರ್ಮದ ವಿಷಯಾಂತರ ಸಾಕು. ಯುದ್ಧದ ವಿಷಯ ಹೇಳಿ"

"ವಿಷಯಾಂತರವೇನಿಲ್ಲ. ನಡೆಯುತ್ತಿರುವ ಯುದ್ಧಕ್ಕೆ ಅದು ಪೀಠಿಕೆ. ಏಕೆಂದರೆ ನಾವೆಲ್ಲ ಆ ಧರ್ಮದ ಚೌಕಟ್ಟಿನೊಳಗೇ ಹೋರಾಡಬೇಕು."

"ಮಸಲ, ಯಾರಾದರೂ ಯುದ್ಧ ಧರ್ಮ ಅತಿಕ್ರಮಿಸಿ ಹೋರಾಡಿದರೆ ಅನಾಹುತ ಆಗುವುದಲ್ಲವೆ?"

"ಆಗೇ ಆಗುತ್ತದೆ. ಅದು ಧರ್ಮದ್ರೋಹವಾಗುತ್ತದೆ. ಅದನ್ನೆಸಗಿದವರು ಅದರ ಫಲವನ್ನು ಉಪಭೋಗಿಸುತ್ತಾರೆ."

"ಆದರೆ ಅದರಿಂದಾದ ಅನಾಹುತವೇನೂ ತಪ್ಪಿದಂತಾಗಲಿಲ್ಲವಲ್ಲ."

"ನಿಜ. ಎಲ್ಲರ ಮನಸ್ಸೂ ಧರ್ಮಕ್ಕೆ ಅಂಟಿ ಕೂತಿರುವುದಿಲ್ಲ ಎಂದಾಗ ಅನಾಹುತ ಅನಿವಾರ್ಯ."

"ಅದರಿಂದ ಧರ್ಮಾತಿಕ್ರಮಣದ ಬಗೆಗೆ ಎಚ್ಚರಿಕೆಯಿಂದಿರುವುದು ಒಳಿತಲ್ಲವೆ?"

"ನಿಜ. ಆದರೆ ಈ ಬಗೆಯ ಅತಿಕ್ರಮಣ ನಡೆಯುವುದು ಯಾವಾಗಲೂ ಬೆನ್ನ ಹಿಂದೆ. ಆದರೆ ದೇವರು ಬೆನ್ನಿಗೆ ಕಣ್ಣು ಕೊಟ್ಟಿಲ್ಲವಲ್ಲ."

"ಯೋಧನಿಗೆ ಮೈಯೆಲ್ಲಾ ಕಣ್ಣಾಗಿರಬೇಕಂತೆ."

"ಅವರು ಇದ್ದೂ ಇರುತ್ತಾರೆ ಅದೇ ರೀತಿ."

"ನೀವೂ ಮೈಯೆಲ್ಲ ಕಣ್ಣಾಗಿದ್ದರೆ ಸರಿ."

"ಸ್ವಾರ್ಥಕ್ಕೆ ಬಂದು ಅಂಟಿಬಿಟ್ಟೆ."

"ಅದನ್ನು ಬಿಟ್ಟರೆ ನಾವೆಲ್ಲ ದೇವರಾಗಿ ಬಿಡುತ್ತೇವೆ. ಅದಿರಲಿ ಇಂದಿನ ಯುದ್ಧದಲ್ಲಿ ನಿಮ್ಮಿಂದ ಯಾರು ಯಾರು ಸ್ವರ್ಗಕ್ಕೇರಿದರು? ನನ್ನ ತಂದೆ, ಸೋದರರು ಏನೇನು ಮಾಡಿದರು?"

"ನಮ್ಮದು ವಜ್ರವ್ಯೂಹವಾಗಿತ್ತು. ಭೀಷ್ಮರು ಅವರ ಸೇನಾನಾಯಕ. ಅವರು ಸರ್ವತೋಭದ್ರವ್ಯೂಹ ರಚಿಸಿದ್ದರು. ಇಂದಿನ ಯುದ್ಧ ಆರಂಭ ಮಾಡಿದ ದೊಡ್ಡಪ್ಪ ಭೀಮಸೇನರು ನೇರವಾಗಿ ದುರ್ಯೋಧನನ ಸೋದರರತ್ತ ತಮ್ಮ ಕಾರ್ಯಾಚರಣೆಯನ್ನು ಕೇಂದ್ರೀಕರಿಸಿದರು. ನಾನು ಅಂಬಷ್ಟನನ್ನೂ, ಘಟೋತ್ಕಚ ಅಲಂಬುಸನನ್ನೂ ಇದಿರಿಸಿದೆವು. ನಿಮ್ಮ ತಂದೆ ರಥದಲ್ಲಿ ಕುಳಿತು ನಿಮ್ಮ ಸೋದರರಿಗೆ ಮಾರ್ಗದರ್ಶನ ನೀಡುತ್ತಿದ್ದರು."

"ನನ್ನ ಸೋದರರು ಯಾರೊಡನೆ ಹೋರಾಡಿದರು?"

"ನಿಮ್ಮಣ್ಣ ಉತ್ತರಕುಮಾರರು ಶಲ್ಯರಾಜನೊಂದಿಗೆ ಹೋರಾಟ ಆರಂಭಿಸಿದರು. ಅವರಿಬ್ಬರಿಗೂ ಘೋರವಾದ ಕಾಳಗ ಆರಂಭವಾಯಿತು. ನಿಮ್ಮಣ್ಣನ ಕೈಚಳಕ ಅದ್ಭುತವಾಗಿತ್ತು. ಶಲ್ಯರಾಜನಿಗೆ ಚೆನ್ನಾಗಿ ಮಣ್ಣು ಮುಕ್ಕಿಸುತ್ತಿದ್ದ ನಿಮ್ಮಣ್ಣ. ವಾಸ್ತವವಾಗಿ ಶಲ್ಯರಾಜ ನಿಮ್ಮಣ್ಣನ ಬಗೆಗೆ ತಪ್ಪು

ಕಲ್ಪನೆ ಹೊಂದಿದ್ದನೇನೋ. ನಿಮ್ಮಣ್ಣನ ಕೈಚಳಕ ನೋಡಿ ಅವನು ಬೆರಗುಪಡುತ್ತಿದ್ದ. ಬೆಳಗಿನಿಂದ ನಿಮ್ಮಣ್ಣ ನಡು ಹಗಲಿನವರೆಗೆ ಮಾಡುತ್ತಿದ್ದ ಹೋರಾಟ ನೋಡಿದ ನಾನು ಅವನ ನಿಜ ನಾಮಧೇಯ ಭೂಮಿಂಜಯ ಎಂಬುದು ಸಾರ್ಥಕವಾಯಿತು ಎಂದುಕೊಂಡೆ."

"ಅದೇನು ನಡು ಹಗಲಿನವರೆಗೆ ಎಂದು ಹೇಳಿದಿರಲ್ಲ."

"ಹೌದು, ಆವರೆಗೆ ನಿನ್ನ ಸೋದರರು, ನಾನು, ಘಟೋತ್ಕಚ ಹತ್ತಿರ ಹತ್ತಿರವೇ ಇದ್ದೆವು. ಆಮೇಲೆ ನಾವು ದೂರ ದೂರವಾದೆವು. ಅದರಿಂದ ನಡುಹಗಲಿನವರೆಗೆ ನಾನು ಕಂಡುದನ್ನು ನಿನಗೆ ಹೇಳಿದೆ."

"ಅದು ಸರಿ. ನನಗೆ ಒಂದು ವಿಷಯದ ಕಾರಣ ತಿಳಿಯಲಿಲ್ಲ."

"ಏನದು?"

"ಶಕುನಿ ದುರ್ಯೋಧನರ ಮಾವ. ಅತ್ತ ಇರುವುದು ಸರಿ. ಶಲ್ಯ ನಿಮ್ಮ ಚಿಕ್ಕಪ್ಪಂದಿರ ಮಾವ. ಇವರೇಕೆ ಅತ್ತ ಹೋಗಬೇಕು?"

"ರಾಜೋಪಚಾರ, ಹೊಗಳಿಕೆಗಳಿಗೆ ಬೆರಗಾಗಿ ತಮ್ಮತನವನ್ನೆ ಮಾರಿಕೊಳ್ಳುವವರಂತೆ ಅವರ ನಡವಳಿಕೆ ಕೂಡ. ಅವರಿಬ್ಬರ ಯುದ್ಧ ಒಂದು ಕಡೆಯಾದರೆ ಇನ್ನೊಂದು ಕಡೆ ನಿನ್ನ ಉಳಿದ ಸೋದರರು ಶ್ವೇತ, ಶಂಖರು ನೇರವಾಗಿ ಭೀಷ್ಮರನ್ನೇ ಇದಿರಿಸಿ ಹೋರಾಡುತ್ತಿದ್ದರು. ಅವರೂ ಯುದ್ಧಜಾಣರೆಂಬುದನ್ನು ಸ್ಥಾಪಿಸಿದ್ದರು. ಭೀಷ್ಮರೊಡನೆ ಕಾದುವುದು ಸಾಮಾನ್ಯವಲ್ಲ."

"ಮುಪ್ಪಡರಿದ ಅವರಿಂದೇನು ಸಾಧ್ಯ?"

"ಅವರು ಅಖಂಡ ಬ್ರಹ್ಮಚಾರಿ. ಅವರ ಬ್ರಹ್ಮಚರ್ಯ ಅವರ ಶಕ್ತಿಯನ್ನು ಕುಗ್ಗಿಸದೆ ಹಾಗೇ ಉಳಿಸಿದೆ."

"ಹೌದೆ? ನಾನವರನ್ನು ನೋಡಿಯೇ ಇಲ್ಲ."

"ನೋಡದೆ ಹೋಗುತ್ತೀಯೇನು? ನೋಡಿಯೇ ನೋಡುತ್ತಿ. ಯುದ್ಧ ಮುಗಿದ ಮೇಲೆ ನಾವಿಬ್ಬರೂ ಒಟ್ಟಿಗೆ ಅವರನ್ನು ಸಂದರ್ಶಿಸಿ ನಮಸ್ಕರಿಸಿ ಆಶೀರ್ವಾದ ಪಡೆಯೋಣ."

"ಯುದ್ಧ ಬೇಗ ಮುಗಿದರೆ ಸಾಕು. ನೀವೇನು ಮಾಡಿದಿರಿ ಎಂದು ಹೇಳಲೇ ಇಲ್ಲ."

"ನನ್ನ ವಿಷಯ ಕಡೆಯಲ್ಲಿ ಹೇಳೋಣವೆಂದಿದ್ದೆ. ಘಟೋತ್ಕಚನಿಗೂ ಅಲಂಬುಸನಿಗೂ ಘೋರ ಸಂಗ್ರಾಮವೇ ಜರಗುತ್ತಿತ್ತು. ಇಬ್ಬರಲ್ಲೂ ರಾಕ್ಷಸ ರಕ್ತ."

"ಅಲಂಬುಸ ರಾಕ್ಷಸನೆ? ಯಾರು ಏನು?"

"ಕಿಮ್ಮೀರನ ಮಗ. ಬಕಾಸುರನ ತಮ್ಮ. ಅಣ್ಣನನ್ನು ಕೊಂದವರು ನಮ್ಮ ದೊಡ್ಡಪ್ಪನಲ್ಲವೆ? ಅದರಿಂದ ಅವನು ಅತ್ತ ಸೇರಿದ – ಸೇಡು ತೀರಿಸಿಕೊಂಬ ಉದ್ದೇಶದಿಂದ. ಅವರ ಯುದ್ಧ ಸಾಗಿತ್ತು. ಅಂಬಷ್ಟ ರಾಜನನ್ನು ಇದಿರಿಸಿ ನಾನು ಹೋರಾಡುತ್ತಿದ್ದೆ. ಅವನೊಡನೆ ಸಾಗಿದ ಯುದ್ಧದ ಆರಂಭದಲ್ಲಿ ನನ್ನ ಸ್ಥಳಾಂತರವಾಗಲಿಲ್ಲ. ಆದರೆ ಆಮೇಲೆ ಅವನ ಸಾರಥಿ ರಥವನ್ನು ಎತ್ತೆತ್ತಲೋ ಹೊರಳಿಸಿ ಓಡಿಸತೊಡಗಿದುದರಿಂದ ನಾನು ಅದರ ಗುರಿಯಿಂದಲೇ ಸ್ಥಳಾಂತರ ಮಾಡಿಕೊಂಡು ದೂರ ಹೋಗಬೇಕಾಯಿತು. ನನಗೂ ಅವನಿಗೂ ಸಂಜೆಯವರೆಗೆ ಘೋರ ಕಾಳಗ ನಡೆಯಿತು. ನನ್ನ ಸಾರಥಿ ಸುಮಿತ್ರನ ಜಾಣ್ಮೆಯಿಂದ ನಾನು ಅಂಬಷ್ಟನನ್ನು ವಿರಥನನ್ನಾಗಿ ಮಾಡಲು ಸಾಧ್ಯವಾಯಿತು. ಅವನು ಬೆನ್ನು ತೋರಿಸಿ ಪ್ರಾಣ ಉಳಿಸಿಕೊಳ್ಳಲು ಓಡಿದ. ನಾನು ಅಸ್ತ್ರ ಬಿಟ್ಟು ಅವನನ್ನು ಕೊಲ್ಲಬಹುದಿತ್ತು. ಬೆನ್ನಿಗೆ ಹೊಡೆಯುವುದು ಅಧರ್ಮವೆಂದು ಬಿಟ್ಟುಬಿಟ್ಟೆ. ಯುದ್ಧ ಸೂರ್ಯಾಸ್ತಮಾನಕ್ಕೆ ಮುಗಿಯಿತು. ನಾನಿತ್ತ ಬಂದೆ.

ಉಳಿದಂತೆ ಇಂದು ಏನೆಲ್ಲ ನಡೆಯಿತೆಂಬುದನ್ನು ನಡುರಾತ್ರಿಯ ಮಂತಣ ಸಮಯದಲ್ಲಿ ತಿಳಿಯಬೇಕು." ಅಭಿಮನ್ಯುವಿನ ಮಾತು ಇನ್ನೂ ಮುಗಿಯಲಿಕ್ಕಿಲ್ಲ, ದೂತನೊಬ್ಬ ಬಂದು ಬಾಗಿ ವಂದಿಸಿದ.

"ಏನು?" ಎಂದು ಅಭಿಮನ್ಯು ಕೇಳಿದ.

"ಏನೆಂದು ಹೇಳಲಿ? ಈ ಸುದ್ದಿಯನ್ನು ಹೇಳಲು ನನ್ನನ್ನೇಕೆ ಆರಿಸುವಂತೆ ಮಾಡಿದೆ ಎಂದು ನಾನು ದೈವವನ್ನು ಹಳಿದೆ ಅಷ್ಟೆ. ಹೇಳಲು ಬಾಯಿ ಬರುತ್ತಿಲ್ಲ. ಹೇಳದೆ ವಿಧಿಯಿಲ್ಲ."

"ಏನದು?"

"ಕಿರಿಯ ರಾಣಿಯ ಸೋದರರು ಭೂಮಿಂಜಯ ರಾಜಕುಮಾರರ, ಶ್ವೇತ ರಾಜಕುಮಾರರ, ಶಂಖ ರಾಜಕುಮಾರರ, ಅಂತಿಮ ದರ್ಶನಕ್ಕೆ ತಮ್ಮಿಬ್ಬರನ್ನೂ ನಾನು ಕರೆದೊಯ್ಯಬೇಕಾಗಿದೆ."

"ಏನೆಂದೆ?" ಎಂದು ಉದ್ಗರಿಸಿದ ಉತ್ತರೆ ಹಾಗೇ ಪಲ್ಲಂಗದ ಮೇಲೆ ಕುಸಿದಳು ಪ್ರಜ್ಞಾಶೂನ್ಯಳಾಗಿ.

ಗಾಬರಿಯಿಂದ ಅಭಿಮನ್ಯು ಅವಳ ಹಣೆ, ಮೈ, ಕೈ ಕಾಲುಗಳನ್ನು ಮುಟ್ಟಿದ. ಉಸಿರಾಡುತ್ತ ಇದ್ದುದನ್ನು ಗಮನಿಸಿ ಬೇಗ ವೈದ್ಯರನ್ನು ಕರೆತರುವಂತೆ ದೂತನಿಗೆ ಆಜ್ಞಾಪಿಸಿದ.

ಅವನು ಹೋಗಿ ಬೇಗಲೇ ವೈದ್ಯರನ್ನು ಕರೆದುತಂದ. ಅವರು ಅತ್ತ ಉತ್ತರೆಯನ್ನು ಪರೀಕ್ಷಿಸುತ್ತಿದ್ದಾಗ ಅಭಿಮನ್ಯು ದೂತನನ್ನು ದೂರ ಕರೆದೊಯ್ದು "ಅವರನ್ನು ಕೊಂದವರು ಯಾರು?" ಎಂದು ಪಿಸುಮಾತಿನಲ್ಲಿ ಕೇಳಿದ.

"ಸೂರ್ಯ ನಡುನೆತ್ತಿಯಲ್ಲಿರುವಾಗ ಭೂಮಿಂಜಯರನ್ನು ಶಲ್ಯ ಮಹಾರಾಜರೂ ಉಳಿದ ಇಬ್ಬರನ್ನು ಭೀಷ್ಮರೂ ಕೊಂದರು," ಎಂದು ದೂತನೂ ಪಿಸುಮಾತಿನಲ್ಲಿ ಉತ್ತರಿಸಿದ.

ಉತ್ತರೆಯನ್ನು ಪರೀಕ್ಷಿಸಿದ ವೈದ್ಯರು "ಗಾಬರಿಗೆ ಕಾರಣವಿಲ್ಲ. ಅನಿರೀಕ್ಷಿತ ಸುದ್ದಿ ಆಘಾತದಿಂದ ಹಾಗಾಗಿದೆ. ಅದೊಂದು ಬಗೆಯ ಮಾನಸಿಕ ದೌರ್ಬಲ್ಯ. ನಾನು ಔಷಧಿ ಮಾಡಿ ತಂದುಕೊಡುತ್ತೇನೆ. ಚೇಟಿಯರು ಬಂದನಂತರ ತಾವು ಅತ್ತ ಬಿಜಯ ಮಾಡಿಸಬಹುದು" ಎಂದು ವೈದ್ಯ ಹೊರಟುಹೋದ. ದೂತನೂ ಚೇಟಿಯರನ್ನು ಕರೆಯಲು ಹೋದ. ಚೇಟಿಯರು ಬಂದ ಕೂಡಲೇ ಅಭಿಮನ್ಯು ಕಳೇಬರಗಳಿರುವತ್ತ ದೂತನೊಂದಿಗೆ ನಿಧಾನವಾಗಿ ಹೆಜ್ಜೆ ಹಾಕಿದ.

* * *

ರಣರಂಗದ ಯಾವುದೇ ವಿಷಯವನ್ನು ಶಿಬಿರದಲ್ಲಿ ತಿಳಿಸಕೂಡದೆಂಬ ಆದೇಶ ಮಾರನೆಯ ದಿವಸವೇ ಜಾರಿಗೆ ಬಂತು, ಉತ್ತರೆಯ ಕಾರಣವಾಗಿ. ವೈದ್ಯರ ಸಲಹೆಯಂತೆ ಅವಳು ನಡೆದುಕೊಳ್ಳಬೇಕೆಂದೂ ಯುದ್ಧ ವಾರ್ತೆಯಲ್ಲಿ ಮರಣವಿದ್ದೇ ಇರುತ್ತದೆಯಾದ್ದರಿಂದ ಅವುಗಳ ಪೂರ್ಣ ವಿವರ ಗೆಲುವನ್ನು ಪಡೆದುಕೊಂಡ ಮೇಲೆಯೇ ತಿಳಿಸಲಾಗುತ್ತದೆಯೆಂದೂ, ಅವಳು ಸದಾ ತನ್ನ ಅತ್ತೆಯವರ ಜೊತೆಯಲ್ಲಿಯೇ ಇರತಕ್ಕದ್ದೆಂದೂ ತೀರ್ಮಾನವಾಯಿತು.

ಯುದ್ಧ ದಿನದಿಂದ ದಿನಕ್ಕೆ ಘೋರವಾಗುತ್ತಾ ಬಂತು.

ಶತ್ರುಗಳ ಕಡೆ ಸೇರಿಕೊಂಡಿದ್ದ ಮಾಗಧನನ್ನು ಅಭಿಮನ್ಯು ನಾಲ್ಕನೆಯ ದಿವಸ ಕೊಂದ. ಅಂಬಷ್ಟ ಮತ್ತೆ ಅಭಿಮನ್ಯುವನ್ನು ಎಂದೂ ಇದಿರಿಸಲೇ ಇಲ್ಲ. ಸಾರಥಿ ಸುಮಿತ್ರನ ಕೈಚಳಕದಿಂದ ಅಭಿಮನ್ಯುವಿಗೆ ತುಂಬಾ ಅನುಕೂಲ ಪರಿಸ್ಥಿತಿಗಳು ಒದಗಿಬಂದವು.

ಘಟೋತ್ಕಚ ಅಲಂಬುಸರ ಕಾಳಗ ದಿನಗಟ್ಟಲೆ ಸಾಗಿ ಕಡೆಗೆ ಅಲಂಬುಸ ತನ್ನ ಕಡೆ ಉಸಿರನ್ನು ಎಳೆದ.

ಎರಡೂ ಕಡೆ ಸಾವು ನೋವುಗಳು ಅಪಾರವಾಗಿ ಉಂಟಾದವು. ಕೌರವರತ್ತಣ ಹನ್ನೊಂದು ಅಕ್ಷೋಹಿಣೀ ಸೇನೆ, ಪಾಂಡವರತ್ತಣ ಏಳು ಅಕ್ಷೋಹಿಣಿ ಸೇನೆ ಬಿಸಿಲು ತಾಕಿದ ಮಂಜಿನಂತೆ ಕರಗುತ್ತಾ ಬಂತು. ಯುದ್ಧಾರಂಭದಲ್ಲಿ ಪಾಂಡವರ ಕೈ ಬೀಳಾಗಿ ಕಂಡರೂ ಬರಬರುತ್ತ ಅವರು ಮೇಲುಗೈಯಾದರು.

ಒಂಬತ್ತನೆಯ ದಿವಸ ಅಭಿಮನ್ಯು ತಾನೇ ನೇರವಾಗಿ ಭೀಷ್ಮರನ್ನು ಇದಿರಿಸಿದ. ಇಬ್ಬರಿಗೂ ಪ್ರಬಲವಾದ ಯುದ್ಧವೇ ಆಯಿತು. ಸಂಜೆ ಸನ್ನಿಹಿತವಾದಂತೆ ಅಭಿಮನ್ಯುವಿನ ಶಕ್ತಿ ಕುಗ್ಗಿತೆಂಬ ಭಾವ ಭೀಷ್ಮರಲ್ಲಿ ಮೂಡಿ ಅವರು ಅಭಿಮನ್ಯುವಿನ ಮೇಲೆ ವಾಯವ್ಯಾಸ್ತ್ರವನ್ನು ಪ್ರಯೋಗ ಮಾಡಿದರು. ಸಾರಥಿ ಸುಮಿತ್ರನಿಂದ, ಆ ವಾಯು ಒತ್ತಡವನ್ನು ನಿವಾರಿಸಿಕೊಳ್ಳಲು ಆಗಲಿಲ್ಲ. ಅಭಿಮನ್ಯು ಸಹ ತನ್ನ ಗಟ್ಟಿ ನಿಲುವನ್ನು ರಥದಲ್ಲಿ ಉಳಿಸಿಕೊಳ್ಳಲಾಗದೆ ವಾಯು ಒತ್ತಡದ ಫಲವಾಗಿ ದೂರಕ್ಕೆ ಎಸೆಯಲ್ಪಟ್ಟ. ಸೂರ್ಯಾಸ್ತವಾಗಲು ಅಂದಿನ ಯುದ್ಧ ನಿಂತಿತು.

ಭೀಷ್ಮರ ಸಾವು ಬಾರದೆ ಪಾಂಡವರ ಗೆಲುವೆಂತು?

ಹತ್ತನೆಯ ದಿವಸ ಕೃಷ್ಣ ತಮ್ಮ ರಥದಲ್ಲಿ ಅರ್ಜುನನೊಂದಿಗೆ ಶಿಖಂಡಿಯನ್ನು ಕೂಡಿಸಿಕೊಂಡು ರಣರಂಗ ಪ್ರವೇಶ ಮಾಡಿದ. ಭೀಷ್ಮರು ಶಿಖಂಡಿಯನ್ನು ನೋಡುತ್ತಲೇ ತನ್ನ ಪ್ರತಿಜ್ಞೆಯಂತೆ ಶಸ್ತ್ರಾಸ್ತ್ರಗಳನ್ನು, ಕವಚ ಬತ್ತಳಿಕೆಗಳನ್ನು ತೆಗೆದೆಸೆದು ಕುಳಿತರು. ನಿರಾಯುಧ ಭೀಷ್ಮರ ಮೇಲೆ ಶಿಖಂಡಿ ಅರ್ಜುನರ ಬಾಣಾಘಾತ ಸಾಗಿತು. ಭೀಷ್ಮರು ನೆಲಕ್ಕುರುಳಿದರು.

ಕೌರವರು ದ್ರೋಣರನ್ನು ತಮ್ಮ ಮುಂದಿನ ಸೇನಾಪತಿಯಾಗಿ ಮಾಡಿಕೊಂಡರು. ಯುಧಿಷ್ಠಿರನನ್ನು ಸೆರೆಹಿಡಿದು ತರುವುದಾಗಿ ದ್ರೋಣರು ದುರ್ಯೋಧನನಿಗೆ ಮಾತುಕೊಟ್ಟರು. ಮೂರು ದಿನ ಕಳೆದರೂ ದ್ರೋಣರಿಗೆ ಅ ಮಾತನ್ನು ಉಳಿಸಿಕೊಳ್ಳಲು ಆಗಲಿಲ್ಲ.

ಅದರಿಂದ ಹದಿಮೂರನೆಯ ದಿವಸ ದ್ರೋಣರು ಹೊಸ ತಂತ್ರವನ್ನು ಹೂಡಿದರು. ಅರ್ಜುನ ತಮಗಿದಿರಾಗಿರುವವರೆಗೆ ಯುಧಿಷ್ಠಿರನನ್ನು ಸೆರೆ ಹಿಡಿಯಲು ಸಾಧ್ಯವಿಲ್ಲವೆಂಬುದು ಮನವರಿಕೆಯಾದ ಕಾರಣ ದ್ರೋಣರು ತಿಗರ್ತ ರಾಜನಾದ ಸುಶರ್ಮನನ್ನು ಅರ್ಜುನನ ಮೇಲೇರಿ ಅವನನ್ನು ತನ್ನತ್ತ ಸೆಳೆದುಕೊಳ್ಳುವಂತೆ ಚಿತಾವಣೆ ಮಾಡಿದರು. ಈ ಸಲುವಾಗಿ ಅವರ ಬಲ ಇನ್ನೂ ಹೆಚ್ಚಿರಲಿ ಎಂಬ ಗುರಿಯಿಂದ ಸುಶರ್ಮನೊಂದಿಗೆ ಅಶ್ವತ್ಥಾಮನೂ ಇರತಕ್ಕದೆಂದು ನಿಯೋಜಿಸಿದರು. ಈ ಕೆಲಸಕ್ಕೆ ತಿಗರ್ತ ರಾಜ, ಅವನ ಅನುಜರನ್ನು ಬಿಟ್ಟು ಬೇರೆಯವರು ಅಷ್ಟು ಉಪಯುಕ್ತವಲ್ಲವೆಂಬುದು ಅವರ ತೀರ್ಮಾನ. ಏಕೆಂದರೆ ಸುಶರ್ಮ ಮತ್ತು ಅವನ ಸೋದರರಾದ ಸತ್ಯೇಷು, ಸತ್ಯಕರ್ಮ, ಸತ್ಯದೇವ, ಸತ್ಯರಥರು ಒಟ್ಟಾಗಿ ದುರ್ಯೋಧನನ ಪರವಾಗಿ ಕೊಲ್ಲು ಇಲ್ಲ ಮಡಿ ಸೂತ್ರಕ್ಕೆ ತಾವು ಬದ್ಧರೆಂದು ಪ್ರತಿಜ್ಞೆ ಮಾಡಿದ್ದರು. ಈ ಕಾರಣದಿಂದ ಅವರನ್ನು ಸಂಶಪ್ತಕರೆಂದು ಕರೆಯಲಾಗುತ್ತಿತ್ತು. ದ್ರೋಣರ ಆದೇಶದಂತೆ ಅಶ್ವತ್ಥಾಮನನ್ನೊಡಗೂಡಿದ ಸಂಶಪ್ತಕರು ಅರ್ಜುನನನ್ನು ತಮ್ಮೊಂದಿಗೆ ಯುದ್ಧ ಮಾಡುವಂತೆ ನೇರ ಆಹ್ವಾನ ಕೊಟ್ಟರು. ಅರ್ಜುನನ ರಥ ಅವರತ್ತ ತಿರುಗಿತು. ದ್ರೋಣರ ಒಂದು ತಂತ್ರ ಈ ರೀತಿಯಲ್ಲಿ ಕೂಡಿತು.

ಇನ್ನೊಂದು ತಂತ್ರದ ಸಲುವಾಗಿ ಅಂದು ಅವರು ತಮ್ಮ ಸೈನ್ಯವನ್ನು ಪದ್ಮವ್ಯೂಹದಲ್ಲಿ ರಚಿಸಿದ್ದರು. ಅದನ್ನು ಭೇದಿಸಿ ಒಳಗೆ ಪ್ರವೇಶಿಸುವ, ಹಿಂತಿರುಗುವ ಜಾಣ್ಮೆ ತಿಳಿವಳಿಕೆ ಇದ್ದವರು ಕೇವಲ ಮೂರು ಜನ. ಬಲರಾಮ, ಕೃಷ್ಣ ಮತ್ತು ಅರ್ಜುನ. ಬಲರಾಮ ಈ ಬಾಂಧವರ ಹನನ ನೋಡಬಾರದೆಂದು ತೀರ್ಥಯಾತ್ರೆಗೆ ಹೋಗಿಬಿಟ್ಟಿದ್ದ. ಕೃಷ್ಣ ಯುದ್ಧ

ಮಾಡುವುದಿಲ್ಲವೆಂದು ವಚನ ಕೊಟ್ಟಿದ್ದ. ಉಳಿದವನೊಬ್ಬ ಅರ್ಜುನ. ಅವನನ್ನು ಸಂಶಪ್ತಕರು ಬೇರತ್ತ ಸೆಳೆದುಬಿಟ್ಟಿದ್ದರು.

ಈ ಕಾರಣದಿಂದ ಈ ಪದ್ಮವ್ಯೂಹ ಭೇದಿಸುವ ಕೆಲಸ ಯುಧಿಷ್ಠರನ ಸಲಹೆಯಂತೆಯೇ ಜರಗಬೇಕಾದ ಪರಿಸ್ಥಿತಿ ಒದಗಿಬಿಟ್ಟಿತು. ಅದನ್ನು ಭೇದಿಸದಿರುವುದೆಂದರೆ ಸೋಲಿನ ಸಂಕೇತವೇ ಆಗಿ ಪರಿಣಮಿಸಿಬಿಡಬಹುದು. ಏನಾದರೂ ಮಾಡಿ ಭೇದಿಸಲೇಬೇಕು ಎಂದು ವಿಚಾರ ವಿನಿಮಯ ನಡೆಯಿತು. ಆಗ, "ಪದ್ಮವ್ಯೂಹವನ್ನು ಭೇದಿಸಿ ಒಳಗೆ ಹೋಗುವ ತಂತ್ರವನ್ನು ನನ್ನ ತಂದೆ ನನಗೆ ಕಲಿಸಿದ್ದಾರೆ. ಆದರೆ ಅಲ್ಲಿಂದ ಸಂದರ್ಭ ಬಿದ್ದರೆ ಹಿಂತಿರುಗುವುದು ಹೇಗೆಂಬುದು ನನಗೆ ಗೊತ್ತಿಲ್ಲ" ಎಂದು ಅಭಿಮನ್ಯು ಹೇಳಿದ. ಅಷ್ಟೇ ಅಲ್ಲ, ತಾನು ಅದನ್ನು ಅಂದು ಭೇದಿಸುವುದಾಗಿಯೂ ಘೋಷಿಸಿದ.

"ಒಳಗೆ ಹೋಗಿ ಒಬ್ಬನೇ ಸಿಕ್ಕಿಕೊಂಡರೆ ಏನು ಗತಿ?" ಎಂದು ಯಾರೋ ಅಡ್ಡದನಿ ಹಾಯಿಸಿದರು.

"ಸಿಕ್ಕಿಕೊಳ್ಳುವುದು ಎಂಬುದಕ್ಕೆ ಅರ್ಥವೇ ಇಲ್ಲ. ಭೇದಿಸಿ ಒಳಹೊಕ್ಕು ಹೋರಾಡುತ್ತಾ ಶತ್ರುಗಳನ್ನು ಕೊಲ್ಲುತ್ತ ಹೋಗುವುದು. ಅದೇ ತಾನೇ ಯುದ್ಧ?" ಎಂದು ಅಭಿಮನ್ಯು ಎದೆಗುಂದದೆ ಹೇಳಿದ.

"ಆದರೂ ಒಬ್ಬನನ್ನೆ ಆ ರೀತಿ ಬಿಡುವುದು ಹೇಗೆ," ಎಂದು ಮತ್ತೊಬ್ಬರು ಯಾರೋ ಶಂಕೆಯನ್ನು ವ್ಯಕ್ತಿಪಡಿಸಿದರು.

ಆಗ ಯುಧಿಷ್ಠಿರ, "ಈಗ ಪದ್ಮವ್ಯೂಹವನ್ನು ಭೇದಿಸುವುದು ಮೊದಲ ಕೆಲಸ; ಆ ಕೆಲಸ ಇಂದು ಅಗತ್ಯವಾಗಿ ಆಗಲೇಬೇಕಾಗಿದೆ. ಅಭಿಮನ್ಯುವನ್ನು ನಾವೆಲ್ಲ ಅನುಸರಿಸೋಣ. ಅವನ ಹಿಂದೆಯೇ ನಾವೂ ವ್ಯೂಹವನ್ನು ಪ್ರವೇಶಿಸಿದರೆ ಅವನ ರಕ್ಷಣೆಯೂ ಆಗುತ್ತದೆ, ನಾವು ಕೃತಕಾರ್ಯರೂ ಆಗುತ್ತೇವೆ" ಎಂದ.

ಅಂತೆಯೇ ನಿರ್ಣಯವೂ ಆಯಿತು.

ಅತ್ತ ಸಂಶಪ್ತಕರೊಡನೆ ಅರ್ಜುನನ ಯುದ್ಧ ಸಾಗಿದ್ದರೆ ಇತ್ತ ಪದ್ಮವ್ಯೂಹ ಭೇದಿಸುವ ಕಾರ್ಯಾಚರಣೆ ಸಾಗಿತ್ತು.

ದ್ರೋಣರು ರಚಿಸಿದ್ದ ಪದ್ಮವ್ಯೂಹ ಜಯದ್ರಥನ ರಕ್ಷಣೆಗೆ ಒಳಪಟ್ಟಿತ್ತು. ಅದರ ಸುತ್ತು ಅಭಿಮನ್ಯು ತನ್ನ ರಥವನ್ನು ಹಾಯಿಸಿಕೊಂಡು ಬಂದ. ಅವನ ಬೆಂಗಾವಲಾಗಿ ಭೀಮ, ಯುಧಿಷ್ಠಿರಾದಿಗಳು ಅವನನ್ನು ಹಿಂಬಾಲಿಸಿದರು.

ಅಭಿಮನ್ಯುವಿನ ರಥ ಅವನ ಜಾಣ್ಮೆಯಿಂದ ಪದ್ಮವ್ಯೂಹವನ್ನು ಭೇದಿಸಿಕೊಂಡು ವ್ಯೂಹದ ನಡುವಿನ ಶೃಙ್ಗಾಟಕದಲ್ಲಿ ನಿಂತಿತು. ಆದರೆ ಅವನನ್ನು ಹಿಂಬಾಲಿಸುತ್ತಿದ್ದ ಭೀಮಾದಿಗಳನ್ನು ಜಯದ್ರಥ ತನ್ನ ಸೈನಿಕರ ನೆರವಿನಿಂದ, ವ್ಯೂಹದೊಳಕ್ಕೆ ಹೋಗದಂತೆ ಹೊರ ವಲಯದಲ್ಲೇ ತಡೆದು ಯುದ್ಧ ಕ್ರಿಯೆಯಲ್ಲಿ ತೊಡಗಿದ.

ಶೃಙ್ಗಾಟಕ ಬಿಂದುವಿನಿಂದ ನಾಲ್ಕೂ ಕಡೆ ನೋಡಿದ ಅಭಿಮನ್ಯುವಿಗೆ ತಾನೊಬ್ಬನೇ ವ್ಯೂಹ ಪ್ರವೇಶಿಸಿರುವುದರ ಅರಿವಾಯಿತು. ಅವನಿಗೆ ಆಗ ಬೇರೇನು ಮಾರ್ಗವಿತ್ತು? ವ್ಯೂಹದಿಂದ ಹೊರಬಂದು ತಮ್ಮವರೊಂದಿಗೆ ಸೇರುವ ಮಾರ್ಗ ಅವನು ಅರಿಯ. ಅದರಿಂದ ಏಕಾಂಗಶೂರತ್ವವೊಂದೇ ಅವನಿಗಿದ್ದ ಮಾರ್ಗ. ಎದೆಗುಂದದೆ ವೀರಾವೇಶದಿಂದ ಹೋರಾಡತೊಡಗಿದ.

ಅಲ್ಲಿನ ಹೋರಾಟದಲ್ಲಿ ಕೌರವನಿಗೆ ಮಹಾ ಬಲನೆನಿಸಿದ್ದ ಬೃಹದ್ಬಲ ಅಭಿಮನ್ಯುವಿನ ಬಾಣಕ್ಕೆ ತುತ್ತಾದ. ದುರ್ಯೋಧನನ ಮಗ ಲಕ್ಷಣನೂ ಅಭಿಮನ್ಯುವಿನ ಬಾಣಕ್ಕೆ ತುತ್ತಾದ.

ಸಾರಥಿ ಸುಮಿತ್ರನ ಚಾಕಚಕ್ಯ ಒಂದು ಕಡೆ. ಅಭಿಮನ್ಯುವಿನ ಮಿಂಚಿನಂತಹ ಯುದ್ಧ ಚಳಕವಿನ್ನೊಂದು ಕಡೆ. ಈ ಏಕಾಂಗಶೂರನ ಸಮರ ಚಾತುರ್ಯವನ್ನು ಕಂಡು ದ್ರೋಣ, ಕೃಪ, ದುಶ್ಶಾಸನ, ಕರ್ಣಾದಿಗಳೆಲ್ಲ ಬೆಕ್ಕಸಬೆರಗಾಗಿ ಹೋದರು. ಅವರುಗಳೂ ಸಹ ಅವನನ್ನು ಮುಖಾಮುಖಿ ಇದಿರಿಸಿ ಹಿಮ್ಮೆಟ್ಟಿಸಲಾರದೆ ಹೋದರು. ಅವರುಗಳ ಯಾವುದೇ ಶಸ್ತ್ರಾಸ್ತ್ರಗಳ ಘಾತಕ್ಕೂ ಅವನು ಸಿಗದೆ ತಪ್ಪಿಸಿಕೊಳ್ಳಲು ಸಾರಥಿ ಸುಮಿತ್ರ ಮೈಯೆಲ್ಲ ಕಣ್ಣಾಗಿ ನೆರವಾದ.

ಒಂಟಿಯಾದ ಅಭಿಮನ್ಯುವಿನ ಶಸ್ತ್ರಾಘಾತದಿಂದ ಅನೇಕಾನೇಕ ವೀರರು ಕೌರವರ ಕಡೆ ಮಡಿದುರುಳಿದರು. ವ್ಯೂಹದ ಒಳಗಿದ್ದ ದುರ್ಯೋಧನ, ಮಗನ ಮರಣದಿಂದ ದುಃಖತಪ್ತನಾಗಿದ್ದವನು ಪರಿಸ್ಥಿತಿಯನ್ನು ನೋಡಿ ದ್ರೋಣರನ್ನು ಮೂದಲಿಸಿದ.

ಆ ಮೂದಲಿಕೆಯನ್ನು ಕೇಳಲಾರದೆ ದ್ರೋಣರು ಕರ್ಣನನ್ನು ಕರೆದು ಅವನ ಕಿವಿಯಲ್ಲಿ, "ಕರ್ಣ, ಈ ಯುವಕನ ಕೈಯಲ್ಲಿ ಬಿಲ್ಲಿರುವವರೆಗೆ ನಮಗೆ ಜಯ ಸಿಗುವುದಿಲ್ಲ. ಅವನ ಬಿಲ್ಲನ್ನು ತುಂಡರಿಸಲು ಈಗ ನಮ್ಮ ಯಾರಿಂದಲೂ ಸಾಧ್ಯವಿಲ್ಲ. ಅದರಿಂದ ನಾನು, ಕೃಪ, ದುಶ್ಶಾಸನ, ಅವನ ಮಗ ಗದಾಯುಧ ಅವನನ್ನು ಒಟ್ಟಾಗಿ ಇದಿರಿಸುತ್ತೇವೆ. ನೀನು ಅವನ ಹಿಂದಿನಿಂದ ಬಿಲ್ಲು ಹಿಡಿದ ಅವನ ತೋಳನ್ನು ಕತ್ತರಿಸಿಬಿಡು – ನಿನ್ನ ಕರವಾಳದಿಂದ," ಎಂದು ಪಿಸುಗುಟ್ಟಿದರು.

ಆ ಮಾತನ್ನು ಕೇಳಿ ಕರ್ಣ ಅವಾಕ್ಕಾದ. ದ್ರೋಣರನ್ನು ಒಂದು ಬಗೆಯಾಗಿ ನೋಡಿದ.

ಕರ್ಣನ ಭಾವ ಗ್ರಹಿಸಿದ ದ್ರೋಣರು, "ಕರ್ಣ, ಇದು ಆಪತ್ಕಾಲ, ಪ್ರಭುಸೇವೆಗೆ ಸೇನಾಪತಿಯ ಆಜ್ಞಾಪಾಲನೆ ಅನಿವಾರ್ಯ." ಎಂದರು.

ಅಭಿಮನ್ಯುವಿನ ಮಿಂಚಿನ ಶರಸಂಧಾನದ ಫಲವಾಗಿ ಕ್ಷಣಕ್ಕೊಂದರಂತೆ ಶತ್ರುಪಕ್ಷದವರು ನೆಲಕ್ಕುರುಳುತ್ತಿದ್ದರು. ಲಕ್ಷಣ ಕುಮಾರನಲ್ಲದೆ ಇನ್ನೂ ಅನೇಕ ಕೌರವ ಪುತ್ರರು, ಕೌರವಾನುಜರು ಅವನ ಬಾಣಗಳಿಗೆ ಆಹುತಿಯಾದರು.

ಸ್ವತಃ ದುರ್ಯೋಧನನೇ ಅಭಿಮನ್ಯುವಿನ ಕೈಚಳಕ ನೋಡಿ ಬೆರಗಾಗಿ ಬಿಟ್ಟಿದ್ದ. ಶತ್ರುಪಕ್ಷದಲ್ಲಿ ತಾವಿದ್ದರೂ ಅಭಿಮನ್ಯುವಿನ ಗುರು ಕೃಪಾಚಾರ್ಯರು ಶಿಷ್ಯನ ಕೈಚಳಕ ನೋಡಿ ಒಳಗೇ ಹಿಗ್ಗಿದರು.

ದ್ರೋಣನ ಮಾತು ಕೇಳಿ ನಾಲ್ಕಾರು ಕ್ಷಣ ಯೋಚಿಸಿದ ಕರ್ಣನ ಮನಸ್ಸಿನಲ್ಲಿ, "ಧರ್ಮಯುದ್ಧ ಎಂದು ಘೋಷಿಸಿ ಹೀಗೆ ಅಧರ್ಮದಲ್ಲಿ ತೊಡಗುತ್ತ ಹೋದರೆ, ಕಡೆಗಿದು ನಮಗೇ ತಿರುಗುಬಾಣವಾಗುತ್ತದೆ. ದೈವೇಚ್ಛೆ," ಎಂಬ ವಿಚಾರ ಮೂಡಿತು. ಅವನು ಸೇನಾಧಿಪತಿಯ ಆಜ್ಞೆ ಪಾಲಿಸಲು ಸಿದ್ಧನಾಗಿ ತನ್ನ ಪಾಗಿನ ತಾಣದತ್ತ ಸಾಗಿದ.

ದ್ರೋಣ, ದುಶ್ಶಾಸನಾದಿಗಳು ಅಭಿಮನ್ಯುವನ್ನು ಸುತ್ತುವರಿದರು. ಅಭಿಮನ್ಯು ತನ್ನ ರಥದಲ್ಲಿ ನಿಂತು ಕ್ಷಣಕ್ಕೊಂದು ದಿಕ್ಕಿನತ್ತ ತಿರುಗಿ ವರ್ತುಲಾಕಾರದಲ್ಲಿ ಸುತ್ತುತ್ತಾ, ಬಾಣಗಳನ್ನು ಪ್ರಯೋಗಿಸುತ್ತಾ ತನ್ನ ಸುತ್ತಲಿದ್ದ ಅತಿರಥ ಮಹಾರಥರನ್ನು ಏಕಾಂಗಿಯಾದರೂ ಎದೆಗುಂದದೆ ಇದಿರಿಸುತ್ತಿದ್ದ.

"ಭಲೆ, ಸವ್ಯಸಾಚಿಗೆ ತಕ್ಕಮಗ" ಎಂದು ದೇವದೇವತೆಗಳೂ ಮೆಚ್ಚಿ ಹೂಮಳೆಗರೆಯಲು ಯೋಗ್ಯವಾಗಿತ್ತು ಅಭಿಮನ್ಯುವಿನ ಕೈಚಳಕ. "ಈ ಕಿರಿವಯಸ್ಸಿನಲ್ಲಿ ಅದೇನು ಸಾಮರ್ಥ್ಯ!" ಎಂದು ವೀಕ್ಷಿಸಿದವರೆಲ್ಲ ಬೆರಗು ಪಡುತ್ತಿದ್ದರು. ವೀಕ್ಷಿಸುತ್ತಿದ್ದವರೆಲ್ಲ ಶತ್ರುಪಕ್ಷದವರೇ!

ಅತ್ತ ಬೇರೊಂದೆಡೆಯಲ್ಲಿ ಸಂಶಪ್ತಕರಿಗೂ ಅರ್ಜುನನಿಗೂ ಭಯಂಕರ ಯುದ್ಧ ಮೊದಲಾಯಿತು. ಬರುಬರುತ್ತ ಅರ್ಜುನನ ಕೈ ಮೇಲಾಗತೊಡಗಿತು. ಸಂಶಪ್ತಕರ ಕೈ ಬೀಳಾಗುತ್ತ ಬಂದು ಅವರು ಸೋಲುವ ಸ್ಥಿತಿಗೆ ಬಂತು. ಆಗ ಅವರ ಜೊತೆಗಿದ್ದ ಅಶ್ವತ್ಥಾಮ ಬ್ರಹ್ಮಮಂತ್ರಕಲ್ಪಿತ ಅಪಾಂಡವೇಯಾಸ್ತ್ರವನ್ನು ಪ್ರಯೋಗಿಸಿಬಿಟ್ಟ. ಅರ್ಜುನ ಅದಕ್ಕೆ ಸರಿಸಾಟಿಯಾದ ಪ್ರತ್ಯಸ್ತ್ರವನ್ನು ಬಿಟ್ಟ. ಈ ಎರಡೂ ಮಹಾಸ್ತ್ರಗಳ ಘರ್ಷಣೆಯಿಂದಾಗಿ ನಿರಪರಾಧಿಗಳು ಬಲಿಯಾಗಬಹುದಾದ ಸ್ಥಿತಿ ಉದ್ಭವವಾಯಿತು. "ನಿರಪರಾಧಿಗಳ ಬಲಿ ಕೂಡದು. ಇಬ್ಬರೂ ಅಸ್ತ್ರವನ್ನು ಹಿಂತೆಗೆದುಕೊಳ್ಳಿ" ಎಂದು ಕೃಷ್ಣ ಸಲಹೆ ಮಾಡಿದ. ಆ ಸಲಹೆಗೆ ಅರ್ಜುನ ಒಪ್ಪಿ ತನ್ನ ಅಸ್ತ್ರವನ್ನು ಹಿಂತೆಗೆದುಕೊಂಡ. ಆದರೆ ಅಶ್ವತ್ಥಾಮನಿಂದ ತಾನು ಬಿಟ್ಟ ಅಸ್ತ್ರವನ್ನ ಹಿಂತೆಗೆದುಕೊಳ್ಳಲು ಆಗಲಿಲ್ಲ. ಅವನು ನಿಸ್ಸಹಾಯನಾದ. ಮುಂದೇನು ಎಂದು ಯೋಚಿಸುವಂತಾಯಿತು.

ಪದ್ಮವ್ಯೂಹದ ಹೊರವಲಯದಲ್ಲಿ ಜಯದ್ರಥನಿಂದ ಅಡ್ಡಗಟ್ಟಲ್ಪಟ್ಟಿದ್ದ ಯುಧಿಷ್ಠಿರಾದಿಗಳು ಜಯದ್ರಥನನ್ನು ನಿವಾರಿಸಿಕೊಂಡು ಮುಂದಕ್ಕೆ ಸಾಗಲು ಆಗಲೇ ಇಲ್ಲ. ಏಕಾಂಗಿಯಾಗಿ ವ್ಯೂಹದ ಒಳಗೆ ಸಿಕ್ಕಿಕೊಂಡಿದ್ದ ಅಭಿಮನ್ಯುವಿಗಾಗಿ ಅವರು ಮನದೊಳಗೇ ಪರಿತಪಿಸುತ್ತಿದ್ದರು. ಆದರೂ ಜಯದ್ರಥನೊಂದಿಗೆ ಅವರ ಯುದ್ಧ ಸಾಗಿಯೇ ಇತ್ತು.

ವ್ಯೂಹದ ಒಳಗೆ ತನ್ನ ಸುತ್ತ ಯಾರಿದ್ದಾರೆ, ಯಾರಿಲ್ಲ ಎಂದು ನೋಟ ಬೀರಲು ಸಹ ಬಿಡುವಿಲ್ಲ. ಅಭಿಮನ್ಯು ಸ್ಥಿತಪ್ರಜ್ಞನಂತೆ ಹೋರಾಡುತ್ತಿದ್ದಾಗ ಇಳಿ ಸಂಜೆಯಲ್ಲಿ ಕರ್ಣ ಅಭಿಮನ್ಯುವಿನ ಶರವರ್ಷವನ್ನು ತಪ್ಪಿಸಿಕೊಂಡು ಅವನ ಹಿಂದಿನಿಂದ ಬಿಲ್ಲು ಹಿಡಿದಿದ್ದ ಅವನ ಎಡಗೈಯನ್ನು ಎಡಭುಜದಿಂದ ಬೇರ್ಪಡಿಸಿಬಿಟ್ಟ. ಬಿಲ್ಲಿನ ಸಮೇತ ಇಡೀ ತೋಳು ಕೆಳಗೆ ಬಿದ್ದು ನಾಲ್ಕಾರು ಕ್ಷಣ ಚಡಪಡಿಸಿತು.

"ಯಾರದದು ಈ ಯುದ್ಧ ದ್ರೋಹ!" ಎಂದು ಕೆಂಗಣ್ಣಿನಿಂದ ತಿರುಗಿ ನೋಡಿದ ಅಭಿಮನ್ಯು. ರಕ್ತಸಿಕ್ತವಾದ ಕರವಾಳ ಹಿಡಿದಿದ್ದ ಕರ್ಣ ಅವನ ಕಣ್ಣಿಗೆ ಬಿದ್ದ.

"ಛೀ, ಇದೇ ನಿನ್ನ ಶೌರ್ಯವೇ?" ಎಂದು ತನ್ನ ಬಲಗೈಯಲ್ಲಿ ಹೂಡಲು ಸಿದ್ಧವಾಗಿದ್ದ ಅಂಬನ್ನು ಕರ್ಣನತ್ತ ಎಸೆದು, ತನ್ನ ಸೊಂಟದಲ್ಲಿದ್ದ ಕರವಾಳವನ್ನು ಉಳಿದುಕೊಂಡಿದ್ದ ಬಲಗೈಯಲ್ಲಿ ಒರೆಯಿಂದೀಚೆಗೆ ಸೆಳೆದು ರಥದಿಂದ ಧುಮ್ಮಿಕ್ಕಿ ಶತ್ರುಗಳನ್ನು ತುಂಡರಿಸತೊಡಗಿದ. ಅವನ ಎಡಭುಜದಿಂದ ಜಿನುಗುತ್ತಿದ್ದ ರಕ್ತ ಹೆಪ್ಪುಗಟ್ಟಲು ಸಹ ಅವಕಾಶವಿರಲಿಲ್ಲ. ಅದು ಸತತವಾಗಿ ರಕ್ತವನ್ನು ಒಸರುತ್ತಲೇ ಇತ್ತು.

ದುಶ್ಶಾಸನನ ಮಗ ಗದಾಯುಧ ಅಭಿಮನ್ಯು ಇದಿರುಬದಿರಾದರು.

ಅಭಿಮನ್ಯು ತನ್ನ ಕರವಾಳವನ್ನು ಗದಾಯುಧನ ಕೊರಳಿಗೆ ಗುರಿ ಇಟ್ಟ.

ಗದಾಯುಧ ತನ್ನ ಗದೆಯನ್ನು ಅಭಿಮನ್ಯುವಿನ ಕಪಾಲಕ್ಕೆ ಗುರಿಯಿಟ್ಟ.

ಎರಡೂ ಗುರಿಗಳು ತಮ್ಮ ತಮ್ಮ ಗುರಿ ಮುಟ್ಟಿದವು. ಹಿಂದೆಯೇ ಕರವಾಳ ಹಿಡಿದ ಅಭಿಮನ್ಯುವಿನ ತೋಳು ಕರ್ಣನ ಶೌರ್ಯದ ಫಲವಾಗಿ ತುಂಡಾಗಿ ನೆಲಕ್ಕೆ ಬಿತ್ತು.

ಗದಾಯುಧ ಅಭಿಮನ್ಯುಗಳಿಬ್ಬರು ಒಬ್ಬರ ಮೇಲೊಬ್ಬರು ಕುಸಿದು ಬಿದ್ದರು.

ಅತ್ತ ಅಶ್ವತ್ಥಾಮನಿಂದ ಹಿಂದಕ್ಕೆ ಸೆಳೆಯಲಾಗದ ಅಸ್ತ್ರ ದಿಕ್ಕುಗೆಟ್ಟಂತೆ ಉತ್ತರೆಯ ಗರ್ಭದತ್ತ ಹೊರಳಿತು. ರುಗ್ಣಶಯ್ಯೆಯಲ್ಲಿ ವಿಶ್ರಾಂತಿ ಪಡೆಯುತ್ತಿದ್ದ ಉತ್ತರೆಯ ಗರ್ಭವನ್ನು ಬಲವಾಗಿ ಹಿಂಡಿದಂತೆನಿಸಿ ಅವಳು ಸಂಕಟದಿಂದ ಮುಗಿಲು ಮುಟ್ಟುವಂತೆ ಚೀರಿದಳು. ಕೃಷ್ಣನ ಶಕ್ತಿಯಿಂದ ಅಶ್ವತ್ಥಾಮ ಬಿಟ್ಟ ಅಸ್ತ್ರದಿಂದ ಆಗಬಹುದಾಗಿದ್ದ ಅಪಾಯ ದೂರವಾಯಿತು.

ಆದರೆ ಕುರುಕ್ಷೇತ್ರ ರಣರಂಗದಲ್ಲಿ ಕುಸಿದುಬಿದ್ದಿದ್ದ ಅಭಿಮನ್ಯುವನ್ನು ಮಾತ್ರ ಯಾವ ಶಕ್ತಿಯೂ ಉಳಿಸಲಿಲ್ಲ.

ಅವನು ಕಡೇ ಉಸಿರೆಳೆಯುವ ಮುನ್ನ ಅವನ ಮನಸ್ಸಿನ ತುಂಬ ಉತ್ತರೆಯೇ ಆಕ್ರಮಿಸಿದ್ದಳು. ಸೋದರರ ಸಾವು ಕೇಳಿದಾಗ ಅವಳಿಗಾದ ಸ್ಥಿತಿಯನ್ನು ಕಣ್ಣಾರ ಕಂಡಿದ್ದ ಅವನಿಗೆ, ಈ ಸುದ್ದಿ ತಿಳಿದಾಗ ಅವಳಿಗೆ ಹೇಗಾಗಬಹುದು ಎಂಬ ಯೋಚನೆ ಬಂತು. 'ಓ ದೇವರೇ ಅವಳಿಗೂ ಅವಳ ಗರ್ಭದಲ್ಲಿರುವ ಭಾವೀ ಸಂತಾನಕ್ಕೂ ಏನೂ ಆಗದಂತೆ ನೋಡಿಕೋ' ಎಂದು ಅವನಂತರಂಗ ಮೊರೆಯಿತು. ಯುದ್ಧದ ಬಗೆಗೆ ತನಗೆ ಅವಳಿಗೆ ನಡೆದ ಮಾತುಕತೆಯೆಲ್ಲ ಮರುಕಳಿಸಿದಂತಾಯಿತು. ಅವನು ಕಣ್ಣು ಮುಚ್ಚಿದ.

ಸೂರ್ಯನೂ ಅಂದು ನಡೆದ ಅನ್ಯಾಯವನ್ನು ನೋಡಿ ಬೇಸತ್ತು ಅಸ್ತಂಗತನಾದ. ❍

ಸಮಾರೋಪ

'ಸಾವಿಲ್ಲದವರು' ಸಂಪುಟವನ್ನು ಓದಿ ಕೆಳಗಿಡುವುದಕ್ಕೆ ಮುನ್ನ ನಿಮ್ಮೊಂದಿಗೆ ಸಮಾರೋಪದ ಎರಡು ಮಾತು.

ವಿಶ್ವಕಥಾಕೋಶ ಯೋಜನೆ ರೂಪುಗೊಂಡುದು ವಿಸ್ಮಯಕರ ರೀತಿಯಲ್ಲಿ. ಅದನ್ನು ಮೊದಲ ಸಂಪುಟ 'ಧರಣಿಮಂಡಲ ಮಧ್ಯದೊಳಗೆ' ಪ್ರಸ್ತಾವನೆಯಲ್ಲಿ ವಿವರಿಸಿದ್ದೇನೆ. ಯೋಜನೆ ಯಶಸ್ವಿಯಾಗಿ ಮುಕ್ತಾಯವಾಯಿತೆಂದು ನಾನೀಗ ಸಂತುಷ್ಟ. ನನ್ನ ಸಂಪಾದಕ ಸಂಗಾತಿಗಳಿಗೂ ಅಷ್ಟೇ ಸಂತೋಷವಾಗಿರುತ್ತದೆಂದು ಬಲ್ಲೆ. ಆದರೆ ನಮ್ಮೆಲ್ಲರಿಗಿಂತ ಹೆಚ್ಚಿನ ಸಂತೋಷ ಅನುಭವಿಸುತ್ತಿರುವ ವ್ಯಕ್ತಿ ಆರ್. ಎಸ್. ರಾಜಾರಾಮ್. ಅವರು ಛಲಮಲ್ಲ. ಕಾರ್ಯದರ್ಶಿ ಎಂದಲ್ಲ, ವಿಶ್ವಕಥಾಕೋಶದ ಸಂಯೋಜಕ ಸಂಪಾದಕರೆಂದು ಅವರನ್ನು ಕರೆಯುವುದೇ ಹೆಚ್ಚು ಸಮಂಜಸ. ಬಂದ ಎಡರು ತೊಡರುಗಳನ್ನು ಇದಿರಿಸಿದವರು. ಎಲ್ಲ ಪ್ರಶ್ನೆಗಳಿಗೂ ಸ್ತಿಮಿತ ಭಾವದಿಂದ ಉತ್ತರವಿತ್ತವರು. ಅವರು ಯಾವುದೇ ಸಲಹೆ ಮಂಡಿಸಲಿ, 'ಇಲ್ಲ' ಎಂದು ಖಂಡತುಂಡವಾಗಿ ಹೇಳುವುದು ಕಷ್ಟ. ಕಥಾಕೋಶದ ಗಾಡಿಯ ಅಸ್ಪಷ್ಟ ಕನಸು ಅವರದು. ವಿಶ್ವಕಥಾಕೋಶದ ರಥವೆಂದು ಅದಕ್ಕೆ ಮೂರ್ತರೂಪ ನೀಡಿ, ಬಂಡಿಕಾರನಾದವನು ನಾನು. ರಥ ಸುರಕ್ಷಿತವಾಗಿ ಗುರಿಮುಟ್ಟಿದೆ. ಗೆಳೆಯರಾದ ಎಸ್.ಆರ್. ಭಟ್, ಸಿ. ಸೀತಾರಾಮ್, ಸಿ.ಆರ್. ಕೃಷ್ಣರಾವ್ ರಥದಿಂದ ಇಳಿದಿದ್ದಾರೆ. ಸಾರಥ್ಯ ವಹಿಸಿದ್ದ ನಾನೂ ಎಚ್ಚರದಿಂದ ನೆಲದ ಮೇಲೆ ಕಾಲಿರಿಸಿದ್ದೇನೆ. ರಥವನ್ನೂ ಅದರಲ್ಲಿನ ಹೇರನ್ನೂ ರಾಜಾರಾಮರಿಗೆ ಒಪ್ಪಿಸಿದ್ದೇನೆ.

ಎಳೆಯ ವಿದ್ಯಾರ್ಥಿ ದೆಸೆಯಲ್ಲಿ ವಿದೇಶೀ ಕಥೆಗಳು ಕಣ್ಣಿಗೆ ಬಿದ್ದಾಗಲೆಲ್ಲ ನಾನು ನಿದ್ದೆಗೆಡುತ್ತಿದ್ದೆ. ಮಾರನೆಯ ದಿನ ಅಪರಿಚಿತ ಲೋಕಕ್ಕೆ ಭೇಟಿ ನೀಡಿ ಬಂದವನ ಹಾಗೆ ಬೀಗಿ ನಡೆಯುತ್ತಿದ್ದೆ. ಕೆಲ ಕಥೆಗಳನ್ನು ಕನ್ನಡಿಸಿದ್ದೂ ಉಂಟು. 'ವಿಶ್ವಕಥಾಕೋಶ'ದ ನಿಮಿತ್ತದಿಂದ 1979-80ರಲ್ಲಿ ಸಾವಿರಾರು ಕಥೆಗಳನ್ನು ಓದುವ ಅವಕಾಶ ನನಗೆ ದೊರೆಯಿತು. ಗವಿಯಲ್ಲಿ ಕುಳಿತಲ್ಲಿಂದಲೇ ಯಾವ ಕನ್ನಡಕವೂ ಇಲ್ಲದೆಯೇ ವಿಶ್ವದರ್ಶನ.

ಮನುಷ್ಯನ 5000 ವರ್ಷಗಳ ದೀರ್ಘ ನಡಿಗೆಯ ಹೆಜ್ಜೆಗುರುತುಗಳನ್ನು ಕಥೆಗಳಲ್ಲಿ ಕಾಣಲು ಶಕ್ತನಾದೆ. ಆರಿಸಿರುವ 330 ಕಥೆಗಳಲ್ಲೂ ಮನುಷ್ಯನೇ ಕೇಂದ್ರಬಿಂದು. ಅವುಗಳನ್ನು ಜೋಡಿಸುವಾಗ ನನಗಾದ ಖುಷಿ ಓದುಗರಿಗೂ ಆಗುತ್ತದೆ – ಎನ್ನುವ ಆಶಾವಾದಿ ನಾನು.

ಕನ್ನಡ ಮತ್ತು ಭಾರತದ ಬೇರೆ ಕೆಲ ಭಾಷೆಗಳ ಕಥೆಗಳನ್ನು ಬಿಟ್ಟರೆ ಉಳಿದೆಲ್ಲ ಕಥೆಗಳು ಬಂದಿರುವುದು ಇಂಗ್ಲಿಷಿನಿಂದ ಅಥವಾ ಇಂಗ್ಲಿಷಿನ ದಾರಿಯಾಗಿ. ಭಾಷೆ ಯಾವುದೇ ಇರಲಿ, ಪ್ರತಿಯೊಬ್ಬ ಕಥೆಗಾರನದೂ ವಿಶಿಷ್ಟ ಶೈಲಿ. ಅದನ್ನು ಕನ್ನಡಕ್ಕಿಳಿಸುವುದು ಸುಲಭದ ಕೆಲಸವಲ್ಲ. ಅನುವಾದ ಕಾರ್ಯದಲ್ಲಿ ಎಷ್ಟೋ ಸಹೃದಯರ ನೆರವು ದೊರೆಯಿತು. ಹಸ್ತಪ್ರತಿಗಳು ಬಂದಂತೆಲ್ಲ ಮೂಲದೊಡನೆ ತಾಳೆ ನೋಡಿ ಎಸ್. ಆರ್. ಭಟ್ಟರು ನನ್ನ ಹೊಣೆಯನ್ನು ಹಗುರಗೊಳಿಸಿದರು. ಹಸ್ತಪ್ರತಿಗಳನ್ನು ಮುದ್ರಣಕ್ಕಾಗಿ ಶಿಳ್ಳೆ ಹಾಕುತ್ತ ರಾಜಾರಾಮರಿಗೆ ಕೊಡುತ್ತಿದ್ದೆ. (ನಂಬಬೇಡಿ! ಶಿಳ್ಳೆ ಹಾಕಲು ನನಗೆ ಬರುವುದಿಲ್ಲ.) ಯುಗಾದಿಗೊಮ್ಮೆ, ದೀಪಾವಳಿಗೊಮ್ಮೆ ಒಂದೊಂದು ಕಂತಿನ ಬಿಡುಗಡೆ. 1982ರ ಬೆಳಕಿನ ಹಬ್ಬ ನಮ್ಮ ಪಾಲಿಗೆ ವಿಜಯೋತ್ಸವ.

ಕನ್ನಡ ಸಾಹಿತ್ಯ ಭಂಡಾರಕ್ಕೆ ವಿಶ್ವಕಥಾಕೋಶ ಪುಟ್ಟ ಕೊಡುಗೆ. ಇದನ್ನು ಆಗಮಾಡಿದ ಲೋಕದ ಕಥೆಗಾರ – ಕಥೆಗಾರ್ತಿಯರಿಗೆ, ಅನುವಾದಕ – ಅನುವಾದಿಕೆಯರಿಗೆ ಕಲಾವಿದ – ಕಲಾವಿದೆಯರಿಗೆ, ಹಾಗೂ ನನ್ನ ಸಹೋದ್ಯೋಗಿಗಳಿಗೆ ನಾನು ಋಣಿ.

ದೀಪಾವಳಿ, 1982   ನಿರಂಜನ
ಬೆಂಗಳೂರು   ಪ್ರಧಾನ ಸಂಪಾದಕ

ವಿಶ್ವಕಥಾಕೋಶ

ಸಂಪುಟ - ೨೫

ಸಾವಿಲ್ಲದವರು

ನಿರೂಪಕರ ಪರಿಚಯ

ಸಾವಿಲ್ಲದವರು

ಸಿ. ಕೆ. ನಾಗರಾಜ ರಾವ್ (1915–1998)

ಚಿತ್ರದುರ್ಗ ಜಿಲ್ಲೆಯ ಚಳ್ಳಕೆರೆಯಲ್ಲಿ ಜನನ. 1936ರಲ್ಲಿ 'ಯುನೈಟೆಡ್ ಆರ್ಟಿಸ್ಟ್ಸ್' ಕಲಾಸಂಸ್ಥೆಯ ಸ್ಥಾಪನೆ. ಬಿಎಂಶ್ರೀ ಅವರ ರನ್ನ ಕವಿಯ ಕಾವ್ಯಾಧಾರಿತ 'ಗದಾಯುದ್ಧ' ನಾಟಕ ಸೇರಿ ನೂರಾರು ಕನ್ನಡ ನಾಟಕಗಳ ಪ್ರಯೋಗದಲ್ಲಿ ಯಶಸ್ಸು. ಸಂಗೀತದಲ್ಲೂ ಅಪಾರ ಆಸಕ್ತಿ. 1936ರಲ್ಲಿ ಪ್ರಥಮ ಕಥಾ ಸಂಕಲನ 'ಕಾಡಮಲ್ಲಿಗೆ' ಪ್ರಕಟನೆ ನಂತರ ಹಲವಾರು ಕೃತಿಗಳ ರಚನೆ. ಬಂಗಾಳಿ ಸಾಹಿತಿ ಶರತ್ ಚಂದ್ರರ ಆರು ಕಾದಂಬರಿಗಳು ಕನ್ನಡಕ್ಕೆ ಅನುವಾದ. ಒಂದು ಸಂಸ್ಕೃತ ಪತ್ರಿಕೆ ಸೇರಿ ಕೆಲವು ಪತ್ರಿಕೆಗಳಿಗೆ ವರದಿಗಾರನಾಗಿ ಪತ್ರಿಕೋದ್ಯಮದಲ್ಲೂ ಸೇವೆ. 1970ರಲ್ಲಿ 'ಮಹಾಕವಿ ಲಕ್ಷ್ಮೀಶನ ಸ್ಥಳ ಮತ್ತು ಕಾವ್ಯ' ಪ್ರಬಂಧಕ್ಕೆ ಸಾಹಿತ್ಯ ಅಕಾಡೆಮಿ ಪುರಸ್ಕಾರ. 1978ರಲ್ಲಿ 'ಪಟ್ಟಮಹಾದೇವಿ ಶಾಂತಲದೇವಿ' ಮಹಾ ಕಾದಂಬರಿಗೆ ಸಾಹಿತ್ಯ ಅಕಾಡೆಮಿ ಪ್ರಶಸ್ತಿ. ಹಾಗೂ 1983ರಲ್ಲಿ ಅದಕ್ಕೆ ಪ್ರತಿಷ್ಠಿತ 'ಮೂರ್ತಿದೇವಿ ಸಾಹಿತ್ಯ ಪುರಸ್ಕಾರ'.

ವಿಶೇಷ ಕೃತಜ್ಞತೆ

ನಡೆಯುವವನು ಎಡವುತ್ತಾನೆ; ಕರ್ತವ್ಯ ಈಡೇರಿಸುವಾಗ ಲೋಪಗಳಾಗುತ್ತವೆ.

ಹಿಂದಿನ ಕೆಲ ಸಂಪುಟಗಳ ಕಥೆಗಳ ಆಯ್ಕೆಗಾಗಿ ಆಕರ ಸಾಮಗ್ರಿ ಒದಗಿಸಿದ ಮಹನೀಯರಲ್ಲಿ ಕೆಲವರ ಉಪಕಾರವನ್ನು ತಡವಾಗಿ ಇಲ್ಲಿ ಸ್ಮರಿಸುತ್ತಿದ್ದೇವೆ. (ಮನ್ನಿಸಬೇಕು.)

– ಶ್ರೀ ಎ.ಬಿ. ಸ್ವಾಮಿ, ಬೆಂಗಳೂರು

– ಶ್ರೀ ವೆಂಕಟರಾವ್ ಕರ್ಪೂರ, ಬೆಂಗಳೂರು

– ಶ್ರೀ ಜಿ. ಬಾಲಚಂದ್ರನ್, ಜೆ.ಎನ್.ಯು., ನವದೆಹಲಿ

ಕೆಲ ಸಂಪುಟಗಳ ಕಥೆಗಳ ಅಂಕಿತನಾಮಗಳ ಸರಿಯಾದ ಉಚ್ಚಾರ ತಿಳಿಸಿದವರು ಪುಣೆಯ ಸೆಂಟರ್ ಆಫ್ ಅಡ್ವಾನ್ಸ್ಡ ಸ್ಟಡೀಸ್ ಇನ್ ಲಿಂಗ್ವಿಸ್ಟಿಕ್ಸ್‌ನ ಪ್ರಾಧ್ಯಾಪಕರಾದ ಡಾ. ಪಿ. ದಾಸ್‌ಗುಪ್ತ. ಅವರಿಂದ ವಿವರ ಪಡೆದು ಕಳುಹಿಕೊಟ್ಟದ್ದು

– ಕುಮಾರಿ ತೇಜಸ್ವಿನೀ ನಿರಂಜನ.

ಇವರಿಗೆಲ್ಲ ನಾವು ವಿಶೇಷವಾಗಿ ಕೃತಜ್ಞರು